AF742209

അസഹിഷ്ണുതയുടെ റിപ്പബ്ലിക്

Asahishnuthayude Republic
Study

Dr. P Soman

CHINTHA PUBLISHERS
Thiruvananthapuram

© Rights Reserved
All rights reserved. No part of this publication may be reproduced transmitted or stored in a retrieval system in any form or by any means without the written permission of the publisher.

First Edition
May 2025

Published & Typesetting
Chintha Publishers, Thiruvananthapuram

Cover Design
Vinod Mangoes

ISBN : 978-93-48573-17-9

CO - 3638 / 7481

₹ 340

Email: chinthapublishers@gmail. com
Website: www. chinthapublishers. com

A version is available at National Libraries
Kolkata, Mumbai, Chennai and Delhi

Distribution
DESHABHIMANI BOOK HOUSE
H O Thiruvananthapuram 695035

Branches & Agencies
Head Office Kunnukuzhi • Statue Thiruvananthapuram
Saphalyam Complex Thiruvananthapuram
Machingal Lane Thrissur • IG Road Kozhikode
Mavoor Road Kozhikode • NGO Union Building Kannur
Central Bus Terminal Complex Thavakkara Kannur
Revenue Tower Ernakulam • Sulthanpetta Palakkad
Postoffice Road Kottaym • Hospital Road Nilamboor
Old Municipal Bus Stand Kalpatta

അസഹിഷ്ണുതയുടെ റിപ്പബ്ലിക്

ഡോ. പി സോമൻ

ചിന്ത പബ്ലിഷേഴ്സ്
തിരുവനന്തപുരം 695 035
വില: ₹ 340

ഡോ. പി സോമൻ

തിരുവനന്തപുരം ജില്ലയിൽ വിതുര വില്ലേജിൽപ്പെട്ട ചെരുപ്പാണി എന്ന ഗ്രാമത്തിൽ 1952 ൽ ജനിച്ചു. പിതാവ്: പങ്കജാക്ഷൻ. മാതാവ്: തങ്കമ്മ. കടുക്കാക്കുന്നു എൽ പി സ്കൂൾ, വിതുര യു പി ഹൈസ്കൂളുകൾ, കാട്ടാക്കട ക്രിസ്ത്യൻ, തിരുവനന്തപുരം യൂണിവേഴ്സിറ്റി കോളേജ് എന്നിവിടങ്ങളിൽ വിദ്യാഭ്യാസം പൂർത്തിയാക്കി, കേരള യൂണിവേഴ്സിറ്റിയിൽനിന്നും ഗവേഷണബിരുദം നേടി. 1978 ൽ കോളേജ് അധ്യാപകനായി സർവീസിൽ പ്രവേശിച്ചു . 2007 ൽ തിരുവനന്തപുരം യൂണിവേഴ്സിറ്റി കോളേജിൽ മലയാള വിഭാഗം അധ്യക്ഷനായിരിക്കെ സർവീസിൽ നിന്നും വിരമിച്ചു. 2007 മുതൽ 2012 വരെ തോന്നയ്ക്കൽ ആശാൻ സ്മാരകത്തിന്റെ സെക്രട്ടറിയായും പ്രവർത്തിച്ചിരുന്നു.

കൃതികൾ

കാവ്യം അനന്തരസമയം, പൂന്താനം പാഠവും പഠനവും, അപാരതയിലെ അഗ്നിച്ചിറകുകൾ, അധികാരം അശ്ലീലത സാഹിത്യം, ദേവദാസികളും സാഹിത്യചരിത്രവും, അമ്മദൈവവും സംസ്കാരവും, ഫോക്‌ലോറും സംസ്കാരവും, ഒരു ഭൂമി ഒരാകാശം ഒരു സൂര്യൻ, ഒ എൻ വിയുടെ കാവ്യജന്മങ്ങൾ, ആധുനികതയുടെ സൗന്ദര്യരാഷ്ട്രീയം, സംസ്കാരവും ഫാഷിസവും, ഫാഷിസത്തെ നിർവചിക്കുമ്പോൾ, ആഗോള കാലവും വിമർശനവും, കവിതയുടെ കാവ് തീണ്ടൽ, കവിതയുടെ പട്ടണപ്രവേശം, പോസ്റ്റ് മോഡേൺ സോഷ്യലിസങ്ങൾ, മാർക്സിസം ലൈംഗികത സ്ത്രീപക്ഷം, ഭാരതീയ സ്ത്രീപക്ഷ നവോത്ഥാനം, അഖിലേന്ത്യാ പുരോഗമന സാഹിത്യ ചരിത്രം, പുരോഗമനസാഹിത്യത്തിലെ പെൺതീക്കനലുകൾ, വൈലോപ്പിള്ളി ശ്രീധരമേനോൻ, ഫാഷിസം സൈബർ യുഗത്തിൽ, വൈലോപ്പിള്ളി കവിത–ഒരു ഇടതുപക്ഷ വായന, രാമായണം കൊത്തിയ സ്ത്രീജന്മങ്ങൾ, മലബാർ കലാപത്തിന്റെ കണ്ണാടികൾ, ഒരു ചാരക്കഥയുടെ പര്യവസാനം (കഥാസമാഹാരം) *47 നമ്പർ തെരുവ്* (കഥാസമാഹാരം), *ഫേസ്ബുക്കിന്റെ രാഷ്ട്രീയം.*

പുരസ്കാരങ്ങൾ

- അബുദാബി ശക്തി അവാർഡ്(2002- *ദേവദാസികളും സാഹിത്യ ചരിത്രവും)*
- പ്രൊഫ. വിജയൻ നായർ സ്മാരക അവാർഡ് (2005- *ഫാഷിസവും സംസ്കാരവും)*
- വായനാ പുരസ്കാരം (2016, *കവിതയുടെ കാവുതീണ്ടൽ)*
- കേരള സാഹിത്യ അക്കാദമി കുറ്റിപ്പുഴ എൻഡോവ്മെന്റ് (2016-*കവിതയുടെ കാവുതീണ്ടൽ)*
- കേരള സാഹിത്യ അക്കാദമി ജി എൻ പിള്ള എൻഡോവ്മെന്റ് (2017 *മാർക്സിസം ലൈംഗികത സ്ത്രീപക്ഷം)*
- അബുദാബി ശക്തി അവാർഡ്(2018 *വൈലോപ്പിള്ളിക്കവിത-ഒരു ഇടതുപക്ഷ വായന)*
- കെ വി സുരേന്ദ്രനാഥ് സ്മാരക അവാർഡ് (2019 *മാർക്സിസം ലൈംഗികത സ്ത്രീപക്ഷം)*
- ഇടശ്ശേരി പുരസ്കാരം(2020 *വൈലോപ്പിള്ളിക്കവിത ഒരു ഇടതുപക്ഷ വായന)*
- കേരള സാഹിത്യ അക്കാദമി അവാർഡ്(2020 വൈലോപ്പിള്ളിക്കവിത- ഒരു ഇടതുപക്ഷ വായന)
- തോന്നയ്ക്കൽ ആശാൻ സ്മാരക വീണപൂവ് അവാർഡ് (2023 *മലബാർ കലാപത്തിന്റെ കണ്ണാടികൾ)*
- സഹോദരൻ അയ്യപ്പൻ സാഹിത്യ അവാർഡ്(2024 *മലബാർ കലാപങ്ങളുടെ കണ്ണാടികൾ)*

മേൽവിലാസം

ഡോ. പി സോമൻ, പൂമുറ്റം, കെ ആർ ഡബ്ല്യു എ 203-എ, മഞ്ചാടിമൂട്
വട്ടിയൂർക്കാവ് പി ഒ, തിരുവനന്തപുരം–635013
e-mail: drsomanlit@gmail.com

ഉള്ളടക്കം

ഭാഗം-1

ഇന്ത്യൻ വർത്തമാനം

ഇന്ത്യ അസഹിഷ്ണുതയുടെ റിപ്പബ്ലിക് 13
ഗോമാതൃപൂജയും മാംസാഹാരവും 20
സനാതനധർമ്മത്തിന്റെ പൊളിറ്റിക്കൽ ഇക്കണോമി 26
ഗണപതിയുടെ സഞ്ചാരപഥങ്ങൾ 38
രാമഭക്തി രാഷ്ട്രീയത്തിന്റെ ആൾക്കൂട്ട മനഃശാസ്ത്രം 46
ദണ്ഡനരാഷ്ട്ര നിർമ്മിതി 55
ഫ്യൂഡൽ സംസ്കൃതിയുടെ പുനർജന്മങ്ങൾ 63
ഹിജാബ് അന്നും ഇന്നും 77
വിദ്വേഷരാഷ്ട്രീയത്തിന്റെ കുടുംബമനഃശാസ്ത്രം 86
ചാരസാമ്രാജ്യത്തിലെ പറക്കും കുതിരകൾ 92
ഇന്ത്യ പോസ്റ്റ് ഡെമോക്രസിയിലേക്ക് 99

ഭാഗം-2

ഫാഷിസത്തെക്കുറിച്ചുള്ള പഠനങ്ങൾ

ലൈംഗിക ഫാഷിസവും നാഷണൽ നാർസിസിസവും 108
അഗ്നിപഥ് എന്ന ഫാഷിസ്റ്റ് സൈനികപദ്ധതി 115
ക്രിസ്തീയസഭകളും ഫാഷിസവും ഇറ്റലിയിൽ 123
കമ്യൂണിസ്റ്റ് ഭ്രതഭയവും ഫാഷിസവും 131
സാംസ്കാരിക നരമേധങ്ങൾ 140
ഫാഷിസത്തെ പുനർനിർവചിക്കുമ്പോൾ 149
ആത്മീയഫാഷിസം ഇന്ന് 155
പോസ്റ്റ്- ഫാഷിസം 163

ഇന്ത്യൻ ഫാഷിസം 169
ഡിജിറ്റൽ ഫാഷിസം 178
അമേരിക്കയിലെ ക്രിസ്റ്റോഫാഷിസം 184
നമുക്കുള്ളിലും പുറത്തും ഫാഷിസം 197
ഒരാൾ ഫാഷിസ്റ്റാകുന്ന വിധം 204
എങ്ങനെ ഒരു ഫാഷിസ്റ്റ് ആകാതിരിക്കാം 210
വർഗീയ ഭ്രതാവേശങ്ങൾ 216
പൊതുമതമെന്ന മതനിരപേക്ഷതയിലേക്ക് 223

പ്രസാധകക്കുറിപ്പ്

നവഫാഷിസത്തിന്റെ വേരുകൾ അതിവേഗം ആഴ്ന്നുപടരുന്ന ഒരു ലോകത്താണ് നാമിന്ന് ജീവിക്കുന്നത്. അപരവിദ്വേഷത്തെ ആധാരമാക്കുന്ന രാഷ്ട്രീയശക്തികൾ അനായാസേന ലോകത്തെവിടെയും അധികാരകേന്ദ്രങ്ങളിൽ ഇരുപ്പുറപ്പിക്കുമ്പോൾ, ഉന്നതമായ ദേശീയ വികാരങ്ങൾപോലും സങ്കുചിതമായ രാഷ്ട്രീയത്തിന്റെ കരുക്കളാകുമ്പോൾ ഈ കാലത്തെ വിശകലനം ചെയ്യാൻ പുതിയ സംവർഗങ്ങളും ചിന്താപദ്ധതികളും ഒരുപക്ഷേ ആവശ്യമായി വരും . ഇങ്ങനെയൊരോർമ്മപ്പെടുത്തലാണ് ഡോ. പി സോമന്റെ *അസഹിഷ്ണുതയുടെ റിപ്പബ്ലിക്ക്.*

സാംസ്കാരികരംഗത്തെ രാഷ്ട്രീയവിശകലനങ്ങൾക്ക് ഏറെ സാംഗത്യം ഈ വർത്തമാനസന്ദർഭം ആവശ്യപ്പെടുന്നു. ഇത്തരമൊരു പശ്ചാത്തലത്തെ മുൻനിർത്തി ഏറെ സൂക്ഷ്മമായ പഠനങ്ങളാണ് വർത്തമാനകാല ഇന്ത്യയെക്കുറിച്ചും ഫാഷിസത്തിന്റെ സൂക്ഷ്മപ്രവണതകളെക്കുറിച്ചും പി സോമൻ നടത്തുന്നത്. മതവും ആചാരങ്ങളും വിശ്വാസങ്ങളും മാത്രമല്ല സാങ്കേതികവിദ്യകൾ പോലും നവ ഫാഷിസത്തിന്റെ കരുക്കളാകുകയാണ്.

ഹിറ്റ്ലറുടെ സ്റ്റോം ട്രൂപ്പേഴ്സും മുസ്സോളിനിയുടെ കറുത്ത കുപ്പായക്കാരും ഫാഷിസത്തിന്റെ അധികാരപ്രയോഗത്തിന്റെ പരമ്പരാഗത രൂപങ്ങളായിരുന്നുവെങ്കിൽ കുറുവടിയും കാക്കിയുമേന്തിയ അവയുടെ ഇന്ത്യൻ വർത്തമാനകാല രൂപങ്ങൾക്ക് മറ്റു പുതിയ പല സാംസ്കാരിക ആയുധങ്ങളും ഈ സത്യാനന്തരകാലം നൽകുന്നുണ്ട്

നാമറിയാതെ നമ്മെ ചൂഴുന്ന ഫാഷിസത്തിന്റെ കരിമ്പടങ്ങളെ തിരിച്ചറിയാനും പ്രതിരോധിക്കാനും തയ്യാറാകുന്ന ഏതൊരു പോരാളിക്കും ആശയമണ്ഡലത്തിലെ വിലപ്പെട്ട ആയുധങ്ങൾ ഈ പുസ്തകം പകർന്നു നൽകും.

ചിന്ത പബ്ലിഷേഴ്സ്

ആമുഖം

എഴുത്തും വായനയും പ്രതിരോധമാകേണ്ട ഒരു കാലഘട്ടത്തിലൂടെയാണ് നാം കടന്നുപോകുന്നത്. നമ്മൾ ഒരു ഭീകരസ്വപ്ന രാഷ്ട്രത്തിൽ (dystopian state) ചെന്നുപെട്ടിരിക്കുന്നു. വർഗീയലഹളകളുടെ കേളികൊട്ടുമായിട്ടാണ് ഓരോ പ്രഭാതത്തിലും മാധ്യമവാർത്തകൾ വന്നുചേരുന്നത്. വെറുപ്പിന്റെയും വിദ്വേഷത്തിന്റെയും രാഷ്ട്രീയപ്രവർത്തനങ്ങളും കൊലവെറികളുമാണ് പൊതുവേ കാണുന്നത്. സ്നേഹത്തിൽനിന്നുദിക്കുന്ന ലോകം എന്നതിന് പകരം വെറുപ്പിൽനിന്നുദിക്കുന്ന ലോകം വെറുപ്പിനാൽ വൃദ്ധി തേടുന്നു എന്നൊരവസ്ഥ. ലിബറൽ ഹ്യൂമനിസത്തിന്റെയും ജനാധിപത്യത്തിന്റെയും വിളഭൂമിയായി കരുതപ്പെടുന്ന യൂറോപ്പിൽ ആകമാനം തീവ്ര വലതുപക്ഷവും നിയോ ഫാഷിസവും തലപൊക്കുന്നു. ഗൾഫ് നാടുകളിൽ മതതീവ്രവാദ ഗ്രൂപ്പുകൾ ഭരണകൂടങ്ങൾ പിടിച്ചെടുക്കുന്ന ജൈത്രയാത്രയിലാണ്. ഗാസയിൽ മനുഷ്യക്കുരുതി നടന്നിട്ടും ലോകരാഷ്ട്രങ്ങളും ബുദ്ധിജീവികളും നിശ്ശബ്ദരായി നോക്കിനിൽക്കുന്നു. സാംസ്കാരികമായ ഒരുതരം നിരാശാബോധം നമ്മെയൊക്കെ ബാധിക്കുന്നുവോ എന്ന് സംശയിക്കേണ്ടിയിരിക്കുന്നു. നമ്മുടെ സാമൂഹികമായ അസ്തിത്വം എന്താണെന്നും അത് നമ്മുടെ അവബോധത്തെ എങ്ങനെ മാറ്റി പണിഞ്ഞുകൊണ്ടിരിക്കുന്നു എന്നും അറിയാതെ നമുക്ക് പ്രതിരോധിക്കാനോ മാറ്റങ്ങൾ കൊണ്ടുവരാനോ കഴിയുകയില്ല. പ്രഭാഷണങ്ങൾ കൊണ്ടോ സെമിനാറുകൾകൊണ്ടോ വർഗീയ ഫാഷിസത്തെ ചെറുക്കാനാവുകയില്ല എന്ന് ഇതുവരെയുള്ള അനുഭവങ്ങൾ തെളിയിക്കുന്നു. നൂറുവർഷമായി ഇന്ത്യയിൽ പ്രവർത്തിച്ചുകൊണ്ടിരിക്കുന്ന ഹിന്ദുമതതീ

വ്രവാദ പ്രസ്ഥാനം ഇന്ന് ഇന്ത്യയിൽ സർവാധിപത്യ ഭരണകൂടമായി മാറിക്കൊണ്ടിരിക്കുകയാണ്. അതോടൊപ്പം ന്യൂനപക്ഷ മതതീവ്രവാദവും തലപൊക്കി വരുന്നുണ്ട്. അവയ്ക്കെതിരെയുള്ള പോരാട്ടവുമായി വായനയും എഴുത്തും മാറേണ്ട കാലഘട്ടത്തിൽ ഒരു പ്രതിരോധമെന്ന രീതിയിലാണ് സമകാലിക സാംസ്കാരിക രാഷ്ട്രീയ പ്രവണതകളെ ഇവിടെ അപഗ്രഥിക്കാൻ ശ്രമിക്കുന്നത്.

ഡോ. പി സോമൻ

ഭാഗം–1

ഇന്ത്യൻ വർത്തമാനം

ഇന്ത്യ അസഹിഷ്ണുതയുടെ റിപ്പബ്ലിക്

ഇന്ത്യൻ സംസ്കാരം സഹിഷ്ണതയിൽ അധിഷ്ഠിതമായ ബഹുസ്വരതയുടേതാണെന്ന വാദഗതിയെ ചരിത്രകാരനായ ഡി.എൻ. ഝായും എഴുത്തുകാരനായ നിരാദ് സി. ചൗധരിയും നിരസിക്കുന്നു. 17-ാം നൂറ്റാണ്ടുമുതൽ ഇന്ത്യൻ സംസ്കാരം സഹിഷ്ണതയുടെ സംസ്കാരമായിരുന്നു എന്ന യൂറോപ്യൻ പണ്ഡിതന്മാരുടെ വാദഗതി ചരിത്രവിരുദ്ധമാണെന്ന് ഡി.എൻ. ഝാ പറയുന്നു. നവോത്ഥാന നായകർ പൂർണ്ണമായി സഹിഷ്ണതാമനോഭാവം പുലർത്തിയിരുന്നവരല്ല. ദയാനന്ദസരസ്വതിയും ശ്രീരാമകൃഷ്ണപരമഹംസനും സ്വാമി വിവേകാനന്ദനും ഇന്ത്യയുടെ മതസഹിഷ്ണുതയെക്കുറിച്ച് പറഞ്ഞിരുന്നെങ്കിലും സെമറ്റിക് മതങ്ങളോട് അസഹിഷ്ണുത പുലർത്തിയിരുന്നു. ബാലഗംഗാധരതിലകനാകട്ടെ സഹിഷ്ണുതയെക്കുറിച്ച് പ്രസംഗിച്ചിരുന്നെങ്കിലും സൈനികവൽകൃത ഹിന്ദുത്വത്തെ (Militant Hinduism) പ്രോത്സാഹിപ്പിച്ചു. ഗണേശോത്സവവും മറ്റു മതാഘോഷങ്ങളും ദേശീയതയുടെ ഭാഗമായി ജനങ്ങളെ അണിനിരത്താൻ ഉപയോഗിച്ചു. അതിന്റെ സാംസ്കാരിക രാഷ്ട്രീയരൂപമായിരുന്നു 1925 ൽ ബ്രാഹ്മണർ രൂപംകൊടുത്തതും മഹാരാഷ്ട്രയിൽ രൂപംകൊണ്ടതുമായ രാഷ്ട്രീയ സ്വയംസേവക് സംഘം. നിരാദ് സി. ചൗധരിയും സഹിഷ്ണുതാവാദത്തെ നിരസിക്കുന്നു. പ്രാചീനകാലം മുതലേ സഹിഷ്ണുത നിലനിന്നിരുന്നുവെങ്കിൽ ഇന്ത്യൻ സമൂഹത്തിൽ ഇത്രമാത്രം പരസ്പര സംശയങ്ങളും വെറുപ്പും പകയും വർഗീയ മനഃസ്ഥിതിയും തുടരുന്നത് എന്തുകൊണ്ടെന്ന് അദ്ദേഹം ചോദിക്കുന്നു.

ബ്രാഹ്മണമതം അസഹിഷ്ണതയുടെയും അയിത്തമനോഭാവ

ത്തിന്റെയും വെറുപ്പിന്റെയും മതമാണ്. അവരുടെ വെറുപ്പിന്റെ മാനിഫെസ്റ്റോയും രാഷ്ട്രീയസാമ്പത്തികശാസ്ത്രവുമാണ് (Political-Economy) *മനുസ്മൃതി.* എ.ഡി. ആറാം നൂറ്റാണ്ടിനുശേഷം ഇന്ത്യയിലുടനീളം രാജാക്കന്മാരിൽനിന്നും കാർഷികഗ്രാമങ്ങൾ ഭൂദാനമായി (ബ്രഹ്മസ്വം) വാങ്ങിയും വൻകിട ക്ഷേത്രങ്ങൾ രാജസ്ഥാനങ്ങളെയും ഫ്യൂഡൽ പ്രഭുക്കളെയുംകൊണ്ട് പണികഴിപ്പിച്ച് അവയ്ക്ക് കാർഷികഗ്രാമങ്ങൾ ദാനം ചെയ്യിച്ചും (ദേവസ്വം) ഇന്ത്യയിലുടനീളം ബ്രാഹ്മണർ വ്യാപിച്ചു. അക്ഷത്രിയ നാടുവാഴികളെ ക്ഷത്രിയരാക്കി വാഴിച്ചുകൊണ്ട് ഇന്ത്യയിലുടനീളം ബ്രാഹ്മണർ കടന്നുചെന്നു. ഇതിന്റെ ചരിത്രം പ്രസിദ്ധ ചരിത്രകാരനായ ആർ.എസ്. ശർമ്മ *ഇന്ത്യൻ ഫ്യൂഡലിസം* എന്ന കൃതിയിൽ വിവരിച്ചിട്ടുണ്ട്. ബ്രാഹ്മണർ രാജാക്കന്മാരിലൂടെ *മനുസ്മൃതി* എന്ന ഭരണഘടന നടപ്പിലാക്കി. ഇന്ത്യയെ ചാതുർവർണ്യത്തിന് കീഴിലാക്കി. അങ്ങനെ ജാതിവ്യവസ്ഥ ഇന്ത്യൻ സാമൂഹ്യവ്യവസ്ഥയായിത്തീർന്നു. സമ്പത്തുല്പാദിപ്പിച്ചിരുന്ന കാർഷിക-കൈത്തൊഴിൽ വർഗങ്ങളെ മുഴുവൻ തൊട്ടുകൂടാത്തവരും തീണ്ടിക്കൂടാത്തവരും ദൃഷ്ടിയിൽപെട്ടാൽ ദോഷമുള്ളവരും കെട്ടില്ലാത്തവരും തമ്മിലുണ്ണാത്തവരുമായി അയിത്തവൽക്കരിച്ചു. ലോകത്തിലെ ഏറ്റവും നിഷ്ഠുരമായ സാമൂഹ്യവ്യവസ്ഥയാണ് ഇന്ത്യയിലെ ചാതുർവർണ്യ ജാതിവ്യവസ്ഥയെന്ന് സാമൂഹ്യശാസ്ത്രകാരന്മാർ രേഖപ്പെടുത്തിയിട്ടുണ്ട്. ജാതിപീഡനങ്ങളും കൊലകളും വിജാതീയ വിവാഹിതരെ പരസ്യമായി അഭിമാനക്കൊല ചെയ്യുന്നതും ഇന്നും നിർബാധം തുടരുകയാണ്.

മതധ്വംസനങ്ങൾ

ഭാരതത്തിലുടനീളം ബ്രാഹ്മണാധിനിവേശം സംഭവിക്കുന്നതിന് മുമ്പ് കാർഷികവാണിജ്യരംഗങ്ങളിൽ സ്വാധീനം ചെലുത്തിയിരുന്നത് ബുദ്ധജൈന മതവിശ്വാസികളായ സാർത്ഥവാഹകസംഘങ്ങളായിരുന്നു. ജാതിവിവേചനത്തെ എതിർത്തിരുന്ന മതമായിരുന്നു ബുദ്ധമതം. വേദേതിഹാസങ്ങളെയും *മനുസ്മൃതി*യെയുമെല്ലാം അവർ നിരസിച്ചു. എന്നാൽ ബ്രാഹ്മണർ ഫ്യൂഡൽ പ്രഭുക്കളെയും രാജാക്കന്മാരെയും "രാജാപ്രത്യക്ഷദൈവം" എന്ന സിദ്ധാന്തത്തിലൂടെ ദേവത്വം നൽകി ഉയർത്തിക്കൊണ്ട് ഇതരമതവിശ്വാസികളെ ഇല്ലായ്മ ചെയ്യാൻ അവരെ ഫലപ്രദമായി ഉപയോഗിച്ചു. ബ്രാഹ്മണനായ ചാണക്യന്റെ *അർത്ഥശാസ്ത്ര*ത്തിൽ അവൈദികവിഭാഗങ്ങളായ ബുദ്ധ-ജൈന മതാനുയായികളെ വഷളന്മാരായും (ദുഷ്ടർ) പാഷാണ്ഡമതക്കാരായും (നാസ്തികർ) ചിത്രീകരിക്കുന്നു. അവരെ സൽക്കരിക്കുകയോ കേൾക്കുകയോ ചെയ്യുന്നവർക്ക് ശിക്ഷയും വിധിക്കുന്നുണ്ട്. *പതഞ്ജലി*യുടെ മഹാഭാഷ്യത്തിൽ

ബുദ്ധ-ജൈനമതക്കാരെയും (ശ്രമണർ) അബ്രാഹ്മണരെയും ബദ്ധശത്രുക്കളായിട്ടാണ് അവതരിപ്പിക്കുന്നത്. ബ്രാഹ്മണമതത്തെ ഉയർത്തിപ്പിടിച്ച കുമാരില ഭട്ടനും ശങ്കരാചാര്യരും ബുദ്ധ-ജൈനമതങ്ങളുടെ ധ്വംസകരായിരുന്നു. മൗര്യകാലഘട്ടത്തിന് ശേഷം (അശോകനുശേഷം) ശക്തിപ്രാപിച്ച ബ്രാഹ്മണമതത്തിന്റെ മതവൈരമാണ് പിൽക്കാലത്ത് ഇന്ത്യയിൽ രൂപംകൊണ്ട് മതപീഡനങ്ങൾക്ക് മാർഗദർശനം നല്കുന്നത്. എ.ഡി. 6-ാം നൂറ്റാണ്ടിൽ ബംഗാളിൽ *ഭഗവദ്ഗീത* വ്യാഖ്യാനിച്ച മധുസൂദനസരസ്വതി ബുദ്ധമതക്കാരെ മ്ലേച്ഛന്മാരെന്ന് ആക്ഷേപിച്ചു. മഹേന്ദ്രവർമ്മന്റെ *മത്തവിലാസം പ്രഹസനത്തിലും* (എഡി.7) കൃഷ്ണമിശ്രന്റെ *പ്രബോധചന്ദ്രോദയ*ത്തിലും (എ.ഡി. 10–11) ബുദ്ധ–ജൈനമതക്കാരെ അപഹസിക്കുന്നു.

ബ്രാഹ്മണപുരോഹിത ബുദ്ധിജീവിവർഗം പ്രചരിപ്പിച്ച മതവിദ്വേഷപ്രത്യയശാസ്ത്രം സാമൂഹികമായ ആക്രമണമായി മാറിയത് എ.ഡി. ഏഴാം നൂറ്റാണ്ടിൽ ഇന്ത്യ സന്ദർശിച്ച ഹ്യൂയാൻസാങ് എന്ന ചൈനീസ് ബുദ്ധമതസഞ്ചാരി രേഖപ്പെടുത്തിയിട്ടുണ്ട്. ഹർഷന്റെ സമകാലികനായ ശശാങ്കനെന്ന ഗൗഡരാജാവ് ഗയയിലെ ബോധിവൃക്ഷം മുറിച്ചുകളഞ്ഞ് ബുദ്ധന്റെ പ്രതിമ നീക്കം ചെയ്തുകൊണ്ട് ബുദ്ധവിഹാരങ്ങൾ തകർക്കുകയുണ്ടായി. ഹൂണരാജാവും ശിവഭക്തനുമായ മിഹിരകുലൻ 1600 ബുദ്ധസ്തൂപങ്ങൾ തച്ചുടച്ചു. വിഹാരങ്ങൾ തകർത്ത് ആയിരക്കണക്കിന് ബുദ്ധസന്യാസിമാരെ കൂട്ടക്കൊല ചെയ്തതായി ചരിത്രകാരനായ ഡി.എൻ. ഝാ രേഖപ്പെടുത്തുന്നുണ്ട്. കാശ്മീരിലെ ജലൗഗൻ, ക്ഷേമഗുപ്തൻ എന്നീ രാജാക്കന്മാർ ബുദ്ധമതധ്വംസകരായിരുന്നു. ശ്രീനഗരത്തിലെ ബുദ്ധവിഹാരം തകർത്ത് പണിഞ്ഞതാണ് ക്ഷേമഗൗരീശ്വര ക്ഷേത്രം. എ.ഡി. ഏഴാം നൂറ്റാണ്ടിൽ താരാനാഥൻ എന്ന രാജാവ് നളന്ദ ഉൾപ്പെടെയുള്ള പ്രദേശങ്ങളിലെ 84 ബുദ്ധവിഹാരങ്ങൾ തകർക്കുകയുണ്ടായി. തെക്കെ ഇന്ത്യയിൽ കർണാടകത്തിലും ആന്ധ്രയിലും സ്ഥിതി വ്യത്യസ്തമായിരുന്നില്ല. കർണാടകത്തിലും ആന്ധ്രയിലും തമിഴ്നാട്ടിലുമായി സഞ്ചരിക്കുന്നവർക്ക് തകർന്നു കിടക്കുന്ന ബുദ്ധ-ജൈന സങ്കേതങ്ങളുടെ അവശിഷ്ടങ്ങൾ കാണാനാവും. തമിഴ്നാട്ടിലെ ആൾവാർമാരും (വൈഷ്ണവർ) നായനാർമാരും (ശൈവർ) ബുദ്ധമത സങ്കേതങ്ങളെ വെറുത്തിരുന്നു. ഏഴാം നൂറ്റാണ്ടിൽ അപ്പർ, നായനാർ എന്നിവർ ജൈനസന്യാസിമാരെ ദുഷിക്കുന്നുണ്ട്. *പെരിയപുരാണ*ത്തിൽ അവരെ പരാജയപ്പെടുത്തിയതായി പരാമർശം ഉണ്ട്. മധുരയിലെ പാണ്ഡ്യരാജാവ് 8000 ജൈനസന്യാസിമാരെ രാജ്യത്തുടനീളം ശൂലത്തിൽ തറച്ചു കൊന്നതായി പറയപ്പെടുന്നതിന്റെ സത്യാവസ്ഥ തർക്ക വിഷയമാണ് .എന്നാൽ ജൈനക്ഷേത്രങ്ങളെ ശിവക്ഷേത്രങ്ങളാക്കി മാറ്റിയതിന് തെളിവുകളുണ്ട്. കൈ

ലാസനാഥ ക്ഷേത്രവും മധുരമീനാക്ഷിക്ഷേത്രവും പോലുള്ള ക്ഷേത്രങ്ങൾ ജൈനമതസങ്കേതങ്ങളായിരുന്നു. പ്രാചീന കാലത്ത് തന്നെ വിദേശരാജ്യങ്ങളുമായി വാണിജ്യബന്ധം പുലർത്തിയിരുന്ന തമിഴ്നാട്ടിൽ ജൈനമതക്കാരായ കച്ചവടക്കാരുടെ പ്രാബല്യം നിലനിന്നിരുന്നു.

കർണാടകത്തിൽ ഇതുപോലെ അതിക്രൂരമായി ജൈനമതക്കാരെ കൊന്നൊടുക്കുകയും അവരുടെ ആരാധനാലയങ്ങളും സ്വത്തുക്കളും ഗ്രാമങ്ങളും പിടിച്ചെടുക്കുകയും ചെയ്തിരുന്നു. വ്യാപാരരംഗത്ത് കുത്തക സ്ഥാപിച്ചിരുന്ന ബൗദ്ധ-ജൈന വ്യാപാരി സംഘങ്ങളെ നശിപ്പിച്ച് സാമ്പത്തികരംഗം ചാതുർവർണ്യ വ്യവസ്ഥയിലൂടെ കയ്യടക്കുകയായിരുന്നു ലക്ഷ്യം. ബ്രാഹ്മണർക്ക് *മനുസ്മൃതി* പ്രകാരം കൃഷി നിഷിദ്ധമായിരുന്നതിനാൽ അവർക്ക് നാടുവാഴികളിൽ നിന്നും ദാനമായി ലഭിച്ച ഗ്രാമങ്ങളും കാലിസമ്പത്തും കൃഷിഭൂമിയും വൈശ്യജാതി വിഭാഗങ്ങളാണ് കൈകാര്യം ചെയ്തിരുന്നത്. പാട്ടവും കരവും യജ്ഞാദികർമ്മങ്ങൾക്കുള്ള സാമ്പത്തികസഹായങ്ങളും നൽകിയിരുന്നത് കാർഷിക വിഭാഗം കൂടിയായ വൈശ്യരാണ്. അവരിൽനിന്നാണ് ആധുനിക ഭാരതത്തിലെ മൂലധന ശക്തികളായ ബനിയമാരും മാർവാടികളും മറ്റു വിഭാഗങ്ങളും ഉയർന്നുവന്നിരിക്കുന്നത്. അതുകൊണ്ട് ബ്രാഹ്മണ- ക്ഷത്രിയ- വൈശ്യ കൂട്ടുകെട്ടാണ് ഇന്ത്യയുടെ ഭരണവർഗം. ജാതിസമൂഹത്തെ നിലനിർത്തേണ്ടത് അവരുടെ വർണഭരണ സാമ്പത്തിക മേധാവിത്വത്തിന് ആവശ്യമാണ്. മറ്റു വിഭാഗങ്ങളുടെ മേലുള്ള കടന്നുകയറ്റവും അധിനിവേശവുമായ ആഭ്യന്തര കൊളോണിയലിസം ഇന്ന് ഹിന്ദുത്വമായി രൂപംകൊണ്ടിരിക്കുന്നു.

ബുദ്ധ-ജൈന മതങ്ങളെ തകർത്ത ചാതുർവർണ്യ ത്രൈവർണികർ ഇന്ത്യൻ ഫ്യൂഡലിസത്തെ അരക്കിട്ടുറപ്പിച്ചു. നൂറ്റാണ്ടുകളായി ചോദ്യം ചെയ്യപ്പെടാതെ നിലനിന്നിരുന്ന ഈയൊരു വർണമേൽക്കോയ്മയിൽ എ.ഡി. 11-ാം നൂറ്റാണ്ടിലുണ്ടായ മുഹമ്മദ് ഗസ്നിയുടെ ഇന്ത്യൻ ആക്രമണം കനത്ത ആഘാതമേൽപിച്ചു. ഗസ്നിയും മുഹമ്മദ് ഗോറിയും മറ്റും ഇന്ത്യയെ ആക്രമിച്ചത് ഇന്ത്യയിൽ ഇസ്ലാം മതം പ്രചരിപ്പിക്കാനോ ഇന്ത്യയെ ഇസ്ലാമികരാഷ്ട്രമായി പരിവർത്തിപ്പിക്കാനോ ആയിരുന്നില്ല. രാജകൊട്ടാരങ്ങളിലും ക്ഷേത്രങ്ങളിലും കുന്നുകൂടിക്കിടന്ന സ്വർണവും വെള്ളിയും രത്നങ്ങളും കൊള്ളയടിച്ചുകൊണ്ടു പോയി സ്വന്തം നഗരങ്ങളെ മോടിപിടിപ്പിക്കാനും കൂടുതൽ ആക്രമണങ്ങൾക്ക് സൈന്യത്തെ ശക്തിപ്പെടുത്താനും വേണ്ടിയായിരുന്നു. അഫ്ഗാനിസ്ഥാൻ–കാശ്മീർ–ഗുജറാത്ത് വഴിയുള്ള വരവിൽ അവർ സോമനാഥക്ഷേത്രം ഉൾപ്പെടെയുള്ള ക്ഷേത്രങ്ങൾ ആക്രമിച്ച് സ്വത്തുക്കൾ കവർന്നുകൊണ്ടു പോയി. ബുദ്ധ-ജൈനമത സങ്കേതങ്ങളെയും തക്ഷശില, നളന്ദ, വിക്രമശില തുട

ങ്ങിയ വിദ്യാപീഠങ്ങളെയും തകർത്തിരുന്നു. ഗസ്നിയുടെ ആക്രമണത്തെ തുടർന്നുണ്ടായ ഇസ്ലാമിക ഭരണകൂടങ്ങൾ പ്രത്യേകിച്ചും മുഗൾഭരണകൂടം ഇന്ത്യൻ ഭരണവർഗമായി മാറിയതോടെ ബ്രാഹ്മണ-ക്ഷത്രിയ-വൈശ്യ വർഗത്തിന്റെ അധിനിവേശം ദുർബലപ്പെട്ടു. ബ്രാഹ്മണ പുരോഹിതവർഗ ത്തിന് പകരം ഇസ്ലാമിക പുരോഹിതവർഗവും ആചാരാനുഷ്ഠാനങ്ങളും സുൽത്താനേറ്റുകളിൽ മേൽക്കൈ നേടി. രജപുത്ര ഫ്യൂഡൽ വർഗത്തോ ടൊപ്പം ഷരീഫ്-നവാബുമാരുടെ പുതിയൊരു ഭ്രവ്യടമാവർഗം ഉടലെടുത്തു. ബനിയ മാർവാഡി വാണിജ്യവർഗത്തിന് സമാന്തരമായി പാഴ്സികളും സേട്ടുകളുമടങ്ങുന്ന വിപണിവർഗം വന്നു. സംസ്കൃതത്തിനുപകരം പേർ ഷ്യൻ, അറബി ഭാഷകൾക്ക് പ്രാമുഖ്യം ലഭിച്ചു. മുഗൾഭരണത്തിന്റെ ഭര ണഭാഷ പേർഷ്യനായിരുന്നു. ബ്രാഹ്മണർക്ക് പാരമ്പര്യമായി ഉണ്ടായി രുന്ന ബുദ്ധിജീവിപരിവേഷവും ആസ്ഥാന-ഗുരുസ്ഥാനങ്ങളും നഷ്ടപ്പെട്ടു. സ്വതന്ത്രരായിരുന്ന ക്ഷത്രിയ രജപുത്ര നാട്ടുവാഴികൾ മുഗൾഭരണത്തിന് കീഴിൽ സാമന്തന്മാരായിത്തീർന്നു. ഇന്ത്യയിൽ സെമറ്റിക് വിരോധ ത്തിന്റെ വേരുകൾ - മുസ്ലിം വിരുദ്ധവികാരം ആഴത്തിൽ വേരോടാൻ തുടങ്ങിയത് ഈയൊരു ചരിത്രസാഹചര്യത്തിലാണ്. ഇസ്ലാമികഭരണ ങ്ങളിൽ സ്ഥാനങ്ങൾ ലഭിക്കാൻ ബ്രാഹ്മണർക്കും ക്ഷത്രിയർക്കും വൈ ശ്യജാതികൾക്കും സംസ്കൃതത്തിനുപകരം പേർഷ്യനും അറബിയും അഭ്യസിക്കേണ്ടിവന്നു. നഷ്ടപ്പെട്ടുപോയ "ഫ്യൂഡൽ സുവർണ കാലത്തെ ക്കുറിച്ച് മതാത്മകമായ ഗൃഹാതുരത്വം ബ്രാഹ്മണക്ഷത്രിയ വിഭാഗങ്ങളെ സ്വാധീനിക്കാൻ തുടങ്ങിയിരുന്നു. എന്നാൽ തൊഴിൽ വർഗമായ അയി ത്തജാതികൾക്ക് ഫ്യൂഡൽ-ഇസ്ലാമിക-ബ്രിട്ടീഷ് ഭരണങ്ങളിൽ മർദ്ദനം ഒരു തുടർപ്രക്രിയായിരുന്നതിനാൽ സുവർണകാല സങ്കല്പങ്ങളൊന്നും ഉണ്ടായിരുന്നില്ല. ഇന്ത്യൻ സാമ്പത്തികരംഗം ജാത്യധിഷ്ഠിത തൊഴിൽ ഉല്പാദനമേഖലയായതിനാൽ മാറിമാറിവന്ന വാഴ്ചകളൊന്നും ജാതിവ്യവ സ്ഥയെ സ്പർശിച്ചിരുന്നില്ല. നേരെമറിച്ച് നിലനിർത്തുകയാണ് ചെയ്തത്. ഹിന്ദുമതത്തിന്റെ അടിത്തറയായി ജാതിവ്യവസ്ഥ നിലനിന്നുപോന്നു. താനൊരു സനാതന ഹിന്ദുവെന്ന് പറഞ്ഞ ഗാന്ധിജി ജാതിവ്യവസ്ഥ യെ ന്യായീകരിച്ചതും അതുകൊണ്ടാണ്.

ബ്രിട്ടീഷ് കാലഘട്ടം

ബ്രിട്ടീഷ്കാലഘട്ടം മുഗൾഭരണകാലത്ത് ദുർബലമായിത്തീർന്ന രജപുത്ര-ബ്രാഹ്മണമേധാവിത്വത്തെ കൂടുതൽ ശിഥിലമാക്കുകയാണുണ്ടാ യത്. ബ്രിട്ടീഷുകാരുടെ ആര്യവംശനാട്യം ബ്രാഹ്മണാദി സവർണ വർഗ ത്തെ ബ്രിട്ടീഷ് സേവകരാക്കിത്തീർത്തിരുന്നു. പ്രതാപ് നരേൻ മിശ്രയെ പോലുള്ളവർ മുസ്ലിം ഭരണകർത്താക്കളുടെ ക്രൂരതകളെക്കുറിച്ച് കവിതക

ളെഴുതുകയും ഇംഗ്ലീഷുകാരെ ഹിന്ദുമതത്തിന്റെ സംരക്ഷകരും ബ്രിട്ടീഷ് ഭരണത്തെ രാമരാജ്യത്തിന് സമാനമെന്ന് വിശേഷിപ്പിക്കുകയും ചെയ്തിരുന്നു. ബാലകൃഷ്ണഭട്ട് എന്ന കവി ഇന്ത്യയെ മുസ്ലിംഭരണത്തിൽനിന്നും രക്ഷിക്കാൻ ഈശ്വരൻ നൽകിയ അനുഗ്രഹമായി ഇംഗ്ലീഷ് ഭരണത്തെ വിശേഷിപ്പിച്ചു. ബ്രിട്ടീഷ് ഭരണത്തിൽ സ്ഥാനമാനങ്ങൾ ലഭിക്കാൻ ക്ഷത്രിയ-ബ്രാഹ്മണ-വൈശ്യ വർണങ്ങൾ ഇംഗ്ലീഷ് ഭാഷ പഠിക്കാനാരംഭിച്ചു. ചരിത്രകാരനും കവിയുമായ രാജാശിവപ്രസാദ് (1823-1863) ജനങ്ങൾ ബ്രിട്ടീഷ് ഭരണത്തിൽ പൂർണ്ണസംതൃപ്തരാണെന്ന് എഴുതിവച്ചു.

1857-ലെ ബ്രിട്ടീഷ് വിരുദ്ധകലാപം ബ്രിട്ടീഷ്ഭരണത്തെ പിടിച്ചുലച്ചു. കലാപത്തിലെ ഹിന്ദുമുസ്ലിം നാട്ടുവാഴികളുടെ ഐക്യം ഭാവിയിൽ വലിയ ഭീഷണിയായിത്തീരുമെന്ന് വിലയിരുത്തപ്പെട്ടു. അന്നുവരെ ഭരണഭാഷയായിരുന്ന പേർഷ്യനെ നിഷ്കാസനം ചെയ്തുകൊണ്ട് ഇംഗ്ലീഷിനെ ഭരണഭാഷയായി കൊണ്ടുവന്നു. ഗോവധനിരോധനവാദിയും ഹിന്ദിഭാഷാവാദിയുമായ ഭാരതേന്ദു ഹരിചന്ദ്ര (1850-1885) ഹിന്ദിഭാഷയുടെ അംഗീകാരത്തിനു വേണ്ടി രംഗത്തു വന്നു. പ്രതാപ് നരേൻ മിശ്ര ഉയർത്തിയ ഹിന്ദി, ഹിന്ദു ഹിന്ദുസ്ഥാൻ എന്ന മുദ്രാവാക്യം ഹിന്ദു പുനരുത്ഥാനവാദികൾ ഏറ്റെടുത്തു. പിന്നീട് ഹിന്ദുമഹാസഭയും രാഷ്ട്രീയസ്വയംസേവക സംഘവും രാഷ്ട്രീയ പ്രത്യയശാസ്ത്രമായി സ്വീകരിച്ചു. മുസ്ലിങ്ങൾ കലാപകാരികളും കുഴപ്പക്കാരും തിന്മനിറഞ്ഞവരുമെന്ന ബ്രിട്ടീഷ് പ്രചാരണം ഹിന്ദുത്വവാദികളായ സവർണമേധാവികൾ ഏറ്റെടുക്കുകയാണുണ്ടായത്. ബ്രിട്ടീഷുകാർ ഹിന്ദി–ഉറുദു സംവാദം ഉയർത്തിക്കൊണ്ടുവന്ന് വിഭാഗീയതയുടെ വിത്തുകൾ വിതച്ചു. ബ്രിട്ടീഷ് ആധിപത്യം അവസാനിക്കുന്ന കാലഘട്ടത്തിൽ മുസ്ലിം പ്രമാണിവർഗം സ്വതന്ത്രമായ ഒരു ഇസ്ലാമികരാഷ്ട്രത്തിനും ഹിന്ദുത്വവാദികൾ ഹിന്ദുരാഷ്ട്രനിർമ്മിതിക്കും വേണ്ടി നിലകൊണ്ടതാണ് ഭീകരമായ വർഗീയതയ്ക്ക് തിരികൊളുത്തിയത്.

സ്വാതന്ത്ര്യാനന്തരഭാരതത്തിൽ നിലവിൽ വന്ന ലിബറൽ ഡെമോക്രസിയും ഇന്ത്യൻ സ്വാതന്ത്ര്യസമരത്തിന്റെയും ദേശീയതയുടെയും അനന്തരശക്തിയും ഹിന്ദുരാഷ്ട്രവാദത്തെ ദുർബലപ്പെടുത്തുകയാണുണ്ടായത്. ജനാധിപത്യത്തെ ശക്തിപ്പെടുത്തുന്നതിനും ജനപങ്കാളിത്തം ഉറപ്പുവരുത്താനും പൊതുമേഖലകൾ ഉയർന്നുവന്നുവെങ്കിലും ഇന്ത്യയുടെ അടിത്തട്ടുഘടന ചാതുർവർണ്യത്തിൽ അധിഷ്ഠിതമായ ജാതിവ്യവസ്ഥാജീവിതമായിരുന്നു. കാലക്രമേണ പൊതുധാരാരാഷ്ട്രീയത്തെ ദുർബലപ്പെടുത്തിക്കൊണ്ട് സാമുദായിക രാഷ്ട്രീയശക്തികൾ പ്രാദേശികമായി ശക്തിപ്രാപിച്ചു. അവർക്ക് ദേശീയ കാഴ്ചപ്പാടുകളോ പ്രത്യയശാസ്ത്രമോ ഉണ്ടായിരുന്നില്ല. അധികാരത്തിലെത്തുക എന്നതായിരുന്നു രാഷ്ട്രീയല

ക്ഷ്യം. അതിനെ ഫലപ്രദമായി ചൂഷണം ചെയ്യാൻ ഹിന്ദുത്വശക്തികൾക്ക് കഴിഞ്ഞതാണ് ഇന്ത്യയിലെ വർഗീയരാഷ്ട്രീയത്തിന്റെ വളർച്ചയ്ക്ക് കാരണം. ജനാധിപത്യവ്യവസ്ഥ നൽകിയ സംഘടനാസ്വാതന്ത്ര്യം, പ്രചാരണസ്വാതന്ത്ര്യം, അഭിപ്രായസ്വാതന്ത്ര്യം, തിരഞ്ഞെടുക്കപ്പെടാനുള്ള സ്വാതന്ത്ര്യം തുടങ്ങിയ ജനാധിപത്യമാർഗ്ഗങ്ങൾ ഉപയോഗിച്ചുകൊണ്ട് വർഗീയമായി സംഘടിപ്പിച്ച് ശക്തിപ്പെട്ടുകയും വർഗീയവിദ്വേഷപ്രസംഗങ്ങൾ നടത്തുകയും തെരഞ്ഞെടുപ്പ് പ്രക്രിയയെ മാനിപ്പുലേറ്റ് ചെയ്തുകൊണ്ട് അധികാരത്തിലെത്തുകയും ചെയ്തിരിക്കുന്നു. ജനാധിപത്യത്തിന്റെ അടിത്തറയായ പൊതുമേഖലകൾ സ്വകാര്യമൂലധന ശക്തികൾക്ക് തീറെഴുതുന്നതോടെ ജനാധിപത്യം തകരുകയും ഭരണകൂടം മുതലാളിത്തത്തിനുവേണ്ടിയുള്ള ഒരു കാര്യസ്ഥസമിതിയായി (മാനേജിംഗ് കമ്മിറ്റി) മാറുകയും ചെയ്യുന്നു. ഇന്ത്യയിലെ മുതലാളിത്തശക്തികൾ ജാതിമത സാമുദായിക പ്രേമികളും അവരുടെ പ്രോത്സാഹകരുമാണ്. അതുകൊണ്ട് ഇന്ത്യയിലെ വർഗീയത ചരിത്രപരവും സാംസ്കാരികവും സാമ്പത്തികവും രാഷ്ട്രീയവും ചാതുർവർണ്യവ്യവസ്ഥാപരവുമായ മാനങ്ങൾ കലർന്നതാണ്. മധ്യകാലത്തെ മതധ്വംസനമാതൃകയിൽ മുസ്ലിം ദേവാലയങ്ങൾ തകർക്കുകയാണ് ചെയ്യുന്നത്. ഇന്ത്യയെ അസഹിഷ്ണുതയുടെ റിപ്പബ്ലിക്കായി പരിവർത്തനപ്പെടുത്തുന്ന രാഷ്ട്രീയപ്രക്രിയയാണ് നടന്നുകൊണ്ടിരിക്കുന്നത്.

ഗോമാതൃപൂജയും മാംസാഹാരവും

മറ്റുള്ള ജീവജാലങ്ങൾ പ്രകൃതിയിൽനിന്നും ആഹാരം സ്വയമേവ കണ്ടെടുത്ത് ജീവിക്കുമ്പോൾ മനുഷ്യൻ പ്രകൃതിയെ ഉപയോഗിച്ച് ആഹാരം ഉല്പാദിപ്പിച്ചെടുക്കുന്നു. അതുകൊണ്ട് അവന്റെ അധ്വാനഫലങ്ങളാണ് ആഹാരാദി ജീവനോപാധികൾ. കൃഷിഫലം തരുന്ന പ്രകൃതിശക്തികളെ ദേവതാസങ്കല്പത്തിൽ ആരാധിച്ചുതുടങ്ങിയതോടെ ദൈവപൂജകളും ക്രമേണ മതവിശ്വാസാചാരങ്ങളും അനുഷ്ഠാനങ്ങളും കാർഷിക ജീവിതത്തിന്റെ ഭാഗമായിത്തീർന്നു. ജീവരക്ഷയും കാർഷികരക്ഷയും (അധ്വാനഫലരക്ഷ) ആയിരുന്നു ആരാധനാപരമായ വിശ്വാസങ്ങളുടെ അടിസ്ഥാനം. മനുഷ്യന്റെ ആഹാരമേഖല കാലിവളർത്തലും കൃഷിയും ആയിരുന്നതിനാൽ തജ്ജന്യമായ അധ്വാനഫലങ്ങൾ കൊണ്ടാണ് ദേവപൂജകൾ ആരംഭിച്ചത്. നരവംശചരിത്രത്തിൽ മാത്രമല്ല മിത്തുകളിലും പുരാണങ്ങളിലുമൊക്കെ ഇതിന്റെ തെളിവുകളുണ്ട്.

ബൈബിൾ ജനതയുടെ ജീവിതോപാധികളായിരുന്നു കാലിവളർത്തലും കൃഷിയും. ഭൂപരിസ്ഥിതിയുടെ പ്രത്യേകതകൾ കൊണ്ടാവാം കാലിവളർത്തലിനാണ് പ്രഥമസ്ഥാനം ലഭിച്ചത്. കൃഷിയിടങ്ങൾ മരുപ്രദേശങ്ങളിൽ പൊതുവേ അപുഷ്ടമായിരുന്നു. *ബൈബിളിൽ* ആദമിന്റെ മൂത്തപുത്രനായ കയീൻ കൃഷിക്കാരനും ഇളയപുത്രനായ ഹാബേൽ കാലിവളർത്തലുകാരനുമായിട്ടാണ് ജീവിച്ചത്. കയീൻ തന്റെ ഉല്പന്നമായ നെൽക്കറ്റ (കൃഷി അപുഷ്ടമായതിനാൽ നെൽക്കറ്റ മോശമായിരുന്നു) ദൈവത്തിന് സമർപ്പിച്ചപ്പോൾ ഹാബേൽ നല്കിയത് ആരോഗ്യമുള്ള ഒരാട്ടിൻകുട്ടിയെയാണ്. രക്തബലി ഇഷ്ടപ്പെട്ടിരുന്ന ആദിമ ദൈവം (അബ്ര

ഹാമിനോട് പുത്രനെ ബലിയായി ആവശ്യപ്പെട്ട ദൈവം) ഹാബേലിന്റെ ആടിനെ പൂജാദ്രവ്യമായി സ്വീകരിച്ചു; കയീന്റെ കൃഷിഫലമായ നെൽക്കറ്റയെ തിരസ്കരിച്ചു. ഇതിൽ കുപിതനായ കയീൻ സ്വസഹോദരനെ ദൈവപൂജയുടെ പേരിൽ കൊന്നുകളഞ്ഞു. ബൈബിൾ ചരിത്രത്തിലെ ആദ്യത്തെ സഹോദരഹത്യ അതും ദൈവത്തിന്റെ പേരിൽ. ദൈവാരാധനാപരമായ മൃഗബലി മധ്യേഷ്യൻ സംസ്കാരത്തിൽ ഉടനീളം നിലനില്ക്കുന്നത് കാണാം. ബൈബിൾകാലത്തിനു മുമ്പ് തന്നെ പ്രാചീന പേർഷ്യൻ ദേവനായ മിത്രന് പശുക്കളെയും കാളകളെയും ഒട്ടകങ്ങളെയും ബലികൊടുത്തിരുന്നു. പശുക്കളെ ബലികൊടുത്തിരുന്നത് കാർഷികാഭിവൃദ്ധിക്കു വേണ്ടിയാകണം.

ധാന്യമണികൾക്കുള്ളിൽ കാളകളും പശുക്കളും വസിക്കുന്നുവെന്ന വിശ്വാസം പ്രാചീന കാർഷികസമൂഹങ്ങളിൽ നിലനിന്നിരുന്നു. സ്വാബിയായിലെ കൃഷിക്കാർ നെൽക്കതിരിനെ 'പശു' എന്നാണ് അഭിസംബോധന ചെയ്തിരുന്നത്. ധാന്യപശു (Corn cow), ഓട്ട്സ് പശു (Oats cow), ഗോതമ്പ് പശു (wheat cow) എന്നിങ്ങനെ വിശേഷിപ്പിച്ചിരുന്നു. ജർമ്മൻ ഗ്രാമങ്ങളിൽ അവസാനം കൊയ്യുന്ന നെൽക്കറ്റകൊണ്ട് കാളകളുടെയും പശുക്കളുടെയും രൂപമുണ്ടാക്കി (straw bull) എഴുന്നള്ളിക്കുകയും പുത്തരി ഊണിനോടൊപ്പം അടുത്ത ഫലസമൃദ്ധിക്കായി കാളയെ ബലികൊടുത്ത് അതിന്റെ മാംസം ഭക്ഷിക്കുകയും ചെയ്തിരുന്നു. കാളബലികൾ ഉൾപ്പെടെയുള്ള വളർത്തുമൃഗബലികൾ കാർഷികസമൂഹങ്ങളിൽ പൊതുവേ നിലനിന്നിരുന്നു. ആദ്യസൃഷ്ടിയായ കാളയെ സൂര്യദേവനായ മിത്രൻ കഴുത്തുമുറിച്ച കൊന്നുവെന്നായിരുന്നു പ്രാചീന പേർഷ്യക്കാർ വിശ്വസിച്ചിരുന്നത്. അതുകൊണ്ട് മിത്രാരാധനയുടെ ഭാഗമായി കാളകളെയും പശുക്കളെയും ബലികൊടുത്തിരുന്നു.

കാർഷികവൃത്തിയിൽ കാളകൾക്കും പശുക്കൾക്കും ലഭിച്ച പ്രാമുഖ്യം അവയെ ദേവതകളായി സങ്കല്പിക്കാൻ കൃഷിക്കാരെ പ്രേരിപ്പിച്ചു. പ്രാചീന ഈജിപ്റ്റുകാർ അഹറ്റ് (Ahet) എന്ന പശുവിൽ നിന്നാണ് സൂര്യനുൾപ്പെടെയുള്ള പ്രപഞ്ചജീവികൾ ഉണ്ടായതെന്ന് വിശ്വസിച്ചിരുന്നു. ഹാത്തോർ (Hathor), നെയ്ത് (Neith), ഇസീസ് (isis) എന്നീ ദേവതകൾ ധേനുരൂപികളാണ്. മെസൊപ്പൊട്ടോമിയക്കാർ പശുവിനെ മഹാമാതാവായും കാർഷികദേവതയായും ആരാധിച്ചിരുന്നു. കാർഷിക കുടുംബങ്ങൾക്ക് പാൽ നല്കുന്നതുകൊണ്ടും ശാന്തശീലയായതുകൊണ്ടുമാണ് പശുവിനെ മാതൃസ്ഥാനത്ത് സങ്കല്പിച്ച് ആരാധിച്ചത്. പ്രാചീനർ ഈശ്വരപ്രീതിക്കായി പുണ്യമൃഗങ്ങളെ ബലികൊടുത്തിരുന്നതുകൊണ്ടാണ് പശുക്കൾ ബലിമൃഗങ്ങൾ ആയിത്തീർന്നത്. മനുഷ്യരും മൃഗങ്ങളും തമ്മിലുള്ള ഭോഗത്തിൽ നിന്നും പ്രപഞ്ചമുണ്ടായി എന്ന മിത്തുകൾ പല ഗോത്രങ്ങളിലും നിലനി

ന്നിരുന്നു. മൃഗങ്ങളും മനുഷ്യരും തമ്മിലുള്ള ലൈംഗികബന്ധത്തിന്റെ കഥയാണ് വിഭാണ്ഡക മഹർഷിയുടെ ചരിത്രം. കിന്ദമമഹർഷിയുടെ കഥയും സമാനമാണ്. ധേനുകഭോഗം നിലനിന്നിരുന്നുവെന്നതിന്റെ തെളിവാണ് പശുവിനെ വ്യഭിചരിക്കുന്നവൻ 'വജ്ര കണ്ടകശാലി' എന്ന നരകത്തിൽ പതിക്കുമെന്ന വിധികല്പന. കാമസൂത്രത്തിൽ മൃഗവും മനുഷ്യനും തമ്മിലുള്ള ഭോഗത്തെക്കുറിച്ച് സൂചനയില്ലെങ്കിലും ധേനുകം, ഗോയൂധികം എന്നിങ്ങനെയുള്ള മൃഗഭോഗരീതികളെ അനുകരണമാതൃകയായി വാത്സ്യായനൻ വിധിക്കുന്നുണ്ട്.

പ്രാചീന പേർഷ്യയിൽനിന്നും ('ആര്യ' നാട്ടിൽ (ആര്യൻ–ഇറാൻ) അഫ്ഗാനിസ്ഥാൻ വഴി ഇന്ത്യയിൽ എത്തിയ പ്രാചീന ആര്യ ഗോത്രങ്ങളിൽ മൃഗബലിയും മാംസഭക്ഷണവും സർവസാധാരണമായിരുന്നു. കാരണം ഋഗ്വേദത്തിൽ കാണുന്ന ഗോത്രങ്ങളുടെ ജീവിതോപാധി കൃഷിയായിരുന്നില്ല, നേരെ മറിച്ച് കാലിവളർത്തലായിരുന്നു. അതുകൊണ്ട് 'കാലി' സമ്പത്തായിരുന്നു അവരുടെ ഭക്ഷണസമ്പത്ത്. ആര്യഗോത്രങ്ങളിൽ 'ഗോ'ദാനത്തിനും 'ഗോ' സമ്പത്തിനും പ്രാമുഖ്യം ലഭിച്ചു. പ്രാചീന പേർഷ്യനിൽ മൃഗബലിയെക്കുറിക്കുന്ന പദമായ 'യശ്ന'ക്ക് സംസ്കൃതത്തിലെ 'യജ്ഞം, യാഗം' തുടങ്ങിയ ശബ്ദങ്ങളുമായുള്ള ബന്ധം പലരും ചൂണ്ടിക്കാണിച്ചിട്ടുണ്ട്. ആര്യഗോത്രങ്ങളിൽ കാലിസമ്പത്തിന്റെ വർദ്ധനവിനുവേണ്ടി നടത്തിയിരുന്ന ദേവതാരാധനകളായിരുന്നു 'യശ്ന'യും 'യജ്ഞ'വും. വൈദിക സംസ്കൃതത്തിൽ യജ്ഞത്തിന്റെയും യാഗത്തിന്റെയും നിരുക്തശബ്ദമായ 'യജ്' ധാതുവിന് 'ബലി' (Sacrifice) എന്നാണർത്ഥം. (A.A. Macdonal – *a vedic grammer for students* - p. 492) ഗോധനവും ഐശ്വര്യവും വർദ്ധിപ്പിക്കാൻ ഗോക്കളെ ബലികൊടുത്തുകൊണ്ടുള്ള ദേവതാരാധനകളായിരുന്നു യജ്ഞവും യാഗവും. യജ്ഞത്തിൽ ബലികർമ്മം നിർവ്വഹിക്കുന്ന പുരോഹിതനാണ് 'യജമാനൻ'. മൃഗങ്ങളെ ഹനിക്കുന്നവൻ എന്ന അർത്ഥത്തിൽ അയാളെ 'ഗോതാവ്' എന്നും പറഞ്ഞിരുന്നു. ബ്രാഹ്മണനല്ലാതെ മറ്റ് ജാതികൾക്ക് യജ്ഞം നടത്താനോ യജ്ഞപ്പശുക്കളെ ബലികൊടുക്കാനോ അവകാശമുണ്ടായിരുന്നില്ല. അതുകൊണ്ട് ബ്രാഹ്മണർക്ക് യജ്ഞത്തിൽ ബലികൊടുക്കുന്ന പശുക്കളുടെ മാംസം ഭക്ഷിക്കാം. *മനുസ്മൃതി* ബ്രാഹ്മണന് മാംസഭക്ഷണം വിധിക്കുന്നു.

'പ്രോക്ഷിതം ഭക്ഷയേമാംസം
ബ്രാഹ്മണാനാം ച കാമ്യയാ
യഥാവിധി നിയുക്തസ്തു
പ്രാണാനാമേവ ചാത്യയേ'

(മന്ത്രം ജപിച്ച് പ്രോക്ഷണം ചെയ്തിട്ട് യജ്ഞത്തിൽ ഹവനം ചെയ്ത പശു തുടങ്ങിയവയുടെ മാംസം ബ്രാഹ്മണന് ആഗ്രഹമുണ്ടെങ്കിൽ ഭക്ഷി

ക്കാം. ശാസ്ത്രോക്ത വിധിപ്രകാരം പ്രാണൻ നിലനിർത്താനും മാംസം ഭക്ഷിക്കാം) അത് മാത്രമല്ല, വിലയ്ക്ക് വാങ്ങിയതോ സ്വയം വളർത്തി കൊന്നുണ്ടാക്കിയതോ ആയ മൃഗങ്ങളുടെ മാംസവും കഴിക്കാം.

'ക്രീത്വാ സ്വയം വാ പ്യത്പാദ്യ
പരോപകൃതമേവ വാ
ദേവാൻ പിതൃൻ ശ്ചാർച്ചത്വാ
ഖാദന്മാംസം ന ദൃഷ്യതി.

(വിലയ്ക്ക് വാങ്ങിയതോ സ്വയം കൊന്നുണ്ടാക്കിയതോ മറ്റാരെങ്കിലും ദാനം ചെയ്തതോ ആയ മാംസം ദേവന്മാർക്കും പിതൃക്കൾക്കും അർപ്പിച്ചിട്ട് ഭക്ഷിച്ചാൽ ദോഷമില്ല) ശാസ്ത്രവിധി പ്രകാരം ശ്രാദ്ധത്തിലും മധുപർക്കത്തിലും നിയുക്തനായവന് മാംസം ഭക്ഷിക്കാം. ഭക്ഷിച്ചില്ലെങ്കിൽ 21 ജന്മം മൃഗമായി ജനിക്കുമെന്ന് *മനുസ്മൃതി* വിധിക്കുന്നു. വേദവിധിപ്രകാരം (ഹലാലാക്കിയ) മന്ത്രപ്രോക്ഷണാദി സംസ്കാരം ചെയ്ത പശുക്കളുടെ മാംസം ബ്രാഹ്മണനും ഭക്ഷിക്കാം. മന്ത്രശുദ്ധിവരുത്താതെ മാംസം ഭക്ഷിക്കാൻ പാടുള്ളതല്ല.

'അസംസ്കൃതാൻ പശുൻമന്ത്രൈർ
നാദ്യാദ്വി പ്രഃകദാചന
മന്ത്രൈസ്തു സംസ്കൃതാന-
ദ്യാച്ഛാശ്വതം വിധി മാസ്ഥിതഃ'

(വേദവിധിപ്രകാരം സമന്ത്ര പ്രോക്ഷണാദി സംസ്കാരം ചെയ്യാത്ത പശുക്കളുടെ മാംസത്തെ ഒരിക്കലും ബ്രാഹ്മണൻ ഭക്ഷിക്കാൻ പാടില്ല. അനാദി യാഗവിധിയനുസരിച്ച് മന്ത്രസംസ്കൃതമായ മാംസമേ ഭക്ഷിക്കാൻ പാടുള്ളു). ദേവതയ്ക്കു വേണ്ടിയല്ലാതെ പശുവിനെ കൊല്ലരുത് എന്നും തുടർന്ന് വിധിക്കുന്നുണ്ട്. (ന ത്വേഷതു വൃഥാ ഹന്തും പശുമിച്ഛേത് കദാച ന).

യാഗത്തിൽ പശുക്കളെ ബലി കൊടുക്കുന്നതിന്റെ സൂചനയാണ് 'പ്രോക്ഷണം' എന്ന സംസ്കൃത പദം. യാഗപശുവിനെയാണ് അത് കുറിക്കുന്നത്. 'ഉപാസന്ന' എന്നാൽ യാഗത്തിന് കൊല്ലാൻ ഉഴിഞ്ഞിട്ട ഗോവാണ്. 'ഉപാകൃത'യെന്നാൽ യാഗത്തിങ്കൽ മന്ത്രോച്ചാരണത്തോടെ കൊല്ലാൻ പോകുന്ന പശുവിന്റെ പേര്. ഈ പദങ്ങളിലെ അർത്ഥകല്പനകൾ *അമരകോശ*ത്തിലേതാണ്. ബൈബിളിലെ അബ്രഹാമിന്റെ ബലിപോലെ ഒരു ബലിസങ്കല്പം ഭാരതീയ പുരാവൃത്തത്തിലും കാണാം. രാജാവായ അംബരീഷൻ യാഗത്തിനായി ഒരുക്കി നിർത്തിയിരുന്ന യജ്ഞപ്പശുവിനെ ഇന്ദ്രൻ മോഷ്ടിച്ചപ്പോൾ പകരം ഒരു മനുഷ്യനെ ബലികൊടുത്താൽ മതിയെന്ന് പുരോഹിതൻ വിധിച്ചു. അങ്ങനെ ഋചീകമുനിയുടെ മകനായ ശുനശ്ശേഫനെ നൂറായിരം പശുക്കൾ കൊടുത്ത് ബലിമൃഗമായി രാജാവ് വാങ്ങുന്നു.

ശുനശ്ശേഫൻ വിശ്വാമിത്രനെ ബലിയിൽനിന്ന് രക്ഷപ്പെടാൻ

അഭയം പ്രാപിക്കുന്ന കഥ പശുബലിയും മനുഷ്യബലിയും പരസ്പര വിനിമയ ബലികർമ്മങ്ങളായി നിലനിന്നിരുന്നുവെന്നതിന് തെളിവാണ്. ശ്രാദ്ധത്തിലും മധുപർക്കത്തിലും മാംസഭക്ഷണം ഒരു അനിവാര്യതയായി മനുസ്മൃതി വിധിക്കുന്നു. അതിഥികളായി എത്തുന്ന ബ്രാഹ്മണർക്ക് മധുപർക്കത്തിലും അർഘ്യത്തിലും മാംസം ഉൾപ്പെടുത്തിയിരിക്കണം. വേദവിജ്ഞാനികളായ (ശ്രോത്രിയർ) അതിഥികളായി വരുമ്പോൾ പശുക്കുട്ടികളെയോ കാളക്കുട്ടികളെയോ വധിച്ച് മാംസഭക്ഷണം നല്കിയിരുന്നു. രന്തിദേവൻ അതിഥികളെ ഊട്ടാൻവേണ്ടി ദിനംപ്രതി കൊന്നൊടുക്കിയ പശുക്കളുടെ രക്തം ഒഴുകി ഉണ്ടായ നദിയാണത്രെ ചർമ്മണ്വതി (ചമ്പൽ നദി). ഭവഭൂതിയുടെ *മഹാചരിത*ത്തിൽ ജനകൻ പരശുരാമനെ സൽക്കരിക്കാൻ ഒരു പശുക്കുട്ടിയെ കൊല്ലുന്നു. *ഉത്തരരാമചരിതം നാടക*ത്തിൽ വാത്മീകിയുടെ ആശ്രമത്തിലെത്തുന്ന വസിഷ്ഠന് ഒരു കാളക്കുട്ടിയെ വധിച്ചാണ് മധുപർക്കം തയ്യാറാക്കുന്നത്. കോസലത്തിലെ പ്രസേനജിത്ത് ബുദ്ധനെയും സംഘത്തെയും സ്വീകരിക്കാൻ 500 കാളകളെയും 1000 പൈക്കിടാവുകളെയും 500 ആടുകളെയും വധിക്കാൻ നിർദ്ദേശിച്ചപ്പോൾ ബുദ്ധൻ അത് തടയുകയാണുണ്ടായത്. മഹാഭാരതത്തിലെയും രാമായണത്തിലെയും കഥാപാത്രങ്ങൾ മാംസഭുക്കുകളായിരുന്നുവെന്ന് ഡി.എൻ. ഝാ തെളിവുകൾ സഹിതം വിശദീകരിക്കുന്നുണ്ട്. *(Myth of Holy cow)* ബുദ്ധ–ജൈനമതങ്ങൾ യാഗങ്ങളെയും യജ്ഞങ്ങളെയും എതിർത്തത് പ്രധാനമായും അവയിലെ മൃഗബലികൾ നിമിത്തമാണ്.

ആര്യന്മാർ ഇടയജീവിതത്തിൽനിന്നും കാർഷികജീവിതത്തിലേക്ക് പ്രവേശിച്ചതോടെ ബലികൾ കാർഷിക അനുഷ്ഠാനങ്ങളുടെ ഭാഗമായിത്തീർന്നു. അപ്പോഴും ഹോതാവ് ബ്രാഹ്മണനായിരുന്നു. മൃഗബലി സ്വീകരിച്ചിരുന്ന ദൈവങ്ങൾക്ക് കാർഷികവിഭവങ്ങൾ നേർച്ചയായി അർപ്പിച്ചതോടെ പശുബലി കുറയാൻ തുടങ്ങിയിരിക്കണം. കാർഷിക ഗ്രാമങ്ങളുടെ വ്യാപ്തിയും വളർത്തുമൃഗങ്ങളോടുള്ള സ്നേഹവും (ബുദ്ധ–ജൈന മത–സ്വാധീനങ്ങൾ കൊണ്ടാകാം) മൃഗബലിക്കുപകരം പശുവിൽനിന്നും ലഭിക്കുന്ന പാലും നെയ്യും വെണ്ണയും ദേവന് അർപ്പിച്ചു തുടങ്ങി. ഗ്രാമങ്ങളിൽ കാർഷികോല്പാദനം വർദ്ധിച്ചതോടെ ജനങ്ങളുടെ ആഹാരരീതിക്കും മാറ്റങ്ങൾ സംഭവിച്ചു. കൃഷിക്കാർക്ക് വളർത്തുമൃഗങ്ങളെ ബലികൊടുക്കുന്നതിനോട് താല്പര്യവും കുറയാൻ തുടങ്ങി. കാർഷികോത്സവങ്ങളിൽ പശുവിനും കാളയ്ക്കും പകരം നെൽക്കതിരുകൾ കൊണ്ട് കതിരുകാളകൾ നിർമ്മിച്ച് എഴുന്നള്ളിക്കുകയും അരിമാവുകൊണ്ട് പശുരൂപങ്ങളുണ്ടാക്കി (വിഷ്ടപ്പശു) ദേവാർച്ചന നടത്തുകയും ചെയ്തു.

ശ്രീബുദ്ധൻ മൃഗബലിയെ എതിർത്തുവെങ്കിലും സാധാരണ ജനങ്ങളുടെ മാംസഭക്ഷണശീലത്തെ പൂർണ്ണമായും നിഷേധിക്കുകയോ അവരെ

അതിൽനിന്ന് പിന്തിരിപ്പിക്കുകയോ ചെയ്തതായി കാണുന്നില്ല. പശുവിനെ ഗോമാതാവോ പൂജാവിഗ്രഹമോ ആയി ഉയർത്താതെ ബ്രാഹ്മണരുടെ പശുബലിയെ നിരസിക്കുകയാണ് ചെയ്തത്. എങ്കിലും വളരെക്കാലം ബ്രാഹ്മണർക്കിടയിലും കാർഷികജനവിഭാഗങ്ങൾക്കിടയിലും മാംസഭക്ഷണം നിലനിന്നു. അശോകന് പോലും തന്റെ കൊട്ടാരത്തിലെ അടുക്കളയിൽ മാംസം പാചകം ചെയ്യുന്നതിനെ പൂർണ്ണമായും വിലക്കാൻ കഴിഞ്ഞില്ലെന്ന് ഡി.എൻ. ഝാ വ്യക്തമാക്കുന്നുണ്ട്. ബുദ്ധമതത്തിനുശേഷം പ്രചരിച്ച താന്ത്രികമതം കീഴാളരായ കാർഷികജനങ്ങൾക്കിടയിൽ നിലനിന്ന മാംസഭക്ഷണത്തെയും ബലികേന്ദ്രിത ആരാധനകളെയും മതരൂപത്തിൽ സംഘടിപ്പിച്ചെടുത്തതാണ് അവരുടെ പഞ്ച'മ'കാരങ്ങൾ (മദ്യം, മാംസം, മുദ്ര, മൽസ്യം, മൈഥുനം). മധ്യകാലഘട്ടത്തിൽ ഇന്ത്യയിലുടനീളം വ്യാപിച്ച കൃഷ്ണഭക്തിയാണ് പശുവിനെ വിശുദ്ധമൃഗമാക്കി അവതരിപ്പിച്ചത്. പശുബലി നടത്തിയ ഉപരിവർഗം പശുവിനെ ദേവതയാക്കി മറ്റുള്ളവരെ ആക്രമിക്കുന്ന സാംസ്കാരികരാഷ്ട്രീയത്തിലേക്ക് ചരിത്രത്തെ കൊണ്ടുചെന്നെത്തിച്ചിരിക്കുന്നു. ബ്രാഹ്മണരുടെ ആരാധനാമൂർത്തിയായ വിഷ്ണുവിന്റെ ജനകീയരൂപമാണ് ശ്രീകൃഷ്ണൻ. കാർഷികമേഖലയിലെ ഉൽപന്നങ്ങളുടെ ഉടമസ്ഥരും കൈകാര്യകർത്താക്കളുമായ ബ്രാഹ്മണ–ക്ഷത്രിയ–വൈശ്യ വർഗങ്ങൾ വൈഷ്ണവഭക്തിയെ ശ്രീകൃഷണനിലൂടെ ജനകീയവൽക്കരിച്ച് കീഴാളവർഗത്തെ അടിമപ്പെടുത്തിയത് ഭക്തിപ്രസ്ഥാനത്തിലൂടെയാണ്. ഗോമാതൃപൂജയും ആഘോഷങ്ങളും അതിന്റെ ഭാഗമാക്കിത്തീർത്തു. ഉടമ–അടിമ ബോധത്തെ കൃഷ്ണഭക്തിയിലൂടെ ഈശ്വരഭക്തബന്ധമാക്കി ആത്മീയവൽക്കരിക്കുകയാണ് വൈഷ്ണവ ഭക്തിപ്രസ്ഥാനം ചെയ്തത്. ഭരണവർഗം എക്കാലത്തും ഭക്തിയെ യജമാനഭക്തിയും (ഭരണകൂടനേതൃത്വഭക്തിയും) ദേശഭക്തിയുമാക്കി പരിവർത്തിപ്പിച്ച് സമൂഹത്തെ മാനസികമായ അടിമത്തത്തിൽ ആഴ്ത്തുന്നു. പതിനേഴാം നൂറ്റാണ്ടിൽ ജീവിച്ചിരുന്ന വിശ്വനാഥന്യായ പഞ്ചാനനൻ എന്ന വൈഷ്ണവാചാര്യനാണ് മധുപർക്കം, ശ്രാദ്ധം എന്നിവയിലെ മാംസാഹാരം നിരോധിച്ചത്. കൃഷ്ണഭക്തി വ്യാപകമായതോടെ ശ്രീകൃഷ്ണന്റെ പ്രിയമൃഗമായ പശുവിന് ദിവ്യത്വവും മാതൃത്വവും കല്പിക്കപ്പെട്ടു. ഗോവധവും ഗോമാംസഭക്ഷണനിരോധനവും ബ്രാഹ്മണർക്കിടയിൽ നടപ്പിലായപ്പോഴും അയിത്ത–അവർണജാതി സമൂഹത്തിന് അവ ബാധകമായിരുന്നില്ല. എന്നാൽ ഇപ്പോൾ ആക്രമണസ്വഭാവത്തോടെ പശുഭക്തി ഇന്ത്യയിൽ വ്യാപിക്കുകയാണ് ചെയ്യുന്നത്. മനുഷ്യന്റെ അന്നോല്പാദനോപാധികളായ കാർഷികവൃത്തിയും കാലിവളർത്തലും അധഃപതിക്കുന്നതോടെ ദാരിദ്ര്യവും തൊഴിലില്ലായ്മയും പട്ടിണിമരണവുമാണ് ഇന്ത്യൻ ഗ്രാമങ്ങളെ കാത്തിരിക്കുന്നതെന്ന് നഗരത്തിലെ ഗോപൂജാ ഉപരിവർഗങ്ങൾ തിരിച്ചറിയുന്നില്ല. ഇന്ന് ലോകത്തിൽ കൂടുതൽ ദരിദ്രരുള്ള രാഷ്ട്രമാണ് ഭാരതം.

സനാതനധർമ്മത്തിന്റെ പൊളിറ്റിക്കൽ ഇക്കണോമി

ബി.സി. 1700 നും 1100 നും മധ്യേ ഉണ്ടായതെന്ന് കരുതപ്പെടുന്ന ഋഗ്വേദത്തിലെ പുരുഷസൂക്തത്തിൽ നിന്നും ഉല്പാദിപ്പിച്ചതായ ചാതുർവർണ്യ സനാതനധർമ്മസിദ്ധാന്തം ഏതാണ്ട് 3500 വർഷങ്ങൾക്ക് ശേഷം വീണ്ടും സജീവ ചർച്ചാവിഷയമായിരിക്കുന്നതിന്റെ പിന്നിലെ ചരിത്രപ്രക്രിയ എന്താണെന്ന് പരിശോധിക്കേണ്ടതുണ്ട്. ബ്രാഹ്മണാധിപത്യം ബ്രാഹ്മണാധിപത്യം എന്നിങ്ങനെ പറഞ്ഞുകൊണ്ട് മാത്രം കാര്യങ്ങൾ വിശദീകരിക്കാൻ കഴിയുമെന്ന് തോന്നുന്നില്ല. ഋഗ്വേദത്തോടൊപ്പം പഴക്കമുള്ള ഈജിപ്റ്റുകാരുടെ *ബുക്ക് ഓഫ് ദി ഡെഡ്,* ബാബിലോണിയക്കാരുടെ *ഗിൽഗാമേഷ് എപ്പിക്* എന്നീ കൃതികളിലെ കഥാപാത്രങ്ങളോ ജീവിതവീക്ഷണമോ സനാതനധർമ്മമോ ഒന്നും ഇന്ന് ആ നാടുകളിൽ ഓർമിക്കപ്പെടുന്നു പോലുമില്ല. എന്നാൽ സഹസ്രാബ്ദങ്ങൾക്ക് ശേഷം ഇന്ത്യയിൽ ഋഗ്വേദപ്രോക്തമായ സനാതനധർമ്മവാദം ഉയർന്നുവരുന്നു. *സന* എന്ന സംസ്കൃത ശബ്ദത്തിന് നശിക്കാത്തത്, എല്ലാ സമയത്തും എല്ലാകാലത്തും നിലനിൽക്കുന്നത് എന്നൊക്കെയാണ് അർഥം. ഇപ്പോഴും ഭവിച്ചുകൊണ്ടിരിക്കുന്നത് എന്ന അർത്ഥവും പറയുന്നുണ്ട്. ഉണ്ടായ കാലം മുതൽ യഥാസ്ഥിതിയിൽ നിലനിൽക്കുന്നതിനാൽ അത് യാഥാസ്ഥിതികത്വമാണ്, മാറ്റമില്ലാത്തതാണ്. അതുകൊണ്ടുതന്നെ സനാതനധർമ്മവാദം തനി യാഥാസ്ഥിതികമാണ്. എല്ലാവിധത്തിലുള്ള മാറ്റങ്ങളെയും ചലനങ്ങളെയും പ്രതിരോധിച്ചുകൊണ്ട് മാറ്റമില്ലാതെ നിൽക്കുന്നതാണ് സനാതനം എന്നതാണ് സനാതനവാദികളുടെ പക്ഷം. എന്നാൽ നവോത്ഥാനകാലവും തുടർന്നുവന്ന ആധുനികതയുടെ കാലഘട്ടവും സനാതനധർമ്മത്തെ അപ്രസക്തമാക്കിയെ

ങ്കിലും അത് സമകാലികാവസ്ഥയിൽ വീണ്ടും ചർച്ചാവിഷയമായി, രാഷ്ട്രീയ ആയുധമായി പൊന്തിവന്നിരിക്കുകയാണ്. ഫ്യൂഡൽ കാലഘട്ട ധർമ്മനീതികളെയും മൂല്യബോധങ്ങളെയും വ്യാവസായ യുഗവും ഡിജിറ്റൽ യുഗവും യൂറോപ്പിൽനിന്നും തുടച്ചുമാറ്റിയെങ്കിലും ഇന്ത്യയിൽ അത് വീണ്ടും സമൂഹത്തിന്റെ അടിത്തട്ടിൽ നിന്നും ശക്തി പ്രാപിച്ച മേൽത്തട്ടിലേക്ക് കയറി വരുന്നു. സനാതനധർമ്മത്തെ നിർമ്മിച്ച പൊളിറ്റിക്കൽ എക്കണോമി മാഞ്ഞുപോയെങ്കിലും പുതിയ കാലഘട്ടത്തിന്റെ പൊളിറ്റിക്കൽ എക്കണോമിയിൽ അത് വീണ്ടും ശക്തി പ്രാപിച്ചുവരുന്നത് എന്തുകൊണ്ടാണ് എന്ന് പരിശോധിക്കേണ്ടതുണ്ട്.

എന്താണ് പൊളിറ്റിക്കൽ ഇക്കണോമി

ജീവിതോപാധികളുടെ ഉല്പാദനവും അവ നിർമ്മിക്കുന്ന സാമ്പത്തികഘടനയും അതിന്റെ നിർമ്മിതിയായ ബോധമണ്ഡലവും സാമൂഹിക ജീവിതരീതിശാസ്ത്രവും അവയെ ഭരിക്കുന്ന ഭരണ പ്രത്യയശാസ്ത്ര രാഷ്ട്രീയ മണ്ഡലങ്ങളും എല്ലാം അടങ്ങുന്നതാണ് പൊളിറ്റിക്കൽ ഇക്കണോമി. വ്യാവസായികയുഗത്തിലെ സാമ്പത്തികഘടന അപഗ്രഥിക്കാൻ ഉപയോഗിച്ച ഈ സംജ്ഞ ഫ്യൂഡൽ യുഗത്തിനെ വിലയിരുത്താനും ഉപയോഗിക്കാവുന്നതാണ്. ഭാരതീയസമൂഹം അന്നും ഇന്നും ചാതുർവർണ്യ സമൂഹമാണ്. പഴയകാലത്ത് ഓരോ ഗ്രാമവും ജാതി കുലത്തൊഴിലുകൾ ഉല്പാദിപ്പിച്ച ഉല്പന്നങ്ങളാൽ വിനിമയം ചെയ്യപ്പെട്ടു നിലനിന്നുപോന്ന സ്വയം സമ്പൂർണ്ണ സാമ്പത്തിക ഘടകങ്ങൾ ആയിരുന്നു.(self regulating economy). പിന്നീട് ഗ്രാമ സ്വരാജ് എന്ന സങ്കല്പം പോലും ഉരുത്തിരിഞ്ഞത് ഈ ജാതി ഗ്രാമക്കൂട്ടങ്ങളെ ആസ്പദമാക്കിയാണ്. അതുകൊണ്ട് ഇന്ത്യൻ ഭരണസമൂഹം ഒരുതരം ആട്ടോണമസ് സൊസൈറ്റിയായിരുന്നു. ഒരു ദേശത്തെ ജാതി ഘടനയല്ല മറു ദേശങ്ങളിൽ ഉണ്ടായിരുന്നത്. ഓരോ വർണവും ജാതിയും അവരവരുടേതായ ധർമ്മങ്ങളിലും കർമ്മങ്ങളിലും ഏർപ്പെട്ടാണ് ജീവിച്ചുപോന്നത്. ഓരോ ഗ്രാമവും അതിന്റേതായ ഉപഭോഗത്തിനു വേണ്ടിയുള്ള വസ്തുവകകൾ അതതിടത്തെ ജാതിക്കൂട്ടങ്ങൾ ഉല്പാദിപ്പിച്ചിരുന്നു.. കാലാകാലങ്ങളിൽ ഉണ്ടായ ആക്രമണങ്ങൾക്കോ രാജവാഴ്ചകൾക്കോ ഈയൊരു വർണജാതി ധർമ്മങ്ങളിൽ മാറ്റം വരുത്താൻ കഴിഞ്ഞിട്ടില്ല. സാമ്രാജ്യങ്ങളെ നിലനിർത്തിയിരുന്ന സമ്പത്ത് ഉല്പാദിപ്പിച്ചിരുന്നതും ജാതി തൊഴിലുകൾ ആയിരുന്നതിനാൽ വർണ്ണവ്യവസ്ഥ എന്ന സനാതനധർമ്മ വ്യവസ്ഥ നിലനിർത്താൻ ഒരോ ഭരണകൂടവും ശ്രദ്ധിച്ചിരുന്നു. അതുകൊണ്ട് രാജവാഴ്ചകളുടെ പ്രാഥമിക കടമതന്നെ ചാതുർവർണ്യ വ്യവസ്ഥയുടെ സംരക്ഷണമാണ്. ചാതുർവർണ്യ വ്യവസ്ഥാ സംരക്ഷണ നിയമംകൂടി ആയ സനാതനധർമ്മം ഒരേ സമയം രാഷ്ട്രീയവും സാമൂഹികവും സാമ്പത്തികവുമായ ധർമ്മവ്യവസ്ഥ

കൂടിയായിരുന്നു. അതായിരുന്നു അതിന്റെ പൊളിറ്റിക്കൽ ഇക്കണോമി.

ഇന്ത്യൻ ചരിത്രത്തിലും സമൂഹത്തിലും രാഷ്ട്രീയ സമ്പദ് വ്യവസ്ഥയിലും മാറ്റങ്ങൾ ഉണ്ടായിട്ടും എന്തുകൊണ്ടാണ് സനാതനധർമ്മ വാദം വീണ്ടും പിന്തുണയാർജിച്ച് രംഗത്ത് വരുന്നത്?

പൊതുസമൂഹം എന്തുകൊണ്ട് നിസ്സംഗതയോടെ അതിനെ കാണുന്നു അല്ലെങ്കിൽ പ്രതികരിക്കുന്നില്ല. സനാതനധർമ്മവാദത്തെ തിരസ്കരിച്ച നവോത്ഥാനസാമൂഹിക പരിഷ്കർത്താക്കളുടെ പേരിലുള്ള സാമൂഹിക സാമുദായിക പ്രസ്ഥാനങ്ങൾ അതിനെ സ്വാഗതം ചെയ്യുന്ന തെന്തുകൊണ്ട്? ബുദ്ധിജീവികൾ മിണ്ടുന്നില്ല, ചർച്ചാവിഷയം പോലുമാകുന്നില്ല. സനാതനവാദം ഹിന്ദുക്കളെമാത്രം ബാധിക്കുന്ന ഒരു വിഷയം എന്ന രീതിയിൽ മറ്റു മതവിഭാഗക്കാരും നിശ്ശബ്ദരാണ്. സനാതനവാദികൾക്ക് ധർമ്മശാസ്ത്രങ്ങളും പുരാണങ്ങളും ഉദ്ധരിച്ച് മറുപടി പറയാൻ ശ്രമിക്കുന്നവർ അതിന്റെ പിന്നിലെ പൊളിറ്റിക്കൽ ഇക്കണോമിയെ വിസ്മരിക്കുന്നു. ഈ സംവാദങ്ങൾക്കൊന്നും പൊതുജനബോധത്തെ സ്പർശിക്കാൻ കഴിയാതെപോകുന്നു. *ഋഗ്വേദ*ത്തിലെ ചാതുർവർണ്യ ഉല്പത്തി സിദ്ധാന്തമായ പുരുഷസൂക്തത്തിൽനിന്നും ഉറവ പൊട്ടുന്ന സനാതനധർമ്മം ഋഷിപ്രോക്തമായതിനാൽ സനാതനവും പാവനവുമാണ്. ആരാണീ ഋഷിമാർ? അവർ ബ്രാഹ്മണരാണ്. ബ്രാഹ്മണൻ അല്ലാത്ത വിശ്വാമിത്രൻ ഋഷി ആകാൻ ശ്രമിച്ചതിന്റെ കഷ്ടപ്പാടുകൾ പുരാണത്തിൽ നിന്ന് വായിക്കാവുന്നതാണ്. ഋഷി ആകാൻ തപസ്സുചെയ്ത ശംബൂകന് കിട്ടിയത് വധശിക്ഷയാണ്. ആധുനിക കാലത്ത് സ്വാമി വിവേകാനന്ദനെ ബംഗാളിലെ വൈദിക ബ്രാഹ്മണർ ശൂദ്രമുനി എന്നാണ് വിളിച്ചിരുന്നത്. ബ്രാഹ്മണരല്ലാത്തവർ വേദപഠനത്തിനും പുരാണപഠനത്തിനും ശ്രമിക്കുന്നതിനെ സനാതനവാദികളായ ബ്രാഹ്മണർ ചെറുത്തിരുന്നു. ബ്രാഹ്മണൻ ബ്രാഹ്മണന്റെ ധർമ്മവും ക്ഷത്രിയൻ ക്ഷത്രിയന്റെ ധർമ്മവും വൈശ്യൻ വൈശ്യന്റെ ധർമ്മവുംശൂദ്രൻ ശൂദ്രന്റെ ധർമ്മവും അനുഷ്ഠിക്കലാണ് സനാതനധർമ്മം. കുലത്തൊഴിൽപരമായ ജാതിധർമ്മങ്ങളുടെ ഉല്പാദനപ്രക്രിയയിലൂടെ നിലനിന്നിരുന്ന സാമ്പത്തികക്രമവും സാമൂഹികക്രമവുമായിരുന്നു പ്രാചീന ഭാരതീയവ്യവസ്ഥ.

ചാതുർവർണ്യ ഭരണകൂട പ്രത്യയശാസ്ത്രം

പുരോഹിതവർഗമായ ബ്രാഹ്മണർ സമ്പത്ത് ഉല്പാദിപ്പിക്കുന്ന വർഗമല്ല. പുരോഹിതവൃത്തിയിലൂടെ ദാനദക്ഷിണ നേടുന്ന ധനവും ഗോ സമ്പത്തും ഗ്രാമദാനങ്ങളും ഒക്കെയാണ് അവരുടെ വരുമാനമാർഗം. ഓരോ ബ്രാഹ്മണനും മന്ത്ര തന്ത്രങ്ങൾ പഠിച്ച പുരോഹിതനാണ്. അവരുടെ ഫാക്ടറി എന്നത് ക്ഷേത്രമാണ്. ക്ഷേത്രപൂജയും ആചാരാനുഷ്ഠാനങ്ങളും ഇല്ലാതെ ബ്രാഹ്മണ്യത്തിന് നിലനിൽക്കാനാവില്ല. അതുകൊണ്ടാണ്

മന്ത്രതന്ത്ര പഠനങ്ങളും അനുഷ്ഠാനങ്ങളും ബ്രാഹ്മണവർഗത്തിന്റെ കുത്തകയായിരിക്കുന്നത്. ക്ഷത്രിയന്റെ ധർമ്മം യുദ്ധവും വെട്ടിപ്പിടിക്കലും രാജ്യഭരണവുമാണ്. വൈശ്യധർമ്മം ആകട്ടെ കൃഷി, കാലി വളർത്തൽ, കച്ചവടം എന്നിവയിലൂടെ ധനം ഉണ്ടാക്കി പുരോഹിതവർഗത്തിന് ദാനങ്ങളും രാജാവിന് കരവും നൽകി രാജ്യസമ്പത്ത് നിലനിർത്തുക എന്നതാണ്. ശൂദ്രൻ ഈ മൂന്നു വർഗങ്ങളെയും സേവിച്ച് നിലനിർത്തുന്നു. അയിത്ത കോടിയിൽ പെടുത്തിയിരിക്കുന്ന അവർണജാതികളാണ് കുലത്തൊഴിലുകളിലൂടെ ജീവിതോപാധികളായ ഉല്പന്നങ്ങൾ നിർമ്മിച്ച് സമൂഹത്തിനെ നിലനിർത്തിയിരുന്നത്. അതുകൊണ്ട് സനാതന വർണ ജാതി ധർമ്മങ്ങൾ രാഷ്ട്രത്തിന്റെയും സമൂഹത്തിന്റെയും ചാതുർവർണ്യ വ്യവസ്ഥയുടെയും സാമ്പത്തികക്രമത്തിന്റെയും ഈടുവയ്പുകളായിട്ടാണ് ചാതുർവർണ്യസമൂഹം കരുതിപ്പോന്നത്. ജാതിധർമ്മമെന്ന കുലത്തൊഴിൽ ഉല്പാദനപ്രക്രിയയ്ക്ക് ഭംഗം വരുത്താൻ ഒരു വർണവും തയ്യാറായിരുന്നില്ല. അതുകൊണ്ട് സനാതനധർമ്മം അലംഘ്യമായി കരുതിപ്പോന്നു. ജാതിത്തൊഴിൽ മാറി മനുഷ്യാധ്വാനത്തെ മറ്റു തൊഴിൽ മേഖലകളിൽ വിന്യസിക്കാൻ സനാതനധർമ്മം അനുവദിച്ചിരുന്നില്ല. അത്തരക്കാർക്ക് രാജഭരണം ക്രൂരമായ ശിക്ഷകളാണ് നൽകിപ്പോന്നത്.

സനാതനധർമ്മത്തെ വെല്ലുവിളിച്ചത് അയിത്തത്തിനും ജാതിവ്യവസ്ഥയ്ക്കും എതിരെ ഉയർന്നുവന്ന നവോത്ഥാനകാലത്തെ സാമൂഹിക പരിഷ്കർത്താക്കളാണ്. ശ്രീനാരായണഗുരു തീയരോട് കുലത്തൊഴിലായ ചെത്ത് ഉപേക്ഷിച്ച് വൈശ്യവൃത്തിയായ കൃഷി ചെയ്യാനും കച്ചവടം നടത്താനും വ്യവസായങ്ങളിൽ ഏർപ്പെടാനും ഉദ്ബോധിപ്പിച്ചു. സഞ്ചാരസ്വാതന്ത്ര്യത്തിനു വേണ്ടിയുള്ള സമരങ്ങൾ കുലത്തൊഴിലിടങ്ങൾ വിട്ട് മറ്റ് തൊഴിൽ മേഖലകളിലേക്കുള്ള സഞ്ചാരസ്വാതന്ത്ര്യം കൂടിയായിരുന്നു എന്നുള്ള കാര്യം വിസ്മരിച്ചുകൂടാ.

ആധുനികകാലത്ത് തൊഴിലും തൊഴിലിടങ്ങളും മാറിയിട്ടും ചാതുർവർണ്യ ഫ്യൂഡൽ വ്യവസ്ഥ ഒരുതരം സാമൂഹികക്രമം എന്ന നിലയിൽ അസ്തമിച്ചിട്ടും എന്തുകൊണ്ടാണ് സനാതനവാദം ഉയർന്നുവരുന്നത്.

സനാതനവാദികളുടെ യുക്തികൾ

2023 *കേസരി വാരിക*യുടെ സെപ്റ്റംബർ 15-ലെ ലക്കം സനാതനധർമ്മവാദ സമർത്ഥനത്തിന്റെ ലേഖനങ്ങൾ ഉൾക്കൊള്ളുന്നതാണ്. അതിലെ നിരീക്ഷണങ്ങളും വാദഗതികളും സൂക്ഷ്മമായി പരിശോധിക്കേണ്ടതാണ്. ഭാരതവും സനാതനധർമ്മവും അംഗാംഗിഭാവം പുലർത്തുന്ന സ്വത്വങ്ങൾ ആണെന്നും അതുകൊണ്ട് സനാതനധർമ്മത്തിലാണ് ഇന്ത്യയുടെ അഖണ്ഡത നിലനിൽക്കുന്നതെന്നും വാദിക്കുന്നു. ഇന്ത്യയുടെ സ്വാതന്ത്ര്യം എന്നത് സനാതനധർമ്മ സ്വത്വത്തെ ഉണർത്തിയെ

ടുക്കലാണ്. ഈ വാദഗതിക്ക് ഉപോൽബലകമായി ഗാന്ധിജിയെയും തിലകനെയും ഉദ്ധരിക്കുന്നു."*ഗീതാ രഹസ്യം* എന്ന ഗ്രന്ഥം രചിച്ചുകൊണ്ടും ഗണേശോത്സവങ്ങളെ ജനകീയമാക്കിക്കൊണ്ടും ബാലഗംഗാധര തിലകനും ഹിന്ദ് സ്വരാജ്ഞും രാമരാജ്യ സങ്കല്പവും മുന്നോട്ടുവച്ചുകൊണ്ട് മഹാത്മാഗാന്ധിയും സനാതനധർമ്മത്തിൽ ഊന്നിയ സമഗ്ര പരിപാടികളാണ് രൂപകല്പന ചെയ്യുന്നത്." അതുകൊണ്ട് സനാതനധർമ്മത്തെ എതിർക്കുന്നത് സ്വാതന്ത്ര്യസമരചരിത്രത്തെ അപഹസിക്കലാണ് എന്ന് കേസരി പറയുന്നു. സനാതനധർമ്മത്തെ ഇങ്ങനെ നിർവചിക്കുന്നു: "ത്രികാലങ്ങളിലും സാധുവായ ധർമ്മം എന്നാണ് സനാതനധർമ്മത്തിന്റെ നിർവചനം. ജഗത്തിന്റെ തന്നെയും നിലനില്പിന് ഹേതുവായ മൂല്യസംഘാതം ആയാണ് നമ്മുടെ ഋഷീശ്വരന്മാർ അവതരിപ്പിച്ചിട്ടുള്ളത്." ഈ ഋഷീശ്വരന്മാർ ബ്രാഹ്മണരാണെന്ന് നമുക്കറിയാം. ബ്രാഹ്മണന്മാർക്കോ അയിത്തജാതികൾക്കോ ഋഷിമാരാകാൻ കഴിയുമായിരുന്നില്ല. അതുകൊണ്ട് ഋഷിപ്രവർത്തനം എന്ന് പറയുന്നത് ബ്രാഹ്മണ പ്രവർത്തനമാണ്. *കേസരി*വാരിക ഹിന്ദുമതത്തെയും നിർവചിക്കുന്നു.

"സനാതനധർമ്മം എന്ന വാക്കിന്റെ അർത്ഥം ശാശ്വതമൂല്യങ്ങൾ എന്നാണ്. സനാതനധർമ്മത്തിൽനിന്നും രൂപംകൊണ്ട ആചാരവിചാര അനുഷ്ഠാന പദ്ധതിയാണ് ഹിന്ദുമതം"

അപ്പോൾ സനാതനധർമ്മം ബ്രാഹ്മണരായ ഋഷിമാരുടെ നിർമ്മിതിയായിരിക്കെ സനാതനധർമ്മത്തിൽ അധിഷ്ഠിതമായ ഹിന്ദുമതം എന്നത് ആത്യന്തികമായി ബ്രാഹ്മണമതമാണ്. അതിനെ കീഴാളവർഗത്തിന്മേൽ അതീശ ശക്തിയായി നിലനിർത്തിക്കൊണ്ടാണ് ഇന്ത്യയിൽ സവർണാധിപത്യം എന്നും വിജയക്കൊടി പാറിപ്പിച്ചു കൊണ്ടിരുന്നത്. സംസ്ഥാനങ്ങളിലുടനീളം ജാതി സെൻസസ് വന്നാൽ ഈ കൊടി താഴും എന്ന് സനാതനവാദികൾക്ക് അറിയാം. സനാതനധർമ്മത്തിൽ നിന്നും രൂപംകൊണ്ട ആചാര വിചാര അനുഷ്ഠാന പദ്ധതികളെ പുനഃസ്ഥാപിക്കുന്നതിലൂടെ സനാതനധർമ്മ രാഷ്ട്രം അതായത് ഹിന്ദുരാഷ്ട്രം സ്ഥാപിച്ചെടുക്കുക എന്നതാണ് നിലപാട്. ഗാന്ധിജിയെ ഹിന്ദുരാഷ്ട്ര നിർമ്മിതിക്ക് ഭീഷണിയായി കണ്ട് ഇല്ലായ്മ ചെയ്തിട്ട് അദ്ദേഹത്തെ സമർത്ഥമായി ഉപയോഗിക്കുന്നു. സനാതനധർമ്മം സമുദ്രംപോലെ വിശാലമാണെന്നും എന്ത് പേരിട്ട് വിളിച്ചാലും അത് മനുഷ്യരാശിയുടെ മുഴുവൻ സ്വത്താണെന്നും ഗാന്ധിജി പറഞ്ഞു എന്നാണ് *കേസരി*വാരികയുടെ സാക്ഷ്യപ്പെടുത്തൽ. സത്യം, ധർമ്മം നീതി,അഹിംസ, സ്വാതന്ത്ര്യം തുടങ്ങിയ ആശയങ്ങളെയാണ് ഗാന്ധിജി സനാതനം എന്ന് വിളിച്ചത്. ഹിംസയും അധർമ്മവും നീതിനിഷേധവും രാഷ്ട്രീയപ്രവർത്തനമാക്കുന്ന രീതിയെ ഗാന്ധിജി ഒരിക്കലും സനാതനധർമ്മത്തിന്റെ പേരിൽ ന്യായീകരിക്കുകയില്ല.

അടുത്തപടി സനാതനധർമ്മത്തെ ദേശീയവാദവുമായി ബന്ധിപ്പിക്കലാണ്. *കേസരിവാരിക* എഴുതുന്നു. മഹർഷി അരവിന്ദഘോഷ് അദ്ദേഹത്തിന്റെ ഉത്തരപ്പാറ പ്രസംഗത്തിൽ സനാതനധർമ്മം തന്നെയാണ് ദേശീയത എന്ന് പ്രസ്താവിച്ചുവത്രേ. സനാതനധർമ്മമാണ് ദേശീയത എന്ന് സൈനികവൽകൃതദേശീയവാദിയായിരുന്ന അരവിന്ദ് ഘോഷ് പറഞ്ഞത് ഒരുതരത്തിൽ ശരിയാണ്. ഇന്ത്യയാകെ വ്യാപിച്ചു നിൽക്കുന്ന വർണജാതി വ്യവസ്ഥിതിയാണ്, അതിന്റെ സനാതനധർമ്മമാണ് ഇന്ത്യയുടെ ദേശീയത എന്നാണ് വ്യാഖ്യാനമെങ്കിൽ. അപ്പോൾ സനാതനധർമ്മത്തെ ഹിന്ദുമതമായും ഹിന്ദു ദേശീയതയായും പരിഭാഷപ്പെടുത്തുന്നു. അതുകൊണ്ട് സനാതനധർമ്മത്തെ എതിർക്കുന്നത് രാജ്യദ്രോഹമായും ഭീകരവാദമായും ചിത്രീകരിക്കുന്ന നിയമവ്യവസ്ഥ കൊണ്ടുവരികയാണ് ചെയ്യുന്നത്. "ഇതുകൊണ്ടാണ് സനാതനധർമ്മത്തിന് എതിരായ ആക്രോശം രാഷ്ട്രത്തിനെതിരായ യുദ്ധകാഹളമായി കണക്കാക്കേണ്ടിവരുന്നത് (*കേസരിവാരിക*)."

ക്ഷേത്രങ്ങൾ ബ്രാഹ്മണരുടെ ജീവിതോപാധികേന്ദ്രങ്ങളായതിനാൽ സനാതനധർമ്മത്തിന്റെ സൂക്ഷിപ്പ് കലവറകൾ കൂടിയാണ് അവ. സനാതനധർമ്മത്തിന്റെ ശോഭനമായ പാരമ്പര്യം അവകാശപ്പെടുന്ന സംസ്ഥാനമാണ് തമിഴ്നാടെന്നും അതിന് കാരണം ഏറ്റവും കൂടുതൽ ക്ഷേത്രങ്ങളുള്ളത് തമിഴ്നാട്ടിൽ ആണെന്നും ആയതിനാൽ തമിഴ്നാടാണ് ധർമ്മത്തിന്റെ ഈടുവെപ്പ് കേന്ദ്രമെന്നും പറയുന്നു. സനാതനധർമ്മത്തെ എതിർക്കുന്നത് മതദ്രോഹവും ദേശദ്രോഹവും രാഷ്ട്രദ്രോഹവുമായതിനാൽ ദയാനിധിമാരന്റെ സനാതനധർമ്മ വിമർശനം രാജ്യദ്രോഹമാണെന്നതാണ് ഒരു ബ്രാഹ്മണസന്യാസിയുടെ ആക്രോശം. അദ്ദേഹം ദയാനിധി മാരന് ശംബൂകനെന്നപോലെ വധശിക്ഷ വിധിക്കുന്നു. ഇത് ചാതുർവർണ്യ സനാതനവിധിക്കെതിരെ ശബ്ദിക്കുന്നവർക്ക് വരാനിരിക്കുന്ന വിധിപ്രസ്താവത്തിന്റെ നന്ദി കുറിപ്പാണ്.

സെമിറ്റിക് മതങ്ങളിലെ സനാതനധർമ്മ കല്പനകൾ ദൈവദത്തങ്ങളാണെങ്കിൽ ഭാരതത്തിൽ അവ മനുഷ്യരായ ഋഷിമാരുടെ നിർമ്മിതിയാണ്. മനുഷ്യനിർമ്മിതികൾ എല്ലാം പരിവർത്തനത്തിന് വിധേയമായതിനാൽ ചാതുർവർണ്യ സനാതനധർമ്മവും അതിനു വിധേയമാണ്.

ഭാരതസംജ്ഞയും സനാതനധർമ്മവും

ഭാരതസംജ്ഞയെ സനാതനധർമ്മവുമായി ബന്ധിപ്പിക്കുന്ന പ്രക്രിയയും നടക്കുന്നുണ്ട്. India that is Bharat എന്ന ഭരണഘടനാ പ്രയോഗത്തിന്റെ മറവിൽ ഭാരതരാഷ്ട്രം = ഹിന്ദു രാഷ്ട്രം = സനാതനധർമ്മരാഷ്ട്രം = ദേശഭക്തി എന്നീ സമവാക്യങ്ങളാണ് കൊണ്ടുവരുന്നത്.

ഇന്ത്യാരാഷ്ട്രം എന്നത് ബ്രിട്ടീഷുകാരുടെ നിർമ്മിതി ആണെ

ന്നാണ് വാദം. ഇന്ത്യ എന്ന പ്രയോഗം വരുന്നതിനു മുൻപ് ഇന്ത്യയെ ഭാരതം എന്നു പറഞ്ഞിരുന്നു എന്നും ദുഷ്യന്തന്റെ മകൻ ഭരതൻ ഭരിച്ചത് കൊണ്ടാണ് ആ വാക്ക് ഉണ്ടായതെന്നും പറയുന്നു. ഭരതൻ എന്നൊരു രാജാവ് ഇന്ത്യയെ മുഴുവൻ ഭരിച്ചിരുന്നു എന്ന് ഒരു ചരിത്രകൃതിയും പറയുന്നില്ല. പുരാണങ്ങളിൽ ഇന്ത്യയെ ജംബുദീപം എന്ന് വിശേഷിപ്പിക്കുകയും അതിൽ ഒരുപ്രദേശം ഭരതൻ എന്നൊരു രാജാവിന്റെ ഭരണത്തിൽ ഉണ്ടായിരുന്നു എന്നു പരാമർശിക്കുക അല്ലാതെ ഇന്ത്യയെ മുഴുവൻ ഒരു സാമ്രാജ്യമാക്കി മാറ്റിയ ഭരതചക്രവർത്തിയെക്കുറിച്ച് ഒന്നും പറയുന്നില്ല. വിക്രമാദിത്യനെക്കുറിച്ച് ഉണ്ടായത് പോലുള്ള അത്ഭുതകഥകൾ പോലും ഭരതനെ കുറിച്ച് ഉണ്ടായിട്ടില്ല. ഭരതപ്രയോഗത്തെ ഇന്ത്യയുടെ ഫെഡറലിസം തകർക്കാനുള്ള ആയുധമാക്കുകയാണ് മറ്റൊരു രീതിയിൽ. നെഹ്റു സോവിയറ്റ് യൂണിയന്റെ മാതൃകയിൽ ഇന്ത്യയെ ഭാഷാടിസ്ഥാനത്തിൽ വിഭജനം നടത്തി എന്നും അതുകൊണ്ട് അത് റദ്ദ് ചെയ്ത് ഏക ഭാഷാടിസ്ഥാനത്തിൽ ഭാരതം എന്ന ഏകരാഷ്ട്രം നിർമ്മിക്കുകയാണ് വേണ്ടത് എന്നുമുള്ള വാദഗതിയാണ് മുന്നോട്ടുവയ്ക്കുന്നത്. ഇതിലൂടെ ഭാരതത്തിന്റെ പ്രാദേശിക വംശീയ സാംസ്കാരിക ബഹുസ്വരതകളെ മുഴുവൻ നിരസിക്കുകയാണ് ലക്ഷ്യം. പകരം സനാതനധർമ്മം എന്ന ഒരൊറ്റ ദണ്ഡിന് കീഴിൽ എല്ലാ ബഹുസ്വരതകളെയും ഏകസ്വരമാക്കാനുള്ള ശ്രമമാണ് നടത്തുന്നത്. ഭാഷ ബോധമായതിനാൽ ഏകഭാഷാവാദം ഹിന്ദു എന്ന ഏക പൊതുബോധത്തെ നിർമ്മിച്ച് എടുക്കാനുള്ള ശ്രമത്തിന്റെ ഭാഗമാണ്.

അതുകൊണ്ട് ഏകരാഷ്ട്രത്തിൽ സംസ്ഥാനഭരണങ്ങളില്ല. ഏകഭരണവും ഏക നേതാവും ഏക പാർട്ടിയും ഏക മതവും ഏക സനാതനധർമ്മവും ഏക തിരഞ്ഞെടുപ്പും മാത്രമേ ഉണ്ടാവുകയുള്ളൂ.

ഇന്ത്യയെന്ന രാഷ്ട്രനിർമ്മിതി ബ്രിട്ടീഷ് നിർമ്മിതിയാണെന്ന വാദത്തെ സമർത്ഥിക്കാൻ അപകോളനിവൽക്കരണ സിദ്ധാന്തങ്ങളും യൂറോസെൻട്രിക് വാദങ്ങളും സനാതന രാഷ്ട്രവാദികളെ സഹായിക്കുന്നുണ്ട്. എന്നാൽ ഹിന്ദു-ഹിന്ദി-ഹിന്ദുസ്ഥാൻ എന്നിവയിലെ ഹിന്ദുശബ്ദം പേർഷ്യൻ ഭാഷയിൽ നിന്നും വന്നതാണ് എന്നുള്ള കാര്യം ബുദ്ധിപൂർവം മറച്ചുവെക്കുകയാണ് ചെയ്യുന്നത്. അത് ഋഷിപ്രോക്തമാണ് എന്ന് വാദിക്കാൻ ഒരു തെളിവുമില്ല.

ബ്രിട്ടീഷുകാർ ഭാരതം എന്ന പേര് ഒഴിവാക്കി ഇന്ത്യ എന്ന് പ്രയോഗിച്ചത് നമ്മെ കീഴടക്കാൻ ആണത്രേ. ഭാരതം എന്ന പ്രയോഗത്തോടൊപ്പം ആർഷം എന്ന വാക്കും ഉദ്ധരിക്കുന്നു. ഋഷിമാരാൽ രൂപ കല്പന ചെയ്യപ്പെട്ട ദേശവും ജനതയും സംസ്കാരവും ആണ് ആർഷം. ഋഷിമാർ ബ്രാഹ്മണരായതിനാൽ ഭാരതവും ഭാരതീയജനതയും ഭാരതീയസംസ്കാരവും ബ്രാഹ്മണ നിർമ്മിതിയാണെന്ന് പറയാതെ പറഞ്ഞുവെക്കുന്നു.

ഭാരതത്തെ ആര്യാവർത്തം എന്നും പറഞ്ഞുകാണുന്നുണ്ട്. എന്നാൽ ആര്യാവർത്തത്തിന് *അമരകോശം* നൽകുന്ന അർത്ഥം മറ്റൊന്നാണ്. അത് ബ്രാഹ്മണകുടിയേറ്റത്തെ കൂടി സൂചിപ്പിക്കുന്നുണ്ട്. സഞ്ചാരം അഥവാ ഗതി എന്ന അർത്ഥമുള്ള ഋഷി ശബ്ദത്തിൽ നിന്നാണ് ആർഷത്തിന്റെ വരവ്. (ഋഷി ഗതൗ). അതുപോലെ ആര്യ ശബ്ദത്തിന് ദൂരെനിന്നും എത്തിയവർ എന്നാണ് അർത്ഥം. (ആരാൽ യാത: –ആര്യഃ) *അമരകോശ* വ്യാഖ്യാതാവായ വാചസ്പതി ടി.സി. പരമേശ്വരൻ മൂസ്സത് എഴുതുന്നു "ആരാൽ യാതഃ എന്ന് വിഗ്രഹിക്കുന്ന പക്ഷം ആധുനികന്മാരുടെ അഭിമതപ്രകാരം ഹിന്ദുകുഷത്തിൽ നിന്നും പോന്നവർ എന്ന അർഥം വരുത്തുവാനും വിഷമമില്ല." (*അമരകോശം* പേജ് 509) ഇതിൽനിന്നും ഇന്ത്യയിലേക്ക് കുടിയേറി വന്നവരാണ് ഋഗ്വേദജനത എന്ന് വ്യക്തമാകുന്നു.

ഒരുകാലത്തും ഇന്ത്യയെ മുഴുവൻ ഏകതാബോധത്തോടെ ആർഷഭാരതം എന്ന് പറഞ്ഞിരുന്നില്ല. ഇന്ന് ഭാരതം എന്ന പ്രയോഗം കൊണ്ടുവരുന്നതിന്റെ ലക്ഷ്യം ഭാരതീയർ പ്രാചീനജനതയാണെന്ന ചിന്ത ഉണർത്താനും അതിലൂടെ പുരാണാദി സ്മൃതികളിലേക്ക് നയിക്കാനും പഴയ സാംസ്കാരികത്തനിമാ ബോധം ഉണർത്തിക്കൊണ്ട് വരാനുമാണ്. പഴയകാലത്തെ പൊടിതട്ടിയെടുത്ത് ജനങ്ങളുടെ വികാരത്തെ ഉണർത്താനാണ് ശ്രമം. പഴമയോടുള്ള ആദരവും ഭക്തിയും പുതിയ തലമുറയിൽ സൃഷ്ടിക്കാനും ശ്രമിക്കുന്നു. അതുകൊണ്ട് ഭാരതപ്രയോഗത്തെ എതിർക്കുന്നവർ സംസ്കാരത്തെ നശിപ്പിക്കാൻ ശ്രമിക്കുന്നവരാണെന്ന ആരോപണമാണ് ഉയർത്തുന്നത്. ഇത് വിമർശകർക്കെതിരെ സാംസ്കാരികവിചാരണയ്ക്ക് കൂടി വഴി തുറക്കും. ആർഷഭാരതം എന്ന ത്രൈവർണിക രാജ്യനിർമ്മിതിക്ക് വേണ്ടിയാണ് സനാതനധർമ്മം എന്ന ചാതുർവർണ്യ പ്രത്യയശാസ്ത്രം ഉയർത്തിക്കൊണ്ടുവരുന്നത്. ഇന്ത്യ എന്ന വിളി നിർത്തി ഭാരതം എന്ന് വിളിക്കണമെന്ന മോഹൻ ഭാഗവതിന്റെ കല്പന ഇതിന്റെ അടിസ്ഥാനത്തിലാണ് കാണേണ്ടത്. അദ്ദേഹം പറയുന്നത് സ്ത്രീകൾക്ക് എതിരെ അതിക്രമങ്ങൾ നടക്കുന്നത് ഇന്ത്യയിലാണെന്നും ഭാരതത്തിൽ അല്ലെന്നുമാണ്. ഇന്ത്യ എന്ന ബഹുസ്വരതയിൽ നാനാജാതി മതസ്ഥർ അടങ്ങുന്നു. ഹിന്ദു ഭാരതം എന്ന ഏകമത സ്വരതയിൽ സ്ത്രീപീഡനം ഉണ്ടാവുകയില്ല എന്നാണ് ധ്വനി. ഇന്ത്യൻ സംസ്കാരം മതനിരപേക്ഷവും ബഹുസ്വരവും ആയിരിക്കെ ഭാരതീയസംസ്കാരം ഏകമതാധിഷ്ഠിതമായിരിക്കും. അതുകൊണ്ട് ബഹുസ്വരമായി നിൽക്കുന്ന ഇന്ത്യൻ പ്രാദേശിക നാമങ്ങൾ, തെരുവ് നാമങ്ങൾ, നഗര/പട്ടണ നാമങ്ങൾ ഇവയൊക്കെ ഭാരതീയവത്കരിക്കുകയാണ്. ഏക ഭാരതം ശ്രേഷ്ഠ ഭാരതം എന്ന സങ്കല്പത്തെ മുൻനിർത്തിയാണ് കേന്ദ്രഭരണം ഭാവിരാഷ്ട്രത്തെ രൂപപ്പെടുത്തുന്നത്.

ബ്രിട്ടീഷുകാർ ഇന്ത്യയെ വിഭജിച്ച ഭരിച്ച എന്നും നെഹ്റു ഭാഷാ അടിസ്ഥാനത്തിൽ ഇന്ത്യയെ പല സംസ്ഥാനങ്ങളായും ജനവിഭാഗങ്ങളായും വിഭജിച്ച എന്നും അതുകൊണ്ട് ഇന്ത്യയെ ഭാരതം എന്ന പേരിൽ സനാതനധർമ്മത്തിന്റെ അടിസ്ഥാനത്തിൽ ഏകീകരിച്ച് പോരാട്ടരാജ്യമാക്കിത്തീർക്കുക (unite and fight) എന്നതാണ് ദേശീയതയെന്നും പറഞ്ഞുവെക്കുന്നു. ഭാരതത്തിന്റെ ഐക്യവും അസ്തിത്വവും നിലനിർത്തുന്നത് സനാതനധർമ്മമാണെന്ന സാംസ്കാരികരാഷ്ട്രീയത്തിലാണ് വാദഗതികൾ ചെന്നുനിൽക്കുന്നത്.

പൗരസമൂഹത്തിന്റെ മൗനം

ജാതി-കുലത്തൊഴിലുകളും അവയിൽ ബന്ധിതമായിരുന്ന മനുഷ്യാധ്വാനവും ഏറെക്കുറെ മോചിതമായി പൊതുവായ അധ്വാന-ഉല്പാദന മേഖലകളുടെ പൊതുമണ്ഡലം രൂപപ്പെട്ടുവെങ്കിലും ഇന്ത്യ സാമൂഹികമായി ഇന്നും ഒരു ചാതുർവർണ്യസമൂഹമാണ്. ഓരോ കുടുംബവും ഓരോ ചാതുർവർണ്യ യൂണിറ്റാണ്. ജാതിധർമ്മ രൂപേണ സനാതനധർമ്മത്തിന്റെ വേരുകൾ അദൃശ്യമായി കുടുംബങ്ങൾക്കുള്ളിൽ നിൽക്കുന്നു. ജനനം, മരണം, സജാതീയ കുടുംബബന്ധങ്ങൾ, സമുദായക്രമങ്ങൾ, സജാതീയ വിവാഹ ലൈംഗികബന്ധങ്ങൾ എല്ലാം നിർണയിക്കപ്പെടുന്നത് വർണ-ജാതി ധർമ്മകർമ്മങ്ങളിലൂടെയാണ്. അതുകൊണ്ട് സനാതനധർമ്മവാദം ഉയരുമ്പോൾ ജാതി-സമുദായിക സമൂഹം നിശ്ശബ്ദത പാലിക്കുന്നു. അതിന്റെ പഴയ പൊളിറ്റിക്കൽ ഇക്കണോമി അസ്തമിച്ചു പോയതുകൊണ്ട് അത് തിരിച്ചുവരുന്നത് പുതുകാലത്തെ സാമ്പത്തിക ജീവിതത്തിന് യാതൊരു ദോഷവും ചെയ്യുന്നില്ല. അതുകണ്ട് സനാതന ധർമ്മം തിരികെ വരുന്നതുകൊണ്ട് ദോഷമില്ല എന്ന നിലപാടാണ് പൊതുസമൂഹത്തിനുള്ളത്. ജാതീയമായ തൊഴിൽ മാറ്റങ്ങളെയോ ധനസമ്പാദനത്തെയോ മൂലധന സ്വരൂപണത്തെയോ അത് ബാധിക്കുന്നില്ല. ഇന്ത്യൻ കുടുംബം എന്നത് ജനാധിപത്യകുടുംബമല്ല, നേരെമറിച്ച് ഇന്നും അതൊരു ഫ്യൂഡൽ ജാതിയൂണിറ്റാണ്. അത്തരം ഫ്യൂഡൽ യൂണിറ്റുകളുടെ സംഘാതമാണ് ഇന്ത്യൻ സമൂഹം. ജനാധിപത്യാവകാശങ്ങളും മനുഷ്യാവകാശങ്ങളും അട്ടിമറിക്കപ്പെടുമ്പോൾ പൊതുസമൂഹം മൗനം പാലിക്കുന്നു. എന്നാൽ ജാതിമതാവകാശങ്ങൾക്കുമേൽ കൈവച്ചാൽ സാമുദായികസമൂഹം അക്രമാസക്തമായി രംഗത്ത്‌വരും. ആയതിനാൽ സമൂഹത്തെ യാഥാസ്ഥിതികമാക്കി നിർത്തുന്ന സനാതനധർമ്മവാദം കടന്നുവരമ്പോൾ ജാതിമത കുടുംബങ്ങളിൽ മാറ്റം ഇച്ഛിക്കാത്ത കുടുംബയൂണിയനുകൾ അതിനെ പിന്തുണയ്ക്കുന്നു. സംഘടനകൾ, പാർട്ടികൾ (ദ്രാവിഡ-ഇടതുപക്ഷങ്ങൾ ഒഴികെ) എല്ലാം നിശ്ശബ്ദരായി അനുകൂലിക്കുന്നു.

ആർഷഭാരതം, സനാതനധർമ്മം തുടങ്ങിയവയിലൂടെ ഹിന്ദു പൊതു ബോധവും ഹിന്ദു പൊതു മണ്ഡലവും നിർമ്മിച്ച് എടുക്കുക എന്നതാണ് ലക്ഷ്യം.അതുകൊണ്ടാണ്ഏകഭാഷ,ഏകരാഷ്ട്രം,ഏകമതം,ഏകധർമ്മം, ഏകമതമൂലധനം,ഏകസംസ്കാരംതുടങ്ങിയഏകസ്വരതാവാദങ്ങൾഅധി നിവേശ സ്വഭാവത്തോടെയാണ്, കൊണ്ടുവരുന്നത്. സനാതനധർമ്മ മെന്നത് മനുഷ്യാവകാശമോ പൗരാവകാശമോ അല്ല. വർണാശ്രമ ധർ മ്മമാണ്. ഡിജിറ്റൽ യുഗത്തിലും ഓരോ വർണവും ജാതിയും എവിടെ നിൽക്കണം, എങ്ങനെ പെരുമാറണം, എങ്ങനെ ജീവിക്കണം എന്ന രീതിശാസ്ത്രം നടപ്പിലാക്കുകയാണ് അതിന്റെ ലക്ഷ്യം. അതുകൊണ്ട് ധർ മ്മശാസ്ത്രവാദങ്ങളെല്ലാം സാമൂഹിക–രാഷ്ട്രീയ രൂപീകരണവും കുടുംബ രൂപീകരണവുമായി ബന്ധപ്പെട്ടിരിക്കുന്നു.

സനാതന ധർമ്മവാദം ആധുനികതാവിരുദ്ധമാണ്. (anti-modernism). ആധുനികതയുടെ ബൃഹദാഖ്യാനങ്ങളായ ബഹുസ്വരത, ജനാധി പത്യം, മാനവികത, പൗരസമൂഹം, ജനാധിപത്യാവകാശങ്ങൾ, പൗ രാവകാശനീതികൾ, മനുഷ്യാവകാശങ്ങൾ, സമത്വം, സാഹോദര്യം, സ്വാതന്ത്ര്യം ഇവയുടെയൊക്കെ നിഷേധമാണ്. ആധുനികതയെ നിഷേ ധിക്കുന്ന ഇന്ത്യയിലെ ആധുനികോത്തര ബുദ്ധിജീവികൾ ഈയൊരു സംവാദത്തിൽ നിശ്ശബ്ദരാണ്. ഇതൊരു ചരിത്രഗതി മാറ്റമാണ്. വ്യവ സായത്തോടൊപ്പം ഉദാരവൽക്കരണ സ്വാതന്ത്ര്യം (commerce with liberty) എന്നതായിരുന്നു വ്യാവസായികമുതലാളിത്തത്തിന്റെ രാഷ്ട്രീയ മെങ്കിൽ സ്വാതന്ത്ര്യരഹിതമായ ഉദാരവൽക്കരണവിപണി എന്നതാ ണ് കോർപ്പറേറ്റ് മുതലാളിത്തത്തിന്റെ രാഷ്ട്രീയം.(commerce without liberty). ഉല്പന്നങ്ങൾ തെരഞ്ഞെടുക്കാനും വാങ്ങാനുമുള്ള ഉപഭോക്തൃ സ്വാതന്ത്ര്യത്തിനാണ് പ്രാധാന്യം.

ഇന്ത്യയിലെ മൂലധനശക്തികൾ സാമുദായിക മൂലധനശക്തിക ളാണ്.ബനിയ,മാർവാഡി,പാഴ്സി,കായസ്ഥതുടങ്ങിയവൈശ്യവർണ ജാതിക ളാണ് വിപണി മൂലധനത്തിന്റെയും പലിശ–വായ്പാ മൂലധനത്തിന്റെയും ശക്തികളായി എന്നും നിലനിന്നു പോരുന്നത്. അവർ പ്രാദേശികമായും ദേശീയമായും സാമുദായിക രാഷ്ട്രീയത്തെയും ശക്തികളെയും പ്രബലപ്പെ ടുത്തുകയും പിന്തുണയ്ക്കുകയും ചെയ്യുന്നതാണ് ഇന്ത്യൻ രാഷ്ട്രീയക്കാഴ്ചകൾ. അവർ ഇന്ത്യയെ മതനിരപേക്ഷമായി അഴിച്ചു പണിയുന്ന വ്യാവസായി കവിപ്ലവത്തിനോ മൂലധനവിനിയോഗത്തിനോ കാരണക്കാരായിട്ടില്ല. സാംസ്കാരികമായി ചാതുർവർണ്യ സംസ്കാരത്തിന്റെ സ്പോൺസർമാരാ യിട്ടാണ് നിലനിൽക്കുന്നത്. അതുകൊണ്ടുതന്നെ ഇന്ത്യയിലെ മധ്യവർഗ വും യാഥാസ്ഥിതികവർഗമാണ്. ചാതുർവർണ്യ ഫ്യൂഡലിസത്തിനും ബ്രി ട്ടീഷ് കൊളോണിയലിസത്തിനും മധ്യേ ഉയർന്നുവന്നതാണ് "ഇന്ത്യൻ മധ്യവർഗം". ബ്രിട്ടീഷ് ആധിപത്യത്തിന്റെ ഫലമായി കുലത്തൊഴിലുക

ളിൽ നിന്നും മോചിതരായ അവർ പാശ്ചാത്യമാതൃകയിലുള്ള വിദ്യാഭ്യാസം നേടി പുതിയ തൊഴിലിടങ്ങളിലേക്ക് കൊളോണിയലിസത്തിന്റെ ബ്യൂറോക്രസിയിലേക്ക് സേവകരായി (പുതിയ ശൂദ്രവർഗമായി) പ്രവേശിക്കുകയാണ് ചെയ്തത്. അവരുടെ സാമൂഹിക പരിഷ്കരണശ്രമങ്ങളാണ് ഇന്ത്യൻ നവോത്ഥാനം. വർണജാതി വ്യവസ്ഥയെ ഉന്മൂലനം ചെയ്യുന്നതിന് പകരം അതിനുള്ളിൽ നിലനിന്നിരുന്ന അയിത്താചാരങ്ങൾക്കെതിരെ പോരാടുകയാണ് ചെയ്തത്.

ഇന്ത്യൻ വ്യവസായവർഗം രൂപം കൊടുക്കേണ്ട ഭൗതികവും മതനിരപേക്ഷവുമായ ഒരു സംസ്കാരത്തിന്റെ അഭാവത്തിൽ ഭാരതീയ വർണസംസ്കാരത്തിന്റെ ആത്മീയ പ്രത്യയശാസ്ത്രത്തെയാണ് അവർ ഉയർത്തിപ്പിടിച്ചത്. വർണജാതി കുടുംബയൂണിറ്റുകളിലെ അന്തേവാസികളായ അവർ ഇന്ന് ജനാധിപത്യ പൗരസമൂഹ സുരക്ഷയെക്കാൾ സാമുദായിക സുരക്ഷയിലും കുടുംബസുരക്ഷയിലും ശ്രദ്ധ കേന്ദ്രീകരിക്കുന്നതിനാൽ പുതിയ സംവാദങ്ങളോടും രാഷ്ട്രീയരീതി ശാസ്ത്രമാറ്റങ്ങളോടും മുഖം തിരിക്കുകയാണ്. എക്കാലത്തും സാധാരണ ജനങ്ങളെ പ്രബുദ്ധരാക്കിയിട്ടുള്ള മധ്യവർഗത്തിന്റെ ഈയൊരു പിന്മാറ്റം മതമൗലികവാദികളുടെ തൊഴുത്തിലേയ്ക്ക് ജനതയെ കൊണ്ടെത്തിക്കുന്നു. അസഹിഷ്ണത സ്ഥായീഭാവമായി സഞ്ചരിക്കുകയാണ്.

ലോകത്തിലെ മറ്റു ഫാഷിസ്റ്റുപാർട്ടികൾ പോലെയല്ല രാഷ്ട്രീയ സ്വയംസേവക സംഘം. ഹിറ്റ്ലറുടെ രാഷ്ട്രീയപാർട്ടി നാഷണൽ സോഷ്യലിസ്റ്റ് പാർട്ടിയായിരുന്നു(നാസി പാർട്ടി). ഹിറ്റ്ലർ ആത്മഹത്യ ചെയ്തതോടെ ആ പാർട്ടി തകരുകയും ഭരണം നിലയ്ക്കുകയും ചെയ്തു. മുസോളിനി സ്ഥാപിച്ച രാഷ്ട്രീയ പാർട്ടിയായിരുന്നു ഫാസിസ്റ്റ് പാർട്ടി. മുസോളിനിയുടെ മരണത്തോടെ അതും ഇറ്റലിയിൽ തകർന്നു. എന്നാൽ 1925-ൽ രൂപം കൊണ്ട ആർ.എസ്.എസ് അത്തരമൊരു രാഷ്ട്രീയപ്രസ്ഥാനമല്ല. അത് കാലാകാലങ്ങളിൽ അതിന്റേതായ പുറംരാഷ്ട്രീയ രൂപങ്ങൾ അതായത് ജനസംഘവും ഭാരതീയ ജനതാ പാർട്ടിയും രൂപീകരിച്ചാണ് ജനാധിപത്യത്തിൽ ഇടപെടൽ നടത്തുന്നത്. അതുകൊണ്ട് ഭരണത്തിൽ നിന്നും ഭാരതീയ ജനതാ പാർട്ടി പുറത്തുപോവുകയോ തകരുകയോ ചെയ്താലും ആർ.എസ്.എസിന് ഒന്നും സംഭവിക്കുന്നില്ല. അതിന്റെ സ്വാധീനവും വ്യാപനവും പൂർവ്വാധികം ശക്തിയോടെ നിലനിന്നേക്കും. കാരണം ഗ്രാമങ്ങൾ തോറും ക്ഷേത്രങ്ങളെയും കുടുംബങ്ങളെയും ലക്ഷ്യമാക്കിയാണ് അത് പ്രവർത്തിക്കുന്നതും ശക്തി വ്യാപിപ്പിക്കുന്നതും. ബ്രാഹ്മണിക് ഫോക് ലോർ സംസ്കാരമായ പുണ്യപുരാണ കഥകളെയും ആചാരാനുഷ്ഠാനങ്ങളെയും ജനകീയവൽക്കരിച്ച് അബ്രാഹ്മണ വിഭാഗത്തെ മുഴുവൻ അതിൽ ഉൾപ്പെടുത്തി ഹിന്ദുത്വത്തിന് കീഴിൽ അണിനിരത്താൻ അവർ ഒരു രാഷ്ട്രീയ പാർട്ടിയെയല്ല, സംഘപരിവാറിന്റെ നൂറുകണക്കി

ന് വരുന്ന സംഘടനാരൂപങ്ങളെയാണ് ഉപയോഗിക്കുന്നത്. അവയ്ക്ക് ഭാരതീയ ജനതാ പാർട്ടിയും ആയിട്ടുള്ള ബന്ധം വളരെ അയവേറിയതാണ്. അതുകൊണ്ട് അനതിവിദൂര ഭാവിയിൽ ഭാരതീയ ജനതാ പാർട്ടി പ്രയോജനകരമല്ല എന്ന് തോന്നിയാൽ അവരത് പിരിച്ചുവിടുകയും കാലാനുസൃതമായ പുതിയ ഒരു രാഷ്ട്രീയപാർട്ടിക്ക് രൂപംകൊടുക്കുകയും ചെയ്തേക്കാം. ഇന്ത്യൻ ചരിത്രത്തിൽ ബ്രാഹ്മണ ക്ഷത്രിയാധിപത്യത്തിന്റെ സാമ്പത്തികശക്തിയായി നിലനിന്നത് കൃഷിയും കച്ചവടവും കാലിവളർത്തലും നാട്ടുവാഴി വർഗത്തിന് വേണ്ടി കരംപിരിവും കുലത്തൊഴിലാക്കിയ വൈശ്യവർഗമാണ്. ആധുനിക കാലത്ത് ഇന്ത്യൻ മുതലാളിത്തം രൂപപ്പെട്ടിരിക്കുന്നതും പ്രധാനമായും ഇന്ത്യയിലെ വൈശ്യവിഭാഗത്തിൽ നിന്നാണ്. ബനിയ–മാർവാഡി ഗ്രൂപ്പുകളാണ് ഇന്ത്യയിലെ കോർപ്പറേറ്റ് മുതലാളിമാർ. അവരുടെ സാംസ്കാരിക രാഷ്ട്രീയപ്രസ്ഥാനമായി രാഷ്ട്രീയ സ്വയംസേവക സംഘം മാറിയിരിക്കുന്നു എന്നതാണ് ഇന്ത്യയിൽ സംഭവിച്ചിരിക്കുന്ന പൊളിറ്റിക്കൽ എക്കണോമിക് രൂപം.

അതുകൊണ്ട് രാഷ്ട്രീയ സ്വയംസേവക സംഘത്തിനെതിരായ സമരം എന്നത് രാഷ്ട്രീയവും സാംസ്കാരികവും സാമ്പത്തികവുമായ ഘടകങ്ങൾ ഉൾച്ചേർന്നതല്ലെങ്കിൽ അവരെ നേരിടുക എന്നത് അസാധ്യമായിത്തീരും. ഇന്നത്തെ സാഹചര്യത്തിൽ ഇന്ത്യയിലെ രാഷ്ട്രീയ പ്രസ്ഥാനങ്ങൾക്ക് (ഒരുപക്ഷേ ഇടതുപക്ഷത്തിന് ഒഴികെ) അതിന് കഴിയും എന്ന് തോന്നുന്നില്ല. അമേരിക്കയിൽ മുതലാളിത്തത്തിന്റെ രാഷ്ട്രീയരൂപങ്ങളായി ഡെമോക്രാറ്റിക് പാർട്ടിയും റിപ്പബ്ലിക്കൻ പാർട്ടിയും നിലകൊള്ളുന്നതുപോലെയാണ് ഇപ്പോൾ ഇന്ത്യയിൽ മുതലാളിത്തത്തിന്റെ സാംസ്കാരിക രാഷ്ട്രീയരൂപമായി ബി.ജെ.പിയും രാഷ്ട്രീയ സ്വയംസേവക- സംഘപരിവാർ സംഘങ്ങളും പ്രവർത്തിക്കുന്നത്. ഡിജിറ്റൽ ടെക്നോളജി യുഗത്തെ അവർ ഫലപ്രദമായി ഉപയോഗിക്കുകയും ചെയ്യുന്നു. സാമുദായികമായ ഭരണകുടുംബരാഷ്ട്രീയമാണ് (dynastic politics) ഇന്ത്യൻ ജനാധിപത്യം.. മന്ത്രിമാർ, എം.പി.മാർ, എം.എൽ.എമാർ എല്ലാം ഭരണകുടുംബാംഗങ്ങളാണ്. ഇന്ത്യയിലെ വൻകിട വ്യവസായങ്ങൾ ഭരണകുടുംബരാഷ്ട്രീയക്കാരുടെ കീഴിലാണ്. വിദ്യാഭ്യാസ സ്ഥാപനങ്ങൾ, മെഡിക്കൽ കോളേജുകൾ, സ്വയംഭരണ യൂണിവേഴ്സിറ്റികൾ, പത്ര-ടെലിവിഷൻ മാധ്യമങ്ങൾ, റിയൽ എസ്റ്റേറ്റ് രംഗം എന്നിവയെല്ലാം ഭരണകുടുംബരാഷ്ട്രീയത്തിന്റെ കീഴിലാണ്. അതുകൊണ്ട് ഇന്ത്യൻ മുതലാളിത്തം ഇന്ത്യയിൽ ബനിയ–മാർവാടി–പാഴ്സി സാമുദായിക മുതലാളിത്തമാണ്. അവർ ഇന്ത്യയിലെ മതരാഷ്ട്രീയത്തിന്റെ സ്പോൺസർമാരായി നിലകൊള്ളുന്നു.

ഗണപതിയുടെ സഞ്ചാരപഥങ്ങൾ

കേവലമായ യുക്തിബോധം കൊണ്ടോ ശാസ്ത്രബോധം കൊണ്ടോ മതവിശ്വാസത്തെ നേരിടാൻ കഴിയില്ല. അത് അക്രമാസക്തമായ രാഷ്ട്രീയനിലപാട് സ്വീകരിക്കുമ്പോൾ പ്രത്യേകിച്ചും. ചരിത്രബോധവും സാമൂഹിക ചരിത്രബോധവും കൂടിക്കലർത്തിക്കൊണ്ട് മാത്രമേ പ്രാചീന മിത്തുകളെയും പുരാവൃത്തങ്ങളെയും അപഗ്രഥിക്കാൻ കഴിയുകയുള്ളൂ. ആയിരക്കണക്കിന് വർഷങ്ങളായി നിലനിന്നുപോരുന്ന മതദേവതാബിംബങ്ങൾ സാമൂഹികമായ അബോധമനസ്സിലും വ്യക്തിയുടെ ബോധ–ഉപബോധ മനസ്സുകളിലും ശക്തിയായ പ്രേരണയായി നിലനിന്നുപോരുകയാണ്. സമൂഹത്തെയും മനുഷ്യചരിത്രത്തെയും പിന്നോക്കം കൊണ്ടുപോകാൻ ആഗ്രഹിക്കുന്നവർ അവയെ ഉപയോഗിക്കുന്നു. ഇന്ത്യയെ സംബന്ധിച്ചിടത്തോളം സംസ്കൃതിബോധത്തിന്റെ ഈടുവയ്പുകളായി നിലനിൽക്കുന്ന മിത്തുകൾ മതസാംസ്കാരിക രാഷ്ട്രീയത്തിന്റെ ഊർജ്ജസ്രോതസ്സുകളാണ്. മതവിഭാഗീയ രാഷ്ട്രീയത്തിന് പ്രത്യയശാസ്ത്രവും രീതിപദ്ധതികളുമായി അവപ്രവർത്തിക്കുന്നു. ആദിരൂപങ്ങളുടെയും മിത്തുകളുടെയും പേരിൽ വിശ്വാസകലാപവും രാഷ്ട്രീയകലാപവും പൊട്ടിപ്പുറപ്പെടുന്ന സമകാലികാവസ്ഥയാണ് ഇന്ത്യയിൽ നിലവിലുള്ളത്.

എന്താണ് പുരാവൃത്തം

ഇംഗ്ലീഷിലെ മിത്ത് (myth) എന്ന പദത്തിന് മലയാളത്തിൽ പ്രയോഗിച്ചുവരുന്ന തർജമയാണ് പുരാവൃത്തം എന്ന വാക്ക്. വായ് എന്ന് അർത്ഥമുള്ള muthos എന്ന ഗ്രീക്ക് പദത്തിൽ നിന്നാണ് മിത്തിന്റെ വരവ്.

എഴുത്തിന്റെ വരവിന് മുമ്പ് വായ്മൊഴിപാരമ്പര്യമായി നിലനിന്നുപോന്ന കെട്ടുകഥകളെയും ഐതിഹ്യങ്ങളെയും കുറിക്കുന്നതാണ് മിത്ത്. മനുഷ്യന്റെ സാമൂഹികാനുഭവങ്ങളും പ്രകൃതിനിരീക്ഷണങ്ങളും പ്രപഞ്ചത്തെ കുറിച്ചുള്ള സങ്കല്പങ്ങളും ആത്മീയവിശ്വാസങ്ങളും ദേവതാസങ്കല്പങ്ങളും എല്ലാം അതിൽ അന്തർഭവിച്ചിരിക്കുന്നു. കാര്യകാരണ ബോധങ്ങൾക്കും യുക്തിക്കും അതീതമാണ് മിത്തുകളുടെ ലോകം. അനുഷ്ഠാനപരമായ ജീവിതത്തിന് വഴിതെളിച്ച ദേവതാസങ്കല്പങ്ങൾക്ക് അടിത്തറയായി നിൽക്കുന്നത് മിത്തുകളാണ്. അവ യുക്തിബോധത്തിനും ശാസ്ത്രബോധത്തിനും കീഴ്പ്പെടാതെ നിലനിന്നുപോരുകയാണ്.

പുരാവൃത്തം എന്ന സംസ്കൃതവാക്കിന് പണ്ട് കഴിഞ്ഞ കഥയെ പ്രതിപാദിക്കുന്നത് എന്നാണ് സംസ്കൃതം നിഘണ്ടുവായ *അമരകോശം* നൽകുന്ന അർഥം. പുരാണവും പണ്ട് കഴിഞ്ഞ കഥയാണ്. കെട്ടിയുണ്ടാക്കുന്ന ആഖ്യാനമാണ് കഥ. എങ്കിലും മിത്ത് എന്ന് പറയുമ്പോൾ പൊതുവേ ആചാരാനുഷ്ഠാനപരമായ ദേവതാവിശ്വാസങ്ങൾ നിറഞ്ഞ കെട്ടുകഥകളുമായിട്ടാണ് ബന്ധപ്പെട്ടിരിക്കുന്നത്. അതുകൊണ്ട് മിത്തുകൾക്ക് ശാസ്ത്രത്തിന്റേതായ പരിവേഷങ്ങളൊന്നുമില്ല. എന്നാൽ ഭൗതിക ജീവിതയാഥാർത്ഥ്യങ്ങളുടെ ആവശ്യകതകൾക്ക് വേണ്ടി അവയെ സമൂഹം നിലനിർത്തുകയും ഉപയോഗിക്കുകയും ചെയ്തുപോരുന്നുണ്ട്.

മിത്തുകളും മതങ്ങളും രൂപംകൊണ്ട സാമൂഹിക സാമ്പത്തിക പരിസ്ഥിതികൾ കാലാന്തരത്തിൽ അസ്തമിച്ചുപോയെങ്കിലും അവ നിലനിൽക്കുന്നത് വ്യവഹാര രൂപത്തിലാണ് (discourse). ജർമ്മൻ പ്രത്യയശാസ്ത്രമെന്ന കൃതിയിൽ ആദിബോധത്തോളം പഴക്കമുള്ളതാണ് ഭാഷ എന്ന് മാർക്സ് പറയുന്നുണ്ട്. ബോധോദയത്തോടൊപ്പം രൂപംകൊണ്ട് ഭാഷയും ഭാഷയിലൂടെ ബോധവ്യവഹാരമായി നിലനിന്നുപോരുന്ന ആചാരാനുഷ്ഠാനബദ്ധമായ പുരാവൃത്തങ്ങളും ഇന്നും മനുഷ്യന്റെ ബോധമണ്ഡലത്തെ സ്വാധീനിച്ചുകൊണ്ടിരിക്കുന്നു. അതുകൊണ്ട് ഭാഷാരൂപമായ ബോധമണ്ഡലം നിലനിൽക്കുന്ന കാലത്തോളം പുരാവൃത്തങ്ങളും സ്വാധീനശക്തിയായി തുടരും. ഭാഷ ചിഹ്നവ്യവസ്ഥയായതിനാൽ പുരാവൃത്തങ്ങൾആദിരൂപേണയും(archetype)ചിഹ്നവ്യവസ്ഥാക്രമമായും (system of signs) മനസ്സിൽ സംസ്കൃതിരൂപത്തിൽ സ്ഥിതിചെയ്തുകൊണ്ട്, മനുഷ്യന്റെ വ്യക്തിജീവിതത്തെയും സാമൂഹികജീവിതത്തെയും രാഷ്ട്രീയത്തെയും ബാധിച്ചുകൊണ്ടിരിക്കുന്നു. ഫ്യൂഡലിസത്തിന്റെ കുടുംബരൂപങ്ങളും സാമൂഹികാചാര ജീവിതരീതികളും നിലനിൽക്കുന്ന ഇന്ത്യയെ പോലുള്ള ഏഷ്യൻ രാജ്യങ്ങളിൽ അവയുടെ സ്വാധീനം രൂഢമൂലമാണ്. അവയെ രാഷ്ട്രീയാധിനിവേശത്തിനും രാഷ്ട്രനിർമ്മിതിക്കും

ഉപയോഗിക്കുന്ന പ്രസ്ഥാനങ്ങൾ ശക്തി പ്രാപിച്ചുവരുന്നതാണ് പുതിയ സംഘർഷങ്ങൾക്ക് വഴിതെളിച്ചിരിക്കുന്നത്. ഭൂതകാലരതി മനുഷ്യന്റെ മൗലികസ്വഭാവമായതിനാൽ പുരാവൃത്ത രാഷ്ട്രീയം മനസ്സിനെ പെട്ടെന്ന് കീഴടക്കുന്നു.

നരജന്തു ദേവതകൾ

വന്യമായ ഗുഹാജീവിതത്തിൽനിന്നും കാലിവളർത്തലിലേക്കും പരിമിതമായ കാർഷികജീവിതത്തിലേക്കും നീങ്ങിയ ഗോത്രജീവിതത്തിലാണ് നര–മൃഗ–ജന്തു ദേവതാസങ്കല്പങ്ങൾ രൂപപ്പെട്ടത്. മനുഷ്യ കർതൃത്വം പക്ഷിമൃഗാദികളിൽ ആരോപിച്ചുകൊണ്ടാണ് ആദ്യകാല ദേവതകളെ മനുഷ്യൻ ആരാധിച്ച് തുടങ്ങിയത്. ബി.സി 12000-ൽ ഉണ്ടായതെന്ന് കരുതപ്പെടുന്ന പോത്തിന്റെ മുഖവും മനുഷ്യശരീരവുമുള്ള രൂപം ഫ്രാൻസിൽ നിന്നും കണ്ടുകിട്ടിയിട്ടുണ്ട്. കാട്ടുപോത്ത് അദമ്യമായ ശരീരശക്തിയുടെ അടയാളമാണ്. മനുഷ്യനെ ഭയപ്പെടുത്തിയിരുന്ന ആക്രമണോത്സുകരായ ജന്തുക്കളെ മനുഷ്യശക്തിയുമായി കൂട്ടിയിണക്കി ആരാധിച്ചുപോരുകയാണ് ആദികാലത്ത് ചെയ്തത്. ആനയും സിംഹവും പുലിയും കടുവയും സർപ്പങ്ങളുമെല്ലാം ദേവതാരൂപങ്ങളായത് അപ്രകാരമാണ്. ഗോത്രത്തലവന്മാരെയും മറ്റു പൂർവികരെയും ഗോത്രചിഹ്നങ്ങളായ മൃഗരൂപങ്ങൾ കലർത്തി ആരാധിച്ചുപോന്നു.

പ്രാചീന ഈജിപ്തിൽ ഫറവോമാരെ നരസിംഹരൂപത്തിലാണ് കൊത്തിയിരിക്കുന്നത്. കുറുക്കന്റെ മുഖമുള്ള ഈജിപ്ഷ്യൻ ദേവനാണ് ആനുബിസ്. അതുപോലെ ദേവതയായ ഐസിസിന്റെ പ്രതിമ സിംഹമുഖമുള്ള സ്ത്രീരൂപമാണ് (സെഖ്മെത്). ഗിൽഗാമേഷ് എപ്പിക്കിൽ തേൾമുഖമുള്ള മനുഷ്യരൂപങ്ങൾ കഥാപാത്രങ്ങളാണ്. ചൈനീസ് പുരാവൃത്തത്തിൽ ലോകസൃഷ്ടി നടത്തിയ നുവാ ദേവി നര–ജന്തുരൂപിയാണ്. നാഗകന്യകമാരും നാഗപുരുഷന്മാരും അതുപോലെ മത്സ്യകന്യകമാരും മത്സ്യപുരുഷന്മാരും ലോകമിത്തുകളിൽ പൊതുവേ കാണാം. നര–അശ്വരൂപിയായ ദേവതയാണ് സെന്റോർ (ഷിറോൺ). ഏഥൻസ് നഗരം നിർമ്മിച്ച സെക്രോപ്സ് എന്ന ദേവൻ പകുതി മനുഷ്യനും പകുതി ജന്തുരൂപിയുമാണ്. പ്രാചീന ഗോത്രസംസ്കാരത്തിന്റെയും തുടർന്നുണ്ടായ ഫ്യൂഡൽ നാടുവാഴിത്തത്തിന്റെയും തകർച്ചയ്ക്കുശേഷം മിത്തുകളും ദേവകഥകളും യൂറോപ്പിൽ വായനാകൗതുകങ്ങളായി പരിണമിച്ചപ്പോൾ ഇന്ത്യയിൽ അവ ദേവതാരൂപങ്ങളായി ദൈനംദിനജീവിതത്തിൽ അവശേഷിക്കുകയാണ് ചെയ്തത്.

ഗണപതിയുടെ കഥാചരിത്രം

ഇന്ത്യയിലെ നരസിംഹ–ഗജമുഖ ഗണപതികളുടെയും സങ്കല്പങ്ങൾക്ക് പിന്നിൽ ഗോത്രജീവിതകാലമാണ് പശ്ചാത്തലം. സിന്ധു നദീതട സംസ്കാരത്തിൽ നിന്നും കണ്ടെടുത്ത ദേവതാരൂപമാണ് ശിവൻ. അതോടൊപ്പം കണ്ടുകിട്ടിയിട്ടുള്ള വർത്തുളരൂപങ്ങൾ ലിംഗ–യോനി ആരാധനയെയും സൂചിപ്പിക്കുന്നു എന്ന് അനുമാനിക്കപ്പെടുന്നു. അതുകൊണ്ട് ശിവപാർവ്വതി സങ്കല്പത്തിന് പ്രാചീന ഭാരതീയർക്കിടയിൽ സിന്ധുനദീതട സംസ്കാരത്തോളം പഴക്കം കല്പിക്കപ്പെടുന്നുണ്ട്. ശിവൻ വന്യപ്രകൃതിയായ പർവ്വതനിവാസിയും പാർവതി പർവ്വതത്തിന്റെ പുത്രിയുമാണ്. വനദേവതകളായ പാർവതീപരമേശ്വരന്മാർ ആനരൂപത്തിൽ വിളയാടി നടന്നപ്പോൾ ജനിച്ചതാണ് ഗജമുഖരൂപമുള്ള ഗണപതി എന്നും അതല്ല, തന്റെ കാവൽക്കാരനായി പാർവതി സ്വശരീരത്തിൽ പൂശിയിരുന്ന കുങ്കുമം അടർത്തിയെടുത്ത് നിർമ്മിച്ച സിന്ദൂരവർണനായ പുത്രനാണ് ഗണപതി എന്നും കഥയുണ്ട്. പാർവതിയുടെ വസതിയിൽ അനുവാദമില്ലാതെ കടക്കാൻ ശ്രമിച്ച ശിവനെ തടഞ്ഞ ഗണപതിയുടെ ശിരസ്സ് ശിവൻ ഛേദിക്കുകയും തുടർന്ന് പാർവതിയുടെ കോപം ശമിപ്പിക്കാൻ ആനയുടെ ശിരസ്സ് ഗണപതിയുടെ ശരീരത്തോട് ചേർത്ത് പുനർജനിപ്പിച്ചശേഷം ആനത്തോൽ ശിവൻ വസ്ത്രമായി ധരിക്കുകയും ചെയ്തു എന്നാണ് മറ്റൊരു കഥ. എന്തായാലും ശിവന്റെ ഗോത്രജീവിതത്തിലെ ഭൂതഗണങ്ങളുടെ ഗണ–പതിയായിരുന്നു ഗജമുഖൻ.

യൂറോപ്യൻ രാജ്യങ്ങളുടെ പ്രകൃതിയിൽ ആനകൾ ഇല്ലാതിരുന്നതിനാൽ ഗജമുഖ ദേവതാസങ്കല്പ്പം അവരുടെ മിത്തുകളിൽ കാണുന്നില്ല. നേരെമറിച്ച് കുതിരയാണ് അവരുടെ പ്രിയപ്പെട്ട വളർത്തുമൃഗവും മിത്തുകളിലെ കഥാപാത്രവും. എന്നാൽ ആനകളുടെ സാന്നിധ്യമുണ്ടായിരുന്ന ലാവോസ്, തായ്‌ലൻഡ്, കമ്പോഡിയ, ഇന്ത്യ തുടങ്ങിയ രാജ്യങ്ങളിൽ മിത്തുകളിലും നാടോടിക്കഥകളിലും ആനകൾ കഥാപാത്രങ്ങളാണ്. ഇന്ത്യയിൽ ആനകളെ ദേവതാരൂപങ്ങളായി ആരാധിക്കുക മാത്രമല്ല വളർത്തുകയും സൈനികാവശ്യത്തിന് ഉപയോഗിക്കുകയും അവയിലൂടെ ആനക്കമ്പം നിലനിർത്തുകയും ചെയ്യുന്ന പാരമ്പര്യമാണുള്ളത്.

ഇന്ത്യയിൽ എത്തിയ അലക്സാണ്ടറാണ് ആനകളെ പുറംരാജ്യങ്ങളിലേക്ക് പരിചയപ്പെടുത്തിയത് എന്ന് കരുതപ്പെടുന്നു. ആനകളെ ദിക്കുകൾക്ക് കാവൽ നിൽക്കുന്ന ദിഗ്ഗജങ്ങളായി വിഭാവന ചെയ്യപ്പെടുന്നു. ആനകൾ വളർത്തുമൃഗങ്ങളായെങ്കിലും കാർഷിക ഉപകരണമല്ല. രാജകീയ–ഫ്യൂഡൽ പ്രൗഢിയുടെ ചിഹ്നമാണ്. കൊട്ടാരങ്ങളിലും ക്ഷേത്രങ്ങളിലും പ്രഭുഭവനങ്ങളിലും ആനകളെ പ്രൗഢിയുടെ അടയാളമായി

വളർത്തിയിരുന്നു. രാജാക്കന്മാരും പ്രഭുക്കളും ദേവവിഗ്രഹങ്ങളും ആനപ്പുറത്താണ് എഴുന്നള്ളിയിരുന്നത്.

എന്നാൽ കൃഷിക്കാർ ആനയെ മേഘരൂപിയായി സങ്കല്പിച്ച് മഴദേവനായി ആരാധിച്ചിരുന്നു. തായ്‌ലാൻഡ്, ലാവോസ്, കമ്പോഡിയ എന്നീ രാജ്യങ്ങളിൽ ആനകൾ മേഘരൂപികളായ മഴദൈവങ്ങളാണ്. കാളിദാസന്റെ *മേഘസന്ദേശ*ത്തിൽ മേഘങ്ങളെ ആനരൂപികളായി സങ്കല്പിക്കുന്നുണ്ട്. മഴദേവനായ ഇന്ദ്രന്റെ വാഹനമാണ് ആനകൾ. ഭാരതത്തിലെ കൃഷിക്കാർ മഴയ്ക്ക് വേണ്ടി ഇന്ദ്രപൂജ നടത്തുകയും കൃഷിയിടങ്ങളിൽ നഗ്നരായി നൃത്തം ചെയ്യുകയും നിലങ്ങൾ ഉഴുതുമറിക്കുകയും ചെയ്തിരുന്നു. ഗോത്രജീവിതത്തിലെ ഗണങ്ങളുടെ നായകനായിരുന്ന ഗണപതി കാർഷികജീവിതത്തിൽ കൃഷിക്കാരുടെ കാർഷിക വിഘ്നങ്ങൾ അകറ്റുന്ന വിഘ്നേശ്വരനായിത്തീർന്നു. നായാട്ടുജീവിതം നയിച്ചിരുന്ന ഗണങ്ങളുടെ അധിപനായിരുന്ന ഗണപതിസങ്കല്പമെന്ന് 'ഗണ' എന്ന ശബ്ദം സൂചന നൽകുന്നു.

ഇൻഡോ ആര്യൻ ഭാഷകളിലും സംസ്കൃതത്തിലും കാണുന്ന ജന് (gen) –ജനനി, ജന്മം–എന്ന ശബ്ദത്തിൽ നിന്നാണ് ഗണത്തിന്റെ വരവ്. "ജ"യും "ന"യും "ഗ" (go)യായും 'ണ'യായും(gone) ഉച്ചാരണത്തിൽ ഭേദപ്പെടുന്നു. അതുകൊണ്ട് ഗോത്രത്തിലെ ഒരേ രക്തഗ്രൂപ്പിൽപെട്ട ജന്മങ്ങളായിരുന്നു ഗണങ്ങൾ. കാർഷികസമൂഹം ഉടലെടുത്തതോടെ ഗണങ്ങൾ തൊഴിൽ കുലങ്ങളായി മാറുകയും ഗണപതി തൊഴിലും വരുമാനവും തടസ്സങ്ങൾ കൂടാതെ നിർവഹിച്ചുകിട്ടാനുള്ള കുലദേവതയായി മാറുകയും ചെയ്തു. രാജാക്കന്മാർക്ക് നിർവിഘ്നം യുദ്ധങ്ങൾ ജയിക്കാനുള്ള അനുഗ്രഹദേവനായിത്തീർന്നു. ഓരോ തൊഴിൽ വർഗവും തൊഴിൽ ആരംഭിക്കുന്നതിനുമുമ്പ് പൂജിക്കുന്ന ദേവനായി ഗണപതി മാറി. അതുകൊണ്ട് മേൽകീഴ് ഭേദമില്ലാതെ എല്ലാവരുടെയും തൊഴിൽദേവനായി ഗണപതി ഭാരതത്തിൽ പൂജിക്കപ്പെട്ടു പോന്നിരുന്നു. സവർണാധിപത്യത്തിന് കാർഷികസമ്പത്തിന്റെയും അധികാരത്തിന്റെയും ചൂഷണത്തെ നിർവിഘ്നം' തുടരാനുള്ള വിഘ്നേശ്വരനാണ് ഗണപതിയെങ്കിൽ പാവങ്ങൾക്ക് അവരുടെ ജീവിതോപാധികൾക്ക് തടസ്സങ്ങൾ വരാതിരിക്കാനുള്ള വിഘ്നേശ്വരനായിരുന്നു ഗണപതി.

108 ഗണപതി സങ്കല്പങ്ങൾ ഉണ്ടായിരിക്കുന്നത് തൊഴിൽകുലങ്ങളുടെ വൈവിധ്യത്തെയാണ് കാണിക്കുന്നത്. കീഴാളർ മുതൽ മേലാളർ വരെ ഗണപതിയെ പൂജിച്ചിരുന്നു എന്നതിന്റെ തെളിവാണ് ഗണപതിയെക്കുറിച്ചുള്ള ബഹുസ്വരത. ഗണപതിയുടെ പര്യായപദമാണ് മാതംഗരൂപൻ. മാതംഗർ എന്നാൽ കാട്ടാളർ, ചണ്ഡാലർ എന്നൊക്കെയാണ് അർത്ഥം. അതുകൊണ്ട് ഗോത്ര–ഗണദേവതയായി രൂപംകൊണ്ട് ഗണപതി പിൽ

ക്കാലത്ത് ഗോത്രങ്ങൾ കാർഷികജനതയായി മാറുകയും തുടർന്ന് രാജ്യങ്ങൾ ഉണ്ടാവുകയും ചെയ്തതോടെ ഗണപതിയും അതിനനുസൃതമായി പരിണമിക്കുകയാണ് ഉണ്ടായത്. ഗോത്രപിതാവായ ശിവൻ ചണ്ഡാലനായും കിരാതനായും കുറവനായും അവതാരങ്ങൾ സ്വീകരിക്കുന്നു.

ഭാരതത്തിൽ ആദ്യമായി ആനയെ മതചിഹ്നമായി ഉപയോഗിച്ചത് ബുദ്ധമതമാണ്. ബുദ്ധന്റെ മാതാവായ മായാദേവി ബുദ്ധനെ ഗർഭം ധരിച്ചത് ഒരു വെളുത്ത ആനക്കുട്ടി തന്റെ ഉദരത്തിനുള്ളിൽ കടന്നതായി സ്വപ്നം കണ്ടുകൊണ്ടാണ്. അതോടെ ആന ബുദ്ധമതത്തിൽ പ്രധാന ബിംബമായിത്തീരുകയാണ് ഉണ്ടായത്. ബൗദ്ധികശക്തിയുടെ പ്രതീകമായി ആനയെ ബുദ്ധമതം കരുതുന്നു. ലോകത്തെ ആനകൾ താങ്ങിനിർത്തുന്നതായി കരുതുന്നതുകൊണ്ട് മണ്ഡപങ്ങളുടെയും വിഹാരങ്ങളുടെയും തൂണുകളിൽ ആനരൂപങ്ങൾ കൊത്തിവയ്ക്കാൻ തുടങ്ങി. അതേസമയം വിഗ്രഹാരാധനയെ ആദ്യകാല ബുദ്ധമതം നിരസിച്ചിരുന്നു. ബ്രാഹ്മണമതം ശക്തിപ്രാപിച്ച കാലത്ത് ക്ഷേത്രങ്ങൾ നിർമ്മിക്കപ്പെട്ടപ്പോൾ ക്ഷേത്രങ്ങളിലും ആനരൂപങ്ങൾ പ്രധാനപ്പെട്ട ശില്പങ്ങളായി അണിനിരന്നു. ബുദ്ധമതത്തിൽ മാത്രമല്ല ജൈനമതത്തിലും ആനകൾ സ്വാധീനം ചെലുത്തിയിട്ടുണ്ട്. ആദ്യകാല തീർത്ഥങ്കരന്മാരുടെ ശില്പങ്ങൾക്ക് അകമ്പടി സേവിക്കുന്നത് ഗജരൂപങ്ങളാണ്. ഗജരൂപനായ ഗണപതിയെ ബുദ്ധിയുടെയും വിജ്ഞാനത്തിന്റെയും പ്രതിരൂപമായി ബ്രാഹ്മണമതം കരുതുന്നു. ഭൗതികസമ്പത്തും അധികാരവും ജ്ഞാനമേൽക്കോയ്മയും കയ്യടക്കിയ ത്രൈവർണികർ, അതായത് ബ്രാഹ്മണ–ക്ഷത്രിയ–വൈശ്യ–വർണങ്ങൾ ശൂദ്രാദി അധമവർഗങ്ങൾക്ക് അക്ഷരജ്ഞാനം നിഷേധിച്ചുകൊണ്ട് ഗണപതിയെ എഴുത്തിന്റെ ദേവനായി പ്രതിഷ്ഠിച്ചു. അതുകൊണ്ട് ഇന്നും 'ഹരിശ്രീ ഗണപതായേ നമഃ' എന്നെഴുതിക്കൊണ്ട് കുട്ടികളെ എഴുത്തിനിരുത്തുന്നു. വ്യാസനിൽനിന്നും *മഹാഭാരതം* കേട്ടെഴുതിയെടുത്തത് എഴുത്തിന്റെ ദേവനായ ഗണപതിയാണെന്നാണ് പുരാവൃത്തവിശ്വാസം.

അങ്ങനെ വർണ ജാതി ഭേദമെന്യേ കർമ്മാരംഭ ദേവനായി ഗണപതിയെ പരിഗണിച്ചുപോരുകയാണ്. ഗണപതിപൂജ കൂടാതെ വിശ്വാസികൾ ഒരു കർമ്മവും ആരംഭിക്കുന്നില്ല എന്നതുകൊണ്ട് ഒരു തൊഴിലാളിവർഗ ദേവനാണ് ഗണപതി എന്ന് രസകരമായി പറയാം. തൊഴിൽവർഗത്തിന്റെയും വൈശ്യരുടെയും മുഖ്യദേവനാണ്. പ്രത്യേകിച്ചും നെയ്ത്ത് വർഗത്തിന്റെ കുലദൈവമായി ഗണപതിയെ കരുതുന്നു.

താന്ത്രികമതവും ഗണപതിയും

തന്ത്രത്തിന്റെ ഉല്പത്തിതന്നെ നെയ്ത്തുകാരായ വിഭാഗത്തിൽ നിന്നാകാം എന്നൊരൂഹമുണ്ട്. കൈത്തൊഴിലിൽ പ്രഥമസ്ഥാനത്ത് നിൽക്കുന്നതാ

ണ് തുണിനെയ്ത്ത്. ആധുനിക മൂലധനം രൂപപ്പെട്ടത് തുണിവ്യാപാരത്തിൽ നിന്നാണെന്ന് പഠിക്കപ്പെട്ടിട്ടുണ്ട്. ബ്രിട്ടീഷ് മൂലധനത്തിന്റെ പ്രധാന സ്രോതസ്സുകളിൽ ഒന്ന് ഇന്ത്യയിലെ പരുത്തിയും നൂലും ആണെന്ന് മാർക്സ് *മൂലധന*ത്തിൽ നിരീക്ഷിക്കുന്നു. ഇന്ത്യയിലെ നെയ്ത്തുകാരുടെ പ്രധാനപ്പെട്ട ദൈവമാണ് ഗണപതി. തുണി വ്യാപാരികളുടെ കേന്ദ്രമായിരുന്നു മഹാരാഷ്ട്രയും ഗുജറാത്തും. ബാലഗംഗാധര തിലകൻ മഹാരാഷ്ട്രയിലെ ഗണേശപൂജയെ ബ്രിട്ടീഷുകാർക്കെതിരായി ജനങ്ങളെ സംഘടിപ്പിക്കാൻ ഉപയോഗിച്ചതാണ് ഇന്ന് ഇന്ത്യയിൽ ഹിന്ദുരാഷ്ട്രവാദികൾ കൊണ്ടാടുന്ന ഗണേശപൂജ. വ്യാപാരിവർഗത്തിന്റെ മുഖ്യദൈവമായ ഗണപതിപൂജയുടെ സ്വാധീനം താന്ത്രികമതത്തിൽ പ്രതിഫലിച്ചിട്ടുണ്ട്. ഹൈന്ദവ–ബൗദ്ധ മതങ്ങളുടെ അലകും പിടിയും മാറ്റിയ താന്ത്രികമതത്തിൽ ഗണപതിയെ കേന്ദ്രമാക്കിക്കൊണ്ട് രൂപംകൊണ്ട വിഭാഗമാണ് ഗാണപത്യ വിഭാഗം. താന്ത്രികമതത്തിലെ പഞ്ച'മ'കാരങ്ങളായ മദ്യം, മാംസം, മത്സ്യം, മൈഥുനം, മുദ്ര എന്നീ ഘടകങ്ങൾ അബ്രാഹ്മണിക്കലാണ്. താന്ത്രികമതചരിത്രകാരനായ എൻ.എൻ. ഭട്ടാചാര്യ ഗണപതിയെ ഗോത്രദൈവമായിട്ടാണ് പരിഗണിക്കുന്നത്. “As a symbol of the chief tribal diety of the past,even today Ganesha is worshipped before the other gods elephant head is probably is a totemic symbol. His exclusively tribal character in corporates many features of primitive life. (The History of The Tantric Religion. page 255) കർമ്മരംഗത്തെ തടസ്സങ്ങൾ നീക്കി അധ്വാന പ്രക്രിയയെ പോഷിപ്പിച്ച് ഉൽപാദന രംഗത്തെ സംപുഷ്ടമാക്കുന്ന ദേവതാസങ്കല്പമായിട്ടാണ് ഗണപതിയുടെ വരവ്. ഗണപതി യാത്ര ആരംഭിക്കുന്നത് ഗോത്രസംസ്കൃതിയിൽ നിന്നാണ്. ഉല്പാദന-വിതരണങ്ങളുടെ വിഘ്നങ്ങൾ നീക്കാൻ വിശ്വാസികൾ ഗണപതിയെ പൂജിക്കുന്നു. ഗണപതി മോക്ഷദാതാവായ ദേവതാസങ്കല്പമല്ല. താന്ത്രികമതത്തിലെ ഗണപതിക്ക് മൂന്നു നേത്രങ്ങളും നാലു കൈകളിൽ പാശം, അങ്കുശം, ഗദ, അഭയമുദ്ര എന്നീ ആയുധങ്ങളുമുണ്ട്. മദിര കുടിച്ച് വയറു വീർത്തിരിക്കുന്ന ഗണപതിയുടെ ഇടതു മടിത്തട്ടിൽ ഇരിക്കുന്നത് ശക്തിദേവതയാണ് .(N.N. Bhattacharya–*The History of Tantric religion* – page 257) ഗണപതിമന്ത്രം എഴുതി വിദ്യാരംഭം കുറിക്കുന്ന ഉപരിവർഗം ശൂദ്രാദിവർഗങ്ങൾക്ക് നിരക്ഷരതയാണ് വിധിച്ചത്. ഗാണപത്യ താന്ത്രികർ ജാതി വർണഭേദമെന്യേ ഗണാപത്യതന്ത്രത്തെ പൊതുവ്യവഹാരമാക്കി ജനകീയവൽക്കരിക്കാനാണ് ശ്രമിച്ചത്.

കേരളത്തിൽ ആനഭ്രാന്തിനോടൊപ്പം ഗണപതിക്കും മുഖ്യസ്ഥാനം ലഭിച്ചിട്ടുണ്ട്. രാജാധികാരത്തിന്റെയും ബ്രാഹ്മണാധികാരത്തിന്റെയും കൊടി അടയാളമായിരുന്ന ആനയുടെ പുറത്ത് രാജാക്കളോ നമ്പൂതിരി പ്ര

ഭൂക്കളോ എഴുന്നള്ളിയിരുന്നില്ല. പകരം ക്ഷേത്രത്തിൽ ദേവവിഗ്രഹങ്ങൾ എഴുന്നെള്ളിക്കാനാണ് ആനകളെ ഉപയോഗിച്ചത്. അങ്ങനെ സവർണ ക്ഷേത്രോത്സവങ്ങളുടെ അവിഭാജ്യഘടകമായി തീർന്നു ആനകൾ. ശൂദ്ര കീഴാള വർഗങ്ങളെപ്പോലെ കേരളത്തിൽ ആനകളും ഉപരിവർഗത്തിന്റെ സേവകവൃന്ദമായിട്ടാണ് പരിഗണിക്കപ്പെട്ടത്. സർവ്വതല സ്പർശിയായി നിൽക്കുന്ന ഗണപതി സങ്കല്പത്തെ ഇപ്പോൾ രാഷ്ട്രീയവൽക്കരിച്ച് വോട്ട് ബാങ്ക് നിർമ്മിക്കാനാണ് ശ്രമിക്കുന്നത്. ഗണപതിയെപ്പോലെ നര-മൃഗ ദേവതാസങ്കല്പങ്ങളും കഥാപാത്രങ്ങളും ലോകമിത്തുകളിൽ നിറയെ ഉണ്ടെന്ന കാര്യം ഓർമിക്കുന്നത് നന്നായിരിക്കും. കക്ഷിരാഷ്ട്രീയ പ്രത്യയശാസ്ത്രത്തിന് പകരം ദേവബിംബപ്രത്യയശാസ്ത്രവും മതരാഷ്ട്രീയവും കൊണ്ടുവരുന്നത് ജനാധിപത്യത്തിന്റെ അന്ത്യം കുറിക്കും. കർമ്മരംഗങ്ങളിലെ തടസ്സങ്ങളും വിജയപരാജയങ്ങളും ഭൗതികമായ രീതിയിൽ കാര്യകാരണബന്ധ ബോധത്തിൽ മനസ്സിലാക്കുന്ന ശാസ്ത്രബോധമുള്ള ഒരവസ്ഥയിൽ മാത്രമേ 'വിഘ്നേശ്വരകഥകൾ' കേവലം മിത്തുകളായി വായിക്കപ്പെടുകയുള്ളൂ. എന്നാൽ ചാതുർവർണ്യ സ്വേച്ഛാധിപത്യത്തെ ഉറപ്പിക്കാൻ മിത്തുകൾക്ക് ശാസ്ത്രീയമുഖം നൽകാനാണ് ശ്രമിക്കുന്നത്. അതിനെ നേരിടുക എന്നതാണ് ജനാധിപത്യ പൗരസമൂഹം നേരിടുന്ന വെല്ലുവിളി.

ഗണപതിയുടെ ഗജനരരൂപത്തെ പ്ലാസ്റ്റിക്സർജറിയുടെ പ്രാരംഭ മാതൃകയായി വ്യാഖ്യാനിച്ചാൽ പ്രാചീന ഈജിപ്റ്റിലും ഗ്രീസിലും ബാബിലോണിയയിലും ചൈനയിലും കമ്പോഡിയയിലും മറ്റും പ്ലാസ്റ്റിക് സർജറി നടത്തുന്ന ചികിത്സാലയങ്ങൾ ഉണ്ടായിരുന്നുവെന്ന വ്യാജ ശാസ്ത്ര പ്രസ്താവങ്ങളെ ആനപ്പുറത്ത് തന്നെ പൂരക്കാഴ്ചയായി എഴുന്നള്ളിക്കേണ്ടി വരും.

രാമഭക്തി രാഷ്ട്രീയത്തിന്റെ ആൾക്കൂട്ട മനഃശാസ്ത്രം

തത്ത്വചിന്തകരും ശാസ്ത്രജ്ഞരും മഹാപ്രതിഭകളായ എഴുത്തുകാരും നിറഞ്ഞ ജർമ്മൻ സമൂഹത്തിൽ എങ്ങനെ നാസിസം എന്ന ഫാസിസം ആൾക്കൂട്ടങ്ങൾക്ക് സ്വീകാര്യമായിത്തീർന്നു? വില്യം റീഖ് *ഫാഷിസത്തിന്റെ ആൾക്കൂട്ട മനഃശാസ്ത്രം* എന്ന കൃതിയിൽ പറയുന്നത് മനുഷ്യന്റെ യുക്തിരഹിത സ്വഭാവഘടനയിൽ ഫാഷിസം സ്വീകാര്യത നേടുന്നു എന്നാണ്. ആയിരക്കണക്കിന് വർഷങ്ങളായി ജാതീയവും മതപരവുമായ അടിച്ചമർത്തലുകൾക്ക് വിധേയരായി ജീവിക്കുന്ന ഭാരതീയജനതയുടെ യുക്തിരഹിത സ്വഭാവഘടനയിലാണ് ശ്രീരാമഭക്തി രാഷ്ട്രീയം സ്വീകാര്യത നേടി ആൾക്കൂട്ട മനഃശാസ്ത്രമായി പരിണമിച്ചുകൊണ്ടിരിക്കുന്നത്. സാമാന്യജനതയുടെ യുക്തിരഹിതവും അന്ധവിശ്വാസനിർഭരവുമായ മനസ്സുകൾക്ക് ശ്രീരാമഭക്തിരാഷ്ട്രീയം നൽകുന്ന മതോർജം തെരുവ് പ്രകടനമായും ആഘോഷങ്ങളായും ആക്രോശസ്തോത്ര ഗീതങ്ങളായും വിദ്വേഷ നാമജപങ്ങളായും മാറിക്കൊണ്ടിരിക്കുകയാണ്. ഈ ആൾക്കൂട്ട മനഃശാസ്ത്രത്തെ എങ്ങനെ അഭിസംബോധന ചെയ്യാൻ കഴിയും എന്നതാണ് ചിന്താവിഷയം.

ഇന്ത്യൻ കുടുംബഘടന സജാതീയ ലൈംഗികതയിലൂടെ രൂപംകൊണ്ടിരിക്കുന്ന പുരുഷ സർവ്വാധിപത്യരൂപങ്ങളാണ്. നിഗൂഢാത്മീയതയും (mysticism) ആഭിചാരക്രിയാബദ്ധമായ മതാചാരജീവിതവും (occultism) നിലനിൽക്കുന്നത് കുടുംബകേന്ദ്രീകൃതമായിട്ടാണ്. അമാനുഷികതയിലുള്ള വിശ്വാസം, ഗുരുഭക്തി, പിതൃഭക്തി, രാജഭക്തി, പുരോഹിതഭക്തി, സർവോപരി ദൈവഭക്തി എന്നീ ഭക്തിമേഖലകൾ നിറ

ഞ്ഞുനിൽക്കുന്നതാണ് ആൾക്കൂട്ടത്തിന്റെ മനോഘടന. അതുകൊണ്ട് മനുഷ്യ സ്വഭാവതലത്തിൽ ഫാഷിസം പെട്ടെന്ന് സ്വാധീനം ചെലുത്തും. ഇന്ത്യൻ മനസ്സിനെ രാമഭക്തി രാഷ്ട്രീയത്തിന്റെ ആൾക്കൂട്ട മനഃശാസ്ത്രമായി പരിവർത്തിപ്പിക്കാൻ പെട്ടെന്ന് കഴിയുന്നതും അതുകൊണ്ടാണ്.

എന്തുകൊണ്ട് രാമഭക്തി രാഷ്ട്രീയം?

ജർമ്മനിയിലും ഇറ്റലിയിലും സംഭവിച്ചത് പോലുള്ള വംശീയവും രാഷ്ട്രീയവുമായ ഫാഷിസത്തിന് ഇന്ത്യയിൽവേരുറപ്പ് ഉണ്ടാവുകയില്ല. കാരണം ഭാഷ, സംസ്കാരം, വംശീയത, ജാതീയത, വർണം എന്നിവയിലൊക്കെ ബഹുസ്വരതകൾ കലർന്നതാണ് ഇന്ത്യൻ ജനജീവിതം. എന്നാൽ നാനാത്വത്തിൽ ഏകത്വമായി നിൽക്കുന്നത് മതബോധമാണ്. മുപ്പത്തിമുക്കോടി ദൈവാരാധനകൾ ഇന്ത്യയിലുണ്ടെങ്കിലും രാമൻ എന്നുപറയുന്ന ഏക ദൈവത്തിൽ ഇന്ത്യയെ ഏകീകരിക്കാനുള്ള ശ്രമം എന്തുകൊണ്ടാണ് നടക്കുന്നത്? ശിവനെയോ ശ്രീകൃഷ്ണനെയോ ദുർഗയെയോ എന്തുകൊണ്ട് അതിനുപയോഗിക്കുന്നില്ല? കുലവും ജാതിയും വർണവും നിശ്ചയമില്ലാത്ത ശിവൻ സവർണേതരനാണ്. ശ്രീകൃഷ്ണൻ ആകട്ടെ ഭഗവദ്ഗീതാകാരനാണെങ്കിലും യാദവനാണ്. കാർഷികദേവതയും ഗോത്രദേവതയുമായ ദുർഗ ഇന്ത്യയിലെ അവർണ വിഭാഗത്തിന്റെ മുഴുവൻ ആരാധനാപാത്രമാണ്. പഴയകാലത്ത് ദുർഗ ബ്രാഹ്മണരുടെ കുലദേവതയായിരുന്നില്ല. എന്നാൽ തികച്ചും ക്ഷത്രിയനായ ശ്രീരാമൻ ബ്രാഹ്മണർക്കും ക്ഷത്രിയർക്കും ശൂദ്രർക്കും അന്ത്യജാതികൾക്കും സ്വീകാര്യമാണ്.

രാമായണ കഥാഖ്യാനങ്ങൾ ഇന്ത്യയിൽ വ്യാപിച്ചിട്ടുള്ളതുപോലെ ശ്രീകൃഷ്ണചരിത്രമായ ഭാഗവതമോ ശിവപുരാണങ്ങളോ ഇന്ത്യയിൽ അടിമുടി പ്രചരിച്ചിട്ടില്ല. മാത്രമല്ല, *ഭാഗവതവും ഭഗവദ് ഗീത*യും തികച്ചും ബ്രാഹ്മണാധീനമായിരുന്നു. എന്നാൽ രാമായണകഥ ബ്രാഹ്മണർ മുതൽ ഗോത്രവർഗങ്ങൾ വരെ പാടിയിരുന്നു. 1650 ഓളം ഭാഷകളുള്ള ഇന്ത്യയിൽ ഓരോ ഭാഷയിലും കുറഞ്ഞത് ഒന്നിലേറെ രാമായണങ്ങൾ നിലവിലുണ്ട്. അതുകൊണ്ട് രാമാനുജൻ പറയുന്ന 300 രാമായണങ്ങളല്ല, 3000ത്തിലേറെ രാമായണങ്ങൾ ഇന്ത്യയിൽ പ്രചരിക്കുന്നുണ്ട്. കേരളത്തിലെ മുസ്ലിങ്ങൾക്ക് പോലും മാപ്പിളരാമായണം നിലവിലുണ്ട്. അതുപോലെ ഗോത്രരാമായണങ്ങൾ, ദളിത് രാമായണങ്ങൾ, പെൺരാമായണങ്ങൾ, ശൂദ്രരാമായണങ്ങൾ, ക്ഷത്രിയരാമായണങ്ങൾ, വൈശ്യരാമായണങ്ങൾ ബ്രാഹ്മണരാമായണങ്ങൾ അങ്ങനെ ഓരോ ജാതിക്കും രാമായണങ്ങൾ നിലനിന്നിരുന്നു. ചാതുർവർണ്യ വ്യവസ്ഥയിൽ എല്ലാ ജാതികൾക്കും ഒരുപോലെ സ്വീകാര്യമാകുന്ന രാമായണാഖ്യാനം ഉണ്ടാ

യിരുന്നില്ല. ബ്രാഹ്മണരുടെ *വാത്മീകിരാമായണം* മുകൾത്തട്ടുമുതൽ കീഴ്ത്തട്ടുവരെ ഒരേ രീതിയിൽ സ്വീകരിച്ചാൽ ജാതി സമത്വവും വർണസമത്വവും വന്നു പോകും. അതുകൊണ്ട് ഓരോ ജാതിയും അവരുടേതായ രാമായണകഥകൾ അവരുടേതായ മൊഴികളിൽ അവരുടേതായ ഭാവനാരീതി അനുസരിച്ച് മാറ്റങ്ങൾ വരുത്തി പാടിയിരുന്നു.അതുകൊണ്ട് ഇന്ത്യൻ രാമായണപൈതൃകം എന്നത് ബഹുസ്വരതയിൽ അധിഷ്ഠിതമാണ്.

ഇന്ത്യയുടെ ആൾക്കൂട്ട മനഃശാസ്ത്രത്തിൽ ആദിരൂപമായി പതിഞ്ഞു കിടക്കുന്ന രാമരൂപത്തെ വീണ്ടെടുത്ത് മതപരമായ ഏകീകരണത്തിന് ആയുധമാക്കുകയാണ് ഹിന്ദുത്വരാഷ്ട്രീയം ചെയ്യുന്നത്. അയോധ്യ എന്ന രാമന്റെ ജന്മഭൂമിയും രാമക്ഷേത്രവും അതിശക്തമായ മതസാംസ്കാരിക ബിംബമാക്കി ഉയർത്തിക്കൊണ്ടുവരികയാണ്. അങ്ങനെ സഹസ്രക്കണക്കിലുള്ള ജാതിഗോത്രരാമായണങ്ങളെ നിഷ്കാസനം ചെയ്ത് ഒരു ഹിന്ദുത്വ രാമായണ ബൃഹദാഖ്യാനം രാമഭക്തിരാഷ്ട്രീയത്തിലൂടെ നിർമ്മിച്ചിരിക്കുയാണ്.

ബ്രാഹ്മണ പ്രത്യയശാസ്ത്രത്തിന്റെ ഉപകരണമാണ് ദശാവതാര കഥ. ദൈവത്തിന്റെ പുനർജന്മങ്ങൾ എന്ന് പറയാം. കീഴാളദൈവങ്ങളെ മേലാളദൈവങ്ങളുടെ അവതാരങ്ങളായി വ്യാഖ്യാനിച്ചുകൊണ്ടാണ് നവ ഹിന്ദുമതം കീഴാള ദേവാലയങ്ങളെ ക്ഷേത്രങ്ങളാക്കി പരിവർത്തിപ്പിച്ചുകൊണ്ടിരിക്കുന്നത്. ശിവനും ദുർഗയും ദുർഗാരൂപകല്പിതങ്ങളായ അസംഖ്യം അമ്മദൈവങ്ങളും കീഴാളജാതികളുടെ ആരാധനാമൂർത്തികളാണ്. അത്തരം ദേവതകളുടെ ആരാധനകളിൻമേൽ സവർണക്കാർ മുൻപ് ഇടപെട്ടിരുന്നില്ല. ശ്രീരാമനെയും ശ്രീകൃഷ്ണനെയും ദേവതകളായി പ്രതിഷ്ഠിക്കാൻ കീഴ്ജാതികൾക്ക് അനുവാദം ഉണ്ടായിരുന്നില്ല. ഗുരുവായൂർ പോലുള്ള കൃഷ്ണക്ഷേത്രങ്ങളിൽ താഴ്ന്നജാതികൾക്ക് പ്രവേശനം നിരോധിച്ചിരുന്നു. നാരായണഗുരു പ്രതിഷ്ഠിച്ചത് ശിവക്ഷേത്രങ്ങളും അമ്മദേവീക്ഷേത്രങ്ങളുമാണ്. മുനിപദം മോഹിച്ച് തപസ്സുചെയ്ത ശംബൂകനെ വധിച്ച ശ്രീരാമനാണ് ചാതുർവർണ്യ സംരക്ഷകവാദികളായ സവർണരുടെ ദൈവം. അതുകഴിഞ്ഞാൽ ശ്രീകൃഷ്ണൻ. രാമകഥാഭേദങ്ങളുടെ സർവ്വതല വ്യാപ്തിയെ രാഷ്ട്രീയ ആയുധമാക്കി ഫാഷിസത്തിന്റെ ആൾക്കൂട്ട മനഃശാസ്ത്രം നിർമ്മിച്ചെടുക്കുകയാണ് ചെയ്യുന്നത്.

ബുദ്ധ-ജൈനമത കാലങ്ങൾ മുതൽ രാമായണകഥ ഇന്ത്യയിൽ പ്രചരിച്ചുതുടങ്ങിയതാണ്. ഭക്തിപ്രസ്ഥാനകാലത്ത് പ്രാദേശികഭാഷകളിലുടനീളം ഒന്നിലേറെ രാമായണങ്ങൾ രചിക്കപ്പെട്ടിട്ടുണ്ട്. ആധുനിക ഇന്ത്യൻ സാഹിത്യങ്ങളിലും രാമനെയും രാമായണത്തെയും ആസ്പദമാക്കി എത്രയോ കാവ്യങ്ങളും ഇതര രചനകളും ഉണ്ടായിരിക്കുന്നു. ഇക്കാ

ലംവരെ രാമനോ രാമായണമോ ഇന്ത്യയിൽ മതവിദ്വേഷത്തിനുള്ള ഉപകരണമായിട്ടില്ല. ഇന്ന് ചരിത്രഗതി മാറിയിരിക്കുന്നു. വില്യം റീഖ് പറയുന്നത് എവിടെയെല്ലാം ഫാഷിസം പ്രത്യക്ഷപ്പെട്ടിട്ടുണ്ടോ അവിടെയൊക്കെ അതിനെ ജനങ്ങൾ ഏറ്റെടുത്ത് വഹിച്ചു കൊണ്ടുപോയി വലിയ പ്രസ്ഥാനം ആക്കിയിട്ടുണ്ട് എന്നാണ്. ഇന്ത്യയിൽ രാമഭക്തി രാഷ്ട്രീയത്തെ ആൾക്കൂട്ട മനഃശാസ്ത്രത്തിൽ ഉൾച്ചേർത്ത് ജനങ്ങളെ അതിന്റെ വാഹകരാക്കിത്തീർക്കുകയാണ് ചെയ്യുന്നത്. അതിലൂടെ അങ്ങേയറ്റം പ്രതിലോമകരമായ ഒരു സമൂഹത്തെയാണ് സൃഷ്ടിക്കുന്നത്. ഇടതുപക്ഷം ശക്തി പ്രാപിച്ചാൽ ഫാഷിസം വരില്ല എന്ന ധാരണയും തിരുത്തേണ്ടതാണ്. ജർമ്മനിയിലും ഇറ്റലിയിലും ഇതര പാർട്ടികളെക്കാൾ അതിശക്തമായിരുന്നു കമ്യൂണിസ്റ്റ് പാർട്ടികൾ. എന്നാൽ അവയെ നിർവീര്യമാക്കി ചിതറിച്ചു തകർത്തുകൊണ്ടാണ് ഫാഷിസം കയറിവന്നത്. ബംഗാളും ത്രിപുരയും ഉദാഹരണങ്ങളായി നിൽക്കുന്നു. അതുകൊണ്ട് കേരളീയസമൂഹത്തിന്റെ നില അത്ര ഭദ്രമാണെന്ന് പറയാനാവില്ല. കേരളത്തിൽ കർക്കടക മാസത്തിലെ രാമായണം വായനയിലൂടെ രാമഭക്തി രാഷ്ട്രീയത്തിന്റെ ആൾക്കൂട്ട മനഃശാസ്ത്രം നിർമ്മിച്ചെടുക്കാൻ വേണ്ടിയുള്ള ശ്രമമാണ് ഹിന്ദു ഐക്യവേദി എന്ന പേരിൽ ആരംഭിച്ചത്. എന്നാൽ ഉത്തരേന്ത്യയിലെ ഹിന്ദി മേഖലയിൽ തുളസീദാസിന്റെ രാമായണം തിരുത്തിയ സ്വാധീനത്തിന്റെ മാതൃകയിൽ കേരളത്തിലും രാമഭക്തി ഉത്പാദിപ്പിച്ചെടുക്കാനാണ് ശ്രമിച്ചതും ശ്രമിച്ചുകൊണ്ടിരിക്കുന്നതും. ഉത്തരേന്ത്യയിലെ ഹിന്ദുമത ഘോഷയാത്രകളും ക്ഷേത്രോത്സവങ്ങളും മുസ്ലിം ഭൂരിപക്ഷ പ്രദേശങ്ങളിലൂടെ നടത്തി വർഗീയലഹളകൾ സൃഷ്ടിച്ച് മതാത്മകമായ ആൾക്കൂട്ട മനഃശാസ്ത്രം നിർമ്മിക്കുകയാണ് ചെയ്യുന്നത്. ഉത്തരേന്ത്യയുടെ ഭൂതകാല ചരിത്രസ്മൃതികളും പുരാവൃത്തങ്ങളും അതിന് സഹായകമാണ്.

ചരിത്രപുരുഷന്മാരും പുരാണകഥകൾ നടന്നതായി വിശ്വസിക്കപ്പെടുന്ന സ്ഥലങ്ങളും അവയെ സംബന്ധിച്ച നാടോടിവിശ്വാസങ്ങളും നിറഞ്ഞുനിൽക്കുന്ന ഉത്തരേന്ത്യൻ മനസ്സ് അങ്ങേയറ്റം ഫോക്‌ലോറിക്- മതാത്മകമാണ്.

എന്നാൽ ദക്ഷിണേന്ത്യയിൽ ഇത്തരം ഒരു മാനസിക പരിസ്ഥിതി നിലനിൽക്കുന്നില്ല. പ്രത്യേകിച്ചും അഹിന്ദി പ്രദേശങ്ങളായതിനാൽ. തുളസീദാസ് രാമായണത്തിൽ ശ്രീരാമനെ ആക്രമണോത്സുകനായിട്ടല്ല നേരെമറിച്ച്, കാരുണ്യവും സമചിത്തതയും നിറഞ്ഞ കഥാപാത്രമായിട്ടാണ് ചിത്രീകരിക്കുന്നത്. ജനങ്ങളുരുവിട്ട നാമജപം 'രാമ രാമ പാഹിമാം' എന്നാണ്. ദുരിതജീവിതവ്യഥകളിൽ നിന്നും രാമനെ രക്ഷകനായി കണ്ടുകൊണ്ടുള്ള മോചനകാംക്ഷയാണ് അവരുടെ രാമഭക്തി

യിൽ നിറഞ്ഞുനിൽക്കുന്നത്. എന്നാൽ 1990-കളിലാണ് അതേവരെ ഹിന്ദുത്വശക്തികൾ ആഘോഷിച്ചുപോന്ന ഓംകാളി, സീതാറാം എന്നീ മന്ത്രോച്ചാരണങ്ങൾ ഉപേക്ഷിച്ച് ജയ് ശ്രീറാം എന്ന് വിളിച്ചു തുടങ്ങിയത്. ബാബറി മസ്ജിദ് തകർക്കാനുള്ള ആൾക്കൂട്ട മനഃശാസ്ത്രത്തിന്റെ നിർമ്മിതിക്ക് അത് ഉപയോഗിച്ചു. വിശ്വാസികളിൽ വിധ്വംസകമായ മാനസികോർജ്ജം ഉല്പാദിപ്പിക്കാൻ അത് സഹായകമായിത്തീർന്നു. ഇന്ന് ജയ് ശ്രീറാം എന്ന നാമോച്ചാരണം ആൾക്കൂട്ടത്തിന്റെ മനസ്സിൽ പകയും വെറുപ്പും നിറയ്ക്കാനാണ് ഉപയോഗിക്കുന്നത്. സാധാരണ ശ്രീരാമന്റെ ചിത്രത്തിൽ അമ്പും വില്ലും ധരിച്ച് ശാന്തനായി നിൽക്കുന്ന രൂപത്തെയാണ് അവതരിപ്പിച്ചിരുന്നത്. എന്നാൽ ഹിന്ദി മേഖലയിലെ ആൾക്കൂട്ട മനഃശാസ്ത്രത്തെ സ്വാധീനിക്കാൻ വില്ലിൽ അമ്പു തൊടുത്ത് ശത്രുവിനെ ലക്ഷ്യമാക്കി നിൽക്കുന്ന വീരശൂര പരാക്രമിയായ രാമരൂപത്തെയാണ് അവതരിപ്പിക്കുന്നത്. ഈയൊരു മാറ്റം അശോകചക്രത്തിലും വരുത്തിയിട്ടുണ്ട്. പഴയ അശോകചക്രത്തിൽ ശാന്തരൂപികളായ സിംഹമുഖങ്ങളെയാണ് ചിത്രീകരിച്ചിട്ടുള്ളത്. എന്നാൽ കേന്ദ്രസർക്കാർ ഈയിടെ പുറത്തുവിട്ട അശോകചക്രത്തിൽ സിംഹങ്ങൾ അലറാൻ വേണ്ടി വാ പൊളിച്ചു നിൽക്കുന്ന രൂപങ്ങളാണ്. ഉത്തരേന്ത്യയിലെ ഒമ്പത് ഹിന്ദി സംസ്ഥാനങ്ങളിൽ തുളസീദാസ് രാമായണത്തിലൂടെ രാമഭക്തി രാഷ്ട്രീയത്തിന്റെ ആൾക്കൂട്ട മനഃശാസ്ത്രം നിർമ്മിച്ചുകഴിഞ്ഞു. അതിനുള്ള തെളിവാണ് അവിടത്തെ സംസ്ഥാന തിരഞ്ഞെടുപ്പുഫലങ്ങൾ.

മധ്യവർഗവും മാധ്യമലോകവും സാമുദായികപ്രസ്ഥാനങ്ങളും വലതുപക്ഷ ബുദ്ധിജീവികളും ഇടതുപക്ഷവിരുദ്ധ ജനാധിപത്യ പ്രസ്ഥാനങ്ങളും തൊഴിൽവർഗ വിഭാഗങ്ങളും ക്രമേണ മൃദുഹിന്ദുത്വവൽക്കരണ പാതയിലാണ്. അയിത്താചാര ഘടനയോട് ഏറ്റുമുട്ടിയ സാമൂഹിക പരിഷ്കരണ പ്രസ്ഥാനങ്ങളുടെ പിൻമുറക്കാർ ഇന്ന് രാമഭക്തിരാഷ്ട്രീയത്തിന്റെ ആൾക്കൂട്ട മനഃശാസ്ത്ര ഓഹരിക്കാരായി മാറിക്കൊണ്ടിരിക്കുന്നു.

മനുഷ്യൻ സാമൂഹികജീവിതം ആരംഭിച്ച കാലം മുതൽക്ക് തന്നെ മതവും ദൈവവിശ്വാസവും നിലനിന്നു പോരുകയാണ്. ഭൗതിക ജീവിതോല്പാദനോപാധികളിലും ഉല്പന്നങ്ങളിലും അവയുടെ വിതരണത്തിലും മത ദൈവവിശ്വാസങ്ങൾ നേരിട്ടിടപെട്ടിരുന്നില്ല. ശാലിയനും മുസ്ലിമും ചെയ്യുന്ന വസ്ത്രങ്ങൾ ബ്രാഹ്മണൻ മുതൽ താഴേത്തട്ടിലെ കീഴ്ജാതിക്കാരൻ വരെ ഉപയോഗിച്ചിരുന്നു. അതുപോലെ കീഴ്ജാതി തൊഴിൽ വർഗങ്ങൾ നിർമ്മിച്ചിരുന്ന ഉല്പന്നങ്ങൾ കൊണ്ടാണ് കുലീനവർഗവും കീഴാളവർഗവും എല്ലാം ജീവിച്ചുപോന്നത്. കുലത്തൊഴിലുകൾ അനുസരിച്ച് ജാതി വിഭജനം നടത്തിയിരുന്നെങ്കിലും ജാത്യുല്പന്നങ്ങൾക്ക് അയിത്തം ഉണ്ടായിരുന്നില്ല. വംശീയമായും ജാതീയമായും മതപരമായും വിഭി

ന്നരായിരിക്കുമ്പോൾ പോലും ഉല്പന്നങ്ങളും വിനിമയമാർഗങ്ങളുമാണ് ജാതിമത നിരപേക്ഷമായി ജനങ്ങളെ ഏകീകരിച്ചിരുന്നത്. ഒരു മതവിഭാഗത്തിനും ജാതിസംഘത്തിനും ഇതര മത–ജാതി വിഭാഗങ്ങളുടെ അധ്വാനഫലം വിനിയോഗിക്കാതെ മുന്നോട്ടുപോകാനാകില്ല. ഇസ്ലാമികവിരോധം വ്യാപിപ്പിക്കുമ്പോഴും ഗൾഫ് നാടുകളുടെ എണ്ണ ലോകരാജ്യങ്ങൾക്ക് ആവശ്യമാണ്. അതുകൊണ്ട് മാർക്കറ്റിൽ ജാതിയോ മതമോ വംശമോ ഇല്ല.

വംശീയമായ വെറുപ്പിന്റെ ഉല്പന്നമായിരുന്നു ജർമ്മൻ ഫാഷിസമെങ്കിൽ ഇന്ന് ഇന്ത്യ ഉൾപ്പെടെയുള്ള ലോകരാജ്യങ്ങളിൽ ശക്തി പ്രാപിക്കുന്നത് മതപരമായ വെറുപ്പിന്റെ ഫാഷിസമാണ്. തൊട്ടുകൂടാത്തവരും തീണ്ടിക്കൂടാത്തവരും ദൃഷ്ടിയിൽ പെട്ടാൽ ദോഷമുള്ളവരും കെട്ടില്ലാത്തവരും തമ്മിലുണ്ണാത്തവരും അടങ്ങുന്ന ജാതികൾ ജീവിക്കുന്ന, ജാതിപരമായ വിദ്വേഷവും വെറുപ്പും മനോനിലയായി സൂക്ഷിക്കുന്ന ഇന്ത്യയിൽ ഫാഷിസത്തിന്റെ ആൾക്കൂട്ട മനഃശാസ്ത്രം ഭാരതീയ സ്വഭാവഘടനയാണ്. അതിനെ ഉദ്ദീപിപ്പിച്ച് ശക്തിപ്പെടുത്തി മതരാഷ്ട്രനിർമ്മിതിക്ക് ഉപയോഗിക്കാനാണ് രാമഭക്തി രാഷ്ട്രീയത്തിന്റെ ആൾക്കൂട്ട മനഃശാസ്ത്രത്തിലൂടെ ശ്രമിക്കുന്നത്. ഇന്ത്യൻ മനസ്സ് മതനിർമ്മിതമാണെന്നുപറഞ്ഞത് സ്വാമി വിവേകാനന്ദനാണ്. നമ്മുടെ സാമൂഹ്യജീവിതത്തെ മാത്രമല്ല ജനാധിപത്യജീവിതത്തെയും അതാഴത്തിൽ സ്വാധീനിച്ചിരിക്കുന്നതുകൊണ്ട് ഇന്ത്യയിൽ രാഷ്ട്രീയപാർട്ടികൾ രാമഭക്തി രാഷ്ട്രീയത്തോട് വിഭിന്നമായ നിലപാടുകളാണ് സ്വീകരിക്കുന്നത്. അണികൾ രാമഭക്തി രാഷ്ട്രീയത്തിന്റെ ആൾക്കൂട്ട മനഃശാസ്ത്രത്തിലേക്ക് ആകർഷിക്കപ്പെടുമോ എന്നവർ ഭയപ്പെടുന്നു. ആൾക്കൂട്ട ഭക്തിമനഃശാസ്ത്രം ഒരുതരം മനോരോഗത്തിന്റെ (mass psychosis) അവസ്ഥയിൽ എത്തി നിൽക്കുകയാണ്. ഇന്ത്യയിലെ മതകലാപങ്ങളും അക്രമങ്ങളും ഇതിന് തെളിവാണ്.

ലിബറൽ മധ്യവർഗ പരാജയം

ലിബറൽ ഡെമോക്രസിയുടെ ചാലകശക്തിയായി പ്രവർത്തിക്കുന്നത് പുരോഗമനേച്ഛുക്കളായ മധ്യവർഗമാണ്. ജർമ്മനിയിലും ഇറ്റലിയിലും ഫാഷിസത്തെ കൊണ്ടുവന്നത് മധ്യവർഗമാണെന്ന് നിരീക്ഷിക്കപ്പെട്ടിട്ടുണ്ട്. ഹിറ്റ്ലറും മുസ്സോളിനിയും മധ്യവർഗത്തിൽനിന്നാണ് വന്നത്. ജർമ്മനിയിൽ വെയ്മർ റിപ്പബ്ലിക്കിന്റെ പരാജയം നാസികളുടെ വരവിന് വഴിതെളിച്ചു.

ഇന്ത്യയിൽ ജനാധിപത്യത്തിന് സംഭവിച്ച പോരായ്മകളും വീഴ്ചകളുമാണ് തീവ്ര ഹിന്ദുത്വ മധ്യവർഗത്തിന്റെ ഉയർന്ന വരവിന് കാരണം. നവോത്ഥാനകാലത്തും സ്വാതന്ത്ര്യസമര–സമരാനന്തര കാലത്തും നില

നിന്നിരുന്ന പുരോഗമനേച്ഛുക്കളായ മധ്യവർഗത്തിന് വിപ്ലവകരമായ പിൻതുടർച്ചയുണ്ടായില്ല. ബംഗാളിൽ നവോത്ഥാനത്തിനും സ്വാതന്ത്ര്യ സമരത്തിനും കമ്യൂണിസ്റ്റ് ഇടതുപക്ഷ പ്രസ്ഥാനങ്ങൾക്കും നായകത്വം വഹിച്ച ഭദ്രലോക് എന്നറിയപ്പെട്ടിരുന്ന മധ്യവർഗം പൊതുരംഗത്ത് നിന്നും തിരോഭവിച്ചതാണ് ബംഗാളിന്റെ രാഷ്ട്രീയമാറ്റത്തിന് കാരണം. ബിമൽ മിത്രയുടെ *വിലയ്ക്ക് വാങ്ങാം* എന്ന നോവലിൽ അഘോരനപ്പൂപ്പൻ എന്നൊരു കഥാപാത്രമുണ്ട്. എന്തും വിലയ്ക്ക് വാങ്ങാം എന്ന വിപണിതത്ത്വമാണ് അദ്ദേഹത്തിന്റെ പ്രത്യയശാസ്ത്രം. ഇന്ത്യയിൽ നിത്യോപയോഗസാധനങ്ങളോടൊപ്പം ഭരണോപയോഗസാധനങ്ങളായ ലോകസഭാ–നിയമസഭാ സാമാജികന്മാരെയും വിലയ്ക്ക് വാങ്ങാം. ഭക്തിയിലൂടെ ഇന്ത്യൻ ജനതയെയും വിലയ്ക്ക് വാങ്ങാം എന്നൊരു അവസ്ഥയും വന്നുചേർന്നിരിക്കുന്നു.

ജനാധിപത്യത്തെ ദൂഷിപ്പിച്ച് നശിപ്പിക്കുക എന്നതാണ് ഫാഷിസ്റ്റു തന്ത്രം. അതിന് മുന്നോടിയായി ജനങ്ങളുടെ ജനാധിപത്യബോധത്തെ ആദ്യം ദൂഷിപ്പിക്കുന്നു. അതുകൊണ്ട് ഫാഷിസം കടന്നുവരുമ്പോൾ ജനങ്ങൾക്ക് അതിനെ മനസ്സിലാക്കാൻ കഴിയാതെ പോകുന്നു. ആൾക്കൂട്ട മനഃശാസ്ത്രം ഫാഷിസ്റ്റ് മനഃശാസ്ത്രമായി മാറുന്നതിനാൽ ഫാഷിസത്തെക്കുറിച്ചുള്ള എഴുത്തുകാരുടെയും കലാകാരന്മാരുടെയും ബുദ്ധിജീവികളുടെയും ഇടതുപക്ഷത്തിന്റെയും മുന്നറിയിപ്പുകൾ ജനം ശ്രദ്ധിക്കുന്നില്ല. എല്ലാവരും ഫാഷിസത്തെ സംബന്ധിച്ച് വിഭജിതമനസ്കരായി മാറുന്നു.

ചിന്താക്കുഴപ്പം ഉണ്ടാക്കുക എന്നതാണ് ഫാഷിസത്തിന്റെ മറ്റൊരു തന്ത്രം. രാമക്ഷേത്ര പ്രതിഷ്ഠാകർമ്മത്തിൽ പങ്കെടുക്കണമോ വേണ്ടയോ എന്നൊരു ചിന്താക്കുഴപ്പം രാഷ്ട്രീയപ്രസ്ഥാനങ്ങൾക്കിടയിൽ ഉണ്ടാക്കാൻ സാധിച്ചു എന്നതാണ് ബി ജെ പിയുടെ രാഷ്ട്രീയതന്ത്രം. ഇന്ത്യയുടെ രാഷ്ട്രീയാന്തരീക്ഷം എന്നത് ചാതുർവർണ്യഫ്യൂഡലിസ്റ്റ് അധികാരദാഹത്തിന്റെ ലോകമാണ്. മൂലധനശക്തികളും രാഷ്ട്രീയകുടുംബങ്ങളും പ്രാദേശിക പാർട്ടികളും സാമുദായിക മതമേധാവിത്വങ്ങളും എല്ലാം കൂടി അണിചേരുന്ന അധിനിവേശ ശക്തികളാണ് ഇന്ത്യയെ കീഴടക്കിയിരിക്കുന്നത്. അവരെ നിലനിർത്താനുള്ള ആൾക്കൂട്ട മനഃശാസ്ത്രം രാമഭക്തി രാഷ്ട്രീയത്തിലൂടെ നിർമ്മിച്ചെടുക്കുകയാണ് ചെയ്യുന്നത്.

ജനങ്ങൾ ചോദ്യകർത്താക്കളാകണം

ബുദ്ധിജീവികൾ ഫാഷിസത്തെ വസ്തുനിഷ്ഠമായി അപഗ്രഥിച്ചതുകൊണ്ടോ പ്രഭാഷണം നടത്തിയതുകൊണ്ടോ അതിനെ നേരിടാനാവില്ല. ഫാഷിസ്റ്റുകളോട് ജനങ്ങൾ ചോദിക്കേണ്ടത് പട്ടിണിക്കും തൊഴിലില്ലായ്മയ്ക്കും പോഷകാഹാരക്കുറവിനും എന്ത് പരിഹാരമാണ് നിങ്ങളുടെ

കയ്യിലുള്ളത്? ക്ഷേത്ര–പ്രതിമാ നിർമ്മിതികൾ കൊണ്ട് ഈ നാടിനെ രക്ഷിക്കാൻ കഴിയുമോ? ബി.ജെ.പി. ഉത്തരേന്ത്യയിൽ തെരഞ്ഞെടുപ്പ് വിജയം ആഘോഷിക്കുമ്പോഴും ഗുജറാത്തിൽനിന്നും പഞ്ചാബിൽ നിന്നും യുവാക്കൾ തൊഴിൽ തേടി കാനഡയിലും ഇംഗ്ലണ്ടിലേക്കും അനധികൃതമായി കുടിയേറുകയാണ്. ഇന്ത്യ പട്ടിണി രാജ്യങ്ങളിൽ ഒന്നാംസ്ഥാനത്താണ്. ഹിന്ദുത്വവാദികൾ കോടികൾ മുടിച്ച് ഭക്തിരാഷ്ട്രീയം കൊണ്ട് രാഷ്ട്രീയം പുലർത്തുമ്പോൾ ഉത്തരേന്ത്യയിലെ ലക്ഷക്കണക്കിന് തൊഴിലാളികൾ ദക്ഷിണേന്ത്യൻ സംസ്ഥാനങ്ങളിൽ വന്ന് കൂലിപ്പണി ചെയ്ത് അവരുടെ കുടുംബം പുലർത്തുന്നു. രണ്ടായിരത്തിലേറേ വർഷമായി നിലനിന്നുപോരുന്ന രാമായണത്തെ കരുവാക്കി ജനതയെ മാനസിക അടിമത്തത്തിൽ കീഴ്പ്പെടുത്തുകയാണ് ചെയ്യുന്നത്. ഇന്ത്യൻ ഫാഷിസം മതപരമായ നിഗൂഢ ആത്മീയതയിലാണ് വേരാഴ്ത്തിയിരിക്കുന്നത്.

ഹിറ്റ്ലർ കീഴ്ത്തട്ടുകാരായ മധ്യവർഗത്തിന്റെയും കർഷകരുടെയും വംശീയബോധത്തെ ഉത്തേജിപ്പിച്ചുകൊണ്ടാണ് ഫാഷിസത്തിന്റെ ആൾക്കൂട്ട മനഃശാസ്ത്രം നിർമ്മിച്ചതെന്ന് വില്യം റീഖ് നിരീക്ഷിക്കുന്നുണ്ട്. തൽസ്ഥാനത്ത് ഇന്ത്യയിൽ കീഴാള ജാതി ഗോത്രവർഗങ്ങളെയും രാമഭക്തി രാഷ്ട്രീയത്തിലൂടെ ഉൾച്ചേർത്തുകൊണ്ടാണ് ഹിന്ദുത്വ ആൾക്കൂട്ട മനഃശാസ്ത്രം രൂപപ്പെടുത്തുന്നത്. ശ്രീനാരായണഗുരുവും സ്വാമി വിവേകാനന്ദനും ഉയർത്തിപ്പിടിച്ച ആത്മീയ മാനവികതയുടെ ഭാരതീയപാരമ്പര്യമാണ് വിശ്വാസികളായ ജനാധിപത്യവാദികളുടെ പ്രതിരോധ മാർഗം.

ഏതു രീതിയിലുള്ള മിസ്റ്റിസിസവും പ്രതിലോമകരമാണെന്ന് വില്യംറീഖ് പറയുന്നുണ്ടെങ്കിലും മതഫാഷിസത്തെ കേവലം ഭൗതികവാദപരമായ നിലപാടുകൾ കൊണ്ടുമാത്രം പ്രതിരോധിക്കാനാവില്ല. വില്യം റീഖ് ഫാഷിസത്തിന്റെ ആൾക്കൂട്ട മനഃശാസ്ത്രം എഴുതുമ്പോൾ മതഫാഷിസം ലോകരംഗത്ത് ഉണ്ടായിരുന്നില്ല. ജർമ്മനിയിലും ഇറ്റലിയിലും ഫാഷിസം ഭരണകൂടത്തിലുള്ള മതസ്വാധീനത്തെ ഇല്ലായ്മ ചെയ്യാനാണ് ശ്രമിച്ചത്. അതുകൊണ്ട് ക്രിസ്തീയസഭകൾക്കുള്ളിൽത്തന്നെ ഫാഷിസത്തെ പ്രതിരോധിക്കുന്നവരുണ്ടായിരുന്നു. ധാരാളം ക്രിസ്തീയപുരോഹിതന്മാരും കന്യാസ്ത്രീകളും നാസികളുടെ ഗ്യാസ് ചേമ്പറിൽ പെട്ട് മരണമടയുകയുണ്ടായി. പക്ഷേ, സമകാലിക ഫാഷിസങ്ങൾ മതവിരുദ്ധമല്ല, നേരെമറിച്ച് മതഫാഷിസങ്ങളാണ്. ഇന്ത്യ, അഫ്ഗാനിസ്ഥാൻ, ബർമ്മ തുടങ്ങിയ രാജ്യങ്ങളിൽ ശക്തി പ്രാപിച്ചിരിക്കുന്നത് മതഫാഷിസമാണ്. ജനങ്ങളുടെ മതബോധത്തെ ഫാഷിസത്തിന്റെ ആൾക്കൂട്ട മനഃശാസ്ത്രമാ

ക്കി പരിവർത്തിപ്പിക്കുകയാണ് ചെയ്യുന്നത്. വില്യം റീഖിന്റെ കാലത്ത് ഈയൊരു പ്രവണത ദൃശ്യമായിരുന്നില്ല.

മതഫാഷിസത്തിന്റെ മറ്റൊരു ആയുധം ലൈംഗികതയാണ്. ന്യൂന പക്ഷത്തിനെ സ്ത്രീപീഡകരായി ചിത്രീകരിച്ചുകൊണ്ട് സ്ത്രീകളിൽ ഭീതിയും അരക്ഷിതത്വബോധവും സൃഷ്ടിച്ചെടുത്ത് അവരെയും ഫാഷിസത്തിന്റെ ആൾക്കൂട്ട മനഃശാസ്ത്രത്തിൽ കണ്ണിചേർക്കുന്നതോടെ അവരും ഫാസിസ്റ്റ് കലാപകാരികളായി തെരുവിലിറങ്ങുന്നു. സൈനിക–അർദ്ധസൈനിക സംഘങ്ങളെ കർക്കശമായ ലൈംഗിക നിയന്ത്രണത്തിൽ പരിശീലിപ്പി ക്കുന്നതുകൊണ്ട് വർഗീയ–വംശീയലഹളകളിലും യുദ്ധങ്ങളിലും അതിക്രൂ രമായ സ്ത്രീപീഡനങ്ങൾ നടക്കുന്നു.

ദണ്ഡനരാഷ്ട്ര നിർമ്മിതി

ഇന്ത്യൻ സാമൂഹികഘടനയുടെ അവിഭാജ്യഘടകമാണ് ദണ്ഡന സംസ്കാരം. തൊട്ടുകൂടാത്തവരും തീണ്ടിക്കൂടാത്തവരും ദൃഷ്ടിയിൽപ്പെട്ടാൽ ദോഷമുള്ളവരുമായ കീഴ്ജാതികൾ തൊട്ടാൽ, തീണ്ടിയാൽ, ദൃഷ്ടിയിൽപ്പെട്ടാൽ മേൽജാതിക്കാർക്ക് ദണ്ഡിക്കാനോ കൊന്നുകളയാനോ അവകാശമുണ്ടായിരുന്നു. അതുകൊണ്ട് ചാതുർവർണ്യവ്യവസ്ഥ അഥവാ ജാതിവ്യവസ്ഥയെന്നത് ദണ്ഡനസമൂഹവും (Torture Society) ദണ്ഡന സംസ്കാരവും (Torture culture) ആണ്. ജനസമൂഹത്തെ ഭരണകൂടവും പോലീസും അർധസൈനിക സ്വകാര്യ സംഘങ്ങളും രാഷ്ട്രീയഗുണ്ടകളും വാടകഗുണ്ടകളും മതമൗലികവാദികളും എല്ലാം ചേർന്ന് കൈയാളുന്നതാണ് ദണ്ഡനസംസ്കാരം. അന്വേഷണ ഏജൻസികളിലൂടെ, പെഗാസസ് പോലുള്ള ചാര സോഫ്റ്റ്വെയറിലൂടെ തുടരുന്ന ഭരണകൂട പ്രോത്സാഹിത ദണ്ഡനമാണ് പുതിയ രൂപം. പൊതുമേഖലകളെ തീറെഴുതി വാങ്ങിക്കൊണ്ടുവരുന്ന മൂലധന വിപണിയെന്നത് ജനങ്ങളുടെമേൽ പരോക്ഷ ദണ്ഡനങ്ങൾ ഏല്പിക്കുന്ന ദണ്ഡനമൂലധനമാണ് (Torture capitalism). സ്വേച്ഛാധിപത്യസ്വഭാവക്കാരായ വ്യാജ ജനാധിപത്യവാദികളാണ് മൂലധനത്തിന്റെ സംരക്ഷകർ. അവർക്ക് ജനാധിപത്യത്തെയും മതനിരപേക്ഷ സമൂഹത്തെയും ഭയമാണ്. മതനിരപേക്ഷതാബോധം ജനങ്ങളെ ദണ്ഡന ഭരണകൂടത്തിന് എതിരെ അണിനിരത്തുമെന്ന ഭയപ്പാടിൽ ജാതി-മത-വംശീയ ബോധങ്ങൾ കുത്തിപ്പൊക്കി ജനങ്ങളെ ദണ്ഡിപ്പിക്കുന്നു, അടിച്ചമർത്തുന്നു.

കുറ്റവാളികൾ നിയമസഭകളിലും പാർലമെന്റിലും മാത്രമല്ല ബ്യൂറോക്രസിയിലും പോലീസിലും കച്ചവടരംഗത്തും മാധ്യമശൃംഖലകളിലും ക്രിമിനൽ വൈറസുകളായി നിറയുമ്പോൾ ജനാധിപത്യസമൂഹം ദണ്ഡനസമൂഹമായി പരിവർത്തനപ്പെടുന്നു. സിനിമയിലും കലയിലും സീരിയലുകളിലും ദണ്ഡനം രസാനുഭൂതി നൽകുന്ന ദൃശ്യവിഭവമായി നിറയുമ്പോൾ കലയും സംസ്കാരവും അതിന് അനുസൃതമായി പരിവർത്തനപ്പെടുന്നു.

ഫ്യൂഡൽ കാലഘട്ടത്തിലെ രസരാജന്മാരായ ശൃംഗാരവും (സമകാലികത്തിൽ ലൈംഗികപീഡന–കാമക്കൂത്തുകൾ) വീരവും (ക്രൂരമായ കൊലകൾ) പുതുരൂപത്തിൽ ഉയിർത്തെഴുന്നേൽക്കുകയാണ്. മധ്യകാല മഹത്വം വിളമ്പുന്ന സിനിമകൾ (ഉദാ: ബാഹുബലി), നോവലുകൾ, ഭക്തിരസ സീരിയലുകൾ (ഉദാ: ഭക്തഹനുമാൻ, ഫ്ലവേഴ്സ് ചാനലിലെ നന്ദനം പോലുള്ളവ) ഗൃഹസദസ്സുകളിൽ ദണ്ഡനസംസ്കാര വിഭവങ്ങളായാണ് നിറയുന്നത്. സീരിയലുകളിൽ പ്രത്യക്ഷപ്പെടുന്ന ഓരോ കുടുംബവും പ്രതിനിധീകരിക്കുന്നത് ദണ്ഡന കുടുംബകഥകളാണ് (Torture family affairs). നൂറ്റാണ്ടുകളിലൂടെ തലമുറകളായി ചാതുർവർണ്യപീഡനം അനുഭവിച്ചുപോന്ന ഇന്ത്യൻ മനസ്സിന് കുറ്റകൃത്യവാഴ്ച ഒരു പ്രശ്നമായി തോന്നുന്നില്ല. “ഒരുവേള പഴക്കമേറിയാലിരുളും മെല്ലെ വെളിച്ചമായ് വരാം, ശരിയായ് മധുരിച്ചിടാം സ്വയം പരിശീലിപ്പൊരു കയ്പുതാനുമേ” എന്ന രീതിയിൽ ദണ്ഡനമെന്നത് എല്ലാവർക്കും മധുരിക്കുന്ന കയ്പായി മാറിയിരിക്കുന്നു.

ജാതിമത പീഡനങ്ങളെ തടഞ്ഞുനിറുത്തി ഭരണകൂടം ജനങ്ങളെ സംരക്ഷിക്കുന്നതിന് പകരം ദണ്ഡനസംഘങ്ങൾക്ക് പ്രോത്സാഹനം നൽകി കണ്ണടച്ചുനിൽക്കുമ്പോഴാണ് രാഷ്ട്രം അരക്ഷിതാവസ്ഥയിൽ എത്തുന്നത്. ഇന്ത്യയിൽ ഭരണഘടനാപേക്ഷിത മതനിരപേക്ഷത (constitutional secularism) പരാജയപ്പെടുകയാണ്. ഇതിന്റെ ആരംഭം കുറിച്ചത് 1959 ൽ കേരളത്തിൽനിന്നാണ്. ജാതിമത വർഗീയ കൂട്ടുകെട്ടുകൾ ചേർന്നുണ്ടാക്കിയ കക്ഷിരാഷ്ട്രീയ സാമുദായികശക്തികൾ (party political communalism) നടത്തിയ വിമോചനസമരത്തിലൂടെ ഭരണഘടന ഉപയോഗിച്ചുകൊണ്ടുതന്നെ ജനാധിപത്യത്തെ അട്ടിമറിക്കാൻ കഴിയുമെന്ന വലതുരാഷ്ട്രീയബോധം അതോടെ ശക്തിപ്പെട്ടു. ഈ രീതി പിൽക്കാലത്ത് പലതവണ ഉപയോഗിക്കപ്പെട്ടു. അതിന്റെ കരാളരൂപമാണ് ഇപ്പോൾ പ്രത്യക്ഷപ്പെട്ടുകൊണ്ടിരിക്കുന്നത്. ജനാധിപത്യത്തെ മാത്രമല്ല, ജനാധിപത്യകക്ഷികളെയും നേതാക്കളെയും അട്ടിപ്പേറായി മറിച്ചിടുന്നു.

ഭൂരിപക്ഷ ഏകാധിപത്യം

ഇന്ത്യൻ ഭരണഘടന ആരംഭിക്കുന്ന We the people of India എന്ന വാക്യത്തിലെ ഞങ്ങൾ ഇന്ത്യാക്കാർ എന്ന ശബ്ദം ജനാധിപത്യത്തിന്റെ

ശബ്ദമാണ്. എന്നാൽ ഭരണഘടന പൊളിച്ചെഴുതാൻ ശ്രമിക്കുന്നവർ we the majority of India എന്ന് തിരുത്തുമ്പോൾ മറുഭാഗത്ത് You the minority of India എന്ന വിഭാഗീയതയെ കുറിക്കുന്ന ശബ്ദം മുഴങ്ങുന്നു. മതനിരപേക്ഷതയെ വ്യാജമതനിരപേക്ഷത എന്ന് മുദ്രകുത്തുന്നവർ കൊണ്ടുവരുന്നതും ഭൂരിപക്ഷത്തിന്റെ പേരിലുള്ള ഏകാധിപത്യമാണ്. എന്നാൽ മതനിരപേക്ഷമായ ഏകാധിപത്യങ്ങളുണ്ട്. മതപുരോഹിതന്മാരെ വേട്ടയാടി കോൺസൻട്രേഷൻ ക്യാമ്പുകളിലടച്ച ഹിറ്റ്ലർ താനൊരു മതനിരപേക്ഷവാദി (secular) ആണെന്ന് പറഞ്ഞിരുന്നു. രാഷ്ട്രഭരണത്തിൽനിന്നും മതങ്ങളെ അകറ്റിനിറുത്തിയിരുന്ന ലോകത്തിൽ പല ഏകാധിപതികളും (monoarch) മതനിരപേക്ഷരായിരുന്നു. എന്നാൽ സംഘപരിവാർ കൊണ്ടുവരുന്ന ഭൂരിപക്ഷ ഏകാധിപത്യം ഹിന്ദുത്വമെന്ന മതാധിപത്യ ദണ്ഡനരാഷ്ട്രമാണ് (Religious torture state). ഇന്ന് അഫ്ഘാനിസ്ഥാനിലെ ഭരണം മതാധിപത്യ ദണ്ഡന ഭരണമാണ്.

ദണ്ഡനഭരണകൂടം വരുന്നത് സംസ്കാരം, വിദ്യാഭ്യാസം, സിനിമ, മാധ്യമരംഗം, വാർത്താ പ്രചാരണരംഗം, കല, സാഹിത്യം, പ്രത്യയശാസ്ത്രം തുടങ്ങിയ മേഖലകളെ കാൽക്കീഴിലാക്കിക്കൊണ്ടാണ്. നിശ്ശബ്ദമായ ദണ്ഡനമാണ്(Silent torture) ബൗദ്ധികരംഗത്ത് പയറ്റുന്നത്. എഴുത്തുകാർ, ന്യായാധിപന്മാർ, സർവകലാശാലാധ്യാപകർ ദണ്ഡനഭരണത്തിന്റെ ഭാഗമാകുന്നത് നിശ്ശബ്ദത പാലിച്ചുകൊണ്ടാണ്. സുപ്രീംകോടതിയിലെയും ഹൈക്കോടതിയിലെയും ജഡ്ജിമാർ കോടതികളിൽ *മനുസ്മൃതി*യെയും *അത്രിസംഹിത*യെയും കൗടില്യന്റെ *അർഥശാസ്ത്ര*ത്തെയും പുകഴ്ത്തുന്നത് ഭരണഘടനാനുസൃതമായ നീതിന്യായവ്യവസ്ഥ നവ ഫ്യൂഡലിസ്റ്റ് രീതിയിൽ പൊളിച്ചെഴുതണമെന്ന ഗൂഢമായ ഉദ്ദേശ്യത്തോടെയാണ്. അതിന് അനുബന്ധമായി പഴയ അനാചാരങ്ങൾ, ബ്രാഹ്മണപൂജയായും ഗോമാതൃപൂജയായും കാൽകഴുകിച്ചൂട്ടായും ബ്രാഹ്മണരുടെ ഉച്ഛിഷ്ടാഹാരത്തിൽ കിടന്നുരുളലായുമൊക്കെ തിരികെ വരികയാണ്. രാഷ്ട്രീയക്കൊലകളെ'ബലി'കളായിപരിവേഷപ്പെടുത്തുന്നു. മതമൗലികരാഷ്ട്രീയം ഭരണരംഗത്തും സാമ്പത്തികരംഗത്തും അധീശത്വം സ്ഥാപിച്ചിരിക്കുന്നതിനാൽ ഇനിയൊരു സാമൂഹികപരിഷ്കരണപരമായ മതനവോത്ഥാനം സാധ്യമല്ല. സ്വാമി അഗ്നിവേശും സ്വാമി സന്ദീപാനന്ദഗിരിയുമൊക്കെ ആക്രമിക്കപ്പെടുകയാണ്. ചേകന്നൂർ മൗലവിയെപ്പോലുള്ളവർ അപ്രത്യക്ഷരാകുന്നു. യുക്തിവാദി സംഘങ്ങൾ പോലുള്ള മുന്നണിപ്പോരാളി സംഘങ്ങൾ (Vanguards) അസ്തമിച്ചിരിക്കുന്നു. കൽബുർഗി, ഗൗരി ലങ്കേഷ്, പൻസാരെ എന്നിവരെ പോലുള്ളവർ വധിക്കപ്പെടുന്നു.

ലിബറൽ ഡെമോക്രസി ദണ്ഡന ഡെമോക്രസിയായി മാറിക്കൊ

ണ്ടിരിക്കുകയാണ്. ഇത്രയുംകാലം ശീലിച്ചുപോന്ന ഭക്ഷണക്രമങ്ങൾ, വേഷവിധാന രീതികളൊക്കെ ആക്രമിക്കപ്പെടുകയാണ്. സാമ്പത്തിക ബഹിഷ്കരണവും, സാമൂഹിക ബഹിഷ്കരണവും പടികയറിവരുന്നു. യോഗേന്ദ്രയാദവ് പറയുന്നത് ഇന്ത്യൻ ജനാധിപത്യമെന്നത് പിടിച്ചെടുക്കൽ ജനാധിപത്യം (democracy capture) ആണെന്നാണ്. പണം കൊടുത്ത് ജനപ്രതിനിധികളെയും രാഷ്ട്രീയകക്ഷി നേതാക്കളെയും സംസ്ഥാനഭരണങ്ങളെയും ഒന്നോടെ വിലയ്ക്ക് വാങ്ങുന്ന വിപണി ജനാധിപത്യമാണ് ഇന്ത്യയിൽ അരങ്ങേറുന്നത്. ആർക്കുവേണമെങ്കിലും ആരെയും വിലപേശി വിൽക്കാം. അതുപോലെ ആരെ വേണമെങ്കിലും വിലപേശി കൊല്ലിക്കാം. ദണ്ഡനരാഷ്ട്രീയത്തിന്റെ (Torture politics) ഭീഷണമായ ഒരവസ്ഥയാണിത്. ജനഹിതത്തിന് പുല്ലുവിലപോലും കല്പിക്കാത്ത ഫ്യൂഡൽ മുഷ്കാണ് ഇന്ത്യയിൽ അരങ്ങേറുന്നത്. ഡെമോക്രസിയെ മോബോക്രസിയാക്കി (mobocracy) തെരുവിൽ യുവാക്കളെയും വിദ്യാർഥികളെയും ഇറക്കി ന്യൂനപക്ഷങ്ങളെയും രാഷ്ട്രീയപ്രതിയോഗികളെയും ദണ്ഡിപ്പിക്കുന്നു. ആക്രമിക്കുന്ന ജനങ്ങളെ വിശ്വാസ-വികാരാധീനരാക്കി തെരുവിലിറക്കിയാൽ (populism) ജനാധിപത്യം അട്ടിമറിക്കപ്പെടും. ഇന്ത്യയിൽ മാത്രമല്ല, അമേരിക്ക, ഇംഗ്ലണ്ട്, തുർക്കി, റഷ്യ, ഹംഗറി, ഇറ്റലി, ജർമ്മനി, ഫ്രാൻസ്, ബ്രസീൽ തുടങ്ങിയ രാജ്യങ്ങളിൽ ജനാധിപത്യം ദുർബലപ്പെടുകയാണ്. യൂറോപ്യൻ രാജ്യങ്ങളിൽ മധ്യകാല ഫ്യൂഡലിസത്തെ തകർത്തു കൊണ്ടാണ് ആധുനിക വ്യാവസായികസമൂഹവും ജനാധിപത്യവും നിലവിൽ വന്നതെങ്കിൽ ഇന്ത്യയിൽ മനുസ്മൃതി ഫ്യൂഡലിസത്തിന്റെ ഗ്രാമവ്യവസ്ഥയും സാമൂഹികജീവിതവും ഇപ്പോഴും നിലനിൽക്കുകയാണ്. ഇന്ത്യയിൽ ശക്തമായിരിക്കുന്ന തീവ്ര വലതുപക്ഷം മതാപേക്ഷയുള്ളതായതിനാൽ അവർ നിർമ്മിക്കുന്ന മതരാഷ്ട്രത്തിനുള്ളിൽ പൗരനോ മനുഷ്യനോ ഉണ്ടാവില്ല; പകരം മതവിശ്വാസിയും അയാളുടെ അവകാശങ്ങളും മാത്രമേ നിലനിൽക്കുകയുള്ളൂ. മതരാഷ്ട്രത്തിൽ പുരോഹിതസംഘത്തിന്റെയോ അർധപുരോഹിതരൂപിയോ നേതാവോ ആയിരിക്കും ഭരണാധികാരി.

ഇന്ത്യയിലെ പ്രാദേശിക-ദേശീയ പാർട്ടികളിൽ ഇടതുപക്ഷമൊഴികെ മറ്റുള്ളവ ജനാധിപത്യ പാർട്ടികളല്ല. കുടുംബാധിപത്യമോ വ്യക്തികളുടെ ഇച്ഛാധിപത്യമോ അവയെ നിയന്ത്രിക്കുന്നു. സാമുദായികതയിലാണ് അവരുടെ വോട്ടുബാങ്ക് നിലനിൽക്കുന്നത്. അതുകൊണ്ട് അധികാരലബ്ധിക്കുവേണ്ടിയുള്ള സ്വാർഥതാല്പര്യ മത്സരമല്ലാതെ പ്രത്യയശാസ്ത്രബോധമോ പൗരബോധമോ ഒന്നും അവരെ നയിക്കുന്നില്ല. ചാതുർവർണ്യാധിഷ്ഠിത സമ്പന്നവർഗങ്ങളുടെ മൂലധന താല്പര്യങ്ങൾ സംരക്ഷിക്കുക എന്നതാണ് രാഷ്ട്രീയപ്രസ്ഥാനങ്ങളുടെ മുഖ്യ

കർത്തവ്യം. ബി.ജെ.പി. ഭരണത്തിൽ മാനവരക്ഷയ്ക്ക് പകരം ഗോരക്ഷയും പൊതുമേഖലയ്ക്ക് പകരം ക്ഷേത്രമേഖലകളുടെ നിർമ്മിതിയുമാണ് നടക്കുന്നത്. മനുഷ്യനും മനുഷ്യാവകാശപ്രവർത്തകർക്കും എതിരെയുള്ള വിദ്വേഷവും പകയും വർധിച്ചുവരികയാണ്. ദേശരക്ഷയുടെ പേരിൽ വിമർശനം ഉന്നയിക്കുന്നവരെ ദേശദ്രോഹികളാക്കി പീഡിപ്പിക്കുന്നു. എതിരായ ചാനലുകൾക്ക് വിലക്ക് ഏർപ്പെടുത്തുന്നു. ഹിന്ദുത്വരാഷ്ട്രീയത്തെ വിമർശിക്കുന്നത് ഹിന്ദുദേശദ്രോഹമാക്കി മാറ്റുകയാണ് ചെയ്യുന്നത്.

കോർപ്പറേറ്റ് മുതലാളിത്തത്തിന് ജനങ്ങളുടെ ഉല്പാദനശക്തിയോ ഉല്പന്നങ്ങളോ ആവശ്യമില്ല. അതുകൊണ്ട് ഭരണകൂടം ജനകീയോല്പാദന മേഖലയെ അവഗണിക്കുന്നു; പൊതുമേഖലകളെ തീറെഴുതുന്നു. അങ്ങനെ ജനങ്ങളെ കൊള്ളരുതാത്തവരാക്കി (useless) മാറ്റി തൊഴിൽരഹിതരാക്കി ദാരിദ്ര്യത്തിലേക്ക് താഴ്ത്തുകയാണ്. ഇന്ത്യയിൽ അനുദിനം ദരിദ്രകോടികളുടെ എണ്ണം വർധിക്കുമ്പോൾ കോടീശ്വരന്മാരുടെ ആസ്തി കുന്നുഞ്ചിക്കുന്ന വിധം കുന്നുകൂടുന്നു. ഓൺലൈൻ വ്യാപാരവും വൻകിട മാളുകളും വിപണിരംഗം കീഴടക്കുന്നതോടെ ലക്ഷക്കണക്കിനുള്ള ചെറുകിട കച്ചവടക്കാരും അവരെ ആശ്രയിച്ച് ജീവിക്കുന്ന വാഹന-ചരക്കിറക്ക് തൊഴിൽ മേഖലകളും സ്തംഭിക്കുന്നു. നിരുപയോഗരായ തൊഴിൽ വർഗം വർധിച്ചുവരികയാണ്. മയക്കുമരുന്നു വ്യാപാരവും മദ്യപാനവും കുറ്റകൃത്യങ്ങളും ക്രമാതീതമായി വർധിക്കുന്നു. ശിശുക്കൾ ഉൾപ്പെടെയുള്ള സ്ത്രൈണവിഭാഗം നിരന്തരം പീഡിപ്പിക്കപ്പെടുന്നതിനാൽ ദണ്ഡനസമൂഹമെന്നത് ബലാൽസംഗസമൂഹം കൂടിയാണ് (rape culture society). സ്ത്രീകളെ പീഡിപ്പിച്ചും ആ ദൃശ്യങ്ങൾ മൊബൈലിൽ പകർത്തി നവമാധ്യമങ്ങളിൽ പോസ്റ്റുചെയ്തും ആഘോഷിക്കുന്നു. സൈബർ ക്രൈമുകളും ക്രിമിനലുകളും വർധിച്ചുകൊണ്ടിരിക്കുകയാണ്. ചാനലുകൾ സ്ത്രീപീഡനങ്ങളെ നിരന്തരം ചർച്ചചെയ്ത് പീഡകരെ ഹീറോമാരാക്കി അവതരിപ്പിക്കുന്നു.

അതിവേഗവാഹന സംസ്കാരം ഭ്രാന്തുപോലെ വർധിക്കുന്നു. വാഹനങ്ങളുടെ അറ്റകുറ്റപ്പണികളും സർവീസുകളും മോട്ടോർ വാഹന നിർമ്മാണ കമ്പനികളുടെ ഷോറൂമുകൾ ഏറ്റെടുത്തതോടെ നഗരങ്ങളിലും നാട്ടിൻപുറങ്ങളിലുമുള്ള മോട്ടോർ വാഹന വർക്ക്ഷോപ്പുകൾ ഒന്നൊന്നായി അടഞ്ഞുകഴിഞ്ഞു. ഡിജിറ്റൽ സാങ്കേതികവിദ്യയിലേക്ക് വഴിമാറിയ വാഹനനിർമ്മാണം പാരമ്പര്യ തൊഴിൽവർഗത്തെ പ്രസിദ്ധ ചരിത്രകാരന്മായ യുവാൽ നോവ ഹരാരിയുടെ ഭാഷയിൽ നിരുപയോഗ ആൾക്കൂട്ടമായി (useless mass) പരിവർത്തിപ്പിച്ചുകഴിഞ്ഞു. റേഷൻ വിതരണം, വിദ്യാഭ്യാസം, ബാങ്ക് ഇടപാടുകൾ, ഓഫീസ് ഇടപാടുകൾ എല്ലാം നെറ്റ്‌വർക്കിലേക്ക് മാറിക്കഴിഞ്ഞു. നെറ്റ്‌വർക്ക് സ്തംഭിച്ചാൽ പുരാണകഥയി

ലെ വായുനിലച്ച ലോകാവസ്ഥപോലെ സമൂഹം സ്തംഭിക്കും എന്നൊരവസ്ഥയാണ്. നെറ്റ്‌വർക്ക് സ്തംഭിപ്പിച്ചുകൊണ്ട് ഭരണകൂടത്തിനും മൂലധനശക്തികൾക്കും ദണ്ഡന നെറ്റ്‌വർക്ക് വാഴ്ചകൊണ്ടുവരാൻ കഴിയും (Torture network). കാശ്മീരിലെ നെറ്റ്‌വർക്ക് മുഴുവൻ സ്തംഭിപ്പിക്കാൻ കേന്ദ്രസർക്കാരിന് കഴിഞ്ഞപ്പോൾ ഡിജിറ്റൽ ഫാഷിസത്തിന്റെ കേളികൊട്ടാണ് അനുഭവപ്പെട്ടത്.

ഫാഷിസം വരുന്നത് ആന്തരികമായ അട്ടിമറിയിലൂടെയാണ്. ഇറ്റലിയിലും ജർമ്മനിയിലും ഉണ്ടായത് സ്ഥൂലഫാഷിസമായിരുന്നുവെങ്കിൽ (macro fascism) ഇന്നത്തെ ഫാഷിസ്റ്റ് രൂപമാണ് സൂക്ഷ്മ ഫാഷിസം (micro fascism). നമ്മുടെ മതനിരപേക്ഷബോധവും മനുഷ്യസ്നേഹവും നാം അറിയാതെ മുറിച്ചുമാറ്റിക്കൊണ്ടാണ് അത് കടന്നുവരുന്നത്. വ്യക്തിയുടെ ജൈവവ്യക്തിത്വം, ഇംഗിതങ്ങൾ, മനോനിലകൾ, രാഷ്ട്രീയനിലപാടുകൾ, ജാതിമത ബോധങ്ങൾ, എല്ലാം ആന്തരിക വിവരങ്ങളായി (inside data) ശേഖരിച്ചുകൊണ്ട് നാം അറിയാതെ നമ്മിൽ കയറിക്കൂടുന്ന അട്ടിമറിയൻ സങ്കേതികവിദ്യ (inside hacking technology)യാണ് സൂക്ഷ്മ ഫാഷിസത്തിന്റെ ആയുധപ്പുര. നമ്മുടെ കൈയിലിരിക്കുന്ന മൊബൈൽ ഫോൺ നമ്മെ ഒറ്റുകൊടുക്കുന്ന ഫാഷിസ്റ്റ് ചാരനായി മാറുന്നു. വ്യാവസായികയുഗത്തിൽ മാനവികതയായിരുന്നു സാർവദേശിയ ബോധത്തിനും ബന്ധങ്ങൾക്കും അടിസ്ഥാനമായിരുന്നതെങ്കിൽ ഇന്നത്തെ സാർവദേശീയതയെന്നാൽ ഇന്റർനെറ്റ് കണക്ഷനുകളാണ്. എല്ലാം ഏകീകൃതമാക്കാൻ, ഏകാധിപത്യമാക്കാൻ (mono-archy) പുതിയ സാങ്കേതികവിദ്യ സഹായിക്കുന്നു. ഏകീകൃതവോട്ടർ പട്ടിക, ഏകീകൃതനിയമം, ഏകീകൃത ബാങ്കിങ്, ഏകീകൃതനികുതി, ഏകീകൃതതിരഞ്ഞെടുപ്പ്, ഏകീകൃത ബ്യൂറോക്രസി, ഏകീകൃതഭരണം എന്നിങ്ങനെ എല്ലാം ഏക വ്യക്തിയിലോ (mono-arch) ഏകസംഘടനാനേതാക്കളിലോ (oligarchy) കൊണ്ടെത്തിക്കാൻ കഴിയുന്നു. ഭരണകൂടത്തിന്റെയും കോർപ്പറേറ്റുകളുടെയും കൈവശമുള്ള ഏകീകൃത വിവരശേഖരണം (Date bank) സൂക്ഷ്മഫാഷിസത്തിന്റെ ശക്തിയേറിയ ആയുധമാണ്. ഫാഷിസം കോർപ്പറേറ്റിസമാണെന്ന മുസ്സോളിനിയുടെ നിർവചനം പുനരവതരിക്കുകയാണ്. ജനാധിപത്യമെന്നത് ശതകോടീശ്വരന്മാരുടെ പ്രാതിനിധ്യഭരണമായി മാറുന്നതോടെ– അവരുടെ താല്പര്യങ്ങൾ സംരക്ഷിക്കുന്ന കാര്യസ്ഥ പ്രതിനിധികളുടെ ഭരണമായിത്തീരുന്നതോടെ-സൂക്ഷ്മഫാഷിസം ഒരേസമയം നിരുദാരജനാധിപത്യവും (illiberal democracy) കോർപ്പറേറ്റോക്രസിയുമായി പരിണമിക്കുന്നു.

ഇന്ത്യയിൽ രൂപപ്പെടുന്നത് മാനവികേതര രാഷ്ട്രീയമാണ് (Anti-humanism). പശുവിന് സുരക്ഷാപദ്ധതികളും ചികിത്സാലയങ്ങളും

ഒരുക്കുമ്പോൾ മനുഷ്യനെ അരക്ഷിതനായി തെരുവിലേക്ക് വലിച്ചെറിയുന്നു. മതരാഷ്ട്രീയമെന്നത് കൊല്ലൽ രാഷ്ട്രീയമാണ് (murder politics). വധത്തെ രാഷ്ട്രീയപ്രവർത്തനമാക്കുന്ന സംഘങ്ങൾ വർധിക്കുന്നതോടെ സമൂഹം ദണ്ഡനസമൂഹമായി പരിവർത്തനപ്പെടുന്നു. രാഷ്ട്രീയ എതിരാളികളെ മാത്രമല്ല, രാഷ്ട്രത്തെയും പൊതുജീവിതത്തെയും കൊല്ലുന്നതാണ് കൊല്ലൽ രാഷ്ട്രീയം.

ഡിജിറ്റൽ കാലത്തെ ഫാഷിസം പഴയകാല ഫാഷിസത്തിന്റെ പുനരവതാരമല്ല. പഴയ ഫാഷിസത്തിന്റെ വാർപ്പുമാതൃക മനസ്സിൽ സൂക്ഷിക്കുന്നവരാണ് ഇന്ത്യയിൽ ഫാഷിസം എത്തിയിട്ടില്ല എന്ന് സമാശ്വസിക്കുന്നത്. 21-ാം നൂറ്റാണ്ടിലെ ഫാഷിസം ടെക്നോളജിയിലൂടെയാണ് ജനമനസ്സിൽ സ്വീകാര്യത നേടുന്നത്. ഫ്യൂഡൽ കാലത്ത് ഭൂമിയായിരുന്നു സ്വത്തും അധികാരവും. വ്യാവസായികയുഗത്തിൽ യന്ത്രങ്ങളും അധ്വാനചൂഷണവും യന്ത്രോല്പാദനവുമായിരുന്നു മൂലധനം. എന്നാൽ ഡിജിറ്റൽ യുഗത്തിൽ ഡേറ്റാ അൽഗോരിതങ്ങളും നിർമ്മിതബുദ്ധിയുമാണ് അധിനിവേശോപാധികൾ. ജനാധിപത്യത്തിൽ എല്ലാ വിവരങ്ങളും ഒരു കേന്ദ്രത്തിൽ നിക്ഷിപ്തമായിത്തീരുന്നില്ല. അധികാരവികേന്ദ്രീകരണവും ബഹുസ്വരതയും ഫെഡറലിസവുമാണ് ജനാധിപത്യത്തിന്റെ തായ്വേരുകൾ. എന്നാൽ എല്ലാ വിവരങ്ങളും (data) ഒരു കേന്ദ്രത്തിൽ, ഒരാളിൽ, ഒരു സംഘത്തിൽ കേന്ദ്രീകരിക്കുന്നതാണ് ഇൻഫോർമേഷൻ ടെക്നോളജി കൊണ്ടുവരുന്ന മാറ്റം. അതുകൊണ്ട് ഡിജിറ്റൽ കോർപ്പറേറ്റുകളും ഡിജിറ്റൽ ഫാഷിസ്റ്റുഭരണകൂടവും സയാമിസ് ഇരട്ടകളെപ്പോലെയാണ് പ്രവർത്തിക്കുന്നത്.

ലോകത്തിലെ ഏറ്റവും വലിയ ജനാധിപത്യരാജ്യമായ ഇന്ത്യ ഫാഷിസത്തിലേക്ക് നീങ്ങിയാൽ ലോകത്തിലെ ഏറ്റവും വലിയ ഫാഷിസ്റ്റു രാജ്യമായിരിക്കും. അതുകൊണ്ട് ഇന്ത്യയിൽ ജനാധിപത്യം അട്ടിമറിക്കപ്പെട്ടാൽ പകരം വരുന്നത് ഒരു പേടിസ്വപ്നരാഷ്ട്രമായിരിക്കും (country of dystopia). ഹിന്ദുത്വരാഷ്ട്രീയം ഫ്യൂഡൽ കാലത്തെ ചാതുർവർണ്യ ജീവിതമാതൃകകളും ന്യായവിചാരണകളും തിരികെ കൊണ്ടുവരാനാണ് ശ്രമിക്കുന്നത്. അതിന് നിലനിൽക്കുന്ന ഭരണഘടനയും റിപ്പബ്ലിക്കൻ രീതിയും വിലങ്ങുതടിയായതിനാൽ അവയെ അട്ടിമറിക്കാനുള്ള ഭൂരിപക്ഷസമുദായ ജനാധിപത്യവിധി സമ്പാദിക്കാനാണ് ഭൂരിപക്ഷമത വിഭാഗീയ രാഷ്ട്രീയം പയറ്റുന്നത്. ഇന്ത്യ ഇന്ന് അഭിമുഖീകരിക്കുന്ന പ്രശ്നം ദണ്ഡനരാഷ്ട്രം അഥവാ പേടിസ്വപ്നരാഷ്ട്രമായി പരിണമിക്കണമോ എന്നതാണ്. രാഷ്ട്രീയ ഫാഷിസം തകരുമ്പോൾ ഫാഷിസവും ദുർബലപ്പെട്ട് ശിഥിലമായിത്തീരുന്നു. മുസ്സോളിനി, ഹിറ്റ്ലർ, ജനറൽ ഫ്രാങ്കോ എന്നിവരുടെ രാഷ്ട്രീയ ഫാഷിസ്റ്റു ഭരണകൂടവും രാഷ്ട്രീയപാർട്ടികളും തക

ർന്നപ്പോൾ ഫാഷിസറ്റുരാഷ്ട്രവും തകർന്നു. എന്നാൽ സാംസ്കാരിക രാഷ്ട്രീയ ഫാഷിസം അപ്രകാരമല്ല. ഇന്ത്യയിൽ ഭാരതീയ ജനതാപാർട്ടി. മുസ്ലിം ലീഗ്, കേരളാ കോൺഗ്രസ് പോലുള്ള രാഷ്ട്രീയപാർട്ടികൾ ദുർബലപ്പെടുകയോ തകരുകയോ ചെയ്താലും ഹിന്ദോഫാഷിസവും ഇസ്ലാമോ ഫാഷിസവും ക്രിസ്റ്റോ ഫാഷിസവും തകരുന്നില്ല. കാരണം അവയുടെ വേരുകൾ മതസംസ്കാരിക രാഷ്ട്രീയത്തിലാണ് താഴ്ന്നുകിടക്കുന്നത്. ചരിത്രസാഹചര്യം അനുകൂലമാകുമ്പോൾ അവ പുതുരൂപങ്ങളിൽ, പുതിയ സംജ്ഞകളിൽ ഉയർന്നുവന്ന് മത പേടിസ്വപ്നരാഷ്ട്രങ്ങൾ നിർമ്മിക്കുന്നു. അഫ്ഗാനിസ്ഥാനിൽ സംഭവിച്ചതുപോലെ.

ഫ്യൂഡൽ സംസ്കൃതിയുടെ പുനർജന്മങ്ങൾ

ഇടതുപക്ഷ സാമ്പത്തികശാസ്ത്രജ്ഞനും ചിന്തകനുമായ റിച്ചാർഡ് ഡി വോൾഫ്, യാനിസ് വറോഫാകിസ്, ഗ്രിഗറി എ ഡെനക് തുടങ്ങിയവർ ഡിജിറ്റൽ കാലഘട്ടത്തിലെ ആഗോള കോർപ്പറേറ്റുമുതലാളിത്തത്തെ നിയോഫ്യൂഡലിസമെന്നും ടെക്നോഫ്യൂഡലിസമെന്നും വിശേഷിപ്പിക്കുന്നു. ജ്ഞാനോദയകാലഘട്ടവും വ്യാവസായിക മുതലാളിത്തവും പ്രാരംഭഘട്ടത്തിൽ കീഴടക്കിയ ഫ്യൂഡൽ സംസ്കൃതിയും സാമ്പത്തിക ഘടനാ മാതൃകകളും ലോകമെങ്ങും പുനർജനിച്ചുകൊണ്ടിരിക്കുകയാണ് (Refeudalization of Economy, Culture and Socitey). പഴയ സ്വത്തുടമ വർഗത്തിന്റെ സ്ഥാനത്ത് പുതിയ ധനികവർഗം (New Barons) അതായത് കോർപ്പറേറ്റ് സി ഇ ഒ മാർ, ലോകബാങ്കർമാർ, ഷെയർ മാർക്കറ്റ് നിക്ഷേപഭീമന്മാർ, പ്രകൃതിവിഭവങ്ങളും പൊതുമേഖലകളും ദാനം ചെയ്തുകൊണ്ട് ഫ്യൂഡൽ കാലത്തെ ഭൂദാതാക്കളായ രാജാക്കന്മാരെപ്പോലെ പ്രവർത്തിക്കുന്ന വലതുപക്ഷ ഭരണകൂടങ്ങൾ എന്നിവരടങ്ങുന്ന നിയോഫ്യൂഡലിസമാണ് രംഗപ്രവേശം ചെയ്തിരിക്കുന്നതെന്ന് നിരീക്ഷിക്കപ്പെടുന്നു. ഭരണകൂടങ്ങൾ വായ്പാ ഭരണകൂടങ്ങളായി മാറിയിരിക്കുകയാണ്. നിക്ഷേപങ്ങളും വായ്പകളും സ്വീകരിച്ചാണ് കോർപ്പറേറ്റ് മുതലാളിത്തത്തിന്റെയും പ്രവർത്തനം. ലോകത്തെ നിയന്ത്രിക്കുന്നത് ലോകത്തിലെ സെൻട്രൽ ബാങ്കുകളും ബ്ലാക്ക് റോക്ക്, സ്റ്റോക്ക് സ്ട്രീറ്റ്, വാൻഗാർഡ് എന്നീ ഷെയർ മാർക്കറ്റ് നിക്ഷേപഭീമന്മാരും കൂടിയാണെന്ന് യാനിസ് വറോഫാകിസ് ചൂണ്ടിക്കാണിക്കുന്നുണ്ട്. ലോകജനതയുടെ സാമ്പത്തിക സാംസ്കാരിക രാഷ്ട്രീയസ്ഥലികൾ മുഴുവൻ ഡിജിറ്റൽ

കോർപ്പറേറ്റുകളുടെ വലക്കെട്ടിനുള്ളിലൂടെ (network) യാണ് കടന്നുപോകുന്നത്. അതുകൊണ്ട് പഴയ ഫ്യൂഡലിസത്തിലെന്നപോലെ ഡിജിറ്റൽ പ്രഭുക്കളുടെ ഉടമാവകാശമേഖലയിലാണ് (Feudal fiefdom) ലോകപൗരന്റെ ജീവിതം. ഭൂമിയുടെയും പ്രകൃതിവിഭവങ്ങളുടെയും ജ്ഞാനസമ്പത്തുകളുടെയും മേൽ ഫ്യൂഡൽ പ്രഭുക്കൾക്കുണ്ടായിരുന്ന പാരമ്പര്യ പിൻതുടർച്ചാവകാശത്തിന്റെ(Hierarchy) സ്ഥാനത്ത് കോർപ്പറേറ്റ് പ്രഭുത്വം ബൗദ്ധിക സ്വത്തവകാശം (Patent rights) എന്ന പിൻതുടർച്ചാവകാശം നേടിയെടുത്തിരിക്കുന്നു.

ഫ്യൂഡലിസത്തിലെന്നപോലെ സാധാരണ ജനത പുറമ്പോക്കു ജനതയായി, നിഷ്പ്രയോജന ജനതയായി (Useless mass) പാർശ്വവൽക്കരിക്കപ്പെട്ടിരിക്കുന്നു. തൊഴിൽവർഗത്തിന്റെ അധ്വാനശക്തിയെ വിലയ്ക്കെടുത്ത് ചരക്കുല്പാദിപ്പിച്ച് മിച്ചമൂല്യം നേടിയിരുന്ന മുതലാളിത്തം ഇന്ന് ഡിജിറ്റൽ സാങ്കേതികവിദ്യ, നിർമ്മിതബുദ്ധി, ഡേറ്റക്ലൗഡുകൾ, അൽഗോരിതങ്ങൾ, ഇൻഫോബയോടെക്നോളജി, സാങ്കേതികവിദഗ്ധരായ തൊഴിലാളികളുടെ ജ്ഞാനനൈപുണികൾ (Knowledge and skill) എന്നിവ ഉപയോഗിച്ച് ഉല്പാദനവും വിനിമയവും നടത്തുന്ന ജ്ഞാന സമ്പദ്വ്യവസ്ഥയിലേക്ക് ((Knowledge economy) പ്രവേശിച്ചിരിക്കുന്നു. ചിലന്തിയുടെ വലക്കെട്ടിൽ കുരുങ്ങിയ ഇരകളെപ്പോലെ ഡിജിറ്റൽ മുതലാളിത്തത്തിന്റെ വലക്കെട്ടിനുള്ളിലാണ് ലോകജനത മുഴുവൻ. അതുകൊണ്ടു നവഫ്യൂഡൽ മുതലാളിത്തത്തെ യാനിസ് വറോഫാകിസ് ഇരപിടിയൻ മുതലാളിത്തം (Predatory Capitalism) എന്ന് വിളിക്കുന്നു. ആഗോളതലത്തിലെ ധനാഗമസ്രോതസ്സുകൾ തിരഞ്ഞുനടക്കുന്ന കോർപ്പറേറ്റ് മൂലധനത്തെ (Corporate raiders Capitalism) ഷോഷനാ സുബോഫ് വിഹഗവീക്ഷണ മൂലധനം (Surveillance Capitalism) എന്നും വിളിക്കുന്നുണ്ട്. ഫെയ്സ്ബുക്ക്, ആമസോൺ, ആപ്പിൾ, ട്വിറ്റർ (എക്സ്), മൈക്രോസോഫ്റ്റ് തുടങ്ങിയ ടെക്നോകുത്തകകളുടെ സാമ്പത്തികഘടന എന്നത് ദേശരാഷ്ട്രങ്ങളിലെ കോർപ്പറേറ്റുകളിലുള്ള മൂലധന നിക്ഷേപങ്ങളായി മാറിയിരിക്കുന്നു.

കറുത്ത ജനാധിപത്യം

ടെക്ഫ്യൂഡലിസ്റ്റ് മുതലാളിത്തത്തിന് ജനാധിപത്യം ആവശ്യമില്ലെന്നും പകരം ഫ്യൂഡൽ സ്വഭാവമുള്ള ഭരണശക്തികളെയും സംസ്കാരത്തെയുമാണ് പുനർജീവിപ്പിച്ചു കൊണ്ടുവരുന്നതെന്നും യാനിസ് വറോഫാകിസ്, ഡോ. ഹാരീത് ഫ്രാദ് എന്നിവർ അഭിപ്രായപ്പെട്ടുന്നുണ്ട്. ഉദാരമുതലാളിത്തം നാട്ടുവാഴിത്തത്തിലെ ബന്ധനങ്ങളിൽ നിന്നും (bonded labour) തൊഴിൽശക്തിയെ സ്വതന്ത്രമാക്കി തൊഴിൽ

വിപണി നിർമ്മിച്ചുവെങ്കിലും (അധ്വാനം വിൽക്കാനുള്ള സ്വാതന്ത്ര്യം) സാംസ്കാരികരംഗവും ഫ്യൂഡൽ ഭരണവർഗതാല്പര്യങ്ങളും അത്യഗാധ സാംസ്കാരികതലമായി (deep culture) സമൂഹത്തിനുള്ളിൽ അമർന്നുകിടക്കുകയായിരുന്നു. കോർപ്പറേറ്റ് കാലഘട്ടത്തിൽ അവയുടെ പുനർജനിയാണ് സംഭവിച്ചുകൊണ്ടിരിക്കുന്നത്. അമേരിക്കയിലെ കുടുംബഘടന ആത്യന്തികമായി ഫ്യൂഡലിസത്തിന്റേതാണെന്നും അതിലൂടെ ധവളരാഷ്ട്രവാദവും നിയോഫാഷിസവും ഉയിർത്തെഴുന്നേൽക്കുകയാണെന്നും ഡോ. ഹാരീത് ഫ്രാദ് നിരീക്ഷിക്കുന്നുണ്ട്. ജനാധിപത്യത്തെ അരാജകസ്വഭാവമുള്ള ജനക്കൂട്ട ആക്രോശമാക്കി (conservative populism) മാറ്റുകയാണ് നവമുതലാളിത്തം ചെയ്യുന്നത്. ഡൊണാൾഡ് ട്രംപിന്റെ പരാജയത്തിൽ റിപ്പബ്ലിക്കൻ വോട്ടർമാർ അരങ്ങേറിയ തെരുവ് പ്രകടനം കറുത്ത ജനാധിപത്യത്തിന്റെ പ്രകാശനമാണ്. ഇന്ത്യയിലും സ്ഥിതി വ്യത്യസ്തമല്ല. ഇയ്യിടെ ഇറാനിൽ നടന്ന തെരഞ്ഞെടുപ്പും മറ്റൊരുദാഹരണം. യാഥാസ്ഥിതിക ജനക്കൂട്ടത്തിന്റെ വ്യാജമായ അംഗീകാരത്തിലൂടെ ദീർഘകാലം ഭരണം തുടരാനാണ് റഷ്യയിലും തുർക്കിയിലും മറ്റും പുതിയ ഫ്യൂഡൽ ഭരണാധികാരികൾ അരങ്ങൊരുക്കിയിരിക്കുന്നത്.

മതപരവും വംശീയവുമായ ഭൂരിപക്ഷത്തെ ചൂഷണം ചെയ്തുകൊണ്ട് അധികാരത്തിലെത്തുന്ന കറുത്ത ജനാധിപത്യത്തിൽ മനുഷ്യാവകാശങ്ങൾക്കോ പൗരാവകാശങ്ങൾക്കോ പ്രസക്തിയില്ല. ഭരണവിരുദ്ധവികാരത്തെയും വിമർശനത്തെയും രാജ്യദ്രോഹമായി (ഫ്യൂഡൽ കാലഘട്ടത്തിലെ രാജദ്രോഹം) വിധിക്കുന്നു. ജനാധിപത്യത്തിൽ വ്യത്യസ്ത ജനവിഭാഗങ്ങളെ കണ്ണിചേർക്കുന്ന മതനിരപേക്ഷതയും മാനവികതയും തകർക്കപ്പെടുന്നു. കോർപ്പറേറ്റ് ഫ്യൂഡലിസത്തിന്റെ വരവോടെ പൗരസമൂഹങ്ങളിൽ വിഭാഗീയലഹളകളും പ്രസ്ഥാനങ്ങളും കുമിളുപോലെ മുളച്ചുപൊന്തുകയാണ്. സ്ലോവാക്യ, വടക്കൻ അയർലന്റ്, സൗത്ത് ആഫ്രിക്ക, ആസ്ത്രേലിയ, കാനഡ, ബ്രസീൽ, ഗ്വാട്ടിമാല, മെക്സിക്കോ, പെറു, ന്യൂസിലാന്റ്, നൈജീരിയ, സ്പെയിൻ, തായ്‌വാൻ, ഇന്ത്യ, ഇസ്രായേൽ, സൈപ്രസ്, തുർക്കി, ഇറാഖ്, യെമൻ, ലിബിയ തുടങ്ങിയ രാജ്യങ്ങളിലെ പൊതുസമൂഹം വിഭാഗീയതയിലും വിഘടനവാദത്തിലും പെട്ടുഴലുകയാണ്. ജനാധിപത്യത്തിന്റെ പറുദീസകൾ എന്ന് വ്യവഹരിച്ചുപോന്ന ഇംഗ്ലണ്ട്, ജർമ്മനി, അമേരിക്ക, നെതർലന്റ്, ഡെൻമാർക്ക് തുടങ്ങിയ രാജ്യങ്ങളിലും വംശീയമായ അസഹിഷ്ണുതയും കൊലകളും പെരുകിവരുന്നു. അതുകൊണ്ടാണ് ലോകത്താകമാനം ഫ്യൂഡലിസം നവരൂപത്തിൽ പുനർജന്മം കൊള്ളുകയാണെന്ന് റിച്ചാർഡ് ഡി വോൾഫിനെപ്പോലുള്ളവർ പറയുന്നത്.

ഇന്ത്യയുടെ നിമ്നസംസ്കാരം

ഇന്ത്യയിൽ മൂലധനം രൂപംകൊണ്ടത് ഫ്യൂഡൽ കാർഷികബന്ധങ്ങളെയോ സംസ്കാരത്തെയോ തകർത്തുകൊണ്ടല്ല, നേരെ മറിച്ച് അവയെ നവോത്ഥാനപ്രക്രിയയിലൂടെ പരിഷ്കരിച്ച് നിലനിർത്തിക്കൊണ്ടാണ്. ഇന്ത്യയിലെ നവോത്ഥാനമെന്നത് മതപരിഷ്കരണവും സാമൂഹികപരിഷ്കരണവുമല്ലാതെ സാമൂഹിക പരിവർത്തന പ്രസ്ഥാനമായിരുന്നില്ല. ബ്രിട്ടീഷുകാർ സ്വാതന്ത്ര്യം നൽകിയ ഭാരതം ഫ്യൂഡൽ ഭാരതമായിരുന്നു, വ്യാവസായികഭാരതമായിരുന്നില്ല. ഇന്ത്യയെ വ്യവസായവൽക്കരണത്തിലൂടെ ആധുനികവൽക്കരിക്കാൻ ശ്രമിച്ച നെഹ്റുവാകട്ടെ ഫ്യൂഡൽ കാർഷിക ബന്ധങ്ങളെയോ ഗ്രാമീണ സമൂഹങ്ങളെയോ പൊളിച്ചെഴുതാൻ ശ്രമിച്ചതുമില്ല. അതിന് തുടക്കംകുറിച്ച കേരളത്തിലെ കമ്യൂണിസ്റ്റ് സർക്കാരിനെ 1959-ൽ പിരിച്ചുവിടുകയും ചെയ്തു. രാജഭരണകാലത്ത് നികുതിപിരിവു കാരായും ബ്രിട്ടീഷ് ഭരണകാലത്ത് കമ്പനിക്കുവേണ്ടി ഉല്പന്നശേഖരണ വിതരണക്കാരായും പ്രവർത്തിച്ച ഗുജറാത്ത്, രാജസ്ഥാൻ, മഹാരാഷ്ട്ര എന്നീ നാട്ടുകളിലെ ബനിയ-മാർവാഡി, പാർസി കച്ചവട ധനികരിൽനിന്നാണ് ഇന്ത്യൻ മുതലാളിത്ത കുടുംബങ്ങൾ രൂപപ്പെട്ടത്. അവർ വ്യവസായ മൂലധനത്തെക്കാൾ കച്ചവട മൂലധനത്തിലാണ് (Commercial Capitalism) ശ്രദ്ധകേന്ദ്രീകരിച്ചത്. തീവ്രമതവിശ്വാസികളും യാഥാസ്ഥിതികരുമായിരുന്ന ബനിയ, മാർവാഡി ഗ്രൂപ്പുകളാണ് ഹിന്ദുത്വ സംഘടനകളുടെ പ്രോത്സാഹകർ. അതുകൊണ്ട് ഇന്ത്യൻ മുതലാളിത്തത്തിന്റെ രാഷ്ട്രീയവും സാമൂഹികവുമായ മാനങ്ങൾ ഫ്യൂഡലിസത്തിന്റേതാണ്.

ദേശീയതയ്ക്കുള്ളിലെ ഫ്യൂഡലിസം

ഇന്ത്യയിലെ ചരക്കുല്പാദനവും വിഭവസമാഹരണവും കയ്യടക്കിയിരുന്ന ബ്രിട്ടീഷുകാർ ഇന്ത്യയിലുണ്ടായ തനതായ മുതലാളിത്ത സംരംഭങ്ങളെ നിരുത്സാഹപ്പെടുത്തുകയും തകർക്കുകയുമാണ് ചെയ്തത്. മഹാകവി രബീന്ദ്രനാഥ് ടാഗോറിന്റെ കുടുംബ സാമ്പത്തിക ചരിത്രം തന്നെയാണ് അതിന് ഉദാഹരണം. ആദ്യകാലത്ത് ഈസ്റ്റ് ഇന്ത്യാ കമ്പനിയുടെ സഹായിയായി പ്രവർത്തിച്ച ദ്വാരക്നാഥ് ടാഗോർ സ്വതന്ത്രമായി നിർമ്മാണ വ്യാപാരസംരംഭങ്ങളിലേക്ക് തിരിഞ്ഞപ്പോൾ ബ്രിട്ടീഷുകാർ തടസ്സങ്ങൾ സൃഷ്ടിച്ചു. ഒടുവിൽ ഓഹരികൾ കൈമാറിക്കൊണ്ട് സെമീന്ദാരി സമ്പ്രദായത്തിലെ ഉല്പന്നങ്ങളിൽ ഒതുങ്ങേണ്ടിവന്നു. ഇന്ത്യൻ സ്വാതന്ത്ര്യസമരത്തിന്റെ ചോദകശക്തികളായിത്തീർന്നത് ഇത്തരത്തിലുള്ള ഫ്യൂഡൽ സാമൂഹിക പശ്ചാത്തലമുള്ള ധനികവർഗമായിരുന്നു. ഇന്ത്യൻദേശീയതയുടെയും സ്വാതന്ത്ര്യസമര പ്രസ്ഥാനത്തിന്റെ

യും സാംസ്കാരികതലം ഫ്യൂഡൽ ഭക്തിയുടെ ആത്മീയതലമായിരുന്നു. മതനിരപേക്ഷ ഭക്തിയും വിശ്വാസവുമാണ് ഗാന്ധിജി ഉയർത്തിപ്പിടിച്ചത്. അതുകൊണ്ട് തന്നെ ഇന്ത്യൻ ദേശീയപ്രസ്ഥാനം ഒരുതരത്തിലുള്ള ഭക്തിപ്രസ്ഥാനമായിരുന്നു. ഗാന്ധിജി സ്ഥാപിച്ചതും തീരുമാനങ്ങൾ കൈക്കൊണ്ടതും കോൺഗ്രസ് ഓഫീസുകളിൽ ഇരുന്നല്ല, ആശ്രമങ്ങളിൽ വെച്ചായിരുന്നു.

ഗുജറാത്തിലെ ബനിയവിഭാഗം ജൈനവൈഷ്ണവമതങ്ങളുടെ സങ്കരസംസ്കാരമാണ് ഉൾക്കൊണ്ടിരുന്നത്. രാമനെയും രാമരാജ്യത്തെയും മാതൃകയാക്കിയ മതവിശ്വാസിയായിരുന്നു ഗാന്ധിജി. എന്നാൽ ഗാന്ധിജിയുടെ രാമൻ ബ്രാഹ്മണ, ക്ഷത്രിയ, വൈഷ്ണവമതത്തിലെ ആയുധധാരിയും ശത്രുസംഹാരപ്രിയനും ആക്രമണോത്സുകനുമായ ദേവതാബിംബമല്ല; നേരെമറിച്ച്, ജൈനമത രാമായണത്തിലെ അഹിംസാമൂർത്തിയായ മര്യാദാരാമനാണ്. ജൈനമതരാമചരിതത്തിൽ രാവണനെ വധിക്കുന്നത് രാമനല്ല, ലക്ഷ്മണനാണ്. ജൈനമതത്തിലെ ഉപവാസവും സഹനശീലവും അക്രമരാഹിത്യവും അഹിംസയുമാണ് ഗാന്ധിജിയെ സ്വാധീനിച്ചത്; ബുദ്ധന്റെ അഹിംസയോ ജാതിനിരാസമോ അല്ല. ഗാന്ധിജിയുടെ രാമഭക്തിയും പ്രാർഥനായോഗങ്ങളും ഉപവാസങ്ങളുമൊക്കെ ഫ്യൂഡൽ സംസ്കൃതിയുടെ നവീകരണരൂപങ്ങളായിരുന്നു. ചാതുർവർണ്യ വ്യവസ്ഥയിലും നാട്ടുവാഴി ജന്മിത്തമർദനങ്ങളിലും ചക്രവർത്തിമാരുടെ പടയോട്ടങ്ങളിലും യാതനാപൂർണമായ സഹനജീവിതം നയിച്ചുപോന്ന ഭാരതീയജനതയ്ക്ക് ബ്രിട്ടീഷുകാരന്റെ മർദനഭരണവും പുത്തരിയായിരുന്നില്ല. അതുകൊണ്ട് സഹനമനോഭാവത്തോടെ അവർ ബ്രിട്ടീഷുകാരുടെ ചാട്ടവാറടിയും വെടിയുണ്ടയും ലാത്തിച്ചാർജ്ജും ചരിത്രാനുഭവത്തിന്റെ തുടർച്ചപോലെ നേരിട്ടു. ജാതിവ്യവസ്ഥ അടിച്ചേല്പിച്ച അടിമ മനോഭാവവും ആചാരാനുഷ്ഠാനബദ്ധമായ ആത്മനിയന്ത്രണവും അഹിംസാവാദികളായി ഇംഗ്ലീഷുകാരെ നേരിടാൻ ഇന്ത്യൻ ജനതയെ പ്രേരിപ്പിച്ചു. ജാതിമത വിഭാഗീയതയാൽ ചരിത്രത്തിൽ പരസ്പരം തൊട്ടുകൂടാതെയും തീണ്ടിക്കൂടാതെയും കിടന്ന ജനവിഭാഗങ്ങളെ സ്വാതന്ത്ര്യസമരപ്രസ്ഥാനത്തിൻ കീഴിൽ ഏകീകരിക്കാൻ കഴിഞ്ഞു എന്നതാണ് ഗാന്ധിജിയുടെയും കോൺഗ്രസിന്റെയും വിജയം.

ഗാന്ധിജിയുടെ പ്രത്യയശാസ്ത്രം ആത്മീയോപാസനയുടേതായിരുന്നുവെങ്കിലും അദ്ദേഹം ഭാരതീയ ഗുരുപാരമ്പര്യത്തെയോ ഫ്യൂഡൽ പാരമ്പര്യശ്രേണിയെയോ (Feudal Hierarchy) സ്വീകരിച്ചില്ല. ശിഷ്യനെക്കാൾ ഉപരി ഗുരു, ഗുരുവിനെക്കാൾ ഉപരി മന്ത്രം, മന്ത്രത്തെക്കാൾ ഉപരി ദേവത, ദേവതയെക്കാൾ ഉപരി ആത്മാവ് എന്നിങ്ങനെയുള്ള ശ്രേണീബദ്ധ പാരമ്പര്യം ഗാന്ധിജിക്ക് സമ്മതമായില്ല. അതുകൊണ്ട്

ആശ്രമങ്ങൾ സ്ഥാപിച്ച എങ്കിലും അദ്ദേഹം ആരുടെയും ആത്മീയഗുരുവായില്ല, രാമനെ ആരാധിച്ചുവെങ്കിലും ക്ഷേത്രപൂജകൾക്കായി ക്ഷേത്രങ്ങളിലേക്ക് യാത്രചെയ്തില്ല. ഗാന്ധിജിയുടെ മതനിരപേക്ഷമായ ആത്മീയത മുതലാളിത്ത കാലഘട്ടത്തിന് തന്നെ അനുയോജ്യമായിരുന്നതിനാൽ എല്ലാവിഭാഗം ജനങ്ങളെയും ദേശീയപ്രസ്ഥാനത്തിലേക്ക് ആകർഷിക്കാൻ കഴിഞ്ഞു. ഗാന്ധിജിയെ 'മഹാത്മാ' എന്നും ബാപ്പുജിയെന്നുമല്ലാതെ 'ഗുരു' എന്നാരും അഭിസംബോധന ചെയ്തില്ല. ഗാന്ധിജിയോടുള്ള ആദരവ് ഫ്യൂഡൽ ഭക്തിയുടെ പുനർപ്രകാശനമായിരുന്നില്ല എന്നതുകൊണ്ട് ഗാന്ധിശിഷ്യന്മാർക്ക് ഗാന്ധിജിയോട് ഗുരുശാപഭയമെന്യേ വിയോജിക്കാനും വിട്ടുപോകാനും കഴിഞ്ഞിരുന്നു. അതേസമയം ഇന്ത്യക്കാരൻ അടിസ്ഥാനപരമായി ഇന്നും ഒരു ഫ്യൂഡൽ ജീവിയാണ്. ആധുനികവിദ്യാഭ്യാസം നേടി പുതിയ ലോകത്തിൽ തൊഴിൽ ചെയ്തശേഷം പുറത്ത് ജാതിമതനിരപേക്ഷനായി അഭിനയിച്ചശേഷം സ്വന്തം ജാതി യൂണിറ്റായ കുടുംബത്തിനുള്ളിലേക്ക് മടങ്ങുന്നു. ഡോ. ഹാരീത് ഫ്രാദ് പറയുന്നതുപോലെ കുടുംബമെന്നത് ഗൃഹനാഥൻ (പിതാവ്, ഭർത്താവ്) ഭരിക്കുന്ന ഫ്യൂഡൽ യൂണിറ്റാണ്. ഭക്തിയുടെ ഫ്യൂഡൽ പ്രത്യയശാസ്ത്രമാണ് കുടുംബത്തിനുള്ളിലെ ബന്ധങ്ങളെ ഭരിക്കുന്നത്. ഗുരുഭക്തി, പിതൃഭക്തി, ഭർതൃഭക്തി, ഭ്രാതൃഭക്തി, മാതൃഭക്തി എന്നിങ്ങനെ ഭക്തിയുടെ ശ്രേണിയിലാണ് കുടുംബത്തിന്റെ കെട്ടുറപ്പ്. എന്നാൽ പത്നീഭക്തിയോ സോദരീഭക്തിയോ ഇല്ലാത്തത് അവർ വീട്ടടിമകളായതുകൊണ്ടാണ്. ഫ്യൂഡൽ അടിമ വ്യവസ്ഥയുടെ ഏകകം (units) കൂടിയാണ് കുടുംബം എന്നതുകൊണ്ട് ഗൃഹസ്ത്രീപീഡനം ജാതിമതഭേദമെന്യേ ചരിത്രപരമായ ഒരു തുടർപ്രവർത്തനമായി തുടർന്നുപോരുന്നു.

ഫ്യൂഡൽ ഭരണവർഗം

ഇന്ത്യൻ ഭരണവർഗം ഫ്യൂഡൽ ഭരണവർഗത്തിന്റെ ശ്രേണീബദ്ധമായ ഒരു അനുസ്യൂതിയാണ്. ഗോത്രവിഭാഗങ്ങളെ പൊതുവായ ഉല്പാദനമേഖലയായ കാർഷികവൃത്തിയിൽ കോർത്തിണക്കിയത് ബുദ്ധമതമാണ്. ബിസി മൂന്നാം നൂറ്റാണ്ടിൽ മൗര്യ ചക്രവർത്തിയായ അശോകൻ ജനതയുടെ രാഷ്ട്രീയവും സാമൂഹികവുമായ ഐക്യത്തിനും അംഗീകാരത്തിനുംവേണ്ടി ബുദ്ധമതത്തെ രാഷ്ട്രമതമായി ഉപയോഗിച്ചെങ്കിലും മറ്റ് മതവിഭാഗങ്ങളോട് സഹിഷ്ണുതാപരമായ നിലപാടാണ് സ്വീകരിച്ചത്. 'ബുദ്ധധർമ്മ'ത്തിൽ അധിഷ്ഠിതമായ ഫ്യൂഡൽ ക്ഷേമരാഷ്ട്രസങ്കല്പമായിരുന്നു അശോകന്റേത്. അശോകന് ശേഷം ഹിന്ദുമതത്തിലെ അവതാരപുനർജന്മ സങ്കല്പത്തെ ജാതകകഥകളിലൂടെ കടത്തിവിട്ടുകൊണ്ട് ബ്രാഹ്മണാധിപത്യം ബുദ്ധമതത്തെയും കീഴടക്കി. അശോകൻ യുദ്ധം

ഉപേക്ഷിച്ചിരുന്നുവെങ്കിലും സൈന്യത്തെയോ ചാരന്മാരെയോ കൊട്ടാരത്തിലെ ഫ്യൂഡൽ ബ്യൂറോക്രസിയെയോ നിരസിച്ചില്ല. ഇന്ത്യൻ ഫ്യൂഡലിസത്തിന്റെ അടിസ്ഥാനോല്പാദനോപാധികളായ ജാതിത്തൊഴിലുകളെയോ ചാതുർവർണ്യത്തെയോ ഇല്ലായ്മ ചെയ്തില്ല. കാരണം അശോക സാമ്രാജ്യത്തിന്റെയും സാമ്പത്തികാടിത്തറ നെല്ലുല്പാദനവും ജാതിത്തൊഴിൽ ഉല്പാദനമേഖലകളുമായിരുന്നു. അശോകനെ തുടർന്നുവന്ന ഗുപ്തഭരണകാലം മുതൽക്കുള്ള ഏകീകൃത സാമ്രാജ്യഭരണങ്ങളാണ് ഇന്ത്യൻ നാട്ടുവാഴിത്തത്തെയും ക്ലാസിക്കൽ സാഹിത്യപാരമ്പര്യങ്ങളെയും അരക്കിട്ടുറപ്പിച്ചത്.

ഗുപ്തന്മാരുടെ കാലംമുതൽ ബ്രാഹ്മണക്ഷത്രിയ വിഭാഗങ്ങൾക്കായി ആരംഭിക്കുന്ന കാർഷിക ഗ്രാമഭൂദാനങ്ങൾ ഇന്ത്യൻ ഭരണ ഫ്യൂഡൽ വർഗമായി ബ്രാഹ്മണ ക്ഷത്രിയ രാജ്പുത്ര വിഭാഗങ്ങളെ ചരിത്രത്തിൽ പ്രതിഷ്ഠിച്ചു. മധ്യകാല ഭാരതീയചരിത്രം ഭൂദാനങ്ങളുടെയും ബ്രാഹ്മണ കുടിയേറ്റങ്ങളുടെയും ചരിത്രമാണ്. ഇന്ത്യയിൽ ദേശാന്തരഗമനം നടത്താനും മറ്റു രാജ്യങ്ങളിലെത്തി പുരോഹിതവൃത്തി സ്വീകരിക്കാനും ഭാരതത്തിലുടനീളം ക്ഷേത്രങ്ങൾ നിർമ്മിച്ചെടുക്കാനും ആരാധന നടത്താനും കഴിഞ്ഞിരുന്ന ഒരേ ഒരു വർഗം ബ്രാഹ്മണരാണ്. മറ്റുജാതികൾ പ്രാദേശികസ്ഥലികളിൽ കുലത്തൊഴിലുകളിൽ തളയ്ക്കപ്പെട്ടതിനാൽ അവർക്ക് ഗ്രാമം വിട്ടുപോകാൻ ആചാരാനുഷ്ഠാനജീവിതം അനുവദിച്ചിരുന്നില്ല. ഭാരതം മുഴുവൻ വ്യാപിച്ച ജാതിവർഗം ബ്രാഹ്മണരാണ്. സംസ്കൃത സാഹിത്യം, മനുസ്മൃതി ഉൾപ്പെടെയുള്ള പൗരാണികകൃതികൾ ഭാരതത്തിലുടനീളം ഫ്യൂഡൽ സംസ്കൃതിയുടെ പ്രത്യയശാസ്ത്രോപകരണങ്ങളായി വ്യാപിച്ചത് ബ്രാഹ്മണരുടെ ഭൂദാനാനന്തര കുടിയേറ്റങ്ങളിലൂടെയാണ്. കേരളത്തിലും ബ്രാഹ്മണ കുടിയേറ്റമുണ്ടായത് 'പരശുരാമൻ നൽകിയ ഭൂമി' കഥയിലൂടെയാണല്ലോ. രാജഭരണകാലങ്ങളിലും സുൽത്താനേറ്റ് വാഴ്ചകളിലും ഉന്നതാധികാര ശ്രേണീവൃന്ദത്തിൽ ബ്രാഹ്മണക്ഷത്രിയാധിപത്യങ്ങൾ നിലനിന്നിരുന്നു. ഇന്ത്യയിലെ ഭൂവുടമാവർഗം ബ്രാഹ്മണരും ക്ഷത്രിയരുമാണെന്ന് ചരിത്രകാരനായ ആർ.എസ്. ശർമ്മ രേഖപ്പെടുത്തിയിട്ടുണ്ട് (*ഇന്ത്യൻ ഫ്യൂഡലിസം* എന്ന കൃതി). സുൽത്താനേറ്റുകളുടെ വരവോടുകൂടി മുസ്ലിം ഭൂവുടമസ്ഥതകൾ രൂപപ്പെട്ടെങ്കിലും ഇന്ത്യയിലെ പ്രബല ഫ്യൂഡൽശക്തി സവർണജാതിപക്ഷമായിരുന്നു. മുഗൾ ഭരണകാലത്ത് രാജകൊട്ടാരത്തിൽ സവർണജാതികൾക്ക് ഉന്നത പദവികൾ ലഭിച്ചിരുന്നുവെങ്കിലും പഴയ രാജപ്രതാപകാലത്തെ സ്വാധീനശക്തിക്ക് ഇളക്കം തട്ടിയിരുന്നു. ബ്രിട്ടീഷുകാരുടെ വരവോടെ ഭൂവുടമാവർഗം സെമിന്ദാരി സമ്പ്രദായത്തിലൂടെ ശക്തി നിലനിർത്തിക്കൊണ്ട് ഈസ്റ്റ് ഇന്ത്യാ കമ്പനി ഭരണത്തെ സഹർഷം സ്വാഗതം ചെയ്ത് ചങ്ങാതിക്കൂട്ട

മായി പ്രവർത്തിക്കാൻ തുടങ്ങി. കാർഷികോല്പന്നങ്ങളും, പ്രത്യേകിച്ചും, പരുത്തിയും ചണവും മറ്റും കൃഷിക്കാരിൽനിന്നും കൊള്ളയടിക്കാനും നികുതി പിരിച്ചെടുക്കാനും മധ്യവർത്തികളായി പ്രവർത്തിച്ചിരുന്നത് ഭൂവുടമകളും ബനിയ, മാർവാഡി വർഗവുമാണ്. ജാതിവ്യവസ്ഥാധിഷ്ഠിതമായ ഗ്രാമവ്യവസ്ഥയെയും നാട്ടുവാഴിത്ത ഭൂവുടമവർഗത്തെയും നില നിർത്തിക്കൊണ്ടാണ് ബ്രിട്ടീഷുകാർ ഇന്ത്യ ഭരിച്ചത്. അതോടൊപ്പം ഇന്ത്യൻ വ്യാപാരിവർഗത്തിനും ഭൂവുടമാകൾക്കും ബ്രിട്ടീഷുകാരുടെ സഹായത്തോടെ പരിഹരിക്കേണ്ടുന്ന പ്രശ്നങ്ങളുണ്ടായിരുന്നു. അതിനുവേണ്ടി 1885-ൽ സ്ഥാപിതമായ സംഘടനയായിരുന്നു ഇന്ത്യൻ നാഷണൽ കോൺഗ്രസ്. സിവിൽ സർവീസ് ഉദ്യോഗസ്ഥനായിരുന്ന അലൻ ഒക്ടാവിയൻ ഹ്യൂമിന്റെ നേതൃത്വത്തിൽ ബോംബെയിൽ ചേർന്ന യോഗത്തിലാണ് കോൺഗ്രസ് രൂപീകരിക്കപ്പെട്ടത്. വൈസ്രോയിയായിരുന്ന ഡെഫ്രിൻ പ്രഭുവിന്റെ അനുഗ്രഹാശിസ്സുകൾ സംഘടനയ്ക്കുണ്ടായിരുന്നു. ഫ്യൂഡൽ പ്രഭുക്കളും ഉന്നതകുലജാതരും ദാദാഭായ് നവറോജിയെപ്പോലുള്ള വ്യവസായികളും പങ്കെടുത്ത കോൺഗ്രസ് ഒരു ബഹുജന സംഘടനയായിട്ടല്ല രൂപം കൊണ്ടത്. അതൊരു ഫ്യൂഡൽവർഗ സംഘടനയായിരുന്നു. ഗോപാലകൃഷ്ണ ഗോഖലയുടെയും ബാലഗംഗാധര തിലകന്റെയും കാലമായപ്പോൾ (1905 കാലഘട്ടത്തിൽ) ക്രമേണ കോൺഗ്രസ് മധ്യവർഗവൽക്കരിക്കപ്പെടാൻ തുടങ്ങി. ബലഗംഗാധരതിലകനെപ്പോലുള്ളവരിലൂടെയാണ് ഫ്യൂഡൽവർഗ സംസ്കൃതി കോൺഗ്രസ്സിനുള്ളിൽ ശക്തമായ ഒരു സാംസ്കാരിക പ്രത്യയശാസ്ത്ര ധാരയായിത്തീർന്നത്. ഭൂവുടമാകുടുംബങ്ങളിൽ നിന്നും ഇംഗ്ലീഷ് വിദ്യാഭ്യാസം നേടിവന്ന മധ്യവർഗം (ഫ്യൂഡൽ വർഗത്തിനും മൂലധനവർഗത്തിനും മധ്യേയുള്ള വർഗം എന്ന അർത്ഥത്തിൽ) കോൺഗ്രസിന്റെ നേതൃത്വസ്ഥാനങ്ങൾ കരസ്ഥമാക്കിയിരുന്നു. 1905ലെ ബംഗാൾ വിഭജനം കോൺഗ്രസിനെ നിവേദക സംഘം എന്നതിൽ നിന്നും ഭിന്നമായി ഒരു സ്വദേശി സംഘമായി പരിവർത്തിപ്പിച്ചു . ഇന്ത്യയിലെ ചരക്ക് ശേഖരണവും വ്യാപാരവും ഈസ്റ്റ് ഇന്ത്യാ കമ്പനി കുത്തകയാക്കിത്തുടങ്ങിയതോടെ ബനിയ, മാർവാഡി, പാർസി കച്ചവടക്കാരിൽ ഒരു വിഭാഗം ബ്രിട്ടീഷ് വിരുദ്ധരായി മാറുകയായിരുന്നു. അവർ ദേശീയപ്രസ്ഥാനത്തിന് പരോക്ഷമായ പിന്തുണ നൽകിക്കൊണ്ടു നിലകൊണ്ടു. കോൺഗ്രസിലെ - സവർണ ഫ്യൂഡൽ വർഗാധിപത്യവും മതാവേശമുള്ള ബനിയ, മാർവാഡി വ്യാപാരിസമൂഹവും മുസ്ലിം കുലീന വിഭാഗത്തിൽ സൃഷ്ടിച്ച സംശയവും അസംതൃപ്തിയുമാണ് 1905-ൽ മുസ്ലിംലീഗിന്റെ രൂപീകരണത്തിന് കാരണമായത്. അവർ കോൺഗ്രസിനെ ഒരു ഹിന്ദു സംഘടനയായിട്ടാണ് ചിത്രീകരിച്ചത്.

മുസ്ലിങ്ങൾ കോൺഗ്രസിൽ ചേർന്ന് പ്രവർത്തിക്കരുതെന്ന് അനുയായി കൾക്ക് മുസ്ലിംലീഗ് നിർദ്ദേശം നൽകിയിരുന്നു.

ബ്രിട്ടീഷുകാരുടെ വരവിന് മുൻപ് ഇന്ത്യയിലെയും ഏഷ്യയിലെയും വ്യാപാരകുത്തക മുസ്ലിം വ്യാപാരികൾക്കായിരുന്നു. ബ്രിട്ടീഷുകാരുടെ ഓട്ടോമൻ തുർക്കികളുമായുള്ള പോരാട്ടവും വ്യാപാരരംഗത്ത് ആധിപ ത്യം നേടാനുള്ള ശ്രമവും ഇന്ത്യയിലെ സുൽത്താനേറ്റുകളുടെ അധികാര കുത്തക തകർക്കാനുള്ള ശ്രമവും ഇന്ത്യയിലെ മുസ്ലിങ്ങളെ ബ്രിട്ടീഷ് വിരുദ്ധ വികാരത്തിൽ കൊണ്ടെത്തിച്ചിരുന്നു. അതുകൊണ്ട് മുസ്ലിംലീ ഗിലൂടെ ബ്രിട്ടീഷ് വിരുദ്ധ സമരം നടത്തി ഒരു മുസ്ലിം രാജ്യം സ്ഥാപി ക്കുക എന്നതായിരുന്നു അവരുടെയും രാഷ്ട്രീയലക്ഷ്യം. കോൺഗ്രസിലെ സവർണ ഫ്യൂഡൽ നേതൃത്വത്തെ അവർ സംശയത്തോടെയാണ് വീക്ഷി ച്ചത്. മുഹമ്മദലി ജിന്നയുടെ നിലപാടുകൾ അതിന് ഉദാഹരണമാണ്. അതുപോലെ ചരിത്രാതീതകാലം മുതൽ ഇന്ത്യയിലെ അധികാരിവർഗം സവർണപക്ഷമായതിനാൽ ബ്രിട്ടീഷുകാർ ഇന്ത്യയ്ക്ക് മോചനം നൽകി യാൽ സവർണ ജന്മിപക്ഷത്തിന്റെ അധികാരത്തുടർച്ചയാണ് നിലനിൽ ക്കുക എന്ന സംശയം അംബേദ്കറെയും കോൺഗ്രസിൽ നിന്നും അക റ്റിയിരുന്നു. അതുകൊണ്ട് അദ്ദേഹം കീഴാളജാതികളുടെ (ദളിതരുടെ) അധികാരസംവരണത്തിന് വേണ്ടി വാദിച്ചു. ഇന്ത്യൻ ദേശീയതയിലും കോൺഗ്രസ്സിലും നിലനിന്ന ഫ്യൂഡൽ വർഗാധിപത്യമാണ് അതിന് കാ രണമായത്.

ബ്രിട്ടീഷ് ഭരണത്തിൻകീഴിൽ സംഭവിച്ച കാർഷികത്തകർച്ചയും കൈത്തൊഴിൽരംഗത്തെ പതനവും അതിനെതുടർന്നുണ്ടായ ക്ഷാമവും പട്ടിണിമരണങ്ങളും ഇന്ത്യൻ ഗ്രാമങ്ങളെ ബ്രിട്ടീഷ് വിരുദ്ധ വികാര ത്തിൽ കൊണ്ടെത്തിച്ചിരുന്നു. ഇന്ത്യൻ സ്വാതന്ത്ര്യസമരത്തിന് ലഭിച്ച ബഹുമുഖപിന്തുണയെന്നത് സ്വാതന്ത്ര്യാനന്തരം നിലവിൽ വരുന്ന ഭരണവർഗത്തെക്കുറിച്ച് ചിന്തകൂടാതെയുള്ള ദേശീയ ജനാവേശമായി രുന്നു (National Populism). അതിനെ നയിക്കാനും ബ്രിട്ടീഷ് വിരുദ്ധ സമരമായി പരിവർത്തിപ്പിക്കാനും ഗാന്ധിജിയുടെ നേതൃത്വത്തിനും കോൺഗ്രസിനും കഴിഞ്ഞു എന്നതാണ് ഇന്ത്യൻ സ്വാതന്ത്ര്യസമരത്തി ന്റെ ചരിത്രം. ഉത്തരേന്ത്യയിലെ പരുത്തി, ചണം കൃഷിക്കാരുടെയും നെയ്ത്തുകാരുടെയും രോഷം ആളിക്കത്തിക്കാൻ ഗാന്ധിജിയുടെ വിദേശവ സ്ത്ര ബഹിഷ്കരണ'ത്തിന് സാധിച്ചു. ബ്രിട്ടീഷ് മൂലധന സംഭരണത്തിന്റെ മുഖ്യോപാധിയായിരുന്നു വസ്ത്രവ്യാപാരം. ബ്രിട്ടീഷ് സാമ്രാജ്യമെന്നത് കോട്ടൺ സാമ്രാജ്യമായിരുന്നു. ആഗോള മൂലധനത്തിന്റെ ചരിത്രത്തെ എംപെയർ ഓഫ് കോട്ടൺ എന്നാണ് സ്വൻ ബെക്കെർട്ട് വിശേഷിപ്പി ക്കുന്നത് (*Empire of Cotton* എന്ന കൃതി). മാർക്സ് തന്റെ *മൂലധന*ത്തിൽ മു

തലാളിത്ത ചരക്കുല്പാദനത്തിന് ഉദാഹരണമായി നൽകുന്നത് പരുത്തി നൂൽ, തുണി, കോട്ടൺ എന്നീ ചരക്കുകളെയാണ് (*മൂലധനം ഒന്നാം ഭാഗം*). ബ്രിട്ടീഷ് മൂലധനത്തിന്റെ ഊട്ടുവെയ്പുകളിൽ പ്രധാനപ്പെട്ടത് ഇന്ത്യയിലെ പരുത്തിയും നൂലുമാണെന്ന് മാർക്സ് രേഖപ്പെടുത്തിയിട്ടുണ്ട്. അതുകൊണ്ട് ബ്രിട്ടീഷുകാർക്ക് എതിരെയുള്ള ഗാന്ധിജിയുടെ ശക്തിയേറിയ സമരായുധങ്ങളായിരുന്നു വിദേശവസ്ത്ര ബഹിഷ്കരണവും തദ്ദേശീയ വസ്ത്രനിർമ്മാണമായ ഖാദി പ്രചാരണവും.

സ്വാതന്ത്ര്യാനന്തരം ഇന്ത്യയുടെ ഭരണരംഗത്ത് വന്നത് ഫ്യൂഡൽ ജന്മിവർഗ പ്രതിനിധികളാണ്. നാട്ടുവാഴിത്തം നിലനിർത്തിക്കൊണ്ടുള്ള ജനാധിപത്യവും സോഷ്യലിസ്റ്റ് സങ്കല്പവും അസംബന്ധമാണ് എന്ന് നെഹ്രുവിന് അറിയാമായിരുന്നു. എന്നാൽ അദ്ദേഹത്തിന്റെ സോഷ്യലിസ്റ്റ് ചിന്തയെ അനുകൂലിച്ചിരുന്നവർ കോൺഗ്രസിൽ നിന്നും പുറത്തുപോയി കമ്യൂണിസ്റ്റ് സോഷ്യലിസ്റ്റ് പ്രസ്ഥാനങ്ങൾ ആരംഭിച്ചതോടെ നെഹ്റു ഒറ്റപ്പെടുകയാണ് ചെയ്തത്. നെഹ്റുവിന്റെ സോഷ്യലിസ്റ്റാശയങ്ങളോട് കോൺഗ്രസ് പ്രവർത്തക സമിതിയിലെ ഭൂരിപക്ഷം അംഗങ്ങളും വിയോജിക്കുകയും അദ്ദേഹത്തിന് രാജിക്കത്തുകൾ നൽകുകയും ചെയ്തിരുന്നു. (*ഗാന്ധിസാഹിത്യം തെരഞ്ഞെടുത്ത കത്തുകൾ.* പേജ് 426, കേരള ഗാന്ധിസ്മാരക പ്രസിദ്ധീകരണം 1982). ഇന്ത്യയിലെ നാട്ടുവാഴിത്ത ബന്ധങ്ങളെയും ഭൂവുടമാ സമ്പ്രദായത്തെയും അവസാനിപ്പിക്കാൻ ഗാന്ധിജി ഉൾപ്പെടെയുള്ള ഉപരിവർണ നേതൃത്വം ആഗ്രഹിച്ചിരുന്നില്ല, ഗാന്ധിജി എഴുതുന്നു: 'ജീവിതകാലം മുഴുവൻ ഞാൻ സാധാരണ ജനങ്ങളോട് ഐക്യം പുലർത്തുകയും സ്വകാര്യസ്വത്ത് വർജിക്കുകയും ചെയ്തിട്ടുണ്ടെങ്കിലും രാജാക്കന്മാരെയോ ഭൂവുടമകളെയോ നിർമാർജ്ജനം ചെയ്യണമെന്ന് ചിന്തിച്ചിട്ടില്ല. രാജാക്കന്മാരെയും ഭൂവുടമകളെയും പരിഷ്കരിക്കണമെന്നാണ് ഞാൻ ഉദ്ദേശിക്കുന്നത്. പ്രായോഗികമായി നോക്കുമ്പോൾ ഉടമസ്ഥതയ്ക്ക് തുല്യമായ അവകാശങ്ങൾ കുടികിടപ്പുകാർക്ക് നേടിക്കൊടുക്കാൻ ബലപ്രയോഗംകൊണ്ട് ഭൂമി പുനർവിതരണം ചെയ്യാതെ തന്നെ സാധിക്കും.' (തെര. കത്തുകൾ, പേജ് 569) ഭൂമി പുനർവിതരണം നടത്താതെ ഫ്യൂഡൽ ഗ്രാമങ്ങളുടെ ഘടന പൊളിച്ചടുക്കാൻ എങ്ങനെയാണ് കഴിയുക? മാത്രമല്ല, നാട്ടുവാഴികളെ ഭരണരംഗത്തേക്ക് പുതിയ വർഗമായി റിക്രൂട്ട് ചെയ്യണമെന്നും ഗാന്ധിജി നിർദ്ദേശിക്കുന്നു. 'രാജാക്കന്മാരുടെ അധികാരങ്ങളിൽ ഏറിയകൂറും അവർ കൈവിടേണ്ടിവരുമെന്നും അവർ ഇന്ന് ആരുടെ മേലാണോ ഭരണം നടത്തുന്നത് ആ ജനങ്ങളുടെ പ്രതിനിധികളായി അവർ മാറേണ്ടിവരുമെന്നും ഞാൻ വിശ്വസിക്കുന്നുണ്ട്.' (തെര.കത്തുകൾ, പേജ് 416). ഗാന്ധിജിയുടെ വിശ്വാസം തെറ്റിയില്ല. ഇന്ന് ഇന്ത്യ ഭരിക്കുന്നത് പഴയ നാട്ടുവാഴിത്ത

കുടുംബാംഗങ്ങളായ ജനപ്രതിനിധികളാണ്. ഫ്യൂഡൽ വർഗത്തിന്റെ പാരമ്പര്യമായ ഭരണാവകാശം ഡിജിറ്റൽ ഇന്ത്യയിലും അഭംഗുരം നിലനിൽക്കുന്നു. താനൊരു സനാതന ഹിന്ദുവാണെന്നും ഹിന്ദുധർമം കൈവിട്ടാൽ ജീവിതം തനിക്ക് ഭാരമായിത്തീരുമെന്നും ഹിന്ദുമതത്തിലെ ഉച്ചനീചത്വങ്ങൾ പരിഹരിക്കാനുള്ള പ്രതിവിധി ഹൈന്ദവധർമ്മം ഉൾക്കൊള്ളുന്നുണ്ടെന്നും വ്യക്തമാക്കുന്ന ഗാന്ധിജിയുടെ ആശയലോകം (തിര. കത്തുകൾ. പേജ് 414) സഹപ്രവർത്തകരായിരുന്ന ആധുനിക ചിന്താഗതിക്കാർക്ക്, പ്രത്യേകിച്ചും നെഹ്റുവിനെപ്പോലുള്ളവർക്ക് സ്വീകാര്യമായിരുന്നില്ല. പക്ഷേ, തന്നോടു വിയോജിക്കാൻ അനുയായികളായവർക്ക് സ്വാതന്ത്ര്യം നൽകിയിരുന്നു എന്നതാണ് ഗാന്ധിജിയുടെ ജനാധിപത്യബോധം. ഗാന്ധിജി നെഹ്റുവിന് എഴുതുന്നു: 'എന്നോട് നിങ്ങൾക്കുള്ള സ്നേഹാദരങ്ങൾ അന്യൂനമായി അവശേഷിക്കുന്നുണ്ടെങ്കിലും വീക്ഷണഗതിയിൽ നമുക്ക് തമ്മിലുള്ള അന്തരം അത്യന്തം പ്രകടമായി വരികയാണെന്ന് എനിക്ക് മനസ്സിലാക്കാൻ കഴിഞ്ഞു'. (തെര.കത്തുകൾ. പേജ് 432) വ്യാവസായവൽക്കരണത്തെയും ആധുനിക സാങ്കേതികവിദ്യയെയും ഗാന്ധിജി അനുകൂലിച്ചില്ല. ഫ്യൂഡൽ മൂല്യബോധങ്ങളെ ആധുനികശാസ്ത്രത്തിന്റെ വെളിച്ചത്തിൽ പുതുക്കിയെടുക്കണമെന്ന അഭിപ്രായക്കാരനായിരുന്നു. 'ആധുനികശാസ്ത്രത്തെ ഞാൻ ആദരിക്കുന്നതോടൊപ്പം, പഴയതിനെയാണ്, ആധുനികശാസ്ത്രത്തിന്റെ യഥാർഥ വെളിച്ചത്തിൽ വീക്ഷിച്ച്; വേണ്ടവിധത്തിൽ പുതുവേഷം അണിയിച്ച്, പുതുതായി രൂപപ്പെടുത്തേണ്ടതെന്ന് ഞാൻ കാണുന്നു'. (തെര. കത്തുകൾ. പേജ് 436). ഫ്യൂഡൽ സങ്കല്പങ്ങൾക്ക് ശാസ്ത്രത്തിന്റെ പരിവേഷം നൽകിയാണ് നിയോ ഹിന്ദുത്വം അവതരിപ്പിക്കുന്നത്. ഗണപതിയെ പ്ലാസ്റ്റിക് സർജറിയുടെയും പുഷ്പകവിമാനത്തെ പ്രാചീന സാങ്കേതിക വിജ്ഞാനത്തിന്റെയും പശുവിൻചാണകത്തെ ഓക്സിജൻ സിലിണ്ടറിന് പകരമായും അവതരിപ്പിക്കുന്നതിലേക്ക് 'പുതുവേഷം' അണിയിക്കൽ എത്തിച്ചേർന്നിട്ടുണ്ട്.

നെഹ്റു നാട്ടുവാഴികളെയും ഭൂവുടമകളെയും അധികാരത്തിൽ പങ്കാളികളാക്കിക്കൊണ്ട് ബനിയ, മാർവാഡി, പാർസി വ്യാപാരമൂലധനത്തെ പ്രോത്സാഹിപ്പിച്ചു. അതോടൊപ്പം പൊതുമേഖലയിൽ ഭരണകൂട മൂലധനം നിക്ഷേപിച്ചുകൊണ്ട് മിശ്രസമ്പദ്‌വ്യവസ്ഥയിലൂടെ ഇന്ത്യയെ ആധുനീകരിക്കാനും ശ്രമിച്ചു. അതിന്റെ പരിണതിയാണ് കോർപ്പറേറ്റ് നവഫ്യൂഡൽവൽക്കരണത്തിലേക്ക് നയിച്ചിരിക്കുന്നത്. സ്വാതന്ത്ര്യസമരകാലത്ത് ബ്രിട്ടീഷുകാർ എന്ന പൊതുശത്രുവിനെതിരെ ഒന്നിച്ചുനിന്നു പോരടിച്ച സ്വാതന്ത്ര്യസമര നേതാക്കൾ നെഹ്റുവിന്റെ കാലത്തും പിൽക്കാലത്തുമായി പിരിഞ്ഞുപോയി. പലരും ദേശീയ-പ്രാദേശിക പാർട്ടി

കൾ സ്ഥാപിച്ചു. നാട്ടുവാഴിത്ത–സാമുദായിക–ജാതീയ–മത മുതലാളിത്ത താല്പര്യങ്ങളുടെ കാര്യനിർവാഹകരായിട്ടാണ് അവർ രാഷ്ട്രീയത്തിൽ വ്യാപരിച്ചത്. ഇന്ത്യയിൽ വികസിച്ചത് മുതലാളിത്തവും പ്രാദേശിക മുതലാളിത്തവുമായിരുന്നു. ഉത്തരേന്ത്യയിലെ ബനിയ, മാർവാഡി, പാഴ്സി മുതലാളിത്തത്തിന് തെക്കേ ഇന്ത്യയിലേക്ക് അങ്ങനെ വ്യാപിക്കാൻ കഴിഞ്ഞില്ല. അതുപോലെ ആന്ധ്രയിലും തെലുങ്കുനാട്ടിലും തമിഴ്നാട്ടിലുമൊക്കെ വികസിച്ച മൂലധനശക്തികൾ ഉല്പന്നങ്ങൾ പരക്കെ കയറ്റുമതി ചെയ്തിരുന്നുവെങ്കിലും അവരുടെ മൂലധനമുടക്കുകൾ അതതിടങ്ങളിൽ ഒതുങ്ങിനിന്നു. ചില കുടുംബങ്ങൾ (ബിർള, ടാറ്റ, ഗോയങ്കെ) മാത്രമാണ് ദേശീയ മുതലാളിത്തമായി വികസിച്ചത്. അതുകൊണ്ട് പ്രാദേശിക മുതലാളിത്തം പ്രാദേശിക പാർട്ടികളെയും സാമുദായിക പാർട്ടികളെയും തങ്ങളുടെ സ്വാർഥതാല്പര്യ സംരക്ഷണത്തിനായി സ്പോൺസർ ചെയ്ത് വളർത്തിയെടുത്തു. എന്നാൽ ക്രമേണ ലോകമുതലാളിത്തത്തിന്റെ വികാസം ഇന്ത്യൻ മൂലധനശക്തികളെയും സ്വാധീനിച്ചു. ദേശീയ മുതലാളിത്തശക്തികൾ ബഹുരാഷ്ട്ര മുതലാളിത്തമായി (Multinational Capitalism) വളർന്നതോടെ ഇന്ത്യയിലെ ഫ്യൂഡൽ അധികാരിവർഗം കാലോചിതമായ മാറ്റങ്ങളോടെ ശക്തിപ്രാപിച്ചു. എങ്കിലും അടിത്തട്ട് സംസ്കൃതി (Deep Cultural infrastructure) ഫ്യൂഡലിസമായിരുന്നു. പഴയ ഫ്യൂഡൽ ഗ്രാമങ്ങൾ ഭൂവുടമ വ്യവസ്ഥയിലും ജാതിപഞ്ചായത്തുകളിലും ജാതിവിവേചനത്തിലുംതന്നെ പുലർന്നുപോന്നു.

1990-കളിൽ ലോകവ്യാപകമായ ആഗോള മുതലാളിത്തം വ്യാവസായിക മുതലാളിത്തത്തിൽ നിന്നും വ്യത്യസ്തതകൾ പുലർത്തുന്നതാണ്. ചരക്കുകൾ ഉല്പാദിപ്പിച്ച് ലോകവിപണിയിലെത്തിക്കുകയെന്നതിന് പകരം അതത് ദേശരാഷ്ട്രങ്ങളിലെ തൊഴിൽശക്തിയെ ബൗദ്ധിക സ്വത്തവകാശാധിഷ്ഠിതമായ സാങ്കേതികവിദ്യ ഉപയോഗിച്ച് ചരക്കുല്പാദന വിതരണ കേന്ദ്രങ്ങളാക്കുകയാണ് ചെയ്യുന്നത്. ചരക്കിന് പകരം മൂലധനം ചരക്കാക്കി കയറ്റി അയക്കുന്ന 'ദേശാന്തരഗമന മൂലധന'മായി (Transnational Capitalism) മുതലാളിത്തം പരിവർത്തനപ്പെട്ടിരിക്കുന്നു. പണം > ചരക്ക് > പണം എന്ന വ്യാവസായികമൂലധന സൂത്രവാക്യത്തിന് പകരം പണം > പണം > പണം എന്ന ഊഹമൂലധന സൂത്രവാക്യം നിലവിൽ വന്നു. മൂലധന നിക്ഷേപം ലോകവ്യാപകമായതോടെ ദേശാന്തരഗമന മുതലാളിത്തം ലോകത്തെ പുതിയ സാമ്രാജ്യത്വശക്തിയായി കീഴടക്കുന്നു. ഇന്ത്യൻ കോർപ്പറേറ്റുകൾ ഫിലിപ്പൈൻസിലും മൗറീഷ്യസിലും ആസ്ട്രേലിയയിലും ബ്രസീലിലും മൂലധനനിക്ഷേപം നടത്തുന്നു. ഫേസ്ബുക്ക്, ആമസോൺ, സൗദി അറേബ്യയിലെ അരാംകോ തുടങ്ങിയ കോർപ്പറേറ്റുകൾ ഇന്ത്യയിൽ അംബാനി ഗ്രൂപ്പിൽ മൂലധന

നിക്ഷേപം നടത്തുന്നു. അമേരിക്കൻ മൂലധനശക്തികൾ ചൈനയിലെ ഡിജിറ്റൽ മേഖലയിൽ നിക്ഷേപിക്കുന്നു. ഇങ്ങനെ മൂലധനം ദേശാന്ത രഗമനം നടത്തി തുടങ്ങിയതോടെ രാഷ്ട്രീയ സാമൂഹിക രംഗങ്ങളിൽ നിന്നും ജനാധിപത്യപ്രസ്ഥാനങ്ങൾ ദുർബലരായി പിൻവാങ്ങുകയും മത തീവ്രവാദ വലതുപക്ഷ ഫ്യൂഡൽ ശക്തികൾ ഭരണത്തിലെത്തുകയും ചെയ്യുന്നതിനെയാണ് യാനിസ് വറോഫാകിസും കൂട്ടരും സാമ്പത്തിക വും സാമൂഹികവും സാംസ്കാരികവുമായ പുനർ ഫ്യൂഡൽവൽക്കരണം (Refeudalization of Economy, Society and Culture) എന്ന് വിശേഷി പ്പിക്കുന്നത്. ഇടതുപക്ഷം ഉൾപ്പെടെയുള്ള ആധുനിക രാഷ്ട്രീയ പ്രസ്ഥാ നങ്ങൾ ദുർബലമായിത്തീരുകയും മതവംശീയ രാഷ്ട്രീയ പ്രസ്ഥാനങ്ങൾ ഭരണശക്തികളായി രംഗത്ത് വരികയും ചെയ്തിരിക്കുന്നു. 1925ൽ രൂപം കൊണ്ട് രാഷ്ട്രീയ സ്വയം സേവക് സംഘം എന്ന ഫ്യൂഡൽ മതാത്മക രാഷ്ട്രീയപ്രസ്ഥാനം ശക്തിയാർജ്ജിച്ച് അധികാരത്തിലെത്തിയത് ഇന്ത്യൻ മുതലാളിത്തം ദേശാന്തരഗമന കോർപ്പറേറ്റ് മുതലാളിത്തമായി രൂപപ്പെട്ട കാലയളവിലാണ്. കോർപ്പറേറ്റ് മൂലധനത്തിന്റെ എക്സിക്യൂട്ടീ വ് കമ്മിറ്റിയായിട്ടാണ് ഇന്ത്യൻ ഭരണകൂടം പ്രവർത്തിക്കുന്നത്. പാര മ്പര്യ-ദേശീയ തൊഴിൽ മേഖലകളുടെ തകർച്ച ലോകമാകെ കുടിയേറ്റ ത്തൊഴിലാളികളുടെ വലിയൊരു പ്രവാഹം കൊണ്ടുവന്നിട്ടുണ്ട്. ഇന്ത്യൻ ഗ്രാമങ്ങളിലെ പാരമ്പര്യ തൊഴിലിടങ്ങൾ തകർന്നതിന്റെ ഫലമായി 38 കോടി ജനങ്ങൾ ഇന്ത്യയിൽ സംസ്ഥാനങ്ങൾ തോറും തൊഴിൽതേടി അലയുന്ന അതിഥിത്തൊഴിലാളികളായി മാറിയിരിക്കുന്നു.

ലിബറൽ വിരുദ്ധ സമൂഹമായി (illiberel Socitey) മാറിക്കൊണ്ടിരി ക്കുന്ന ഭാരതത്തിൽ ഫ്യൂഡൽ ആചാരാനുഷ്ഠാനങ്ങളുടെയും സവർണാധി പത്യത്തിന്റെയും പുനരാഗമനവും നവീകരണവുമാണ് സംഭവിക്കുന്നത്. ആധുനികതയ്ക്ക് കീഴെ പ്രവർത്തിച്ചിരുന്ന കീഴ്ത്തട്ട് ഫ്യൂഡൽ സംസ്കൃതി (Deep feudal Culture) മുഖ്യധാരയായി ഉയർന്നുവരികയാണ്. അതിന്റെ സഹായക ഘടകങ്ങളാണ് ഡിജിറ്റൽ ടെക്നോളജിയും മധ്യവർഗാല സ്യവും. ഇന്ത്യയിലെ രാഷ്ട്രീയപ്പാർട്ടികളുടെ ഘടനയും ഫ്യൂഡൽ ഘട നയാണ്. നേതൃഭക്തിയിൽ അധിഷ്ഠിതമായ ഫ്യൂഡൽ യൂണിറ്റുകളാണ് പാർട്ടികൾ. പലതും ഫ്യൂഡൽ കുടുംബവകകളാണ്. പദവികളും ഫ്യൂഡൽ കുടുംബവകകളാണ്. പദവികൾ സാമന്തന്മാർക്കെന്നപോലെ വിശ്വസ്ത രായ അനുയായികൾക്ക് വീതിച്ചു നൽകുന്നു. എം എൽ എ, എം പി, മന്ത്രി പദവികൾ രാജവാഴ്ചയിലെന്നപോലെ മരണംവരെ കൈയടക്കി വയ്ക്കുന്നു. മുതലാളിത്ത ഫ്യൂഡൽ താല്പര്യങ്ങൾ പൊതുലക്ഷ്യമാകയാൽ ഇന്ത്യൻ രാഷ്ട്രീയപ്പാർട്ടികൾ (ഇടതുപക്ഷമൊഴികെ) കാര്യമായ പരി വർത്തനമൊന്നും ഇന്ത്യൻ സമൂഹത്തിൽ സൃഷ്ടിക്കാൻ ആഗ്രഹിക്കുന്നി

ല്ല. ഇന്ത്യൻ ഭരണകൂടത്തിന്റെയും ഘടന ഫ്യൂഡൽ ഘടനയാണ്. മുഗൾ സാമ്രാജ്യത്തെപോലെ കേന്ദ്രഭരണകൂടം നികുതി പിരിവുൾപ്പെടെ എല്ലാ അധികാരങ്ങളും കൈയടക്കിയിരിക്കുന്നു. സാമന്തന്മാരെപ്പോലെയാണ് സംസ്ഥാന ഭരണങ്ങൾ. രാജകീയ പ്രതിപുരുഷന്മാരെപ്പോലെ ഗവർണർമാർ. അഞ്ചുവർഷത്തിലൊരിക്കൽ വ്യാജപ്രചാരണങ്ങളിൽപ്പെട്ടു വോട്ട് ചെയ്ത് ക്രിമിനലുകളെയും മാടമ്പികളെയും ഫ്യൂഡൽ വർഗപ്രതിനിധികളെയും തിരഞ്ഞെടുക്കാം എന്നതാണ് ജനങ്ങൾക്ക് ലഭിച്ചിരിക്കുന്ന ജനാധിപത്യാവകാശം.

ഹിജാബ് അന്നും ഇന്നും

പർദ, ബുർഖ, ദുപ്പട്ട, ഹിജാബ്, തട്ടം, ശിരോവസ്ത്രം, മൂടുപടം തുടങ്ങിയ വസ്ത്രധാരണരീതികൾ ചരിത്രാതീതകാലം മുതൽക്ക തന്നെ പ്രാചീന സമൂഹങ്ങൾ സ്ത്രീകളുടെമേൽ അടിച്ചേല്പിച്ച വിലക്കുകളിൽ ഒന്നാണ്. പരപുരുഷന്റെ മുന്നിൽ സ്ത്രീ അവളുടെ ശിരസ്സോ മുഖമോ മറച്ച് നിൽക്കണമെന്നായിരുന്നു ശാസന. പർദ എന്ന പേർഷ്യൻ വാക്കിന് തിരശ്ശീല (curtain) എന്നാണർഥം. ഹിജാബ് എന്ന അറബി വാക്കിന് ഒരു വസ്തുവിൽനിന്നും മറ്റൊന്നിനെ മറയ്ക്കുന്നത് എന്നാണ് അർഥസൂചന. പർദയും ഹിജാബും മുഖാവരണമായിരിക്കെ ബുർഖ ശരീരമാകെ മറയ്ക്കുന്ന വസ്ത്രധാരണരീതിയാണ്. ദുപ്പട്ടയെന്നത് രണ്ട് യാർഡ് നീളമുള്ളതും ഭംഗിയായ തുന്നലുകൾ വച്ചുപിടിപ്പിച്ചിട്ടുള്ളതും ശിരസ്സും മുഖവും മറച്ച് മാറിടംവരെ ഞാന്നുകിടക്കുന്നതുമായ മൂടുപടമാണ്. പഴയ ഗോത്രജീവിതത്തിൽ ബാലവിവാഹങ്ങൾ നിലനിന്നിരുന്ന കാലത്ത് പരപുരുഷന്റെ മുന്നിൽ വിവാഹിതരായവർ മുഖവും ശരീരഭാഗങ്ങളും മറച്ചുപിടിച്ചിരുന്നു. അക്കാലത്ത് ഒറ്റമുറിയിൽ (കൂടാരത്തിൽ) ജീവിച്ചിരുന്നവർ സ്ത്രീകൾ വിഹരിച്ചിരുന്ന ഭാഗത്തെ തിരശ്ശീലകൊണ്ട് മറച്ചിരുന്നിരിക്കാം. അങ്ങനെ തിരശ്ശീല കൊണ്ട് മറച്ച ഇടങ്ങൾ സ്ത്രീകളുടെ അന്തഃപുരങ്ങൾ അഥവാ 'അറ'കളായി (Zanana) കരുതിയിരുന്നു. പിന്നീട് മുറികളുള്ള ഗൃഹനിർമാണങ്ങൾ നടപ്പിലായതോടെ സ്ത്രീകൾ 'അകത്തമ്മ'മാരായി തിരശ്ശീലയ്ക്ക് പിന്നിൽ നിൽക്കേണ്ടവർ എന്ന ആചാരവിധി വന്നു. സ്ത്രീകളെ ബലാൽക്കാരമായി തട്ടിക്കൊണ്ടുപോയി വിവാഹം ചെയ്യുന്ന 'രാക്ഷസ വിവാഹരീതി' (ഭാരതീയ കാഴ്ചപ്പാടിൽ) അതായത് മാതാപിതാക്കളുടെ

സമ്മതമില്ലാതെ ബലം പ്രയോഗിച്ച് കന്യകമാരെ തട്ടിക്കൊണ്ടുപോയി വിവാഹം കഴിക്കുന്ന സമ്പ്രദായം പ്രചാരത്തിലിരുന്നതിനാൽ സ്ത്രീയെ അന്യപുരുഷനിൽനിന്നും മറച്ചുപിടിക്കാനും പർദ ഉപയോഗിച്ചിരിക്കാം.

പർദ മുസ്ലിങ്ങളുടെ വസ്ത്രധാരണരീതിയാണെന്നും ഇന്ത്യയിൽ മുസ്ലിം അധിനിവേശത്തോടൊപ്പമാണ് അത് കടന്നുവന്നതെന്നുമുള്ള പ്രചാരണം ശരിയല്ല. അതിപ്രാചീന സംസ്കാരങ്ങളിൽ കാണുന്ന സ്ത്രീചിത്രീകരണങ്ങളിൽ ശിരോലങ്കാര രൂപികളായ സ്ത്രീകൾ പ്രത്യക്ഷപ്പെടുന്നുണ്ട്. ബി.സി. 25000 വർഷങ്ങളിലെ സ്ത്രീപ്രതിമകൾ പൊതുവേ നഗ്നരൂപികളാണെങ്കിലും മെസപ്പൊട്ടോമിയൻ ശില്പങ്ങളിൽ ചിലതിൽ ശിരോലങ്കാരം കാണുന്നുണ്ട്. ബി.സി. 1300 കാലത്ത് അനത്തോലയിൽ നിന്നും കണ്ടെടുത്ത ദേവതാശില്പത്തിൽ ശിരോലങ്കാരരീതി ദൃശ്യമാണ്. അതുപോലെ ബി.സി. 500 ലെ ഈജിപ്തിലുണ്ടായ ഒരു ചിത്രത്തിൽ ശിരസ്സിൽ തൊപ്പിപോലെ ശിരസ്സ് മറച്ചിരിക്കുന്നു. ബി.സി. 2500-ൽ ഈജിപ്തിലെ രാഹോതെപ്പ് രാജകുമാരന്റെ പത്നിയായ നൊക്കെഫ്രെത് പർദക്ക് സമാനമായ ശിരോവസ്ത്രം ധരിച്ചിരിക്കുന്നു. ബി.സി. 460ൽ ഗ്രീസിലുണ്ടായ ഹേരാദേവിയുടെ ചിത്രത്തിൽ പർദ പോലെ ശിരോലങ്കാരം ചെയ്തിട്ടുണ്ട്. ബൈസാന്റിയൻ ചിത്രകലയിലെ സ്ത്രീരൂപങ്ങൾ (ബിസി 284-1853) ശിരോവസ്ത്രങ്ങൾ ധരിച്ചിരിക്കുന്നു. കത്തോലിക്കാസഭയുടെ ആധിപത്യം നിലനിന്ന മധ്യകാലത്ത് ഇറ്റലിയിലും യൂറോപ്പിലും ഉണ്ടായ ചിത്രകലകളിലെ സ്ത്രീരൂപങ്ങൾ എല്ലാംതന്നെ ശിരോവസ്ത്രധാരികളാണ്. കന്യാമറിയത്തിന്റെ രൂപം എവിടെയും ശിരോവസ്ത്രധാരിയായിട്ടാണ് കാണപ്പെടുന്നത്. അതുകൊണ്ട് ക്രിസ്തീയ ദേവാലയങ്ങളിൽ എത്തുന്ന സ്ത്രീകൾ ആധുനിക കാലത്തുപോലും പ്രാർഥനാവേളയിൽ ശിരോവസ്ത്രം ധരിക്കുന്നു. ദൈവത്തിന്റെയും പുരുഷന്റെയും മുന്നിലെ കീഴടങ്ങലിന്റെ പ്രതീകമായി അത് കരുതപ്പെടുന്നു. ഇസ്ലാമിക പണ്ഡിതന്മാർ ഹിജാബ് ധാരണത്തെക്കുറിച്ച് ഏകാഭിപ്രായക്കാരല്ല. സ്ത്രീകൾക്ക് പുരുഷനു തുല്യമായ അവകാശങ്ങളും സമത്വവും വിദ്യാഭ്യാസവും നൽകുകയാണ് ഖുറാൻ ചെയ്യുന്നത്. മുഹമ്മദ് നബിയും സ്ത്രീയുടെ അവകാശങ്ങൾ ഉയർത്തിപ്പിടിച്ചിരുന്നു. പിൽക്കാലത്തുണ്ടായ ഫ്യൂഡൽ വാഴ്ചയാണ് സ്ത്രീയെ വീട്ടുതടങ്കലിലും കാണാമറയത്തും ഒതുക്കിനിറുത്തിയത്. കടുത്ത പുരുഷാധിപത്യത്തിൻകീഴിൽ സ്ത്രീയുടെമേൽ ക്രൂരമായ നിയന്ത്രണങ്ങളാണ് വന്നത്. എന്നാൽ വീടുകളിലിരുന്ന് അറബിഭാഷ പഠിക്കുകയും *ഖുറാൻ* വായിച്ച് അനന്തര തലമുറയെ പ്രബുദ്ധരാക്കുകയും ചെയ്ത വനിതകൾ അറബിയിലും പേർഷ്യനിലും ഭാരതത്തിൽ ഉർദുവിലും സാഹിത്യരചനകൾ നടത്തി അംഗീകാരങ്ങൾ നേടിയിരുന്നു. സ്ത്രീവിദ്യാഭ്യാസം ഇസ്ലാം മതം നിഷേധിച്ചിരുന്നില്ല എന്നർഥം.

നവോത്ഥാനകാല ചരിത്രകാരന്മാരാണ് സ്ത്രീകളെ ശിരോവസ്ത്രത്തിൽനിന്നും മോചിപ്പിച്ചത്. ലിയോനാർഡോ ഡാവിഞ്ചിയുടെ സ്ത്രീചിത്രങ്ങളിൽ ആരും ശിരോവസ്ത്രം ധരിക്കുന്നവരല്ല. അർധനഗ്നചിത്രങ്ങൾ വരച്ചുകൊണ്ടാണ് നവോത്ഥാന കലാകാരന്മാർ കത്തോലിക്കാ മതത്തിന്റെ കടുത്ത സാന്മാർഗികതയെ വെല്ലുവിളിച്ചത്. ഗ്രീക്കുചിത്രകലയുടെയും ശില്പകലയുടെയും സ്വാധീനത്തിൽ പുരുഷന്മാരുടെ നഗ്നതയെ ആഘോഷപൂർവം വരയ്ക്കുകയും ചെയ്തു. സ്ത്രീകളെ ശിരോവസ്ത്രത്തിൽനിന്നും മോചിപ്പിച്ചുവെങ്കിലും അവരെ ലൈംഗിക കർതൃത്വങ്ങളായി നിലനിർത്തുകയാണ് ചെയ്തത്. എങ്കിലും ജൂത-ക്രൈസ്തവ പാരമ്പര്യമനുസരിച്ച് സ്ത്രീകൾ ശീരോവസ്ത്രം ധരിക്കുന്ന രീതി പൂർണമായും പ്രചാരലുപ്തമായിട്ടില്ല.

ഭാരതത്തിൽ

ഭാരതത്തിൽ മൗര്യകാലഘട്ടം മുതൽ രാജകീയഭവനങ്ങളിൽ മുഖാവരണം ധരിക്കുന്നരീതി നിലനിന്നിരുന്നതായി കരുതപ്പെടുന്നുണ്ടെങ്കിലും വ്യക്തമായ രേഖകൾ ഒന്നും ലഭിക്കുന്നില്ല. എന്നാൽ കാളിദാസന്റെ *ശാകുന്തളം* നാടകത്തിൽ ശകുന്തള ദുഷ്യന്തന്റെ രാജസദസ്സിൽ എത്തുന്നത് മുഖാവരണം ധരിച്ചിട്ടാണ്. ദുഷ്യന്തൻ ശകുന്തളയെ തിരിച്ചറിയാതെ നിരസിക്കുമ്പോൾ മുഖാവരണം നീക്കി മുഖം പ്രദർശിപ്പിക്കാൻ വളർത്തമ്മയായ ഗൗതമി നിർദേശിക്കുന്നു. എന്നാൽ മറ്റ് പുരാണകഥാപാത്രങ്ങളാരും മുഖാവരണധാരികളല്ല. ഇന്ത്യയിലുടനീളമുള്ള ബൗദ്ധ-ജൈന-ഹൈന്ദവ ക്ഷേത്രങ്ങളിൽ സ്ത്രീശില്പങ്ങളൊന്നും ശിരോവസ്ത്രം ധരിച്ച് കാണുന്നില്ല. 16-ാം നൂറ്റാണ്ടിന് ശേഷമുണ്ടാകുന്ന ചിത്രകലയിൽ പ്രത്യക്ഷപ്പെടുന്ന വനിതകൾ പൊതുവേ പർദാധാരികളാണ്. 17-ാം നൂറ്റാണ്ടിൽ പഞ്ചാബ്, രാജസ്ഥാൻ, ഗുജറാത്ത്, മധ്യപ്രദേശ്, ഉത്തർപ്രദേശ് തുടങ്ങിയ ദേശങ്ങളിൽ ഗീതഗോവിന്ദത്തെ ആസ്പദമാക്കി വരയ്ക്കപ്പെടുന്ന ചിത്രങ്ങളിലെ രാധയും ഗോപികമാരും ശിരോവസ്ത്രധാരികളാണ്. ഉത്തരേന്ത്യയിൽ വ്യാപകമായി നിലനിന്നിരുന്ന പർദാധാരണരീതിയാണ് ചിത്രകാരന്മാർ പുരാണവനിതകളുടെ ചിത്രീകരണത്തിന് സ്വീകരിച്ചിരിക്കുന്നത്. 17-ാം നൂറ്റാണ്ടിൽ മാൽവയിൽ വരയ്ക്കപ്പെട്ട ചിത്രത്തിൽ ശ്രീകൃഷ്ണനെ ശിക്ഷിക്കുന്ന യശോദ ശിരോവസ്ത്രധാരിയാണ്. കാൻഗ്രാ ശൈലിയിൽ ചിത്രീകരിച്ചിരിക്കുന്ന സ്ത്രീകഥാപാത്രങ്ങളെല്ലാം തന്നെ പർദാധാരികളാണ്. മുഗൾ ഭരണകാലത്ത് ഇന്ത്യയിലുണ്ടായ ചിത്രങ്ങളിൽ ഹിന്ദു-മുസ്ലിം ഭേദമില്ലാതെ എല്ലാ സ്ത്രീരൂപങ്ങളും പർദ ധരിച്ചിരുന്നു. 1750ൽ ഗുലേർ കാൻഗ്രാ രീതിയിൽ വരച്ചിരിക്കുന്ന ചിത്രത്തിൽ രാധ ബുർഖപോലെ പർദ ധരിച്ചിരിക്കുന്നു.

ഹിന്ദുസ്ത്രീകൾ ഭർതൃഗൃഹത്തിലും ഭർതൃബന്ധുസന്നിധിയിലുമാണ്

പർദ ധരിച്ചിരുന്നത്. ഫ്യൂഡൽ കാലഘട്ടത്തിൽ പണവും പണ്ടങ്ങളും നാട്ടുവാഴിഭവനങ്ങളിൽ നിന്നും കൊള്ളയടിക്കാൻ വേണ്ടി വിദേശികളും സ്വദേശികളുമായ രാജാക്കന്മാർ നടത്തിയ ആക്രമണങ്ങളിൽ സുന്ദരികളായ സ്ത്രീകളെയും പിടിച്ചുകൊണ്ട് പോവുക പതിവായിരുന്നതുകൊണ്ടാവാം നിർബന്ധിത പർദാധാരണം മധ്യകാലത്ത് പ്രചാരത്തിൽ വന്നതെന്ന് കരുതാം. സ്ത്രീകളുടെമേൽ പുരുഷലോകം ഏർപ്പെടുത്തിയ വിലക്കുകൾക്കും നിയന്ത്രണങ്ങൾക്കും ദൈവികമായ ന്യായീകരണം നൽകിയത് ഫ്യൂഡൽ കാലത്തെ മതപുരോഹിതന്മാരാണ്. കേരളത്തിൽ ഹിജാബിന് സമാനമായി നമ്പൂതിരി സ്ത്രീകൾക്കിടയിൽ മറക്കുടയും ഘോഷാരീതിയും ഏർപ്പെടുത്തിയിരുന്നു. എന്നാൽ പിൽക്കാലത്ത് അവർ അത് ഉപേക്ഷിച്ചു. കടുത്ത യാഥാസ്ഥിതികർ പോലും അവ തിരിച്ചുകൊണ്ടു വരണമെന്ന് വാദിക്കുമെന്ന് തോന്നുന്നില്ല. കാരണം അത് മതപരമായ നിബന്ധനയായിരുന്നില്ല. പകരം സാമുദായികപരമായിരുന്നതിനാൽ സാമുദായിക പരിഷ്കരണകാലത്ത് അത് അവസാനിച്ചു.

സ്ത്രീപക്ഷനവോത്ഥാനം

ഉത്തരേന്ത്യയിൽ നവോത്ഥാനകാലത്ത് സ്ത്രീകൾ പർദ ഉപേക്ഷിച്ചിരുന്നില്ല. അതിനുവേണ്ടിയുള്ള സാമൂഹികപരിഷ്കരണമൊന്നും ഉണ്ടായതുമില്ല. എന്നാൽ ദേശീയപ്രസ്ഥാനത്തിൽ സ്ത്രീകൾ പ്രവേശിച്ചു തുടങ്ങിയതോടുകൂടിയാണ് ഹിന്ദു-മുസ്ലിം വനിതകൾ പർദയ്ക്കുപിന്നിൽ നിന്നും പുറംലോകത്തേക്ക് പ്രവേശിച്ചു തുടങ്ങിയത്.

എങ്കിലും സ്വാതന്ത്ര്യസമരത്തിന്റെ പ്രാരംഭദിശയിൽ സ്ത്രീകൾ പർദയ്ക്കുപിന്നിൽ നിന്നുകൊണ്ടു തന്നെയാണ് ബ്രിട്ടീഷ് സാമ്രാജ്യത്തെ വെല്ലുവിളിച്ചത്. ഒന്നാം ലോകയുദ്ധത്തിന് ശേഷം ഇന്ത്യയിൽ സ്ത്രീവിദ്യാഭ്യാസത്തിന് പ്രചാരം ലഭിച്ചുതുടങ്ങുന്നു. ഗൃഹത്തിനുള്ളിലിരുന്ന് അറബിയും പേർഷ്യനും ഉർദുവും അഭ്യസിച്ചിരുന്ന മുസ്ലിം വനിതകൾ യാഥാസ്ഥിതികത്വത്തെ വെല്ലുവിളിച്ചുകൊണ്ട് പുറം വിദ്യാഭ്യാസത്തിന് ഇറങ്ങിത്തിരിക്കുന്നു. 1914-ൽ ആൾ ഇന്ത്യാ മുസ്ലിം ലേഡീസ് കോൺഫ്രൻസ് സ്ഥാപിതമായി. ഖിലാഫത്ത് സമരനായകരും ഗാന്ധിജിയുടെ സഹപ്രവർത്തകരുമായിരുന്ന അലി സഹോദരന്മാർ – മൗലാനാ ഷൗക്കത്ത് അലിയും മൗലാനാ മുഹമ്മദ് അലിയും മുസ്ലിം ലേഡീസ് അസോസിയേഷൻ രൂപീകരിച്ചിരുന്നു. സ്വാതന്ത്ര്യസമരത്തിൽ മുസ്ലിം സ്ത്രീകളെ രംഗത്തിറക്കിയ അബ്ദി ബനോ സാഹിബാ (അലി സഹോദരന്മാരുടെ മാതാവ്), ബി. അമ്മൻ എന്ന പേരിലാണ് അറിയപ്പെട്ടത്. അവർ ഗാന്ധിജിക്ക് തുന്നിക്കൊടുത്ത തൊപ്പിയാണ് പ്രസിദ്ധമായ ഗാന്ധിത്തൊപ്പി. ഹിന്ദു-മുസ്ലിം വനിതകളുടെ സംഗമമായിരുന്ന ഇന്ത്യൻ

ദേശീയപ്രസ്ഥാനം. ഗാന്ധിജി വനിതകളെ സ്വാതന്ത്ര്യസമരത്തിലേക്ക് ആകർഷിച്ചുകൊണ്ട് അവർക്ക് അംഗീകാരവും കോൺഗ്രസിൽ പദവികളും നൽകിയിരുന്നു. സരോജിനി നായിഡു, സരളാദേവി ചൗധു റാണി (ടാഗോർ കുടുംബാംഗം), സി.ആർ. ദാസിന്റെ പത്നി വാസന്തി ദേവി, മുസ്ലിം വനിതാനേതാവായിരുന്ന അക്ബറി ബീഗം, ഭഗത്സിങ്ങിന്റെ സഹപ്രവർത്തകനായിരുന്ന റാം പ്രസാദ് ബിസ്മില്ലിന്റെ മാതാവ് മൂൾമതി തുടങ്ങിയവരായിരുന്നു ആദ്യകാലത്തെ വനിതാനേതാക്കൾ. ബുർഖ ധരിച്ചുകൊണ്ട് തിരശ്ശീലയ്ക്ക് പിന്നിലിരുന്ന് പ്രസംഗിച്ചിരുന്ന ബി അമ്മൻ പിന്നീട് പഞ്ചാബിലെ ഒരു യോഗത്തിൽ ബുർഖ മാറ്റി സ്വാതന്ത്ര്യസമരസേനാനികളെ നേരിട്ട് അഭിസംബോധന ചെയ്തു. സ്വാതന്ത്ര്യ സമരഭടന്മാർ തന്റെ പുത്രീപുത്രന്മാരാണെന്നും അവരുടെ മുന്നിൽ പർദയോ ബുർഖയോ ആവശ്യമില്ലെന്നും ആ ധീരവനിത പറഞ്ഞു. ഈയൊരു സംഭവം പർദ ഉപേക്ഷിച്ച് സമരത്തിനിറങ്ങിവരാൻ ഭാരതീയവനിതകളെ പ്രേരിപ്പിച്ചു.

പിൽക്കാലത്ത് ബംഗ്ലാദേശിലെ ദേശീയ വനിതാബിംബമായി ഉയർന്ന റൊക്കേയ സഖാവത്ത് ഹുസൈൻ (1880–1932) പർദയ്ക്ക് എതിരെ ലേഖനം എഴുതുകയും സ്ത്രീകൾ ഭരിക്കുന്ന ലോകത്തെക്കുറിച്ച് *സുൽത്താനയുടെ സ്വപ്നം* എന്ന കൃതി രചിക്കുകയും ചെയ്തു. പർദ ധരിച്ച് കാറിൽ ക്യൂൻമേരി കോളേജിൽ പഠിക്കാൻ പോയ പ്രബുദ്ധവനിതയായ ബീഗം അസീസ് റസൂൽ (1908–2001) പർദ ഉപേക്ഷിച്ച് ദേശീയ സ്വാതന്ത്ര്യസമരത്തിൽ പങ്കെടുക്കുകയും ഭരണഘടനാ അസംബ്ലിയിൽ അംഗമായിരിക്കുകയും 1952, 1969, 1990 എന്നീ കാലയളവിൽ രാജ്യസഭാംഗമായി പ്രവർത്തിക്കുകയും ചെയ്ത പോരാളിയാണ്. ബീഗം അസീസ് റസൂലിന്റെ ആത്മകഥയാണ് 'From pardah to parliament - A muslim woman in Indian politics".

പർദാ ധാരണത്തെക്കുറിച്ച് മുസ്ലിം വനിതകൾക്കിടയിൽ രൂക്ഷമായ അഭിപ്രായഭേദങ്ങൾ ഉണ്ടായതുപോലെ ഹിന്ദുവനിതകൾക്കിടയിൽ സംഘർഷം ഉടലെടുത്തില്ല. കാരണം വേദേതിഹാസങ്ങളിലോ മനുസ്മൃതിയിലോ ഒന്നും ശിരോവസ്ത്രധാരണ സൂചനകളൊന്നുമില്ല. എന്നാൽ മുസ്ലിം വനിതകൾ പർദാനിരാസത്തെ സ്വാതന്ത്ര്യത്തിലേക്കുള്ള ചുവടുവെയ്പ്പായി കരുതാൻ തുടങ്ങി. 1920-ൽ ദി ലീഡർ എന്ന പ്രസിദ്ധീകരണത്തിൽ ജഹനാരാ ഷാനവാസ് പർദാസമ്പ്രദായം തുടർന്നാൽ മുസ്ലിംസ്ത്രീകൾക്ക് പുരോഗതി ഉണ്ടാകില്ലെന്നും ഹിന്ദു-സിഖ് യുവതികളിൽ രാഷ്ട്രീയവും സാമൂഹികവുമായ മുന്നേറ്റങ്ങൾ കാണുന്നതിന് കാരണം അവർ പർദാധാരണം പോലുള്ള ഗൃഹാടിമത്തത്തിൽ നിന്നും മോചനം നേടിയതുകൊണ്ടാണെന്നും എഴുതിയിരുന്നു.

1930-ൽ പുരോഗമന സാഹിത്യപ്രസ്ഥാനത്തിന്റെ സ്ഥാപക സെക്രട്ടറിയായിരുന്ന സജ്ജാത് സഹീറിന്റെ മാതാവ് ബീഗം വസീർഹസ്സനും പുത്രിമാരും മറ്റ് കുടുംബാംഗങ്ങളും പർദ ഉപേക്ഷിച്ച് രംഗത്തുവന്നു. ബീഗം വസീർ ഹസ്സൻ ഖദർ ഉപേക്ഷിച്ച് സ്വാതന്ത്ര്യസമരത്തിൽ പങ്കെടുത്തു. ടാഗോറിന്റെ കുടുംബം പൂർണമായും പർദാധാരികളായിരുന്നു. എന്നാൽ തന്റെ ജ്യേഷ്ഠപത്നിയാണ് പർദ ഉപേക്ഷിച്ച് സാരിയും ഉടുപ്പും തുടങ്ങിവെച്ചത് എന്ന് ടാഗോർ രേഖപ്പെടുത്തിയിട്ടുണ്ട്.

1935-ൽ ചേർന്ന ആൾ ഇന്ത്യാ വിമൺസ് കോൺഫ്രൻസിൽ ധാരാളം ഹിന്ദു-മുസ്ലിം സ്ത്രീകൾ പർദ ധരിക്കാതെ പങ്കെടുത്തിരുന്നു. മുസ്ലിം പെൺകുട്ടികൾക്കായി സ്കൂളും കോളെജും സ്ഥാപിക്കാൻ രംഗത്തുവന്ന ഷേക്ക് മുഹമ്മദ് അബ്ദുള്ളയ്ക്ക് (പുരോഗമന സാഹിത്യപ്രസ്ഥാനത്തിന്റെ സ്ഥാപകനേതാവായ റഷീദാ ജഹാന്റെ പിതാവ്) പിന്തുണ നൽകിയ ബദ്രുദീൻ തൈബ്ജീ ആയിരുന്നു പർദയ്ക്ക് എതിരെ രംഗത്തുവന്ന ആദ്യത്തെ രാഷ്ട്രീയനേതാവ്. ഇന്ത്യൻ നാഷണൽ കോൺഗ്രസിന്റെ മൂന്നാമത്തെ പ്രസിഡന്റായിരുന്ന അദ്ദേഹത്തിന്റെ പെൺമക്കൾ പർദാധാരികളായിരുന്നില്ല. സ്വാതന്ത്ര്യസമരം ഉണർത്തിയ ആവേശവും സ്ത്രീശക്തീകരണവും ആധുനികതാബോധവും ഹിന്ദു-മുസ്ലിം-സിഖ് വനിതകളെ ഒരുപോലെ മൂടുപടത്തിനുള്ളിൽ നിന്നും പുറത്തേക്ക് വരാൻ പ്രേരിപ്പിച്ചു.

ഉർദുസാഹിത്യത്തിലെ പുരോഗമന സാഹിത്യകാരികളായ റഷീദാ ജഹാൻ, ഇസ്മത് ചുഗ്തെയ്, അമൃതാപ്രീതം, ആറ്റിയാ ഹൊസൈൻ, ജീലാനി ബാനോ, ഹാജിറാ മസ്റൂർ, ഹാജിറാ ബീഗം, റസിയാ സജ്ജാത് സഹീർ, സജിതാ സൈദി, ഖുർ റത്തുൽ ഐൻ ഹൈദർ, ഖദീജാ മസൂർ, സൽമാ സിദ്ദിഖി, സാഹിദാ സൈദി, സിദ്ദിഖാ ബീഗം, ഷൈലാഭാട്ടിയ, വാജിദാ തബാസം തുടങ്ങിയവർ പർദയ്ക്കുള്ളിൽ നിന്നും പുറത്തുവന്ന തീക്കനലുകളാണ്. അവർ പർദ ഉപേക്ഷിച്ചതിന്റെ പേരിൽ ആരും മതവിചാരണ നടത്തുകയോ സമുദായഭ്രഷ്ട് കല്പിക്കുകയോ ചെയ്തില്ല. ജീവിതാവസാനംവരെ നല്ല മുസ്ലിം മതവിശ്വാസികളായിട്ടാണ് അവർ ജീവിച്ചത്. യാഥാസ്ഥിതികർ എതിർത്തിരുന്നുവെങ്കിലും അതും മതാചാരവുമായി ബന്ധപ്പെടുത്തിയായിരുന്നില്ല. കാരണം ജൂത–ക്രൈസ്തവ–ഹൈന്ദവ–പാർസി–സിഖ് മതവിഭാഗങ്ങളുടെ വസ്ത്രധാരണരീതിയായതിനാൽ പർദാധാരണം ഏതെങ്കിലുമൊരു മതത്തിന്റെ തനതു രീതി എന്ന് പറയാൻ കഴിയുമായിരുന്നില്ല. പ്രാദേശികവും ജാതി–മത–വംശീയമായ പ്രത്യേകതകളുംകൊണ്ട് പർദാധാരണത്തിൽ രീതിഭേദങ്ങൾ നിലനിന്നിരുന്നു. ഉത്തരേന്ത്യയിലെ ഷെറീഫ് ഭവനങ്ങളിലും സവർണജാതി കുടുംബങ്ങളിലും ആരംഭിച്ച സ്ത്രീജീവിത നവീകരണ

ത്തെ സ്വാതന്ത്ര്യസമര പ്രസ്ഥാനവും കമ്യൂണിസ്റ്റ് പാർട്ടിയുമാണ് താഴെത്തട്ടിലേക്ക് കൊണ്ടുവന്നതെന്ന് പറയാം. കർഷക പ്രക്ഷോഭങ്ങളിലും തൊഴിലാളിവർഗ സമരങ്ങളിലും പങ്കെടുത്ത വനിതാപോരാളികൾ പർദ ഉപേക്ഷിച്ചിരുന്നു.

ഉർദുവിലെ തീപ്പൊരിക്കവിയായിരുന്ന മജാസ് ലക്നാവി (1911–1955) സഹോദരിയും എഴുത്തുകാരിയുമായ സഫിയ അക്തറിനോട് (പ്രസിദ്ധ ഹിന്ദി കവിയും ഗാനരചയിതാവും ശബ്നാ ആസ്മിയുടെ ഭർത്താവുമായ ജാവേദ് അക്തറിന്റെ മാതാവ്) പർദ ഉപേക്ഷിക്കാൻ ഒരു കവിതയിലൂടെ ഉപദേശിച്ചു.

"നീ അണിഞ്ഞിരിക്കുന്ന
മൂടുപടത്തെ നീ
വിപ്ലവപതാകയാക്കി മാറ്റുകയാണെങ്കിൽ
തീർച്ചയായും അതായിരിക്കും
നിന്റെ സൗന്ദര്യം, അതായിരിക്കും നല്ലത്
(പർദ ഓർ ഇസ്മത് എന്ന കവിത)

സഫിയാ അക്തർ പർദ ഉപേക്ഷിച്ചു. ഇന്ത്യൻ സിനിമകളിലും സംഗീതത്തിലും സാഹിത്യത്തിലും പൊതുരംഗത്തും പ്രത്യക്ഷപ്പെട്ട മുസ്ലിം വനിതകളെ മുഖാവരണസംസ്കൃതിയിൽനിന്നും പുറത്തുകൊണ്ടുവന്നത് ഇന്ത്യൻ ദേശീയപ്രസ്ഥാനവും ഇടതുപക്ഷ രാഷ്ട്രീയ–സാഹിത്യ കലാപ്രസ്ഥാ നങ്ങളുമായിരുന്നു.

ഹിജാബിന്റെ സമകാലിക രാഷ്ട്രീയം

ആഗോളവൽക്കരണകാലം നവഫ്യൂഡലിസത്തിന്റെയും തീവ്ര വലതുപക്ഷത്തിന്റെയും ഉയർന്നുവരവിന് വഴിതെളിക്കുകയാണെന്ന് റിച്ചാർഡ് വോൾഫ്, യാനിസ് വറോഫാകിസ്, പീറ്റർ ഡ്രാഹോ, ജോൺ ബെയ്സ്റ്റ് വെയ്റ്റ്, ജോൺ കോട്കിൻ തുടങ്ങിയ സമകാലികചിന്തകർ പറയുന്നു. വംശീയതയും മതമൗലികവാദവും സ്വത്വരാഷ്ട്രീയവാദവും ഫ്യൂഡൽ സംസ്കൃതിയിലെ ആചാരാനുഷ്ഠാനങ്ങളെയും ചിന്താപദ്ധതികളെയും ഡിജിറ്റൽ ടെക്നോളജിയോടൊപ്പം സമകാലിക ലോകത്തെ കീഴടക്കുകയാണ്. പകയും വിദ്വേഷവും മുൻവിധിയും പുറംതള്ളലും ശക്തമാകുന്നതോടെ മതനിരപേക്ഷതയും ജനാധിപത്യവും മാനവികതയും പൗരസമൂഹത്തിൽ നിന്നും പടിയിറങ്ങിപ്പോവുകയാണ്. ഭക്ഷണം, വസ്ത്രധാരണരീതി, ആചാരാനുഷ്ഠാനങ്ങൾ എന്നിവയെച്ചൊല്ലി മതാവേശ ജനക്കൂട്ടത്തെ (Religious populism) തെരുവിലിറക്കി ജനാധിപത്യത്തെ ആൾക്കൂട്ടാധിപത്യമാക്കി (mobocracy) അഴിച്ചുപണിയുകയാണ്. ഇത്രയുംകാലം ഭാരതത്തിൽ ഭക്ഷണരീതിയോ വസ്ത്രധാരണരീതിയോ മത

പ്രശ്നമായിരുന്നില്ല. അവയൊന്നും നിർബന്ധിത മതാചാരമായി ആരും ഗണിച്ചിരുന്നില്ല. എന്നാൽ ഹൈന്ദവ–ഇസ്ലാമിക മതതീവ്രവാദികൾക്ക് മേൽക്കൈ ലഭിച്ചുതുടങ്ങിയതോടെ – പർദയും ബുർഖയും പൗരസമൂഹത്തെ വിഘടിപ്പിക്കാനുള്ള രാഷ്ട്രീയായുധങ്ങളായി മാറുകയാണ്. സ്വത്വരാഷ്ട്രീയത്തിന്റെയും സ്വത്വ സാംസ്കാരിക വാദത്തിന്റെയും സ്വാധീനത്തോടെ സ്വത്വപ്രകാശനോപാധികളായി മധ്യകാലത്തെ വേഷവിധാനങ്ങളെ തിരികെ കൊണ്ടു വരികയാണ്.

അഭ്യസ്തവിദ്യരായി രംഗത്തുവന്ന മുൻതലമുറ പർദ ഉപേക്ഷിച്ചുവെങ്കിൽ ഇപ്പോൾ അതിതീവ്രവാദത്തോടെ സ്വീകരിക്കാനും അവകാശമാക്കാനും രംഗത്ത് എത്തിയിരിക്കുന്നത് തീവ്രവലതുപക്ഷ വിദ്യാർഥിലോകമാണ് എന്നതും ജനാധിപത്യത്തിന്റെ ഭാവിയെത്തന്നെ അപകടപ്പെടുത്തുന്നു. മതനിരപേക്ഷ ജനാധിപത്യ സമൂഹത്തെ മതാവേശ ജനക്കൂട്ടമാക്കി വിഭജിച്ച് ചേരികളാക്കുക എന്നതാണ് ഇരുപക്ഷമായി നിൽക്കുന്ന മതതീവ്രവാദികളുടെ ലക്ഷ്യം.

പുനരുത്ഥാനവാദത്തിലേക്ക്

ഇന്ത്യൻ നവോത്ഥാനമെന്നത് സമുദായങ്ങൾക്കുള്ളിൽ നടന്ന പരിഷ്കരണങ്ങളുടെ ആകത്തുക കൂടിയാണ്. സമുദായങ്ങൾക്കുള്ളിൽ നിന്നും ഫ്യൂഡൽ ബന്ധങ്ങളിൽനിന്നും വീർപ്പുമുട്ടി വളർന്നുവന്ന ഉല്പതിഷ്ണുക്കളായ മധ്യവർഗ യുവാക്കളാണ് സ്വസമുദായ പരിഷ്കരണങ്ങൾക്ക് ചുക്കാൻ പിടിച്ചത്. സതി നിർത്തലാക്കൽ, വിധവാവിവാഹം, ബാലവിവാഹ നിരോധനം, പർദാധാരണ നിരാസം ഇവയൊക്കെ ഓരോ സമുദായത്തിനുള്ളിലും സംഭവിച്ച മാറ്റങ്ങളാണ്. കാലോചിതമായി സ്വസമുദായങ്ങൾ മാറണമെന്ന് ആധുനിക വിദ്യാഭ്യാസം ലഭിച്ച മധ്യവർഗയുവത്വം ചിന്തിച്ചതിന്റെ ഫലങ്ങളായിരുന്നു അവ. പിന്നീടുണ്ടായ സ്വാതന്ത്ര്യസമരവും സാമൂഹിക വിപ്ലവങ്ങളുമെല്ലാം അവയുടെ തുടർ പ്രവർത്തനങ്ങളായിരുന്നു. എന്നാൽ ഇന്നത്തെ അവസ്ഥ ഒരുതരം തിരിച്ചുപോക്കാണ്. മൂലധനവ്യവസ്ഥയിലെ മധ്യവർഗത്തിനുള്ളിൽ കടന്നുകൂടിയ സ്വത്വരാഷ്ട്രീയ ബോധവും സ്വത്വസാംസ്കാരികാഭിനിവേശവും ഓരോ സമുദായത്തിനുള്ളിലും പുനരുത്ഥാനവാദികളായ മധ്യവർഗത്തെ ശക്തിപ്പെടുത്തിക്കൊണ്ടിരിക്കുന്നു. നവോത്ഥാനകാലത്തെ മധ്യവർഗം സ്ത്രീകളെ മോചിപ്പിച്ചുവെങ്കിൽ പുനരുത്ഥാനകാലത്തെ മധ്യവർഗം പഴയ മതാചാരങ്ങളിലേക്ക് തിരികെ കൊണ്ടുപോവുകയാണ് ചെയ്യുന്നത്. ഭാരതം ജാതിമത വൈകാരികാഭിനിവേശമുള്ള ജനസമൂഹമായതിനാൽ വേഷഭൂഷാദികളിലും ആഹാര നീഹാരാദികളിലും മാറ്റങ്ങൾ ഉണ്ടാകേണ്ടത് അതത് സമുദായങ്ങൾക്കുള്ളിലെ ഉൽപതിഷ്ണുക്കളുടെ പ്രവർത്ത

നത്തിലൂടെയാണ്. പുറമേനിന്നുള്ള വിലക്കുകളും തടസ്സപ്പെടുത്തലുകളും സമൂഹത്തെ വർഗീയമായി ചേരിതിരിയാനും ശക്തിപ്പെടുത്താനും മാത്രമേ സഹായിക്കുകയുള്ളൂ. അത് ഇന്ത്യൻ ജനാധിപത്യത്തെ ദുർബലപ്പെടുത്തുകയും ജനാധിപത്യപ്രസ്ഥാനങ്ങളെ തകർക്കുകയും ചെയ്യും. വിവിധ വേഷവിധാനങ്ങളും ജീവിതരീതികളും നിലനിൽക്കുന്ന ഭാരതത്തിൽ ഓരോ പൗരനും ഇഷ്ടമുള്ള രീതികൾ സ്വീകരിക്കാനും സാമൂഹികബന്ധങ്ങൾക്ക് ഭീഷണിയാകാതെ ജീവിക്കാനുള്ള രീതികൾ സ്വീകരിക്കാനും സ്വാതന്ത്ര്യം നൽകുകയാണ് വേണ്ടത്. കാലോചിതമായ ജീവിതശൈലി പരിഷ്കരണം അതതു സമുദായങ്ങൾക്ക് വിട്ടുകൊടുക്കുക. അവയെ ഏതെങ്കിലും ഒരു വിഭാഗത്തിന്റെ സ്വേച്ഛയ്ക്കു കീഴിൽ (mono-archy) കൊണ്ടുവരുന്നത് സമൂഹത്തെ അക്രമാസക്തമായ രീതിയിൽ ശിഥിലീകരിക്കും.

വിദ്വേഷരാഷ്ട്രീയത്തിന്റെ കുടുംബമനഃശാസ്ത്രം

വ്യക്തിയുടെയോ പ്രസ്ഥാനത്തിന്റെയോ ഒരു പാർട്ടിയുടെയോ സൈന്യത്തിന്റെയോ സർവാധിപത്യങ്ങൾ എല്ലാ ജനവിഭാഗങ്ങളെയും അടിച്ചമർത്തുന്നു. ന്യൂനപക്ഷ ഭൂരിപക്ഷ വ്യത്യാസം ഇല്ലാതെ എല്ലാവരും സർവ്വാധിപത്യത്തിന്റെ കീഴിൽ പൗരാവകാശങ്ങൾ നഷ്ടപ്പെട്ട് അടിമകളെ പോലെ ജീവിക്കുന്നു. എന്നാൽ ഫാഷിസം ഒരേ ദേശത്തിലെ ജനങ്ങളെ മതം, ജാതി, ഗോത്രം വംശീയത, ദേശീയത എന്നിവയിലൂടെ പരസ്പരം ഭിന്നിപ്പിക്കുകയും ശത്രുക്കളാക്കി മാറ്റുകയും വെറുപ്പിലൂടെ അന്യോന്യം ഇല്ലായ്മ ചെയ്യാൻ പ്രേരിപ്പിക്കുകയും ചെയ്യുന്നു. ജർമ്മനിയിൽ വംശീയവികാരം ആളിക്കത്തിച്ച് ജൂതന്മാരെ കൂട്ടക്കൊല ചെയ്തതാണ് ഫാഷിസത്തിന്റെ ക്ലാസിക്കൽ ഉദാഹരണമായി കണക്കാക്കുന്നത്. ലുവാണ്ടയിൽ സംഭവിച്ച ഗോത്രഹത്യയും ഗുജറാത്തിലെ മതന്യൂനപക്ഷഹത്യയും ഇപ്പോൾ മണിപ്പൂരിൽ സംഭവിച്ചുകൊണ്ടിരിക്കുന്ന ഗോത്രങ്ങൾ തമ്മിലുള്ള കൊന്നൊടുക്കലും ഫാഷിസത്തിന്റെ കേളികൊട്ടാണ്.

ഭാരതത്തിലുടനീളം വിദ്വേഷരാഷ്ട്രീയത്തിന്റെ കൊടുങ്കാറ്റ് അഴിച്ചുവിടുന്ന ഭരണരീതി ഫാഷിസം ഇന്ത്യയിൽ എത്തിക്കഴിഞ്ഞു എന്നതിനുള്ള തെളിവാണ്. വിദ്വേഷ രാഷ്ട്രീയ മനഃശാസ്ത്ര നിർമ്മാണത്തിന് മതത്തെയും-പുരാവൃത്തങ്ങളെയും പുരാണേതിഹാസങ്ങളെയും ഉപയോഗിക്കുന്ന സാംസ്കാരിക രാഷ്ട്രീയരീതിയാണ് പുതിയ ഫാഷിസം. ഭാരതീയഭാഷകളിൽ ആയിരക്കണക്കിന് രാമായണങ്ങൾ എഴുതപ്പെട്ടിട്ടുണ്ട്. ഇന്ത്യ ഭരിച്ച രാജാക്കന്മാരോ മറ്റു ഭരണാധികാരികളോ രാമനെയോ രാമായണത്തെയോ രാഷ്ട്രീയമായി ഉപയോഗിച്ചിരുന്നില്ല. ഇന്ന് ആൾക്കൂ

ട്ടമനഃശാസ്ത്രം നിർമ്മിച്ചെടുക്കാൻ ഉത്സവങ്ങളെയും ആഘോഷങ്ങളെയും ഉപയോഗിക്കുകയാണ്. ഇന്ത്യയെ വർഗീയമായി വിഭജിച്ച് കലാപങ്ങളിലൂടെ ഹിന്ദുരാഷ്ട്രം നിർമ്മിക്കാനാണ് ശ്രമം. ഹോളി, ദീപാവലി, രാമനവമി പോലുള്ള ഉത്സവങ്ങൾ നൂറ്റാണ്ടുകളായി ഹിന്ദുക്കളും മുസ്ലിങ്ങളും ഒരുമിച്ച് ആഘോഷിച്ചുവരികയായിരുന്നു. എന്നാൽ ഹിന്ദുത്വ സംഘടനകളുടെ രാഷ്ട്രീയമായ ശാക്തീകരണം മതാഘോഷങ്ങളെ തെരുവുകലാപങ്ങളാക്കി മാറ്റുകയാണ്. 2023-ൽ രാമനവമി ആഘോഷവേളയിൽ ബീഹാർ, ബംഗാൾ, യു.പി, മഹാരാഷ്ട്ര, ഗുജറാത്ത്, തെലങ്കാന തുടങ്ങിയ സംസ്ഥാനങ്ങളിൽ വ്യാപകമായ തെരുവുകലാപങ്ങൾ ഉണ്ടായി. മുസ്ലിങ്ങൾ തിങ്ങിപ്പാർക്കുന്ന ഇടങ്ങളിലൂടെ അക്രമാസക്തമായി ഘോഷയാത്ര നടത്തുകയാണ് കലാപം ഉണ്ടാക്കാനുള്ള എളുപ്പമാർഗം. ബുദ്ധമതത്തിന്റെ ശക്തികേന്ദ്രമായിരുന്ന ബീഹാറിൽ നളന്ദ, രോഹ്താസ്, ദർബംഗ, ബീഹാർ ഷെരീഫ് തുടങ്ങിയ സ്ഥലങ്ങളിൽ പള്ളികളും മദ്രസകളും വ്യാപകമായി തകർത്തുകൊണ്ടാണ് കലാപങ്ങൾ അരങ്ങേറിയത്. സംഘപരിവാർ സംഘങ്ങൾ ഗോഡ്സെയുടെയോ സർവറിക്കറിന്റെയോആശയങ്ങൾ ജനങ്ങൾക്കിടയിൽ പ്രചരിപ്പിക്കുന്നതോടൊപ്പം പകരം പള്ളികളുടെ സ്ഥാനത്ത് ക്ഷേത്രം ഉണ്ടായിരുന്നു എന്ന കെട്ടുകഥകൾകൂടി വ്യാപിപ്പിച്ച് മതവികാരം ഉണർത്തി ഹിന്ദുത്വ ആൾക്കൂട്ട മനഃശാസ്ത്രം നിർമ്മിച്ചുകൊണ്ടാണ് പ്രവർത്തിക്കുന്നത്. ബുലന്ദ്ഷഹറിൽ 2023 മേയ് 31-ന് നാലമ്പലങ്ങൾ ആക്രമിച്ചു വിഗ്രഹങ്ങൾ തകർത്തശേഷം അത് മുസ്ലിങ്ങൾ ആണെന്ന് പ്രചരിപ്പിച്ച് കലാപമഴിച്ചുവിടുകയായിരുന്നു.സി.സി ടി.വി. ദൃശ്യങ്ങൾ ഈ പ്രചാരണം വ്യാജമാണെന്ന് പിന്നീട് തെളിയിച്ചു. അത് സൃഷ്ടിച്ച മതഫാഷിസ്റ്റ് ആൾക്കൂട്ട മനഃശാസ്ത്രം പൂർവാധികം ശക്തിയോടെ വ്യാപിക്കുകയാണ് ചെയ്തത്. നാസികൾ മൂന്നാം റീഖിന്(ജർമ്മൻ പാർലമെന്റ് മന്ദിരം) തീവച്ചുകൊണ്ടാണ് കമ്യൂണിസ്റ്റുവേട്ടയും ജൂതവേട്ടയും ജർമ്മനിയിൽ ആരംഭിച്ചത്. അതുകൊണ്ട് ഫാസിസത്തിന്റെ രീതിശാസ്ത്രം ചരിത്രത്തിൽ എവിടെയും സമാനമാണ്. ഇന്ത്യയിലെ പത്രങ്ങൾ, ടിവി ചാനലുകൾ, നവമാധ്യമ ശൃംഖലകൾ എല്ലാം ഹിന്ദുത്വ ക്യാപ്പിറ്റലിസ്റ്റുകളുടെ നിയന്ത്രണത്തിലായിക്കഴിഞ്ഞു. വഴങ്ങാത്തവരെ സാമ്പത്തികക്കുറ്റം ചുമത്തി അന്വേഷണഏജൻസികളെ ഉപയോഗിച്ച് അറസ്റ്റുചെയ്യിപ്പിച്ചുകൊണ്ട് ജയിലിൽ അടയ്ക്കുകയാണ്. ഗീബൽസ് ജർമ്മൻ പത്രങ്ങളോട് പറഞ്ഞത് “നിങ്ങൾക്ക് വിമർശിക്കാൻ സ്വാതന്ത്ര്യമുണ്ട്. പക്ഷേ, ജയിലിൽ പോകാൻ തയ്യാറുണ്ടെങ്കിൽ” എന്നാണ്. ഇന്ത്യയിലും ഇതാണ് അവസ്ഥ.

ഫോക്‌ലോർ ആയുധങ്ങൾ

വംശീയമായ മിത്തുകളെയും നിഗൂഢ ആത്മീയതയെയും കുറിച്ചുള്ള പഠനങ്ങൾ ഫാഷിസത്തിന്റെ ആൾക്കൂട്ട മനഃശാസ്ത്രം നിർമ്മിക്കാൻ നാസികൾ ഉപയോഗിച്ചു. നാസികളുടെ മനഃശാസ്ത്ര വിഭാഗത്തിന്റെ ഉപദേശകനും നേതാവും ആയിരുന്നു കാൾ ഗുസ്താവ് കാൾ യുങ്. നാസി മന്ത്രിസഭയിൽ പോപ്പുലർ പഠനത്തിന് പ്രത്യേകം വകുപ്പ് തന്നെ ഉണ്ടായിരുന്നു. ജർമ്മൻ ജനതയുടെ വംശീയമായ മിത്തുകളെയും പുരാവൃത്ത ബിംബങ്ങളെയും ഉയർത്തിക്കൊണ്ടുവന്ന് ജനമനസ്സിനെ അന്ധവിശ്വാസപരമായി കീഴടക്കുകയാണ് നാസികൾ ചെയ്തത്. ഇന്ത്യയിലെ പുണ്യപുരാണ കഥകളും രാമപ്രതിഷ്ഠയും മറ്റ് പൗരാണികബിംബങ്ങളുടെ പുനരുജ്ജീവനവും ഇന്ത്യയിൽ ഹിന്ദുത്വ ആൾക്കൂട്ടമനഃശാസ്ത്ര നിർമ്മിതിക്കുള്ള കരുക്കളായി ഉപയോഗിക്കുകയാണ്. ഏക മതം, ഏക രാഷ്ട്രം, ഏക സംഘടന, ഏക നേതാവ്, ഏക ഭാഷ, ഏക തിരഞ്ഞെടുപ്പ്, ഏക നീതി എന്നതിന്റെ ഭാഗമായി ഏക ദൈവസങ്കല്പവും രാമപ്രതിഷ്ഠയിലൂടെ കൊണ്ടുവരുന്നു. അതിനുപയോഗിക്കുന്നത് വിഷ്ണുഭക്തിയെയും വൈഷ്ണവമതത്തെയുമാണ്. ഇന്ത്യയിലെ അതിശക്തമായ ബ്രാഹ്മണമതമാണ് വൈഷ്ണവമതം. ഇന്ത്യയിൽ നിലനില്ക്കുന്ന കോടിക്കണക്കിന് നാട്ടുദൈവങ്ങളെയും ആരാധനാരീതികളെയും ബ്രാഹ്മണമതത്തിലെ ഏക ദൈവത്തിന്റെ അവതാരകഥകളാക്കി ഉൾക്കൊള്ളാനും അവയെ ഏക ദൈവകേന്ദ്രമാക്കാനും രാമഭക്തിക്ക് കഴിയുമെന്ന് കരുതുന്നു. പുനർജന്മങ്ങളിലൂടെ ബ്രാഹ്മണാത്മാവായിത്തീരുന്ന ജീവാത്മാവ് പരമാത്മാവിൽ ലയിക്കുന്ന അദ്വൈത സിദ്ധാന്തവാദത്തെ ഏകാത്മാ ജനതാവാദമായി അവതരിപ്പിച്ചുകൊണ്ട് നവാത്മീയവാദികൾ പ്രത്യക്ഷപ്പെട്ടു തുടങ്ങിയിട്ടുണ്ട്. ഇന്ത്യൻ ജനാധിപത്യത്തിന്റെ സമ്മതിദാനശക്തിയായി നിൽക്കുന്ന താഴ്ന്ന തൊഴിൽവർഗ ജാതികളെയും മധ്യവർഗത്തെയും മനഃശാസ്ത്രപരമായി കീഴടക്കുക എന്നതാണ് ഹിന്ദുത്വരീതി. സഹിഷ്ണുതാപരമായ മതവിശ്വാസജീവിതങ്ങളെയും പൗരജീവിതത്തെയും മതവിദ്വേഷരാഷ്ട്രീയത്തിലൂടെ വിഭജിച്ച് ഭൂരിപക്ഷ മതരാഷ്ട്രം നിർമ്മിച്ചെടുക്കുകയാണ് ലക്ഷ്യം. ജനാധിപത്യത്തിലെ ഭൂരിപക്ഷ സ്വീകാര്യതയെ ദുരുപയോഗം ചെയ്തുകൊണ്ടാണ് എവിടെയും ഫാഷിസം കയറി വരുന്നത്. അതുകൊണ്ട് ജനാധിപത്യം ഇല്ലാതെ ഫാഷിസത്തിന് ഉയർന്നുവരാൻ കഴിയില്ല. അധികാരത്തിലെത്തിയാൽ ജനാധിപത്യത്തിന്റെ എല്ലാ സംവിധാനങ്ങളെയും ഫാഷിസ്റ്റുവൽക്കരിക്കുന്നു. അനുകൂലമായ സ്വീകാര്യത നിർമ്മിച്ച് എടുക്കുന്നതിനാണ് പുരാവൃത്തങ്ങളെയും പുരാണങ്ങളെയും ദൈവഭക്തിയെയും ഫാഷിസം ഉപയോഗിക്കുന്നത്. അതോടെ ജനാധിപത്യസമൂഹമായിരുന്ന ജനക്കൂട്ടം അങ്ങേയറ്റം പ്രതിലോമകരമായ

യാഥാസ്ഥിതിക സമൂഹമായി മാറുന്നു. ജനാധിപത്യകാലത്ത് ലിബറൽ ഹ്യൂമനിസ്റ്റുകൾ ആയിരുന്നവരും ഇടതുപക്ഷ ചിന്താഗതിക്കാരായിരുന്നവരും ജനാധിപത്യരാഷ്ട്രീയക്കാരും ഫാഷിസ്റ്റ കാലഘട്ടത്തിൽ ഫാഷിസ്റ്റുകളുടെ കൂടെച്ചേരുന്നു. ഈയൊരു പ്രക്രിയ ഇന്ത്യയിൽ സംഭവിച്ചു കൊണ്ടിരിക്കുകയാണ്. ജനാധിപത്യപാർട്ടികളായിരുന്ന പ്രസ്ഥാനങ്ങളും നേതാക്കളും എല്ലാം ഫാഷിസത്തിന്റെ പിന്തുണക്കാരായി മാറുന്നത് ഇന്ത്യയിൽ സംഭവിച്ചുകൊണ്ടിരിക്കുന്ന ആൾക്കൂട്ട മനഃശാസ്ത്ര പരിണതിയെയാണ് സൂചിപ്പിക്കുന്നത്. "അധികാരം കൊയ്യുണമാദ്യം നാം" എന്ന മനോഭാവത്തോടെ ഫാഷിസ്റ്റ് അധികാരത്തിൽ ലാവണം തേടാനുള്ള പരക്കംപാച്ചിലിലാണ് രാഷ്ട്രീയനേതൃത്വങ്ങൾ. അന്വേഷണ ഏജൻസികളിലൂടെ ഭീഷണിപ്പെടുത്തിയും പ്രലോഭിപ്പിച്ചും ലിബറൽ ജനാധിപത്യ വക്താക്കളെ കീഴ്പ്പെടുത്തുകയാണ് ചെയ്യുന്നത്.

തൊഴിൽവർഗ മാറ്റം

വ്യവസായയുഗത്തിൽ മുതലാളിത്തവികസനത്തിനും ഉൽപാദനത്തിനും സാങ്കേതികവിദ്യയോടൊപ്പം തൊഴിലാളിവർഗത്തിന്റെ അധ്വാനവും മുതലാളിത്തത്തിന് അവശ്യഘടകമായിരുന്നു. അതുകൊണ്ട് തൊഴിൽ സമരങ്ങൾ വ്യവസായലോകത്തെ അലോസരപ്പെടുത്തിയിരുന്നെങ്കിലും തൊഴിലാളികളുടെ അവകാശങ്ങൾ അംഗീകരിച്ചുകൊണ്ട് മുന്നോട്ടുപോകാൻ അവർ ശ്രദ്ധിച്ചിരുന്നു. ആഗോളവൽക്കരണ കാലമായപ്പോൾ തൊഴിൽ വർഗം പുതിയ സാങ്കേതികവിദ്യയിൽ പരിമിതപ്പെടുകയോ പുറന്തള്ളപ്പെടുകയോ ചെയ്തുകൊണ്ടിരിക്കുന്നു. ഏറെക്കുറെ മധ്യവർഗ ജീവിതശൈലിയിലേക്കുള്ള മാറ്റവും സംഭവിച്ചിട്ടുണ്ട്. ഭക്തിയുടെ ആൾക്കൂട്ട മനഃശാസ്ത്രത്തിലേക്കുള്ള പരിവർത്തനം തൊഴിൽ വർഗത്തിനിടയിലും സംഭവിച്ചുകൊണ്ടിരിക്കുന്നു. മതാഘോഷങ്ങളിലും തെരുവുകലാപങ്ങളിലും പ്രത്യക്ഷപ്പെടുന്നവരിൽ നല്ലൊരു വിഭാഗം വലതുപക്ഷവൽക്കരിക്കപ്പെട്ടു കഴിഞ്ഞ തൊഴിൽവർഗങ്ങളാണ്. പുരുഷമേധാവിത്വപരമായ സജാതീയ കുടുംബഘടനയിലാണ് തൊഴിൽവർഗവും ജീവിക്കുന്നത്. അതുകൊണ്ട് സാമുദായികബോധവും സ്വത്വരാഷ്ട്രീയവും അവരെയും കീഴ്പ്പെടുത്തിട്ടുണ്ട്. ദരിദ്രജീവിതത്തിനിടയിലും കടം വാങ്ങി സമ്പന്ന മധ്യവർഗത്തിന്റെ വേഷവും ജീവിതശൈലിയും പകർത്തുന്ന ജനവിഭാഗം ഫാഷിസത്തിന്റെ വരവിൽ മയങ്ങി വീഴുന്നു. നായാടി മുതൽ ബ്രാഹ്മണൻ വരെ ഹിന്ദുത്വ പ്രത്യയശാസ്ത്രത്തിൽ ഒന്നാണെന്ന് പ്രചരിപ്പിക്കുന്നു. സാമുദായിക-മതവികാരങ്ങൾ കൊണ്ട് വ്യത്യസ്തരായി നിൽക്കുന്നവരെ ഉദ്ഗ്രഥിച്ച് മതരാഷ്ട്ര നിർമ്മിതിക്കുള്ള ശ്രമമാണ് നടക്കുന്നത്. ഇതിനു മതവിദ്വേഷരാഷ്ട്രീയത്തിന്റെ ആൾക്കൂട്ട

മനഃശാസ്ത്രമാണ് നിർമ്മിച്ചിരിക്കുന്നത്. ദേശീയത അതിന് മേമ്പൊടി ചാർത്തുന്നു.

ജർമ്മനിയിൽ നാസികൾ ഉയർത്തിയ ബ്ലഡ് ആൻഡ് സോയിൽ (blood and soil) എന്ന സിദ്ധാന്തത്തിന് പകരം മതവും ദേശവും (Religion and soil) എന്ന മുദ്രാവാക്യം കൊണ്ടുവരികയാണ് ചെയ്യുന്നത്. അതിൽ മതന്യൂനപക്ഷങ്ങൾ പുറംജനതയാണ്. അവർക്ക് പൗരത്വം നിഷേധിക്കുകയോ രണ്ടാംകിട പൗരന്മാരായി തരംതാഴ്ത്തുകയോ ചെയ്യുന്നു. ഇന്ത്യയുടെ പൊതുബോധം എന്നത് സാമുദായിക-മതബോധങ്ങളായതിനാൽ സാമുദായികവികാരം ആളിക്കത്തിച്ച് ആൾക്കൂട്ട മനഃശാസ്ത്രം നിർമ്മിക്കാൻ കഴിയുന്നതോടെ മതനിരപേക്ഷ ലിബറൽ ഡെമോക്രസി തകർച്ചയെ നേരിടുകയാണ് ചെയ്യുന്നത്. ജനങ്ങൾതന്നെ ജനാധിപത്യത്തെ നിരസിക്കാൻ വോട്ട് ചെയ്യുന്ന ഒരവസ്ഥ വന്നുചേരുന്നു.

കുടുംബങ്ങളുടെ ഫാഷിസ്റ്റുവൽക്കരണം

ഫാഷിസത്തിൽ കുടുംബങ്ങൾ അതിന്റെ ചെറു യൂണിറ്റുകളായി പരിണമിക്കുന്നു എന്ന് വില്യംറീഖ് രേഖപ്പെടുത്തുന്നുണ്ട്. സജാതീയവിവാഹ ലൈംഗികബന്ധങ്ങളിലൂടെ രൂപപ്പെടുന്നതാണ് ഇന്ത്യൻ കുടുംബങ്ങൾ. സാമുദായികമായ ആചാരാനുഷ്ഠാനങ്ങളുടെയും വിശ്വാസങ്ങളുടെയും ചെറിയ യൂണിറ്റാണ് ഓരോ കുടുംബവും. ദൈവഭക്തിയും മതഭക്തിയും ജാതിവികാരവും നിറഞ്ഞുനിൽക്കുന്ന ഒരിടം. അതുകൊണ്ടാണ് രാമവിഗ്രഹ പ്രതിഷ്ഠാദിനത്തിൽ ഇന്ത്യയിലെ ഓരോ ഭൂരിപക്ഷ മതകുടുംബത്തിലും ദീപങ്ങൾ തെളിയിക്കണമെന്ന ആഹ്വാനം ഉണ്ടായത്. അതിലൂടെ രാമഭക്തി രാഷ്ട്രീയത്തിന്റെ ആൾക്കൂട്ട മനഃശാസ്ത്രം നിർമ്മിച്ച് എടുക്കുകയായിരുന്നു ലക്ഷ്യം. കുടുംബാഭിമാനം, മതാഭിമാനം, ജാത്യാഭിമാനം, ദേശാഭിമാനം എന്നിവയുടെ സമവായമാണ് ഇന്ത്യൻ ഫാഷിസ്റ്റു മനോഭാവമെന്നതുകൊണ്ട് മതപീഡനവും അഭിമാനവധങ്ങളും ജാത്യഭിമാനക്കൊലകളും നിരന്തരം അരങ്ങേറുന്നു. സ്ത്രീകളെ ഭക്തിയിൽ മുക്കി അടിമകളാക്കി തീർക്കുകയാണ് ചെയ്യുന്നത്. ഇന്ത്യയിലെ കുടുംബരൂപങ്ങൾ ജാതി-മത നിർമ്മിതികളായതിനാൽ വീട്ടിനുള്ളിലെ പിതൃഭക്തി, മാതൃഭക്തി, ഭ്രാതൃഭക്തി, ഭർതൃഭക്തി ഗുരുഭക്തി എന്നിവ വീടിനെത്തന്നെ ഒരു ആരാധനാലയമാക്കി മാറ്റുന്നു. ഭക്തിയുടെ പ്രത്യയശാസ്ത്രമാണ് കുട്ടിയെ പരിശീലിപ്പിക്കുന്നത്. അങ്ങനെ രാഷ്ട്രീയ ആൾക്കൂട്ട മനഃശാസ്ത്രത്തിന്റെ ചെറിയ യൂണിറ്റാണ് ഓരോ കുടുംബവും. മത വിദ്വേഷ പ്രകടനത്തിനും നാമജപ ഘോഷയാത്രകൾക്കും മറ്റു മതഘോഷയാത്രകൾക്കും സ്ത്രീകളും കുട്ടികളും തെരുവിൽ അണിനിരക്കുന്നു. അതുകൊണ്ട് ഇന്ത്യൻ ഫാഷിസം കുടുംബത്തെ കേന്ദ്രമാക്കി അടിത്തറ പണിയുക

യാണ് ചെയ്യുന്നത്. അതിന് ക്ഷേത്രങ്ങളെയും ആരാധനാലയങ്ങളെയും ഉത്സവങ്ങളെയും ഫലപ്രദമായി ഉപയോഗിക്കുന്നു. വോട്ടുബാങ്കുകളിൽ കണ്ണുള്ള ജനാധിപത്യകക്ഷികളും പുരോഗമനവാദികളും പ്രതിലോമകരമായ മതാഘോഷങ്ങൾക്ക് നേരെ പ്രതികരിക്കാൻ ഭയപ്പെടുന്നു.

അങ്ങനെ പ്രതിലോമകരമായ ചിന്തകളും മനോഘടനകളും ഉത്പാദിപ്പിക്കുന്ന ഫാക്ടറിയാവുകയാണ് കുടുംബങ്ങൾ. പിതാവ് എന്ന ഭരണാധികാരിയുടെ പുരുഷാധിപത്യലോകമാണ് കുടുംബമെന്നതിനാൽ ഫാഷിസത്തിന്റെ വിളഭൂമിയാണ് കുടുംബമെന്ന് വില്യം റീഖ് പറയുന്നു. ഭക്തിസീരിയലുകൾ, റേഡിയോ പ്രഭാഷണങ്ങൾ, മൊബൈൽ ഫോൺ സ്ക്രീനുകളിൽ വന്നു നിറയുന്ന പ്രതിലോമകരമായ പ്രചാരണങ്ങൾ, ഫാഷിസ്റ്റുസിനിമകൾ ഇവയെല്ലാം കൂടി വിദ്വേഷരാഷ്ട്രീയത്തിന്റെ ആൾക്കൂട്ട മനഃശാസ്ത്രം കുടുംബത്തിനുള്ളിലൂടെ നിർമ്മിച്ചുകൊണ്ടിരിക്കുകയാണ് .

കുടുംബത്തെക്കുറിച്ച് നാസികൾ പറഞ്ഞത് ഇങ്ങനെയാണ് “It is the smallest but most valuable unit in the complete structure of State. ” ഡെമോക്രസിയിലെ ഉദ്യോഗസ്ഥവൃന്ദം ഫാഷിസത്തിൽ ഫാഷിസ്റ്റ് ബ്യൂറോക്രസിയായി മാറുന്നു. ലിബറൽ ഡെമോക്രസിയിൽ ഭരണാധികാരിയുടെ ഉത്തരവുകൾ അനുസരിച്ച് ശീലിച്ചവർ ഫാഷിസ്റ്റുകൾ അധികാരത്തിൽ വരുമ്പോൾ അവരുടെയും ഉത്തരവുകൾ അനുസരിക്കുന്ന ആജ്ഞാനുവർത്തികളായി മാറുകയാണ്. ഭരണകൂടസ്ഥാപനങ്ങളെല്ലാം അങ്ങനെ ഫാസിസ്റ്റുവൽക്കരിക്കപ്പെടുന്നു. ജർമ്മനിയിലും ഇറ്റലിയിലും ഫാഷിസം പരാജയപ്പെട്ടതിനുശേഷം നടന്ന ഫാഷിസ്റ്റ് കുറ്റവാളികളുടെ ന്യൂറംബർഗ് വിചാരണയിൽ നാസികൾ ഉന്നയിച്ച തടസ്സവാദം തങ്ങൾ മേലധികാരികളുടെ ആജ്ഞകൾ നിറവേറ്റുക മാത്രമാണ് ചെയ്തതെന്നും അതുകൊണ്ട് കുറ്റവാളികളല്ല എന്നുമാണ്. പക്ഷേ, അന്താരാഷ്ട്ര കോടതി ആ വാദം തള്ളിക്കളഞ്ഞു. ഫാഷിസ്റ്റുകൾ ഭരണകർത്താക്കളായാലും അനുചരന്മാരായാലും മാനവരാശിക്ക് മുമ്പിൽ എന്നും കൊടും കുറ്റവാളികളായിരിക്കും.

ചാരസാമ്രാജ്യത്തിലെ പറക്കും കുതിരകൾ

ഇൻഫോർമേഷൻ ടെക്നോളജിയുടെയും ബയോടെക്നോളജിയുടെയും വരവോടെ പഴയ കാലങ്ങൾ പോയി മറഞ്ഞതായി ഇസ്രായേൽ ചരിത്രകാരനായ യുവാൽ നോവ ഹരാരി പറയുന്നു. വലിയ വലിയ സാധ്യതകളോടൊപ്പം മനുഷ്യരാശിക്ക് എതിരെ ഭീഷണമായ വെല്ലുവിളികളും ഉയർത്തിക്കൊണ്ടാണ് നാലാം വ്യാവസായവിപ്ലവത്തിന്റെ വരവ്. (Klaus Schwab–The fourth Industrial Revolution) നിർമ്മിതബുദ്ധി, വിവരശേഖര കലവറ (Data Cloud), ഗണനപ്രക്രിയ (Algorithm) എന്നിവ ഭരണകൂടങ്ങളെ കീഴ്മേൽ നിരീക്ഷണകേന്ദ്രങ്ങളായും (Surveillance state) മുതലാളിത്തത്തെ സർവെലൻസ് ക്യാപ്പിറ്റലിസമായും പരിവർത്തിപ്പിച്ചിരിക്കുകയാണ്. പഴയ കര–കടൽ മാർഗ വിപണിയെ കാലഹരണപ്പെടുത്തിക്കൊണ്ടുള്ള ഓൺലൈൻ വിപണിയും ഓൺലൈൻ മൂലധന നിക്ഷേപങ്ങളും ചിറകുള്ള കുതിര (Pegasus) സഞ്ചാരങ്ങളാക്കി മാറ്റിയിരിക്കുന്നത് ഡിജിറ്റൽ ടെക്നോളജിയാണ്. ഇന്ന് ചർച്ച ചെയ്യപ്പെടുന്നത് പ്രത്യയശാസ്ത്രങ്ങളല്ല, നേരെ മറിച്ച് ഡിജിറ്റൽ ടെക്നോളജിയുടെ സാങ്കേതിക ശാസ്ത്രങ്ങളാണ്. രാഷ്ട്രീയാധികാരത്തിന്റെയും സാമ്പത്തിക ഘടനയുടെയും ശക്തികേന്ദ്രങ്ങളായി സോഫ്റ്റ്വെയർ വിപണി മാറിയിരിക്കുന്നു. മൊബൈൽ ഫോണും ഇന്റർനെറ്റും അടിസ്ഥാന മനുഷ്യാവശ്യങ്ങളായിത്തീർന്നിരിക്കുന്നു. (Basic human needs). അതുകൊണ്ടുതന്നെ വ്യക്തിസ്വാതന്ത്ര്യം, സ്വതന്ത്രസമൂഹം, ജനാധിപത്യം, പൗരാവകാശം തുടങ്ങിയ പരികല്പനകൾ റദ്ദാക്കപ്പെടുകയും മനുഷ്യർ ഡിജിറ്റൽ അടിമത്തത്തിലേക്ക് (digital slavery) വഴുതിവീഴുകയും ചെയ്തുകൊണ്ടിരി

ക്കുകയാണ്. ഗ്രീക്ക് സാമ്പത്തികശാസ്ത്രജ്ഞനായ യാനിസ് വറോഫാകിസ് ഡിജിറ്റൽ കാലഘട്ടത്തെ ടെക്നോ ഫ്യൂഡൽ കാലമെന്നും പീറ്റർ ഡ്രാഹോസും ജോൺ ബ്രെയിത്ത് വെയ്റ്റും 'ഇൻഫർമേഷൻ ഫ്യൂഡലിസ'മെന്നും വിശേഷിപ്പിക്കുന്നു. ഓൺലൈൻ നെറ്റ്‌വർക്കിന്റെ ഉടമകളുടെ കീഴിൽ തളയ്ക്കപ്പെട്ടിരിക്കുന്ന ടെക്നോ കുടികിടപ്പുകാരായി (Techno serf) ലോകജനത മാറിയിരിക്കുന്നു. മനുഷ്യന്റെ ജീവിതവൃത്തികൾ മാത്രമല്ല, ശാരീരികവൃത്തികൾകൂടി സാങ്കേതികവിദ്യ കൈയടക്കിയിരിക്കുകയാണ്.

ശാരീരിക ഗണിതവിദ്യ

ഓരോ ജീവിയും ശാരീരികമായ സ്ഥിതിഗണിത വിവരവിദ്യയിലൂടെയാണ് (Biometric chemistry) ജീവിക്കുന്നത്. പഞ്ചേന്ദ്രിയ (ത്വക്ക്, നാവ്, കണ്ണ്, മൂക്ക്, ചെവി) ഗുണങ്ങളായ സ്പർശ, രുചി, ദൃശ്യ, ഗന്ധ, ശ്രവണങ്ങളിലൂടെ, വിവരശേഖരണത്തിലൂടെ ബോധരൂപീകരണം നടത്തിയാണ് (bio-metric sense) ജീവിതം നിലനിർത്തുന്നത്. സിംഹം, പുലി, കടുവ തുടങ്ങിയ ജീവികൾ ഇരപിടിക്കുന്നത് ഇരയെ നിരീക്ഷിച്ച്, അതിന്റെ ഗന്ധം, ഇര സ്ഥിതിചെയ്യുന്ന ദൂരം, സാമീപ്യം, ചലനങ്ങൾ ഇവയൊക്കെ ജൈവപരമായ കണക്കുകൂട്ടലിലൂടെ നിർണയിച്ചതിന് ശേഷമാണ് (biological algorithm) വേട്ടയാടുന്നത്. ഇരയുടെ കഴുത്തിൽ പിടികൂടുക. ഉരഗങ്ങളാണെങ്കിൽ തല മുതൽ വിഴുങ്ങിത്തുടങ്ങുക എന്നിവയെല്ലാം ജൈവപരമായ അൽഗോരിതങ്ങളുടെ പ്രവർത്തനഫലങ്ങളായി സംഭവിക്കുന്നതാണ്. മനുഷ്യപ്രവൃത്തിയും ഇതിൽ നിന്നും ഭിന്നമല്ല. അകലെനിന്നു വരുന്ന വാഹനത്തെ നിരീക്ഷിച്ച് റോഡ് മുറിച്ചു കടക്കുമ്പോൾ വാഹനത്തിന്റെ വേഗത, ദൂരം, റോഡിന്റെ വീതി, ശാരീരികവേഗത, തയ്യാറെടുപ്പുകൾ എന്നിങ്ങനെ നാം അറിയാതെ നമ്മുടെ ശരീരം ജൈവപരമായ ഗണനപ്രക്രിയ നടത്തുന്നുണ്ട്. ഈയൊരു ജൈവനൈപുണിയെ ഡിജിറ്റൽ സാങ്കേതികവിദ്യയുടെ നിർമ്മിതബുദ്ധിയിലേക്കും വിവരശേഖരണ കലവറയിലേക്കും (Data Cloud) അൽഗോരിതങ്ങളിലേക്കും ബയോ-ടെക്നോളജിയിലൂടെ കൈമാറ്റം ചെയ്തിരിക്കുന്നതാണ് സമകാലികമായ മാറ്റം. ഫാഷിസ്റ്റ് സമഗ്രാധിപത്യങ്ങളെ കൊണ്ടുവന്നതുപോലെ ഡേറ്റ അൽഗോരിത വാഴ്ചകൾ ഭീഷണമായ ഡിജിറ്റൽ സ്വേച്ഛാധിപത്യത്തിലേക്ക് (digital dictatorship) നയിക്കുമെന്ന് യുവാൽ നോവാ ഹരാരി നിരീക്ഷിക്കുന്നുണ്ട്.

ചോർത്തൽ സാങ്കേതികവിദ്യ (Hacking Technology)

നമ്മൾ മൊബൈൽ ഫോൺ ഉപയോഗിക്കുമ്പോൾ, യൂട്യൂബ് ഉപയോഗിക്കുമ്പോൾ, ഫേസ്ബുക്ക്, ട്വിറ്റർ (എക്സ്), വാട്ട്സ് ആപ്പ്, നെറ്റ്ഫ്ളിക്സ് തുടങ്ങിയ സോഷ്യൽ മീഡിയകൾ പ്രയോജനപ്പെടുത്തു മ്പോൾ നമ്മെ ഡിജിറ്റൽ കോർപ്പറേറ്റുകളുടെ നിർമ്മിതബുദ്ധിയും അൽ ഗോരിതങ്ങളും ജാഗ്രതയോടെ അവലോകനം നടത്തി പരിശോധിച്ച് വിവരങ്ങൾ ശേഖരിച്ച് (monitor) വിവര കലവറകളായി (data cloud) മാ റ്റിക്കൊണ്ടിരിക്കുകയാണ്. നമ്മുടെ വൈയക്തിക തീരുമാനങ്ങൾ, സന്ദേ ശങ്ങൾ, ചിന്തകൾ, പരസ്പര ബന്ധങ്ങൾ, സംഭാഷണങ്ങൾ, അഭി രുചികൾ, ഇഷ്ടാനിഷ്ടങ്ങൾ എല്ലാം ചോർത്തിയെടുക്കപ്പെടുകയാണ്. ബിഗ്ഡേറ്റാ അൽഗോരിതങ്ങൾക്ക് വ്യക്തിയുടെ വികാരവിചാരങ്ങളെ 'മോണിറ്റർ' ചെയ്യാൻ കഴിയുന്നൊരവസ്ഥയിൽ വ്യക്തിസ്വാതന്ത്ര്യവും സ്വകാര്യതയുമെല്ലാം കടങ്കഥകളായി മാറുകയാണ് ചെയ്യുന്നത്. ബയോ-മെട്രിക് സെൻസറിങ്ങിലൂടെ വ്യക്തിയുടെ ആഭ്യന്തരലോകത്തെ മുറി ച്ചെടുത്തുകൊണ്ടുപോകുന്നു. ശരീരത്തെ സ്കാൻ ചെയ്യാൻ ഡിജിറ്റൽ ടെക്നോളജിക്ക് കഴിയുന്നു. നമ്മുടെ ശരീരത്തിൽനിന്നും (മനസ്സിൽ നിന്നും) ഡേറ്റകൾ സ്മാർട്ട്ഫോണിലൂടെ നിർമ്മിതബുദ്ധിയുടെയും മറ്റും ബയോ-മെട്രിക് സെൻസറിങ്ങിലൂടെ എത്തിച്ചേരുമ്പോൾ അതിലൂടെ കോർപ്പറേറ്റുകൾക്കും ഭരണകൂടങ്ങൾക്കും ജനതയെ ഒന്നടങ്കം വായി ക്കാൻ കഴിയുന്നു. നമ്മുടെ തീരുമാനങ്ങളെയും ഇച്ഛകളെയും അവർക്ക് 'മാനിപ്പുലേറ്റ്' ചെയ്യാൻ കഴിയും. അങ്ങനെ ഡിജിറ്റൽ സാങ്കേതിക വിദ്യയെന്നത് തട്ടിപ്പുവീരന്മാരുടെ ലോകമായിത്തീരുകയാണ് (World of hackers). പരസ്യപ്രചാരണങ്ങൾ, തെറ്റിദ്ധാരണാജനകമായ വ്യാജ നിർമ്മിതികൾ (manipulation and deep fakes) എന്നിവയിലൂടെ ജന സ്വീകാര്യതയും അംഗീകാരവും നേടിയെടുക്കാനാണ് കോർപ്പറേറ്റുകളും അവരുടെ സംരക്ഷകരായ മുതലാളിത്ത ഭരണകൂടവും നിരന്തരം ശ്രമിച്ചു കൊണ്ടിരിക്കുന്നത്.

വലിയ ഡേറ്റാ-അൽഗോരിതങ്ങൾ കൈവശമുള്ള 'ബിഗ്ഡേറ്റ' ബ്രദേഴ്സാണ് ലോകത്തെ ഭരിക്കുന്ന ഡിജിറ്റൽ കമ്പനികൾ. ഡേ റ്റ-അൽഗോരിതാധിപത്യങ്ങളിലൂടെ ഒരു സർവാധികാര ഭരണകൂടമായി (Authoritarian Government) അവർ പ്രവർത്തിക്കുകയാണ്. ദേശഭരണ കൂടങ്ങളുടെ രഹസ്യങ്ങൾവരെ ഡിജിറ്റൽ ടെക്നോളജിയിലൂടെ ചോർത്തി യെടുക്കുന്നു. ഹിറ്റ്ലർ ജനങ്ങളുടെമേൽ സർവാധിപത്യം നേടിയത് ശാ സ്ത്ര-സാങ്കേതികവിദ്യകളുടെ പ്രയോഗത്തിലായിരുന്നു. ബയോ-ടെക്നോ ളജിയും ഇൻഫോ-ടെക്നോളജിയും പരസ്പരം ലയിച്ചുചേർന്നിരിക്കുന്ന ഈ കാലഘട്ടത്തിൽ ജനാധിപത്യം കേവലമൊരു പ്രദർശനപരമായ

അസ്ഥിപഞ്ജരം മാത്രമായിത്തീർന്നിരിക്കുന്നു. ഹിറ്റ്ലറുടെ രഹസ്യപ്പോലീസായ 'ഗസ്റ്റപ്പോ' വീടുവീടാന്തരം നിരീക്ഷിച്ചുകൊണ്ടിരുന്നുവെങ്കിൽ ഇന്നത്തെ ഡിജിറ്റൽ ഗസ്റ്റപ്പോകൾ മൊബൈൽ ഫോണുകളിലൂടെയും അവയിലെ കാമറാക്കണ്ണുകളിലൂടെയും പൗരന്മാരെ നിരീക്ഷിക്കുകയാണ്. ഭരണത്തലവന്മാർ പ്രതിഷേധസ്വരങ്ങളെയും നിരകളെയും അമർച്ച ചെയ്യാനും പ്രതിപക്ഷനേതാക്കളെ നേരിടാനും ഡിജിറ്റൽ ടെക്നോളജിയുടെ സ്പൈവെയറുകളെ ഉപയോഗിക്കുന്നു. ഭരണകൂടത്തിന് രാജ്യത്തെ കൈവെള്ളയിലെ നെല്ലിക്ക പോലെ പൂർണനിരീക്ഷണം നടത്താൻ (total surveillance) ഡിജിറ്റൽ ടെക്നോളജി സഹായിക്കുന്നതിനാൽ ഡിജിറ്റൽ കോർപ്പറേറ്റുകളുടെ ചങ്ങാതിക്കൂട്ടങ്ങളായി അവർ പ്രവർത്തിക്കുന്നു. ഇന്ന് ലോകത്തിലെ മിക്ക ഭരണാധികാരികളും സ്വീകരിക്കുന്ന സാമ്പത്തികനയം കോർപ്പറേറ്റ് പ്രീണനമാണ്. അത്യന്ത ധനികരായ (Super rich) കോർപ്പറേറ്റുകൾ ജീവലോകത്തെയാകെ കീഴടക്കി ബൗദ്ധിക സ്വത്തവകാശം (Patent) ഉറപ്പിച്ച് അധീശത്വം സ്ഥാപിച്ചിരിക്കുകയാണ്. ഡിജിറ്റൽ നാഗരികതയിൽ അത്യന്ത ധനികരാണ് പൗരന്മാർ. ഭൂരിപക്ഷജനത പുറംപോക്കുകാരായി, നിഷ്പ്രയോജന വർഗമായി (Useless mass) പുറംതള്ളപ്പെട്ടിരിക്കുന്നു. അവർ പാർപ്പിടം തേടി, ഉപജീവനമാർഗത്തിന് തൊഴിൽ തേടി ദേശങ്ങൾ തോറും അതിഥിത്തൊഴിലാളികളായി, രാജ്യങ്ങൾ തോറും കുടിയേറ്റത്തൊഴിലാളികളായി അലയുകയാണ്. ധനാധിപത്യത്തിന് കീഴിൽ (Plutocracy) ജനാധിപത്യവും പൗരാവകാശവും മനുഷ്യാവകാശവുമെല്ലാം കോർപ്പറേറ്റുകൾക്കുവേണ്ടി രാജ്യദ്രോഹമായി വിലയിരുത്തപ്പെടുന്നു.

തട്ടിപ്പുകാരുടെ ജനാധിപത്യം

ജനാധിപത്യത്തിന്റെ അപ്പോസ്തലന്മാരായ അമേരിക്കയിൽ ഏത് കക്ഷി ഭരിക്കണം, ആര് പ്രസിഡന്റാകണം എന്ന് തീരുമാനിക്കുന്നത് വാൾസ്ട്രീറ്റിലെയും സിലിക്കൻ വാലിയിലെയും കോർപ്പറേറ്റ ധനികരാണ്. ഇന്ത്യയിലും സ്ഥിതി വ്യത്യസ്തമല്ല. ഗുജറാത്തിലെ സൂപ്പർ ധനികരായ ബനിയാ-മാർവാഡി ഗ്രൂപ്പാണ് ഇന്ത്യൻ രാഷ്ട്രീയത്തിന്റെ സാമ്പത്തികസ്രോതസ്സുകൾ. ഇലക്ഷനിൽ ഹാക്കർമാർ ഇടപെടുന്നതിന്റെ തെളിവുകൾ അമേരിക്കൻ പ്രസിഡന്റ് തിരഞ്ഞെടുപ്പിൽക്കൂടി വ്യക്തമായിട്ടുള്ളതാണ്. മൈക്രോസോഫ്റ്റ് ഉപഭോക്തൃ സുരക്ഷാവിഭാഗം വൈസ് പ്രസിഡന്റ് ടോം ബർട്ടി ആരോപിക്കുന്നത് ട്രംപിന്റെ വിജയത്തിൽ ഹാക്കർമാർ ഇടപെട്ടുവെന്നാണ്. ഇലക്ഷന്റെ ഗതിതിരിക്കാൻ മാത്രമല്ല, തിരഞ്ഞെടുക്കപ്പെട്ട സർക്കാരുകളെ അട്ടിമറിക്കാനും ഡിജിറ്റൽ ചോരന്മാർ പ്രവർത്തിക്കുന്നു. ഇന്ത്യയിലെ തിരഞ്ഞെടുക്കപ്പെട്ട സംസ്ഥാന സർക്കാ

രുകളെയും ജനപ്രതിനിധികളെയും കേന്ദ്ര ഭരണപക്ഷത്തേക്ക് തട്ടിയെടുക്കാൻ (Hack) ചാര സോഫ്റ്റ്‌വെയർ ഉപയോഗിച്ചതായി സാക്ഷ്യപ്പെടുത്തലുകൾ വന്നുകൊണ്ടിരിക്കുകയാണ്. ഇന്ത്യയിൽ പ്രവർത്തിക്കുന്ന ശക്തമായ ഹാക്കർ ഗ്രൂപ്പാണ് ട്രാൻസ്പെരന്റ് ട്രൈബ്'. ആൻഡ്രോയിഡ് ഫോണുകളിലും മറ്റും നുഴഞ്ഞുകയറി രഹസ്യങ്ങൾ ചോർത്തുകയാണ് അവരുടെ പ്രവർത്തനമെന്ന് തിരിച്ചറിഞ്ഞിട്ടുണ്ട്. വോട്ടരിൽ ഭൂരിപക്ഷവും മൊബൈൽ ഫോൺ ഉപയോഗിക്കുന്നവരാണ്. ഡിജിറ്റൽ ഇന്ത്യ എന്ന പ്രചാരണത്തിലൂടെ സാധാരണ ജനങ്ങളെ മുഴുവൻ ഡിജിറ്റലൈസ് ചെയ്യാൻ ശ്രമിക്കുകയാണ് കേന്ദ്ര ഭരണകൂടം. വോട്ടർമാരുടെ രാഷ്ട്രീയ നിലപാടുകൾ, ആർക്ക് വോട്ടു ചെയ്യണമെന്നുള്ള തീരുമാനങ്ങൾ എല്ലാം ഭരണകൂടത്തിന് നിരീക്ഷിച്ചറിയാൻ കഴിയുന്നു. ഭരണാനുകൂലമായ പ്രചാരണങ്ങളും തെറ്റിദ്ധാരണകളും നിർമ്മിച്ചെടുത്ത് ജനസ്വീകാര്യതയിൽ എത്തിക്കാൻ ചാര സോഫ്റ്റ്‌വെയർ പ്രയോഗത്തിലൂടെ നിയോ-ഫാഷിസ്റ്റ് ഭരണകൂടത്തിന് കഴിയുന്നു. ജനാധിപത്യമെന്നത് ചാരഭരണമായി മാറുകയാണ്. മന്ത്രിസഭയിൽ എത്തുന്നവർ ജനനേതാക്കളോ പ്രവർത്തകരോ അല്ല. മാധ്യമ ഉടമകളും ബിസിനസുകാരുമായ അത്യന്ത ധനികർ (super rich), സിവിൽ സർവീസ് മേധാവികൾ, റിട്ടയർ ചെയ്ത സൈനികോദ്യോഗസ്ഥർ, സാങ്കേതിക പ്രൊഫഷണലുകൾ എന്നീ നവവർഗമാണ്.

ചാരസാമ്രാജ്യത്തിലേക്ക്

യുവാൽ നോവ ഹരാരി പറയുന്നത് ലോകത്തിലെ ഏറ്റവും നൂതനമായ ഹൈടെക് സെക്ടറിന്റെ ഉടമയാണ് ഇസ്രായേൽ എന്നാണ് (21 lesosns for the 21st Century) സൈബർ സെക്യൂരിറ്റി സോഫ്റ്റ്‌വെയറുകളുടെ നിർമ്മിതിയിൽ പ്രഥമസ്ഥാനത്ത് നിൽക്കുന്നു. പാലസ്തീൻ ജനതയെ സസൂക്ഷ്മം നിരീക്ഷിക്കുന്ന ചാരക്കണ്ണുകളാണ് ഇസ്രായേലിന്റെ സൈനികവിജയത്തിന്റെ അടിത്തറ. വെസ്റ്റ് ബാങ്കിനെ നിരീക്ഷിക്കാൻ നിർമ്മിച്ച ചാരസോഫ്റ്റ് വെയറിനെ ലോകത്തിലെ വലതുപക്ഷ ഭരണാധികാരികൾക്ക് കൈമാറിക്കൊണ്ടിരിക്കുകയാണ്. വിവരങ്ങൾ ശേഖരിച്ച് നിർമ്മിതബുദ്ധി-ബിഗ്ഡേറ്റ-അൽഗോരിതങ്ങളിലൂടെ അപഗ്രഥിച്ച് മുൾമുന (Pin point) നോക്കി ആക്രമിക്കാനും എതിരാളികളെ ഒതുക്കാനും ചാരസോഫ്റ്റ്‌വെയറുകൾക്ക് കഴിയുന്നു. പഴയകാലത്ത് ചാരപ്രവർത്തനം ചാരപുരുഷന്മാരും ചാരവനിതകളും ദേശസഞ്ചാരം നടത്തി നിർവഹിച്ചിരുന്ന കൃത്യങ്ങളായിരുന്നുവെങ്കിൽ ഇപ്പോൾ അതല്ല അവസ്ഥ. ടെക്നോളജി കൊണ്ടുവന്നിരിക്കുന്നത് ശരീരാനന്തര പ്രവർത്തനമാണ് (non-body spy work). ഒരു മിസ്കാളി(miss call)ലൂടെ നമ്മുടെ

മൊബൈൽ ഫോണുകളിൽ അദൃശ്യമായി കടന്നുകയറുകയാണ്. ഭരണ മെന്നത് ജനങ്ങൾക്കുമേലുള്ള ചാരപ്രവർത്തനമായി മാറുന്ന ദുരവസ്ഥയി ലേക്ക് ലോകം നീങ്ങിക്കൊണ്ടിരിക്കുകയാണ്. 'ഞാനാണ് രാഷ്ട്രം' (I am the state) എന്ന് പറഞ്ഞ സ്വേച്ഛാധികാരിയായ ലൂയി പതിനാലാമന്റെ വാക്യം തിരുത്തുകയാണ് പുതിയ ഭരണാധികാരികൾ. "ഡേറ്റയാണ് രാഷ്ട്രം' (Data is the state) എന്ന നിലയിൽ എല്ലാം നിർമ്മിതബുദ്ധി ഡേറ്റാ അൽഗോരിതങ്ങളിൽ ഒതുക്കി നിയന്ത്രിക്കുകയാണ്.

പെഗാസസ്

ഇസ്രായേലിലെ സ്വകാര്യ കമ്പനിയായ എൻ.എസ്.ഒ. നിർമ്മിച്ച് ഇസ്രായേൽ ഭരണകൂടത്തിന്റെ അനുമതിപ്രകാരം ലോകത്തിലെ 45 രാഷ്ട്രത്തലവന്മാർക്ക് കൈമാറിയ പെഗാസസ് എന്ന ചാരസോഫ്റ്റ്‌വെയർ നടത്തിയ ചാരപ്പണികൾ ലോകത്താകമാനം ചർച്ചാവിഷയമായിരിക്കുകയാണ്. ഗ്രീക്ക് പുരാവൃത്തത്തിൽ സമുദ്രദേവനായ പെസിഡോണിന്റെയും മനുഷ്യസ്ത്രീമുഖവും സർപ്പത്തലമുടികളും ഉടലുമുള്ള മെഡൂസയുടെയും സന്താനമാണ് ചിറകുകളുള്ള പെഗാസസ് എന്ന വെളുത്ത കുതിര. പെഗെ (Pege) എന്ന വാക്കിന് നീരുറവ (Spring) എന്നാണർഥം. അതിന്റെ കുളമ്പ് തൊടുന്ന സ്ഥലങ്ങളിൽ നീരുറവകൾ പൊട്ടിപ്പുറപ്പെടുന്നു എന്നാണ് സങ്കല്പം. പെഗാസസ് എന്ന ചാരസോഫ്റ്റ്‌വെയർ തൊടുന്ന സ്ഥലങ്ങളിൽ നിന്നൊക്കെ വിവരങ്ങൾ പൊട്ടിപ്പുറപ്പെട്ട് എത്തേണ്ടിടത്ത് എത്തിക്കുന്നതുകൊണ്ടാണ് അതിനെ പെഗാസസ് എന്ന് നാമകരണം ചെയ്തിരിക്കുന്നത്. ഇന്ത്യയിലെ *ദി വയർ*, അമേരിക്കയിലെ വാഷിങ്ടൺ പോസ്റ്റ്, ഇംഗ്ലണ്ടിലെ *ദി ഗാർഡിയൻ*, ഫ്രാൻസിലെ *ലെ മൊണ്ട* തുടങ്ങിയ 17 ലോകമാധ്യമങ്ങളുടെ കൂട്ടായ ശ്രമഫലമായിട്ടാണ് പെഗാസസിന്റെ ലോകസഞ്ചാര വൃത്താന്തങ്ങൾ പുറത്തുകൊണ്ടുവന്നിരിക്കുന്നത്. ഇന്ത്യയിൽ പ്രതിപക്ഷനേതാക്കൾ, പൗരാവകാശപ്രവർത്തകർ, മാധ്യമപ്രവർത്തകർ, ന്യായാധിപർ, ഇലക്ഷൻ കമ്മീഷൻ അംഗം, ഭരണകക്ഷിയിൽപ്പെട്ട വിമത നേതാക്കൾ തുടങ്ങിയ മുന്നൂറോളം പേരുടെ മൊബൈലുകളിൽ കേന്ദ്ര ഭരണാധികാരികൾക്കുവേണ്ടി പെഗാസസ് പറന്നു കയറിയിരിക്കുന്നു എന്നാണ് വാർത്ത. ഡിജിറ്റൽ ടെക്നോളജിയെ ചാരപ്രവൃത്തിക്ക് ഉപയോഗിക്കുന്ന ഭരണകൂടം ക്രമേണ ജനാധിപത്യത്തിനും പൗരസമൂഹത്തിനും അതീതമായ ഭരണകൂടമായി (Transcendental state) മാറുന്നു. മുൻകാലങ്ങളിലെ ഫാഷിസ്റ്റ്-സമഗ്രാധിപത്യ ഭരണകൂടങ്ങൾ പൗരനെ ശാരീരികമായി നിരീക്ഷിക്കുന്ന ചാരപ്പണിയാണ് നടത്തിയിരുന്നതെങ്കിൽ ഇപ്പോൾ ബയോമെട്രിക് സിസ്റ്റം ഉപയോഗിച്ച് അവന്റെ ഉള്ളിൽ കയറി ഉള്ളറകളെ മുഴുവൻ ചോർത്തി

ക്കൊണ്ടു പോകുന്നു. വിവരങ്ങളെ പണമാക്കി മാറ്റുന്ന വിവരസാങ്കേതിക ഡിജിറ്റൽലോകം ചാരപ്പണി മുഖ്യ വരുമാനമാർഗമായി സ്വീകരിക്കുന്നു. മൊബൈൽ കണക്ഷനു വേണ്ടി ആധാർ കാർഡ് വിവരങ്ങളും വ്യക്തിഗത വസ്തുതകളും അപ്പ് ലോഡ് ചെയ്യുന്നതോടെ കൈയിലിരിക്കുന്ന മൊബൈൽ ഫോൺ നമ്മെ ഒറ്റുന്ന ഉപകരണമാണെന്ന് അറിയുന്നതോടെ നമ്മെ ടെക്നോ-ഭയം (Techno phobia) പിടികൂടുന്നു. പക്ഷേ, ഡേറ്റാ ഭീമന്മാരെന്ന ചിലന്തികളുടെ വലക്കെട്ടിൽ (network) കുരുങ്ങിയ നമുക്ക് അത്ര പെട്ടെന്ന് മോചിതരാകാൻ കഴിഞ്ഞെന്ന് വരില്ല. പേജറുകളിലും മൊബൈൽ ഫോണുകളിലും സ്ഫോടകശക്തിയുള്ള ചിപ്പുകൾ ഘടിപ്പിച്ചാൽ നിർമ്മിതി ബുദ്ധിയിലൂടെ വംശഹത്യ വരെ നടത്താം.

മാർക്സ് എഴുതിയത് ചൂഷണരൂപമായ സ്വകാര്യമൂലധനത്തെ മോചിപ്പിച്ച് ചൂഷണരഹിതമായ സാമൂഹിക മൂലധനമായി പരിവർത്തിപ്പിക്കണമെന്നാണ്. പുതിയ മൂലധനരൂപങ്ങളായ ഡേറ്റാബാങ്കുകളെയും അൽഗോരിതങ്ങളെയും കൂടി മോചിപ്പിച്ച് മനുഷ്യരാശിയുടെ പൊതുസ്വത്താക്കുന്ന 'ഡിജിറ്റൽ വിപ്ലവം' കൂടി ഇനി ഡിജിറ്റൽ തൊഴിലാളി വർഗം നടത്തേണ്ടിയിരിക്കുന്നു.

ഇന്ത്യ പോസ്റ്റ് ഡെമോക്രസിയിലേക്ക്

ഇന്ത്യ ഒരു പോസ്റ്റ് ഡെമോക്രാറ്റിക് രാഷ്ട്രമായി (ജനാധിപത്യാനന്തര രാജ്യമായി) മാറിക്കൊണ്ടിരിക്കുകയാണെന്ന് പ്രസിദ്ധ ചിന്തകനും എഴുത്തുകാരനുമായ ഐജാസ് അഹമ്മദ് എഴുതുന്നു. (*Front line*, ജനവരി 31, 2020) ലിബറൽ ജനാധിപത്യത്തിന്റെ സവിശേഷതകളായ ഇലക്ഷൻ, മാധ്യമസ്വാതന്ത്ര്യം, നിയമസഭ തുടങ്ങിയ സ്ഥാപനങ്ങളെ നിലനിർത്തുന്നതോടൊപ്പം, അവയെ ദുർബലപ്പെടുത്തി നാമമാത്രമാക്കിക്കൊണ്ട് വലതുപക്ഷ അജണ്ടയോടെയും പരമാധികാര പ്രയോഗത്തോടെയും പ്രവർത്തിക്കുന്നതാണ് ജനാധിപത്യാനന്തര ഭരണകൂടം. ഇന്ത്യയും അത്തരമൊരു അവസ്ഥയിലേയ്ക്കു പ്രവേശിച്ചു കഴിഞ്ഞിരിക്കുകയാണ്.

വാർവിക്ക് യൂണിവേഴ്സിറ്റിയിലെ രാഷ്ട്രീയതന്ത്രജ്ഞനായ കോളിൻ ക്രോച്ച് (Colin Crouch) 2000 ൽ പ്രസിദ്ധീകരിച്ച *Copying with Post Democracy* എന്ന കൃതിയിലാണ് പോസ്റ്റ് ഡെമോക്രസി എന്ന പദം ആദ്യമായി പ്രയോഗിച്ചത്. ജനാധിപത്യസ്ഥാപനങ്ങളെയും രീതികളെയും ചെറിയൊരു ന്യൂനപക്ഷം ഇച്ഛാനുസരണം നിയന്ത്രിക്കുകയും മാറ്റിയെടുക്കുകയും ചെയ്യുമ്പോൾ ജനാധിപത്യത്തിന് അതിന്റെ സുവിദിതമായ സ്വഭാവം നഷ്ടപ്പെടുന്നു. ഭരണത്തിലും സാമ്പത്തികരംഗത്തും രൂപംകൊള്ളുന്ന കുലീനവർഗ്ഗം ജനാധിപത്യ വ്യവസ്ഥയെ വെറുമൊരു പുറംതോടായി (form shell) നിലനിർത്തിക്കൊണ്ട് സ്വേച്ഛാധിപത്യം സ്ഥാപിച്ചെടുക്കുന്നു.

വ്യാവസായികസമൂഹത്തിന്റെ (industrial society) രാഷ്ട്രീയരൂപമായിരുന്നു ലിബറൽ ജനാധിപത്യം. വ്യക്തി സ്വാതന്ത്ര്യത്തിലും വ്യക്തിയുടെ സംരംഭങ്ങൾക്കും നിയന്ത്രണങ്ങൾ ഏർപ്പെടുത്താത്ത, സ്വകാ

ര്യസ്വത്തിനെ സംരക്ഷിക്കുന്ന, അതായത് ജീവനും സ്വത്തിനും സംരക്ഷണംകൊടുക്കുന്നതാണ് ലിബറൽ ജനാധിപത്യം. മതനിരപേക്ഷത, യുക്തിബോധം, എല്ലാവർക്കും പ്രായപൂർത്തി വോട്ടവകാശം, അഭിപ്രായ സ്വാതന്ത്ര്യം, സമത്വം തുടങ്ങി ജ്ഞാനോദയ-നവോത്ഥാനമൂല്യങ്ങളെ അത് അടിസ്ഥാനശിലയായി സ്വീകരിച്ചിരുന്നു. എന്നാൽ വ്യാവസായികാനന്തര സമൂഹത്തിന്റെ വരവോടെ ലിബറൽ ജനാധിപത്യ സ്ഥാപനങ്ങൾ ദുർബലമാകാൻ തുടങ്ങി. ജനങ്ങൾ ജനാധിപത്യരാഷ്ട്രീയത്തിൽ നിന്നും ക്രമേണ അന്യവൽക്കരിക്കപ്പെട്ടു. ലോക വ്യാപാര കരാറുകാരും ബഹുരാഷ്ട്രകുത്തകകളും ദേശരാഷ്ട്രഭരണകൂടങ്ങളെ കൈവെള്ളയിലാക്കാൻ തുടങ്ങി. തുടർന്ന് സംഭവിച്ച ആഗോളവൽക്കരണം സാമ്പത്തിക രംഗത്ത് സംഭവിച്ച വെറും സാമ്പത്തികപരിഷ്കാരം മാത്രമായിരുന്നില്ല, പുതിയ രാഷ്ട്രീയവ്യവസ്ഥയുടെയും സാംസ്കാരിക പരിസ്ഥിതിയുടെയും ആഗമനം കൂടിയായിരുന്നു. ദേശരാഷ്ട്രങ്ങളുടെ സ്വത്വങ്ങൾ അപ്രത്യക്ഷമാകാൻ തുടങ്ങിയതോടെ ജനകേന്ദ്രിതമായി നിന്ന ജനാധിപത്യസ്ഥാപനങ്ങളും പൊതുമേഖലകളും ദുർബലമായിത്തീരുകയും ആഗോള മൂലധനത്തിന്റെ സേവനരംഗമായി മാറ്റപ്പെടുകയും ചെയ്തു. എന്നാൽ ജനാധിപത്യമെന്ന ചട്ടക്കൂട് (formal Shell) മാറുന്നില്ല. പ്രവർത്തനരീതികളും ആന്തരികഘടനയും മാറുന്നു. ഈയൊരു മാറ്റത്തെയാണ് പോസ്റ്റ് ഡെമോക്രസി എന്ന് വിശേഷിപ്പിക്കുന്നത്.

'ഇവന്റ് മാനേജ്മെന്റ് ഡെമോക്രസി'

ഇന്ന് രാഷ്ട്രീയപ്രവർത്തനം തന്നെ 'ഇവന്റ് മാനേജ്മെന്റ്' പ്രവർത്തനമാണ്. മുമ്പ് പാർട്ടി പ്രവർത്തകർ കൊടിതോരണങ്ങൾ ഉണ്ടാക്കുകയും കൊടിനാട്ടുകയും പോസ്റ്ററുകൾ പതിക്കുകയും ചെയ്യുന്നത് പാർട്ടി പ്രവർത്തനത്തിന്റെ, ജനാധിപത്യ പ്രവർത്തനത്തിന്റെ ഭാഗമായിരുന്നു. എന്നാൽ ഇന്ന് അവയൊക്കെ പണം വാങ്ങി എല്ലാം കരാർ പോലെ ചെയ്തു കൊടുക്കുന്ന ഇവന്റ് മാനേജ്മെന്റായി മാറിയിരിക്കുന്നു. ജനങ്ങൾക്കിടയിൽ പ്രവർത്തിക്കാനും പരസ്യങ്ങൾ നൽകാനും രാഷ്ട്രീയപ്രചാരണം നടത്താനും അത്തരക്കാരെ ഉപയോഗിക്കുന്നതിലൂടെ ജനാധിപത്യം ഇവന്റ് മാനേജ്മെന്റ് ജനാധിപത്യമായി (event management democracy) പരിണമിക്കുന്നു. രാഷ്ട്രീയ നേതാക്കളുടെ മഹത്വത്തെ ബിംബപ്പൊലിമയോടെ മാധ്യമങ്ങളിലൂടെ പ്രചരിപ്പിച്ചു കൊടുക്കുന്നു. ജനകീയപ്രശ്നങ്ങളെ തമസ്കരിക്കാനും സംഭവങ്ങളെ വൈകാരികതയോടെ ജനമനസ്സുകളിൽ എത്തിക്കാനും ഇത്തരക്കാർക്ക് കഴിയുന്നതോടെ തെരഞ്ഞെടുപ്പ് രാഷ്ട്രീയം വഴി തിരിച്ചു പിടിക്കാനും സാധിക്കുന്നു എന്നതാണ് പോസ്റ്റ് ഡെമോക്രസിയുടെ മറ്റൊരു സവിശേഷത, 2005 മുതൽ ലോകരാഷ്ട്രങ്ങളിൽ തിരഞ്ഞെടുപ്പ് രാഷ്ട്രീയം ജനാധിപത്യവിരുദ്ധമായി

പരിണമിച്ചു തുടങ്ങിയെന്ന് ഇംഗ്ലണ്ടിലെ യാഥാസ്ഥിതിക പത്രപ്രവർത്തകനായ പീറ്റർ ഓബോർണ എഴുതിയിരുന്നു.

വ്യാവസായികലോകത്തിന്റെയും ഭരണകൂടത്തിന്റെയും മുഖ്യധാരാ രാഷ്ട്രീയക്കാരുടെയും താല്പര്യങ്ങൾ ഏകത്ര സമന്വയിക്കുന്നതാണ് പോസ്റ്റ്-ഡെമോക്രസി. ബഹുരാഷ്ട്ര കുത്തകകളും കോർപ്പറേറ്റുകളും അവിഹിതസ്വാധീനത്തിലൂടെ (Lobbying) അവർക്ക് അനുകൂലമായ രീതിയിൽ നിയമനിർമ്മാണങ്ങൾ നടത്തിച്ചെടുക്കുന്നു. കാറൽ മാർക്സും എംഗൽസും 1848-ൽ *കമ്യൂണിസ്റ്റ് മാനിഫെസ്റ്റോ*യിൽ എഴുതിയതു പോലെ മുതലാളിത്ത ഭരണമെന്ന ജനാധിപത്യ പ്രക്രിയ മൂലധനശക്തിയുടെ കാര്യസ്ഥ സമിതിയായി (executive committee) പരിണമിക്കുന്നു. കോർപ്പറേറ്റുകൾ വിപണിയിലൂടെയും പരസ്യങ്ങളിലൂടെയും രാഷ്ട്രീയപ്രസ്ഥാനങ്ങളെക്കാൾ ജനങ്ങളുടെ ഇടയിൽ പരിചിതമായിത്തീരുകയും സ്വീകാര്യത നേടുകയും ചെയ്യുന്നു. ലിബറൽ ജനാധിപത്യത്തിൽ വ്യക്തിക്കുനൽകിയിരുന്ന സ്വച്ഛന്ദസ്വാതന്ത്ര്യം കോർപ്പറേറ്റുകളുടെ വിപണി സ്വാതന്ത്ര്യമായി ദേശാതിർത്തികൾ കടന്ന് പോകുന്നതാണ് നിയോലിബറലിസം. വ്യക്തികൾക്ക് അനുവദിക്കുന്ന ലിബറലിസമല്ല നിയോലിബറലിസം. മൂലധനത്തിന്റെ അനിയന്ത്രിതമായ സഞ്ചാരസ്വാതന്ത്ര്യവും ചൂഷണസ്വാതന്ത്ര്യവുമാണ്. ദേശരാഷ്ട്രങ്ങൾ ആഭ്യന്തരവിപണിക്കുമേൽ ഏർപ്പെടുത്തിയിരുന്ന നിയന്ത്രണങ്ങൾ, ജനാധിപത്യ അവകാശങ്ങൾ എല്ലാം എടുത്തുമാറ്റുന്നതോടെ ജനാധിപത്യം പോസ്റ്റ്-ഡെമോക്രസിയായി മാറുന്നു. അതുകൊണ്ട് ആഗോള സാമ്പത്തികശക്തികൾ, ദേശരാഷ്ട്രങ്ങളിൽ നിർമ്മിച്ചെടുത്തിരിക്കുന്ന ജനാധിപത്യ ചട്ടക്കൂടിനുള്ളിലെ ഭരണക്രമമാണ് പോസറ്റ്-ഡെമോക്രസി. ജനാധിപത്യാവകാശങ്ങൾ മാത്രമല്ല, ജനങ്ങളുടെ സുരക്ഷ-ക്ഷേമപദ്ധതികളും തൊഴിൽ നിയമങ്ങളും പൗരസ്വാതന്ത്ര്യവുമൊക്കെ കുറവ് ചെയ്യപ്പെടുകയോ നിയന്ത്രിക്കപ്പെടുകയോ ചെയ്യുന്നു.

സ്വകാര്യവൽക്കരണം

പോസ്റ്റ് ഡെമോക്രസിയിൽ പൊതുമേഖല, വിദ്യാഭ്യാസം, പൊതു ഇടങ്ങൾ, പൊതുക്ഷേമ പദ്ധതികൾ തുടങ്ങിയവയെല്ലാം സ്വകാര്യവൽക്കരിക്കപ്പെടുന്നു. ജനാധിപത്യത്തിലെ ജനവിഭാഗത്തെ വംശീയ-മതവാദികളുടെ സ്വകാര്യവിഭാഗങ്ങളായി പകുത്തു കൊടുക്കുന്നു. അല്ലെങ്കിൽ ജനതയെ ശിഥിലീകരിച്ച് പങ്കുവെച്ചെടുക്കുന്നു. ദേശരാഷ്ട്രത്തെ മത-വംശീയ ദേശീയ രാഷ്ട്രമായി പരികല്പന ചെയ്യുന്നതോടെ ജനാധിപത്യ വോട്ടുബാങ്കുകൾ ജാതി-മത വോട്ടു ബാങ്കുകളായി പരിവർത്തനപ്പെടുന്നു. ജനാധിപത്യ സമ്മതിദാനാവകാശം സ്വതന്ത്രരാഷ്ട്രീയ സമ്മതിദാനാവകാശമായി തീരുന്നതാണ് മറ്റൊരു പ്രത്യേകത.

ലിബറൽ ഡെമോക്രസിയിൽപോലും ജനങ്ങൾ കാലാകാലങ്ങളിൽ വോട്ടുചെയ്യുന്നു എന്നതല്ലാതെ, തിരഞ്ഞെടുക്കപ്പെടുന്നവർ അവർക്കുവേണ്ടി പ്രവർത്തിക്കുന്നുണ്ടോ എന്ന് അന്വേഷിക്കുന്നില്ല. ഭരണവർഗ്ഗം മൂലധനശക്തികളുടെ ലാഭവിഹിതം വർദ്ധിച്ച്, അവർ നൽകുന്ന ഇനാം (incentive) വാങ്ങി സേവകരായി പ്രവർത്തിക്കുകയാണ് ചെയ്തുകൊണ്ടിരിക്കുന്നത്. അതുകൊണ്ടുതന്നെ മുതലാളിത്തത്തിന്റെ ആഗോളവ്യാപന വളർച്ചയിൽ ജനാധിപത്യം കേവലമൊരു പുറംതോടായി പരിണമിച്ചുവരികയാണ്. ജനാധിപത്യ വ്യവസ്ഥയിൽ പൊള്ളയായ തിരഞ്ഞെടുപ്പ് പ്രകടനപത്രികകൾ അവതരിപ്പിച്ചിരുന്നുവെങ്കിൽ പോസ്റ്റ് ഡെമോക്രസിയിൽ ജനകീയ സ്വീകാര്യതയ്ക്കായി പരദേശി വിദ്വേഷവും (Xeno phobia) ഇസ്ലാമിക ഭയവും (Islamophobia) വളർത്തിക്കൊണ്ടുവരികയാണ് ചെയ്യുന്നത്. ഭരണകൂടങ്ങളുടെ വീഴ്ചകളും കോർപ്പറേറ്റ് ചൂഷണവും ജനശ്രദ്ധയിൽ നിന്നും മറച്ചുപിടിക്കാൻ ഭയപ്പെടുത്തൽ രാഷ്ട്രീയത്തിലൂടെ (Fear politics) കഴിയുന്നു.

ജനാധിപത്യത്തിന്റെ പോസ്റ്റ്-ഡെമോക്രസിയിലേയ്ക്കുള്ള ഗതിമാറ്റം (Shift) രാഷ്ട്രീയപരം മാത്രമല്ല, സാംസ്കാരികമായ ഗതിമാറ്റം കൂടിയാണ്. വിശ്വാസം, ആചാരാനുഷ്ഠാനങ്ങൾ, പാരമ്പര്യ നടപടിക്രമങ്ങൾ, ആഹാര- വേഷരീതികൾ എല്ലാം ചർച്ചാവിഷയമാക്കിക്കൊണ്ടാണ് പോസ്റ്റ് ഡെമോക്രസിയിലെ ജനപക്ഷമായ പോപ്പുലിസ്റ്റ് പ്രസ്ഥാനങ്ങൾ രംഗത്തുവരുന്നത്. ജനാധിപത്യം ദുർബലമാകുന്നതോടെ പഴയ പ്രതാപൈശ്വര്യങ്ങൾ നഷ്ടപ്പെടുന്നു. ഔദ്യോഗിക സോഷ്യൽ ഡെമോക്രാറ്റ് പാർട്ടികൾ പ്രതികരിക്കാനാകാതെ പ്രതിസന്ധയിലായിത്തീരുന്നു. കേരളത്തിലെ ശബരിമലവിഷയത്തിലും ഇപ്പോൾ ചർച്ചാവിഷയമായിരിക്കുന്ന പൗരത്വഭേദഗതി നിയമത്തിലും ഇന്ത്യയിലെ ഔദ്യോഗിക രാഷ്ട്രീയപ്രസ്ഥാനങ്ങൾ സ്വീകരിക്കുന്ന വൈരുദ്ധ്യപൂർണ്ണമായ നിലപാടുകൾ ഉദാഹരണങ്ങൾ. ഇടതുപക്ഷത്തിന്റെ പഴയ തീവ്രനിലപാടുകൾ പോലും മയപ്പെടുന്നു. അവർ മധ്യസ്ഥനില(Cente right side) സ്വീകരിക്കാൻ നിർബന്ധിതരായിത്തീരുകയാണ്. മിക്ക യൂറോപ്യൻ രാജ്യങ്ങളിലും സാംസ്കാരികമായ ചോദ്യങ്ങളെ അഭിമുഖീകരിക്കാൻ സോഷ്യൽ ഡെമോക്രാറ്റുകൾക്ക് കഴിയുന്നില്ല. സോവിയറ്റ് യൂണിയന്റെ തകർച്ചയും യൂറോപ്യൻ കമ്യൂണിസ്റ്റ് പാർട്ടികൾക്ക് സംഭവിച്ച പരിണാമവും കോർപ്പറേറ്റ് മൂലധനത്തിന്റെ ഭീകരമായ അധിനിവേശവും ഇടതുപക്ഷത്തെ വിഷമസന്ധിയിൽ എത്തിച്ചു. 1990 ൽ യൂറോപ്യൻ യൂണിയനിലെ 15 അംഗരാജ്യങ്ങളിൽ 11 എണ്ണം സോഷ്യൽ ഡെമോക്രാറ്റുകളുടെ ഭരണത്തിൻകീഴിലായിരുന്നു. ക്രമേണ വലതുപക്ഷം കുടിയേറ്റവിരുദ്ധ പ്രക്ഷോഭത്തിലൂടെയും പരദേശിവിദ്വേഷത്തിലൂടെയും മുസ്ലിംവിരുദ്ധ രാഷ്ട്രീയത്തിലൂടെയും ശക്തി പ്രാപിച്ചു. സോഷ്യൽ ഡെമോക്രാറ്റുകളെ

പുറംതള്ളി. 2018 ൽ ആസ്ത്രിയ, ബെൽജിയം, ഡെൻമാർക്ക്, ഗ്രീൻലാന്റ്, ഇറ്റലി, പോളണ്ട്, ഹംഗറി, സ്ലോവാക്യ എന്നീ രാജ്യങ്ങൾക്ക് പുറമെ അമേരിക്ക, ഇംഗ്ലണ്ട്, ഇന്ത്യ തുടങ്ങിയ രാജ്യങ്ങളും തീവ്ര വലതുപക്ഷ ഭരണത്തിൻകീഴിൽ അമർന്നു. ജനാധിപത്യത്തിനുള്ളിൽ അടങ്ങിയിരിക്കുന്ന ഫാഷിസ്റ്റ് ഘടകങ്ങളെ പൊലിപ്പിച്ചുകൊണ്ടാണ് തീവ്ര വലതുപക്ഷം ജനാധിപത്യത്തെ പോസ്റ്റ്-ഡെമോക്രസിയായി പരിവർത്തിപ്പിക്കുന്നത്.

ഇന്ത്യ എന്ന പോസ്റ്റ് -ഡെമോക്രസി

ഇന്ത്യൻ ജനാധിപത്യത്തിനുള്ളിലെ സമഗ്രാധിപത്യത്തിന്റെ സാധ്യതകളെ വ്യക്തമാക്കിത്തരുന്ന കാലയളവായിരുന്നു അടിയന്തരാവസ്ഥ. തീവ്ര വലതുപക്ഷം ജനാധിപത്യത്തിന്റെ ഉള്ളറകളിലൂടെ വളർന്നുവരാൻ അത് അവസരമൊരുക്കി. 1999-ലെ ബാബറി മസ്ജിദ് ധ്വംസനം, 2002-ലെ ഗുജറാത്ത് കൂട്ടക്കൊല എന്നിവയിലൂടെ ജനാധിപത്യശക്തികള ദുർബ്ബലമാക്കിക്കൊണ്ട് ഹിന്ദുത്വ തീവ്രവലതുപക്ഷം ക്രമേണ ജനസ്വീകാര്യത സമ്പാദിക്കാൻ തുടങ്ങി. 1925-ൽ രൂപംകൊണ്ട രാഷ്ട്രീയ സ്വയം സേവക് സംഘം ബ്യൂറോക്രാറ്റിക്-സൈനിക-രാഷ്ട്രീയ മേഖലകളിൽ കാലക്രമേണ മേൽക്കൈ നേടാൻ ആരംഭിച്ചു. കോൺഗ്രസ് ലിബറൽ ഡെമോക്രാറ്റിക് സ്വഭാവം പുറമെ കാണിച്ചിരുന്നുവെങ്കിലും അതിനുള്ളിലെ ഫ്യൂഡൽ ജന്മി നാടുവാഴിത്ത കോർപ്പറേറ്റ് പ്രീണനനയങ്ങൾ ശിഥിലീകരണ പ്രവണതകൾ നിറഞ്ഞതായിരുന്നു. ഇന്ത്യയിലെ രാഷ്ട്രീയപാർട്ടികൾ കോൺഗ്രസിൽ നിന്നും വിഘടിച്ചുപോയ ഗ്രൂപ്പുകളാണ്. അവയുടെ വർഗതാല്പര്യങ്ങളും കോൺഗ്രസ്സിൽ നിന്നും വ്യത്യസ്തമായിരുന്നില്ല. ബി.ജെപിയും അതേ താല്പര്യങ്ങളുടെ ഓഹരിയുടമകളായതിനാൽ കാലാകാലങ്ങളിൽ പ്രാദേശിക പാർട്ടികൾ ബി.ജെ.പിയുടെ സഖ്യകക്ഷിയായി കേന്ദ്രത്തിലും സംസ്ഥാനങ്ങളിലും രാഷ്ട്രീയസഖ്യങ്ങളുണ്ടാക്കി ഭരണം കൈയാളുന്നു. കോൺഗ്രസിന്റെ രാഷ്ട്രീയത്തകർച്ച കോൺഗ്രസിനെ തകർക്കുകയും ബി.ജെ.പിയെ പോഷിപ്പിക്കുകയും ചെയ്തുകൊണ്ടിരിക്കുന്നു. മതനിരപേക്ഷപ്രസ്ഥാനമെന്ന് ഭാഗികമായി വിശേഷിപ്പിക്കാവുന്ന കോൺഗ്രസിന്റെ തകർച്ച ഇടതുപക്ഷത്തെയല്ല, തീവ്രവലതുപക്ഷത്തെയാണ് ശക്തിപ്പെടുത്തിയത്. അതോടൊപ്പം ജനാധിപത്യത്തെ ദുർബലമാക്കുകയും ചെയ്തു. ജ്ഞാനോദയ- നവോത്ഥാന മൂല്യബോധങ്ങളായ സമത്വം, സ്വാതന്ത്ര്യം, സാഹോദര്യം, യുക്തിചിന്ത, മാനവികത, മതനിരപേക്ഷത, ശാസ്ത്രയുക്തി തുടങ്ങിയവയിൽ പടുത്തുയർത്തിയവയായിരുന്നു കോൺഗ്രസ് -സോഷ്യലിസ്റ്റ് കമ്യൂണിസ്റ്റ് പ്രസ്ഥാനങ്ങൾ. എന്നാൽ അത്തരമൊരു അടിത്തറയോ ചരിത്രപശ്ചാത്തലമോ ഹിന്ദുമഹാസഭയ്ക്കോ രാഷ്ട്രീയ സ്വയംസേവാ സംഘത്തിനോ

ഇല്ലെന്നുമാത്രമല്ല, ജ്ഞാനോദയ നവോത്ഥാനമൂല്യങ്ങളുടെ ബദ്ധവൈരികളായിട്ടാണ് അവ പ്രവർത്തിച്ചത്. ജനാധിപത്യത്തിന്റെ മതനിരപേക്ഷതാമൂല്യബോധത്തെ കപട മതനിരപേക്ഷതയെന്ന് ആക്ഷേപിച്ച് നിരസിച്ചതോടെ ജനാധിപത്യത്തിന്റെതന്നെ നിരാസത്തെയാണ് അവർ അർത്ഥമാക്കിയത്. ഇന്ദിരാഗാന്ധിക്കുശേഷം കോൺഗ്രസ് നേതൃത്വം അടിക്കടി ദുർബലമായിത്തീരുകയും ചെയ്തു. 1989-ന് ശേഷം സംഭവിച്ച ആഗോളവൽക്കരണവും കോർപ്പറേറ്റുമൂലധനത്തിന്റെ ശാക്തീകരണവും കോൺഗ്രസിനെ ദുർബ്ബലമാക്കുകയും ജനാധിപത്യവിരുദ്ധത മുഖമുദ്രയാക്കിയിട്ടുള്ള സംഘപരിവാർ രാഷ്ട്രീയത്തെ ശക്തിപ്പെടുത്തുകയും ചെയ്തതാണ് ഇന്ത്യയിലെ പോസ്റ്റ്-ഡെമോക്രസിയുടെ പശ്ചാത്തലം. കോൺഗ്രസ്സ് ഭരണം നടപ്പാക്കിയ ആഗോള സാമ്പത്തികനയങ്ങളും ഡിജിറ്റൽ ടെക്നോളജിയുടെ പ്രയോഗവും ബി.ജെ.പി ഫലപ്രദമായി ഉപയോഗപ്പെടുത്തി സമഗ്രാധിപത്യ പ്രസ്ഥാനമായി ഭരണം പിടിച്ചെടുത്തു. ദേശീയ സ്വാതന്ത്ര്യസമര ജനാധിപത്യസംസ്ഥാപന പാരമ്പര്യങ്ങൾ ഒന്നും അവകാശപ്പെടാനില്ലാത്ത ഭാരതീയ ജനതാപാർട്ടി കോർപ്പറേറ്റ് മുതലാളിത്ത പ്രീണന പാരമ്പര്യമാണ് ഉയർത്തിയത്. ബ്രിട്ടീഷ് ഭരണകാലത്ത് അവർ കൊളോണിയൽ മൂലധനത്തെയും ഭരണത്തെയുമാണ് പിന്തുണച്ചത്. പാർലമെന്റ്, കോടതി, ഇലക്ഷൻ കമ്മീഷൻ, മാധ്യമരംഗം തുടങ്ങിയ ജനാധിപത്യസംവിധാനങ്ങളെ അമിതാധികാരവാഴ്ചയുടെ (authoritarian rule) ഉപകരണങ്ങളാക്കി മാറ്റിയിരിക്കുന്നു.

പ്രതിപക്ഷത്തിന്റെ അനൈക്യം

ഇന്ത്യ-പോസ്റ്റ് ഡെമോക്രസിയിലേക്കു നീങ്ങാൻ കാരണം പ്രതിപക്ഷത്തിന്റെ അനൈക്യമാണ്. ഉത്തരപ്രദേശ്, ബീഹാർ, മഹാരാഷ്ട്ര എന്നീ സംസ്ഥാനങ്ങളിൽ മാത്രം പ്രതിപക്ഷ ഐക്യമുണ്ടായാൽത്തന്നെ ബി.ജെ.പിയെ ഭരണത്തിൽ നിന്നും ഒഴിവാക്കി നിറുത്താമായിരുന്നു. സ്വന്തം കാൽച്ചുവട്ടിലെ മണ്ണ് ചോർന്നുപോയതറിയാതെ ഇപ്പോഴും ജനസ്വാധീനത്തിൽ പൊള്ളയായ വിശ്വാസം വച്ചുപുലർത്തുന്ന കോൺഗ്രസുൾപ്പെടെയുള്ള ദേശീയപാർട്ടികളുടെയും അതോടൊപ്പം പ്രാദേശിക പാർട്ടികളുടെയും യാഥാർത്ഥ്യ ബോധമില്ലായ്മയാണ് ഇന്ത്യയിൽ സംഭവിച്ചുകൊണ്ടിരിക്കുന്ന ജനാധിപത്യ രാഷ്ട്രീയദുരന്തത്തിന് കാരണം. സൈന്യം ഉൾപ്പെടെയുള്ള ഭരണകൂടോപകരണങ്ങളെ (State apparatus) കൈപ്പിടിയിൽ ഒതുക്കിയിരിക്കുകയാണ് ഭാരതീയ ജനതാ പാർട്ടി.

കോൺഗ്രസ് ഇപ്പോഴും ജാതി മത വോട്ടുബാങ്കുകളിൽ ആശ്രയിക്കുന്ന നിലപാടാണ് സ്വീകരിച്ചുകൊണ്ടിരിക്കുന്നത്. 1947-ൽ ഇന്ത്യ സ്വാതന്ത്ര്യം പ്രാപിക്കുമ്പോൾ 558 നാട്ടുരാജ്യങ്ങളുടെ കൊളോണിയൽ കോൺഫെഡറേഷനായിരുന്നു ബ്രിട്ടീഷ് ഇന്ത്യ. അതിനെ ജനാധിപ

ത്യവൽക്കരിച്ച് ഒരു സ്വതന്ത്ര റിപ്പബ്ലിക്കായി അഴിച്ചുപണിയാൻ വേണ്ടി നിർമ്മിച്ചതാണ് ലിബറൽ ഡെമോക്രസി ജീവശ്വാസമായി നിൽക്കുന്ന ഇന്ത്യൻ ഭരണഘടന. എന്നാൽ ദീർഘകാലം ഇന്ത്യ ഭരിച്ച കോൺഗ്ര സിന് ജാതിമത നാട്ടുവാഴിത്തഘടനയെ തകർത്ത് ഒരു പൂർണ്ണ ജനാ ധിപത്യരാഷ്ട്രമാക്കി ഇന്ത്യയെ മാറ്റാൻ കഴിഞ്ഞില്ല. നെഹ്റു തുടങ്ങിവച്ച മതനിരപേക്ഷ ജനാധിപത്യ പ്രക്രിയയെ കോൺഗ്രസ് മുന്നോട്ടു കൊ ണ്ടുപോയില്ല. സ്വാതന്ത്ര്യപൂർവ്വ ഭാരതത്തിലെ നാട്ടുരാജ്യങ്ങളും ജാതി ഗ്രാമങ്ങളും സ്വാതന്ത്ര്യലബ്ധിക്കുശേഷവും നവീകരിച്ച അധികാരകേന്ദ്ര ങ്ങളായി തുടരുകയും ജനാധിപത്യരാഷ്ട്രീയത്തിലെ അധീശശക്തിയായി മാറുകയും ചെയ്തതാണ് ഇന്ത്യൻ ജനാധിപത്യത്തിന്റെ ദൗർബല്യം. കോൺഗ്രസ്സ് ഉൾപ്പെടെയുള്ള (ഇടതുപക്ഷമൊഴികെ) ഇന്ത്യൻ രാഷ്ട്രീയ പാർട്ടികളുടെ നേതൃനിരയിൽ കയറി കുടിയിരിക്കുന്ന ഈ അധീശശ ക്തികൾക്ക് ജനാധിപത്യവും ഫാഷിസവും തമ്മിൽ നിറവ്യത്യാസമില്ല. ഭാരതീയ ജനതാപാർട്ടിയിലേക്ക് ഒറ്റയ്ക്കും സംസ്ഥാനനേതൃത്വം ഒന്നായി ട്ടും കൂറുമാറുന്നതിൽ ഒരു മടിയും തോന്നുന്നില്ല. മാത്രമല്ല, കീഴ്ജാതി സമൂ ഹങ്ങളെ സംബന്ധിച്ചിടത്തോളം അയിത്തവും അടിമത്തവും മേൽജാതി ഭരണവർഗങ്ങളുടെ അതിക്രമങ്ങളും ചരിത്രപരമായ ഒരു തുടർച്ച മാത്രമാ ണ്. ഗസ്നി-ഗോറിമാരുടെ ആക്രമണകാലം മുതൽ മുഗൾഭരണവും ബ്രി ട്ടീഷ് വാഴ്ചയും സ്വാതന്ത്ര്യാനന്തര ഭാരതത്തിലെ ജനാധിപത്യവാഴ്ചയും അവരുടെ സാമൂഹികജീവിതത്തെ ഘടനാപരമായി അഴിച്ചുപണിഞ്ഞി ട്ടില്ല എന്ന് മാത്രമല്ല, ഭരണമാറ്റങ്ങൾ കൂടുതൽ സമ്മർദ്ദങ്ങൾ സൃഷ്ടിക്കുക യാണ് ചെയ്തിരിക്കുന്നത്. സ്വന്തം ജീവിതോപാധികളുടെ തകർച്ചയിൽ നിന്നുണ്ടാകുന്ന ഭരണവിരുദ്ധ വികാരമാണ് അവരെ പ്രതിഷേധക്കാ രായി തെരുവിലിറക്കുന്നത്. കർഷക പ്രതിഷേധവും തൊഴിലാളിസ മരങ്ങളും അതിന്റെ ഫലമായി പൊട്ടിപ്പുറപ്പെടുന്നു. എന്നാൽ അവയെ ജനാധിപത്യ പ്രക്രിയയുടെ ഭാഗമാക്കി സമൂഹികമാറ്റത്തിന് ഉപയോ ഗിക്കാൻ ജാതി-ജന്മി മുതലാളിത്ത താല്പര്യക്കാരായ ഇന്ത്യൻ ബൂർഷ്വാ രാഷ്ട്രീയനേതൃത്വങ്ങൾക്ക് താല്പര്യമില്ല. ഫ്യൂഡൽ കുടുംബാധിപത്യരീ തിയാണ് ഓരോ രാഷ്ട്രീയപാർട്ടിയിലും നിലനിൽക്കുന്നത്. പിതാവിന് ശേഷം മക്കളോ മരുമക്കളോ രാഷ്ട്രീയ നേതൃത്വം ഏറ്റെടുത്ത് പഴയ ജന്മി കുടുംബവാഴ്ചാ പാരമ്പര്യത്തെ ആധുനികവൽക്കരിക്കുന്നു. അതുകൊണ്ട് അധികാരത്തോടുള്ള നേതാക്കളുടെ ജന്മവാസനയെ സ്വത്വാധിഷ്ഠിത കൂ ട്ടുകെട്ടുകൾ (identity based coalition) ഉപയോഗിച്ച് തൃപ്തിപ്പെടുത്തുന്ന ജനാധിപത്യമാണ് ഇന്ത്യയിൽ നിലനിന്നു പോരുന്നത്.

ഇന്ത്യൻ ജനാധിപത്യത്തെ ഭൂരിപക്ഷ ന്യൂനപക്ഷ വിഭാഗമായി വിഭജിക്കുന്നതോടെ - ഭൂരിപക്ഷക്കാരായ അധഃസ്ഥിതരെയും തൊഴിൽ വർഗത്തെയും ഭരിക്കാൻ ന്യൂനപക്ഷ സവർണപക്ഷത്തിന് സ്വീകാര്യ

തയും സാദ്ധ്യതയും ലഭിക്കുന്നു. ന്യൂനപക്ഷത്തെ പരദേശിവിദ്വേഷവും (Xenophobia) ഇസ്ലാമികഭീതിയും (Islamophobia) ഉപയോഗിച്ച് പ്രതിരോധിക്കുകയും ചെയ്യാം. അതിനുവേണ്ടി ജനാധിപത്യ ഭരണക്രമങ്ങളെയും ചട്ടക്കൂടിനെയും ഉപയോഗിക്കുന്നതാണ് ഇന്ത്യയിലെ പോസ്റ്റ് ഡെമോക്രസി അവസ്ഥ. ജനാധിപത്യത്തിനുള്ളിലെ ലിബറൽ മൂല്യങ്ങൾ മുഴുവൻ ചോർത്തിക്കളയുന്ന പുതിയ ഭരണക്രമത്തെ ഹംഗേറിയൻ തീവ്രവലതുപക്ഷ നേതാവായ വിക്ത്തർ ഓർബൻ illiberal democracy എന്ന് വിശേഷിപ്പിക്കുന്നു. ജനങ്ങളെ വൈകാരികമായി ഇളക്കിവിട്ട് ജനാധിപത്യത്തെ പോസ്റ്റ്-ഡെമോക്രസിയിലേക്ക് നേതാക്കൾ നയിച്ചുകൊണ്ടുപോകുന്നത് ജനാധിപത്യത്തിന്റെ മരണമാണെന്ന് എൻസോ ട്രാവഴ്സോ പറയുന്നു. (*New faces of Fascism* എന്ന കൃതി)

പ്രതിവിധി - പോസ്റ്റ് പോസ്റ്റ് - ഡെമോക്രസി

കാലഹരണപ്പെട്ടുകൊണ്ടിരിക്കുന്ന പഴയ രാഷ്ട്രീയപ്രസ്ഥാനങ്ങൾക്ക് തീവ്ര വലതുപക്ഷത്തിന്റെ ജനാധിപത്യധ്വംസനങ്ങളെ ചെറുക്കാൻ കഴിയില്ലെന്ന് എൻസോ ട്രാവഴ്സോ വ്യക്തമാക്കുന്നു. ജനങ്ങൾ ജനാധിപത്യത്തെ തിരിച്ചു പിടിക്കുന്ന പോസ്റ്റ്-പോസ്റ്റ്-ഡെമോക്രാറ്റിക് പ്രക്രിയ ഉണ്ടാകണം. അത് സ്വകാര്യവൽക്കരണത്തിന് എതിരെയുള്ള പോസ്റ്റ്-ഗ്ലോബലൈസേഷൻ (post-globalisation) കൂടിയാണ്. പൗരത്വ ഭേദഗതി നിയമമെന്ന ജനാധിപത്യധ്വംസനത്തിന് എതിരെ ഇന്ത്യയിൽ യുവജനങ്ങൾ ആരംഭിച്ചിരിക്കുന്ന പ്രക്ഷോഭം പോസ്റ്റ്-പോസ്റ്റ്-ഡെമോക്രസിയിലേക്കുള്ള ത്വരയെയാണ് കാണിക്കുന്നത്. ഇന്ത്യൻ ജനസംഖ്യയിൽ, അതായത് 130 കോടി ജനങ്ങളിൽ 60 ശതമാനത്തിലേറെ യുവജനങ്ങളാണ്. ഹിറ്റ്ലർക്ക് ജർമ്മനിയിലെ യുവാക്കളെ മുഴുവൻ നാസിഭരണത്തിലൂടെ ഹിറ്റ്ലർ യൂത്താക്കാൻ കഴിഞ്ഞതുപോലെ ഭാരതത്തിലെ യുവാക്കളെ ഒന്നടങ്കം രാഷ്ട്രീയ സ്വയം സേവക് സംഘമാക്കാൻ സാധിച്ചിട്ടില്ല. ഇന്ത്യൻ സ്വാതന്ത്ര്യസമരത്തിന്റെ ശക്തികേന്ദ്രങ്ങളായി നിന്ന ജാമിയ മില്ലിയാ ഇസ്ലാമിയ, അലിഗർ, ബനാറസ് ഹിന്ദു യൂണിവേഴ്സിറ്റി തുടങ്ങിയ സർവകലാശാലകളിൽനിന്നും പുതിയൊരു സ്വാതന്ത്ര്യസമരം പൊട്ടിപ്പുറപ്പെടാനുള്ള സാധ്യതകളുണ്ട്. ഇന്ത്യയിലുടനീളമുള്ള യൂണിവേഴ്സിറ്റികളിലും കോളേജ് ക്യാമ്പസുകളിലും അത് തരംഗങ്ങൾ ഉണ്ടാക്കിയേക്കാം. ജനങ്ങളുടെ ജാതി മതവികാരങ്ങളെ ഇളക്കിവിടുന്ന ജനകീയ നേതാക്കൾ (Populist leaders) വിജയം നേടുന്നത് ജനാധിപത്യത്തിന്റെ മരണമാണെന്ന് എൻസോ ട്രാവഴ്സോ മുന്നറിയിപ്പ് നൽകുന്നു. "When populist win the people lose and democracy dies."

ഭാഗം–2

ഫാഷിസത്തെക്കുറിച്ചുള്ള പഠനങ്ങൾ

ലൈംഗിക ഫാഷിസവും നാഷണൽ നാർസിസിസവും

ഫാഷിസ്റ്റ് ദേശീയവാദത്തിന്റെ കൂടപ്പിറപ്പാണ് നിഷ്ഠുര ലൈംഗിക ദേശീയവാദം (tyrannical sex-nationalism); ഇതര വംശീയരെയും മതസ്ഥരെയും അപര ലൈംഗികരായി മുദ്രകുത്തി ലൈംഗികമായി പീഡിപ്പിച്ച് തകർത്ത് ഇല്ലായ്മ ചെയ്യുകയോ ദേശാന്തരഗമനം ചെയ്യിക്കുകയോ ആണ് നിഷ്ഠുര ലൈംഗിക ദേശീയവാദം ചെയ്യുന്നത്. ജർമ്മനിയിലെ ജൂതവംശീയരെ ഉന്മൂലനം ചെയ്യാൻ സ്ത്രീകളെയും കുട്ടികളെയും കൂട്ടത്തോടെ ഗ്യാസ് ചേമ്പറുകളിലേക്ക് തള്ളിവിട്ട നാസികളുടെ അതിക്രൂരതയുടെ ഇന്ത്യൻ പതിപ്പുകളാണ് ലൈംഗികപീഡനങ്ങൾ എന്ന പേരിൽ അരങ്ങേറുന്ന ലൈംഗിക ഫാഷിസം. വിഭജനകാലത്ത് അതിഭീകരമായ ലൈംഗികാതിക്രമങ്ങളും കൊലകളും നടന്നിരുന്നു. കിഷൻചന്ദർ, ഹസ്സൻമന്റോ തുടങ്ങിയവരുടെ കഥകളിൽ നിന്നും ആ കാലഘട്ടത്തിലെ ഭീകരതകളെക്കുറിച്ച് അറിയാൻ കഴിയും. ഗുജറാത്ത് കലാപത്തിലെ ബലാൽസംഗങ്ങളും സ്ത്രീകളുടെമേൽ നടത്തിയ ലൈംഗികക്കൊലകളും നേർസാക്ഷ്യങ്ങളായി നമ്മുടെ മുന്നിലുണ്ട്. അഹിംസയുടെയും ശാന്തിയുടെയും അശോകചക്രത്തിന് കീഴിൽ ഭരണം നടത്തുന്നവരുടെ സംരക്ഷണത്തിൽ നടക്കുന്ന നിഷ്ഠുര ലൈംഗികഫാഷിസം ഐക്യരാഷ്ട്രസഭയെയും ലോകരാഷ്ട്രങ്ങളെയും ഞെട്ടിപ്പിച്ചിരിക്കുന്നു. ഇന്ന് യൂറോപ്പ് ഭരിക്കുന്നത് നിയോ-ഫാഷിസ്റ്റ് സ്വഭാവമുള്ള വലതുപക്ഷ രാഷ്ട്രീയക്കാരാണ്. അവരെ പോലും ഞെട്ടിപ്പിക്കുന്ന ഫാഷിസ്റ്റ് ഫാഷിസമാണ് ലൈംഗികാതിക്രമത്തിന്റെ പേരിൽ ഇന്ത്യയിൽ അരങ്ങേറിക്കൊണ്ടിരിക്കുന്നത്.

കാശ്മീരിലെ കത്വാ പ്രദേശത്തെ നാടോടി ബക്കർവാൾ മുസ്ലിം

കുടുംബത്തിലെട്ട എട്ടുവയസ്സുകാരിയായ കുരുന്നുബാലികയെ ക്ഷേത്രത്തെ തടങ്കൽ പാളയമാക്കി ദിവസങ്ങളോളം പീഡിപ്പിച്ചുകൊന്ന മതഫാഷിസ്റ്റുകൾ ഫാഷിസ്റ്റുകളെപ്പോലും ഭയപ്പെടുത്തുന്ന ഫാഷിസ്റ്റു ഫാഷിസ്റ്റുകളാണ്. മുസ്സോളിനിയുടെ കാലത്ത് ഇറ്റലിയിൽ പ്രചരിപ്പിച്ച പദമാണ് ഫാഷിസ്റ്റു ഫാഷിസം. പക്ഷേ, അത് ഞരമ്പുരോഗികളായ മതഭ്രാന്ത രാഷ്ട്രീയക്കാരെ സൂചിപ്പിക്കുന്ന പദമായിരുന്നില്ല. പക്ഷേ, ഇന്ന് അത് നിഷ്ഠുര ലൈംഗിക ദേശീയവാദത്തിനും ലൈംഗിക ഫാഷിസത്തിനുമുള്ള വിളിപ്പേരായി മാറിയിരിക്കുന്നു.

യൂറോപ്പിനെ ബാധിച്ച വിഷമാണ് ദേശീയവാദമെന്ന് പ്രസിദ്ധ ഹ്യൂമനിസ്റ്റും വിമർശകനുമായ ജോർജ്ജ് സ്റ്റെയിനർ പറഞ്ഞിട്ടുണ്ട്. ഇന്ന് ഇന്ത്യയിലെ ഭരണവർഗത്തെ ആകെ ബാധിച്ച വിഷമാണ് മതഭ്രാന്ത് കലർന്ന ദേശീയവാദം. സ്വാതന്ത്ര്യസമരമെന്ന വാസുകിയെ ഉപയോഗിച്ച് ബ്രിട്ടീഷുകാർക്കെതിരെ നടത്തിയ പാലാഴിമഥനത്തിൽനിന്നും പൊന്തിവന്നതാണ് വർഗീയരാഷ്ട്രീയമെന്ന കാളകൂടം. അത് ഭാരതീയ ജീവിതത്തെ വിഷലിപ്തമാക്കാതിരിക്കാൻ വേണ്ടി ഹ്യൂമനിസ്റ്റുകളായ രാഷ്ട്രീയനേതാക്കൾ ജനാധിപത്യപ്രക്രിയയുടെ കണ്ഠത്തിൽ സൂക്ഷിച്ചുവച്ചു. അതുകൊണ്ട് ഇന്ത്യൻ ജനാധിപത്യം ഒരു നീലകണ്ഠ ജനാധിപത്യമാണ്. കണ്ഠത്തിൽ വർഗീയവിദ്വേഷത്തെ വിഴുങ്ങി സൂക്ഷിക്കുന്ന ജനാധിപത്യം. അതിപ്പോൾ ഇന്ത്യൻ ജനാധിപത്യശരീരത്തിൽ നീലിമകലർത്തി വ്യാപിച്ചുകൊണ്ടിരിക്കുകയാണ്. അതിന്റെ ബഹിർസ്ഫുരണമാണ് കാശ്മീരിലും ഉന്നാവയിലും നടന്ന ക്രൂരമായ കൊലകൾ. ഫാഷിസ്റ്റു മനസ്സുകളിൽ പടർന്നുപിടിച്ചുകൊണ്ടിരിക്കുന്ന ഫാഷിസ്റ്റു ലൈംഗിക ന്യൂറോസിസിന്റെ ബഹിർ പ്രകടനങ്ങൾ. ലോകത്തിൽ ആദ്യമായി ഇക്കോളജിയെയും ഫോക്‌ലോറിനെയും നിഷ്ഠുര ഭരണത്തിനായി (tyranny) ഉപയോഗിച്ചത് നാസികളാണ്. ജർമ്മൻ രക്തശുദ്ധിക്കാരുടേതാണ്– ജർമ്മൻ മണ്ണ് (Blood and soil) എന്ന വാദമുയർത്തി ലൈംഗികമിശ്രണത്തെയും ജൂത-ജർമ്മൻ മിശ്രവിവാഹങ്ങളെയും നിരോധിച്ചു. മിശ്രവിവാഹിതരെ കൊന്നൊടുക്കി. ജൂതസ്ത്രീകളെ ബലാൽസംഗം ചെയ്തശേഷം ഗ്യാസ് ചേംബറിലേക്ക് വലിച്ചെറിഞ്ഞു. അതിന്റെ ഫലമോ? മുസ്സോളിനിയെ തല്ലിക്കൊന്ന് കെട്ടിത്തൂക്കി. ഹിറ്റ്ലർ കാമുകിയോടൊപ്പം ആത്മഹത്യ ചെയ്തു. ഗീബൽസും പതിയും പൂന്തോട്ടത്തിൽ മരിച്ചുകിടന്നു. ജർമ്മൻ ജനജീവിതം പിന്നെയും ഒഴുകി.

പോരാട്ടത്തിൽ സഹോദരന്മാരോ മുത്തച്ഛനോ ഗുരുനാഥനോ മറ്റ് ജ്ഞാതിബന്ധുക്കളോ ഇല്ലെന്നും ശത്രുവിനെ മാത്രമേ എതിർമുഖത്ത് കാണാവൂ എന്നും *ഭഗവദ്ഗീത*യിലൂടെ ഉദ്ബോധിപ്പിച്ച ശ്രീകൃഷ്ണന്റെ ദ്വാരകയെ കടലെടുത്തു. യാദവസ്ത്രീകളെ നിഷാദന്മാർ പിടിച്ചുകൊണ്ടുപോയി.

സുരക്ഷയുടെ ശരകൂടങ്ങൾ തീർക്കുമായിരുന്ന അർജ്ജുനൻ ഗാണ്ഡീവം കുലയ്ക്കാനാവാതെ നിസ്സഹായനായി നിന്നു. യാദവവംശം തമ്മിൽ തല്ലി (സിവിൽ വാർ) മുടിഞ്ഞു. ശ്രീകൃഷ്ണൻ വനവേടന്റെ അമ്പേറ്റ് മൃതിയടഞ്ഞു. ഭഗവദ്ഗീത വ്യാഖ്യാനിച്ച് ഇന്ത്യൻ ഫാഷിസത്തിന് പ്രത്യയശാസ്ത്രബലം നല്കുന്നവർ ഗീതയ്ക്ക് കുരുവംശത്തെയോ യാദവ വംശത്തെയോ രക്ഷിക്കാൻ കഴിഞ്ഞില്ല എന്നോർക്കണം. ഫാഷിസം രാഷ്ട്രങ്ങളെയോ ജനങ്ങളെയോ സംരക്ഷിക്കുന്നില്ല. വിജിഗീഷുവായ മൃത്യുവിന്റെ രൂപത്തിൽ വരുന്നതാണ് ഫാഷിസം. അതിന് ജീവിതത്തിന്റെ കൊടിപ്പടം താഴ്ത്താൻ ആവുകയില്ല. ഒരു ജനതയുടെയും ചരിത്രസ്മൃതികളിൽ നിഷ്ഠുരവാഴ്ചകൾ സുവർണകാലങ്ങളല്ല, ഭയപ്പെടുത്തുന്ന ദുഃസ്വപ്നങ്ങളാണ്. 'ക്ഷേത്രം' എന്ന സംസ്കൃതപദത്തിന് ധാന്യങ്ങൾ മുളയ്ക്കുന്ന വയൽ എന്നാണ് സംസ്കൃതത്തിലെ നിരുക്താർത്ഥം. ഇന്ന് ക്ഷേത്രങ്ങൾ നിഷ്ഠുര ഭക്തി ഫാഷിസത്തിന്റെ മാത്രമല്ല, ലൈംഗികഫാഷിസത്തിന്റെയും വിളഭൂമിയാണെന്ന് കാശ്മീരിലെ ബാലികാവധം തെളിയിക്കുന്നു. 'അഹിന്ദുക്കൾക്ക് പ്രവേശനമില്ല' എന്നെഴുതിവയ്ക്കുന്ന ക്ഷേത്രത്തിനുള്ളിൽ 'അഹിന്ദുവായ ഒരു ബാലിക'യെ ദിവസങ്ങളോളം തടവിലിട്ട് പീഡിപ്പിച്ച് കൊന്നിരിക്കുന്നു. 'കണ്ണു തുറക്കാത്ത ദൈവങ്ങളേ, കരയാനറിയാത്ത ചിരിക്കാനറിയാത്ത കളിമൺ പ്രതിമകളേ' എന്ന് വയലാർ പാടിയത് എത്ര അന്വർത്ഥമായിരിക്കുന്നു. മതഫാഷിസം മതത്തിനും കരുണയിലധിഷ്ഠിതമായ ദൈവവിശ്വാസത്തിനു പോലും എതിരാണ്. ജർമ്മനിയിൽ ഹിറ്റ്ലർ അവിശ്വാസികളെയും കമ്യൂണിസ്റ്റുകാരെയും ജൂതന്മാരെയും വകവരുത്തി ജർമ്മൻകാരുടെ ക്രിസ്തുമതവിശ്വാസത്തെ സംരക്ഷിച്ചു നിലനിർത്തുമെന്ന് വിശ്വസിച്ച പുരോഹിതനായിരുന്ന മാർട്ടിൻ നിമോളർ ഒടുവിൽ ഫാഷിസം യഥാർത്ഥ മതവിശ്വാസത്തിന്റെയും ആത്മീയതയുടെയും ശത്രുവാണെന്ന് തിരിച്ചറിഞ്ഞ് ഹിറ്റ്ലറെ പരസ്യമായി എതിർത്തുകൊണ്ട് രംഗത്തു വന്നു. "അവർ ആദ്യം സോഷ്യലിസ്റ്റുകളെ തേടി വന്നു –" എന്ന് തുടങ്ങുന്ന കാവ്യശകലം മാർട്ടിൻ നിമോളറുടേതാണ്. ഇന്ത്യയിലെ മതഫാഷിസങ്ങൾ യഥാർത്ഥ മതവിശ്വാസികൾക്കും ആത്മീയതയ്ക്കും എതിരാണെന്ന് ജനം തിരിച്ചറിയുന്ന കാലം വിദൂരമല്ല. ഇന്ത്യൻ സ്വാതന്ത്ര്യസമരത്തിലൂടെ വ്യാപകമായ മതനിരപേക്ഷദേശീയതയെ തമസ്കരിച്ച് ഹിന്ദുത്വദേശീയത നിർമ്മിച്ചെടുക്കുന്ന സാംസ്കാരിക രാഷ്ട്രീയപ്രവർത്തനമാണ് നടന്നുകൊണ്ടിരിക്കുന്നത്.

ഗ്രീക്ക് പുരാവൃത്തത്തിലെ അതിസുന്ദരനായ ഒരു കഥാപാത്രമാണ് നാർസിസ്. അയാൾക്ക് തന്റെ പ്രതിച്ഛായയിൽ നോക്കി അതിനെത്തന്നെ പ്രേമിച്ച് മരണപ്പെടും എന്നൊരു ശാപം ലഭിച്ചിരുന്നു. യാത്രയ്ക്കിടയിൽ ദാഹിച്ചുവലഞ്ഞ നാർസിസ് ഒരു തടാകത്തിൽച്ചെന്ന് കുടിക്കാൻ കൈക്കുമ്പിളിൽ വെള്ളം കോരുമ്പോൾ ജലാശയത്തിൽ പ്രതിബിംബിച്ച തന്റെ

സുന്ദരമായ പ്രതിച്ഛായ കണ്ട് അതിനോട് പ്രേമം തോന്നി തടാകത്തിൽ തന്നെ നോക്കി കിടന്നുവത്രേ. ജലാശയത്തിൽനിന്നും ആ സുന്ദരരൂപം കയറിവരാതെ താൻ മടങ്ങിപ്പോകില്ലെന്ന് ശപഥം ചെയ്തു. അതിനെത്തന്നെ പ്രേമിച്ച പ്രേമിച്ച മരണമടഞ്ഞു എന്നാണ് കഥ.

അതിതീവ്രമായ ആത്മാനുരാഗത്തെ ഫ്രോയിഡ് നാർസിസിസം എന്ന് വിളിക്കുകയുണ്ടായി. ഫാഷിസത്തിന്റെ തീവ്രമായ ദേശാനുരാഗത്തെ വില്യം റീഹ് നാഷണൽ നാസിസിസം എന്ന് അടയാളപ്പെടുത്തുന്നു. ദേശത്തെ തന്നിൽ കാണുകയും താൻതന്നെയാണ് ദേശം എന്ന് തെറ്റിദ്ധരിക്കുകയും അതിന് വിരുദ്ധമായി നിൽക്കുന്നവരെ ദേശദ്രോഹികളായി മുദ്രകുത്തി തകർക്കുകയും ചെയ്യുന്നതാണ് നാഷണൽ നാർസിസിസം. ഈയൊരു മനോഭാവം പൗരസമൂഹത്തെ ഒന്നടങ്കം ബാധിക്കുമ്പോൾ അതൊരു ഫാഷിസ്റ്റുരാഷ്ട്രീയ ആൾക്കൂട്ടഭ്രാന്തായിമാറുകയും വംശീയ കൊലകളിലേക്കും യുദ്ധങ്ങളിലേക്കും നയിക്കുകയുംചെയ്യുന്നു. ഇസ്രായേലിന്റെ സയണിസം ഇത്തരത്തിലുള്ള ഒരാൾക്കൂട്ട ദേശീയവികാരമാണ്. അതിന്റെ ഭീകരപ്രവർത്തനമാണ് ഇന്ന് നാം ഗാസയിൽ കണ്ടുകൊണ്ടിരിക്കുന്നത്. എന്റെ രാജ്യം, പുണ്യ രാജ്യം എന്ന മനോഭാവം ഗുരുതരമായ മതരാഷ്ട്രഭ്രാന്തായി മാറുകയാണ്. അപരനെ പുറംതള്ളാൻ പൗരത്വനിഷേധനിയമവും സ്വദേശീയ ആൾക്കൂട്ടനിർമ്മിതിയും കൊണ്ടുവരുന്നു. ഫാഷിസത്തിന്റെ മത/വംശീയ സാംസ്കാരിക പ്രത്യയശാസ്ത്രത്തെ ചെറുക്കാൻ കഴിയാതെ ലിബറൽ ഡെമോക്രാറ്റിക് പ്രസ്ഥാനങ്ങൾ പോലും അതിന്റെ മൗനപിന്തുണക്കാരായി മാറുകയാണ് ചെയ്യുന്നത്. അവരെയും ചതിക്കുഴിയിൽ വീഴ്ത്തുന്നത് മത/ദേശ ദ്രോഹചിന്താഭയമാണ്. ഫാഷിസ്റ്റ് അക്രമങ്ങൾക്കും അധാർമികതയ്ക്കുമെതിരെ നിശ്ശബ്ദത പാലിക്കുന്നു. തൊഴിൽവർഗത്തിന് മാത്രമേ അതിനെ മുറിച്ചുകടക്കാൻ കഴിയുകയുള്ളൂ എന്ന കാര്യം തൊഴിൽവർഗം പോലും മറന്നുപോകുന്നു. ലിബറൽ ഡെമോക്രസി പരാജയപ്പെടുന്ന വിടവിൽ പകരം വരുന്നത് ഇടതുപക്ഷപ്രസ്ഥാനമല്ല, പകരം ഫാഷിസമാണ് എന്നതാണ് ലോകാനുഭവം. ഇടതുപക്ഷത്തിന് പ്രതിപക്ഷമായി നിലനിൽക്കാൻ ലിബറൽ ഡെമോക്രസി ആവശ്യമാണ്. അതുകൊണ്ടാണ് ബൂർഷ്വാ പാർലമെന്ററി സിസ്റ്റത്തെ നിലനിർത്താൻ കമ്യൂണിസ്റ്റ് പാർട്ടികൾ പോരാടുന്നത്.

എക്കാലത്തും ഇരകളാകുന്നത് ചൂഷിതവർഗമാണ്. അതിന്റെ അമർഷവും പ്രതിഷേധവും അവരിൽ എന്നും നിലനിൽക്കുന്നു. അത് പുറമേ പ്രകാശിതമാകുന്നത് ഒരേ രീതിയിലാവില്ല .ചിലപ്പോൾ ഭീകരമായ പ്രതിമലോമ വിപ്ലവത്തിന്റെ രൂപത്തിലാകാം. അപ്പോൾ അതിന്റെ നായകസ്ഥാനത്ത് എത്തുന്നത് യാഥാസ്ഥിതികപ്രസ്ഥാനങ്ങളോ ഫാഷിസ്റ്റ് നേതൃത്വങ്ങളോയായിരിക്കും. കോൺഗ്രസ് ഭരണപരാജയത്തിലൂടെ ലിബറൽ

ഡെമോക്രസിയെ മതഭ്രരിപക്ഷദ്രോഹമായി ചൂണ്ടിക്കാണിച്ചുകൊണ്ടാണ് ഇന്ത്യയിൽ തീവ്രവലതുപക്ഷം ജനപിന്തുണ നേടിയത്. അവരുടെ ഭരണം കൊണ്ട് ഇന്ത്യയ്ക്ക് സംഭവിച്ചുകൊണ്ടിരിക്കുന്ന കെടുതികളെ കോൺഗ്രസ് ഭരണത്തിന്റെ അവശേഷിപ്പുകളായി ചിത്രീകരിക്കുകയാണ് ചെയ്യുന്നത്.

ഇന്ത്യൻ ഫാഷിസത്തിന് നിലനിൽക്കാൻ ജനാധിപത്യശക്തീകരണമല്ല, മത രാഷ്ട്രീയ ശക്തീകരണമാണ് വേണ്ടത്. അതിനുവേണ്ടി മതന്യൂനപക്ഷ/ഭ്രരിപക്ഷസംഘർഷം കൊണ്ടുവരുന്നു. ഭ്രരിപക്ഷത്തെ ഇരകളായും ന്യൂനപക്ഷത്തെ വേട്ടക്കാരായും ചിത്രീകരിക്കുന്നു. മധ്യകാലത്തെ മുസ്ലിം ഭരണാധികാരികളുടെ ചരിത്രംകൊണ്ട് അതിനെ സാധൂകരിക്കുന്നു. ഭ്രതകാല ചരിത്രവ്യാജോക്തികളിലൂടെയും ആൾക്കൂട്ട ഭക്തിബോധ നിർമ്മിതിയിലൂടെയും കരുക്കൾ നീക്കുകയാണ് ചെയ്യുന്നത്. ഇടതുപക്ഷത്തിനൊഴികെ ഇന്ത്യയിൽ മറ്റൊരു രാഷ്ട്രീയപ്രസ്ഥാനത്തിനും ബദൽ ചരിത്രബോധമോ സാംസ്കാരിക പ്രത്യയശാസ്ത്രമോ കൈവശമില്ല. ജാതിവ്യവസ്ഥ നൂറ്റാണ്ടുകളായി അടിച്ചേല്പിച്ച പുനർജന്മബോധമാണ് ഇന്ത്യൻ അടിമത്ത മനഃശാസ്ത്രത്തിന്റെ അടിത്തറ. ഭക്തിയിലൂടെ എല്ലാവരും തുല്യരാണെന്ന ഒരുതരം മിസ്റ്റിക് സമത്വബോധം നിർമ്മിച്ചെടുത്തുകൊണ്ടാണ് ഹിന്ദോഫാഷിസം പ്രവർത്തിക്കുന്നത്. സാമൂഹികമായ ദുരിതങ്ങളെയും ദാരിദ്ര്യദുഃഖങ്ങളെയും തൊഴിലില്ലായ്മയെയും ഭക്തിയിൽ പൂഴ്ത്തിക്കളയാൻ ഭരണകൂടത്തിന് കഴിയുന്നു. ഭക്തിയിൽ വർണജാതിഭേദങ്ങളില്ല, എല്ലാവരും തുല്യരാണ് എന്ന് ഒരുതരം ഭക്തി സോഷ്യലിസമാണ് ഇന്ത്യൻ നാഷണൽ സോഷ്യലിസം അഥവാ ഇന്ത്യൻ നാസിസിസം. അതുകൊണ്ട് തീവ്രഭക്തി എന്നത് ഇന്ത്യക്കാരന്റെ നാഷണൽ നാസിസിസമാണ്. "ഭക്തിതൻ ചൂണ്ടലൊരിക്കൽ വിഴുങ്ങിയ/ ഭാഗ്യഹീനന്നില്ല മുക്തി പിന്നെ" (ഇടശ്ശേരി). ഇയൊരവസ്ഥയിലേക്കാണ് ഇന്ത്യക്കാരനെ എത്തിച്ചുകൊണ്ടിരിക്കുന്നത്. പാരമ്പര്യ ഗ്രാമവ്യവസ്ഥകളുടെയും തൊഴിലിടങ്ങളുടെയും തകർച്ചയും ഡിജിറ്റൽ ടെക്നോളജിയുടെ കടന്നുവരവിന്റെ ഫലമായി ഉണ്ടാകുന്ന തൊഴിൽമാറ്റങ്ങളും നഷ്ടങ്ങളും ഇന്ത്യൻ സമൂഹത്തിൽ ഭീതിയും അരക്ഷിതാവസ്ഥയും വളർത്തുകയാണ്. മുൻപ് സ്വന്തം ഗ്രാമങ്ങളിൽ തൊഴിലെടുത്തിരുന്ന തൊഴിൽ വർഗങ്ങൾ ഇപ്പോൾ തൊഴിൽ തേടി അന്യസംസ്ഥാനങ്ങളിൽ അലയുന്നു. അവരുടെ അരക്ഷിതബോധത്തെ ഭക്തിയിലും ക്ഷേത്രത്തിലും ബന്ധിപ്പിച്ച് മതഫാഷിസത്തെ രക്ഷാപ്രസ്ഥാനമായി അവതരിപ്പിക്കുകയാണ് ചെയ്യുന്നത്.

രക്ഷാച്ചരടുകളും പൂജകളും വഴിപാടുകളും ജീവിതദുഃഖങ്ങളെ മാറ്റും എന്ന ചിന്ത സാമൂഹ്യമാറ്റങ്ങൾക്കുവേണ്ടി ഒരുകാലത്ത് പ്രവർത്തിച്ചിരുന്ന മധ്യവർഗത്തെ പോലും സ്വാധീനിച്ചു കൊണ്ടിരിക്കുന്നു. ഇന്ന് മതഫാഷിസത്തിന്റെ എതിരേല്പുകാർ അവരാണ്. മധ്യവർഗത്തെ മാതൃകയാക്കുന്ന

കീഴാളവർഗങ്ങളും അവരെ പിന്തുടരുന്നു. ഇന്ത്യയിൽ അരക്ഷിതബോധം സാധാരണക്കാരെ മാത്രമല്ല, മൂലധന ശക്തികളെയും പിടികൂടിയിരിക്കുന്നു. അന്വേഷണ ഏജൻസികൾ എപ്പോഴാണ് പടിവാതില്ക്കൽ കയറി വരുന്നതെന്ന് അറിയാതെ വൻ തുകകൾ ബോണ്ടുകളുടെ രൂപത്തിൽ നൽകി അവരും സുരക്ഷ നേടുകയാണ്. സാധാരണക്കാരൻ ജയ് ശ്രീറാം എന്ന ഭക്തി ബോണ്ടുകൾ വാങ്ങി സുരക്ഷ ഉറപ്പാക്കുന്നു.

ഇന്ത്യയിൽ ആയിരത്താണ്ടുകളായി അടിയുറച്ചുപോയ വർണ വർഗീയ ജാതി ബോധങ്ങളിലാണ് ഇന്ത്യൻ രാഷ്ട്രീയം ഇന്ന് പ്രവർത്തിച്ചുകൊണ്ടിരിക്കുന്നത്. അതുകൊണ്ട് ഇന്ത്യൻ ജനതയുടെ മനോഭാവത്തെ കൂടുതൽ പ്രതിലോമകരമാക്കാൻ ഭരണകൂടത്തിന് കഴിയുന്നു. ജനതയുടെ അറിവില്ലായ്മകളിലും ഭീരുത്വത്തിലുമാണ് ഫാഷിസം വേരൂന്നുന്നത്. ജലത്തിൽ ജനിച്ച ജലത്തിൽ വളരുന്ന ജലജീവികൾ ജലം വറ്റിപ്പോകുന്നതിനെക്കുറിച്ച് സ്വപ്നത്തിൽ പോലും കരുതാത്തതുപോലെ സ്വാതന്ത്ര്യത്തിൽ ജനിച്ച് സ്വതന്ത്രരായി വളർന്ന തലമുറ സ്വാതന്ത്ര്യത്തിന് നഷ്ടം സംഭവിക്കാൻ പോകുന്നു എന്ന് മുന്നറിയിപ്പ് നൽകുമ്പോൾ അലംഭാവം കാണിക്കുകയാണ് ചെയ്യുന്നത്. ഇന്ത്യയുടെ സ്വാതന്ത്ര്യം എന്നത് ഭരണകൂടത്തിന്റെ ഔദാര്യമല്ല. ഇന്ത്യൻ ജനത തീക്ഷ്ണമായ പോരാട്ടങ്ങളിലൂടെ നേടിയെടുത്തതാണ്.അതിനെ നിലനിർത്തിക്കൊടുക്കുക എന്നതാണ് ജനകീയ ഭരണകൂടത്തിന്റെ ചുമതല. എന്നാൽ ജനങ്ങളിൽ ഭീതി ജനിപ്പിച്ച് അവരെ കീഴ്പ്പെടുത്തുന്ന രാഷ്ട്രം ഒരു ഭീകരരാഷ്ട്രമായിരിക്കും. ജനതയുടെ ഉത്തരവാദിത്വം മതത്തോടും ദൈവത്തോടും ഏക നേതൃത്വത്തോടുമെന്ന ചിന്താഗതിയും നിസ്സംഗതയും പാരമ്പര്യബോധവും പൗരാണികഭക്തിയും ജനതയെ അടിമത്തത്തിൽ ആഴ്ത്തുന്നു. ഇന്ത്യയിൽ സംഭവിച്ചുകൊണ്ടിരിക്കുന്നത് ഈയൊരു പ്രക്രിയയാണ്. ഫാഷിസത്തിനുള്ളിൽ സ്വയംവിമർശനമോ ആത്മപരിശോധനയോ നടക്കുന്നില്ല. എന്നാൽ സ്വയംവിമർശനം നിലനിർത്തുക എന്നതാണ് ജനാധിപത്യത്തിന്റെ നിലനില്പിനാവശ്യം. ഫാഷിസ്റ്റുകൾക്ക് വേണ്ടത് രാഷ്ട്രഭക്തിയും നേതൃത്വ–ഈശ്വര മതഭക്തികളുമാണ്. അതിനുവേണ്ട ആൾക്കൂട്ട മനഃശാസ്ത്രമാണ് അവർ നിർമ്മിച്ചിരിക്കുന്നത്. രാജസ്ഥാനിലെ ഒരു വോട്ടർ പറയുന്നത് തനിക്ക് കോൺഗ്രസ് ഭരണത്തിൽ ആനുകൂല്യങ്ങൾ കിട്ടിയിട്ടുണ്ട്. എന്നാൽ താൻ വോട്ട് ചെയ്യുന്നത് ഒരു ഹിന്ദുവായിട്ടായിരിക്കുമെന്നാണ്. (ദി ഹിന്ദു. 2024 ജനവരി 18) മതവിശ്വാസം സ്വകാര്യമാണെന്ന് പറയുന്നത് ഇന്ത്യയിൽ ഒരു വ്യാജപ്രസ്താവമാണ്. അത് സാമൂഹിക രാഷ്ട്രീയശക്തിയായിട്ടാണ് ഇന്ത്യയിൽ പ്രവർത്തിക്കുന്നത്. ഇന്ത്യയിൽ നിർമ്മിക്കപ്പെട്ടുകൊണ്ടിരിക്കുന്നത് ആൾക്കൂട്ട മത മനഃശാസ്ത്രമാണ്. മതവാദികളോട് ചോദിക്കാനുള്ള ഒരു ചോദ്യം, ഹിന്ദുവിന് മറ്റു ജനവിഭാഗങ്ങളിൽനിന്നും വ്യത്യസ്തമായ ഒരു

സാമ്പത്തിക-സാമൂഹിക ജീവിതമുണ്ടോയെന്നതാണ്. വ്യത്യസ്ത ജാതി മത വിഭാഗങ്ങളിൽപ്പെട്ട തൊഴിൽ വർഗങ്ങൾ ഉല്പാദിപ്പിക്കുന്ന ഉല്പന്നങ്ങളുടെ സാമ്പത്തിക വിനിമയങ്ങളാണ് ഇന്ത്യയിലെ ഓരോ പൗരന്റെയും ജീവിതത്തെ നിർണയിച്ചുകൊണ്ടിരിക്കുന്നത്. ഉൽപാദനവ്യവസ്ഥയെന്ന പൊതുയിടമാണ് ഇന്ത്യക്കാരന്റെ മാനവികതയും പൗരത്വവും സാമൂഹിക ജീവിതവും നിർണയിക്കുന്ന അടിത്തറ. അതിനിടയിൽ ഉണ്ടാകുന്ന വിള്ളലുകൾ ഹിന്ദുവിന്റെ ജീവിതം മാത്രമല്ല അഹിന്ദുവിന്റെ ജീവിതവും തകർക്കുന്നു. അധ്വാന കൂട്ടായ്മയാണ് ഒരു രാഷ്ട്രത്തിന്റെ അടിത്തറ എന്നതിനാൽ ഇന്ത്യയെ വീണ്ടെടുക്കാൻ ഉല്പാദനമേഖലയിലെ തൊഴിൽ വർഗത്തിന് മാത്രമേ കഴിയുകയുള്ളൂ. തൊഴിൽവർഗം തകർന്നാൽ രാഷ്ട്രവും ജനതയും സാമ്പത്തികമായും സാംസ്കാരികമായും അധോഗതിയിലേക്ക്പതിക്കുന്നു. എല്ലാ വിഭാഗം ജനങ്ങളുടെയും ജീവിതമാർഗങ്ങളെ വികസിപ്പിക്കുന്ന പൊതു പദ്ധതികളാണ് ഭരണകൂടം ആവിഷ്കരിക്കേണ്ടത്. അതിനുപകരം ഇന്നത്തെ ഇന്ത്യൻ ഭരണകൂടം ജനങ്ങളെ വിഭാഗീകരിക്കുന്ന പൗരത്വ നിയമങ്ങളും പദ്ധതികളുമാണ് കൊണ്ടുവരുന്നത്. അതിനു സ്വീകാര്യത നിർമ്മിച്ചെടുക്കുന്ന വ്യാജപ്രചാരണങ്ങളും ദുഷ്ചെയ്തികളുമാണ് മാധ്യമ ലോകം ചെയ്തുകൊണ്ടിരിക്കുന്നത്.

അഗ്നിപഥ് എന്ന ഫാഷിസ്റ്റ് സൈനികപദ്ധതി

സ്വകാര്യവൽക്കരണം കര-നാവിക-വ്യോമസേനകൾക്കിടയിൽ കടത്തിവിടുന്നതിന്റെ ഭാഗമായി ബി.ജെ.പി. ഭരണം കൊണ്ടുവന്നിരിക്കുന്ന 'അഗ്നിപഥ്' പദ്ധതി ഇന്ത്യയെ ഹിന്ദുരാഷ്ട്രമാക്കി പരിവർത്തിപ്പിക്കാനുള്ള സ്വകാര്യ ഫാഷിസ്റ്റ് സൈനിക പദ്ധതിയാണെന്ന വസ്തുത ജർമ്മനിയിലെയും ഇറ്റലിയിലെയും ഫാഷിസ്റ്റ് ചരിത്രങ്ങൾ വ്യക്തമാക്കുന്നുണ്ട്. സായുധസേനകളിൽ 4 വർഷം ഹ്രസ്വകാല നിയമനമെന്ന പേരിൽ യുവാക്കൾക്ക് പരിശീലനം നൽകി നിയമിച്ച ശേഷം ഒരാനുകൂല്യവും നൽകാതെ പിരിച്ചുവിടുന്ന പദ്ധതിയാണ് അഗ്നിപഥ്. ആറുമാസത്തെ സൈനികപരിശീലനത്തിന് ശേഷമാണ് നിയമനം നൽകുന്നത്. വനിതകൾ അടക്കം 17½ വയസ്സുമുതൽ 21 വയസ്സു വരെ പ്രായമുള്ളവരെയാണ് തിരഞ്ഞെടുക്കുന്നത്. അവർ അഗ്നിവീർ എന്ന പേരിൽ അറിയപ്പെടും. കരസേനയിൽ 2022 ഡിസംബർ മുതൽ ആദ്യ ബാച്ച് അരങ്ങേറുമെന്ന് കരസേനാമേധാവി ജനറൽ മനോജ് പാണ്ഡെ അറിയിക്കുന്നു. വ്യോമസേനയിലും പരിശീലനം ഉടൻ ആരംഭിക്കുമെന്ന് ചീഫ് മാർഷൽ വി.ആർ. ചൗധരി പ്രസ്താവിച്ചിട്ടുണ്ട്. സൈനികമേധാവികളോട് ആലോചിക്കാതെ ഭരണകക്ഷി രാഷ്ട്രീയക്കാരും ഐ.എ.എസ്. ഉദ്യോഗസ്ഥരും പാർട്ടിയിലെ ഉയർന്ന ബ്യൂറോക്രാറ്റ് നേതാക്കളും ചേർന്ന് എടുത്തിരിക്കുന്ന ഈ തീരുമാനം ജർമ്മനിയിലും ഇറ്റലിയിലും ഫാഷിസ്റ്റ് ഭരണകൂടത്തെ നിർമ്മിച്ചെടുത്ത അർധസൈനിക-കൂലിപ്പട്ടാള സംഘങ്ങളെ ഇന്ത്യയിലും സാധ്യമാക്കിത്തീർക്കാനുള്ള ഫാഷിസ്റ്റ് തന്ത്രമാണ്. സൈന്യത്തിലേക്ക് പരിശീലനത്തിനായി കയറ്റിവിടുന്ന

യുവാക്കൾ സംഘപരിവാർ അംഗങ്ങളായിരിക്കും എന്ന കാര്യത്തിൽ സംശയിക്കേണ്ടതില്ല. നാലുവർഷം കഴിഞ്ഞ് പുറത്തിറങ്ങുന്ന അവർ തുടർന്ന് തൊഴിൽ ചെയ്യാൻ പോകുന്നത് സംഘപരിവാർ സംഘങ്ങളിലായിരിക്കും. അഗ്നിവീറുകൾക്ക് ബി.ജെ.പി. നിയമനം നൽകുമെന്ന് സംഘടനയുടെ ദേശീയ സെക്രട്ടറി കൈലാസ് വിജയ് വർഗിയയും കേന്ദ്ര ടൂറിസം മന്ത്രി കിഷൻ റെഡ്ഡിയും പ്രസ്താവിച്ചു കഴിഞ്ഞു. (പത്രവാർത്ത – 2022 ജൂൺ 20)

വിമുക്തഭടന്മാരെയും സൈനികമേധാവികളെയും പാർട്ടി അംഗങ്ങളാക്കിക്കൊണ്ടിരിക്കുന്ന സംഘപരിവാർ സ്വകാര്യ ഫാഷിസ്റ്റ് സൈന്യനിർമ്മിതിക്കുവേണ്ടിയാണ് അഗ്നിപഥവും അഗ്നിവീറും കൊണ്ടുവരുന്നത്. എന്നാൽ കേന്ദ്രസർക്കാർ തീരുമാനത്തിന് എതിരെ ബീഹാർ, ഉത്തരപ്രദേശ്, ഹരിയാന, രാജസ്ഥാൻ, മധ്യപ്രദേശ്, ജമ്മു, ഉത്തരാഖണ്ഡ്, ഹിമാചൽ പ്രദേശ്, ഒഡീഷ, ഡെൽഹി, പഞ്ചാബ്, തെലങ്കാന തുടങ്ങിയ സംസ്ഥാനങ്ങളിലെ യുവാക്കൾ തെരുവുകലാപം നടത്തുകയാണ്. തീവണ്ടികൾ കത്തിച്ചും തെരുവുകൾ സമരഭൂമിയാക്കിയും അവർ അഗ്നിപഥത്തിന് എതിരെ പോരാടുന്നു. എന്നാൽ ഹിന്ദുത്വരാഷ്ട്രനിർമാണത്തിന് ദൃഢപ്രതിജ്ഞ എടുത്തിരിക്കുന്ന കേന്ദ്ര സർക്കാർ വഴങ്ങാതെ നിൽക്കുകയാണ്.

സ്വകാര്യ ഫാഷിസ്റ്റ് സേന ജർമ്മനിയിൽ

ജർമ്മനിയിലും ഇറ്റലിയിലും ഫാഷിസ്റ്റ് ഭരണകൂടങ്ങളെ അരക്കിട്ടുറപ്പിച്ചത് അർധസൈനിക സംഘങ്ങളാണ്. മുൻകാലങ്ങളിൽ യൂറോപ്പിൽ യുദ്ധരംഗങ്ങളിൽ യുദ്ധം ചെയ്തിരുന്നത് കൂലിപ്പട്ടാളക്കാരായിരുന്നു. യുദ്ധം കഴിഞ്ഞാൽ അവർ വിമുക്തഭടന്മാരായി സ്വന്തം നാട്ടുകളിൽ തിരിച്ചെത്തിയശേഷം ഭൂമിയുള്ളവർ കാർഷികവൃത്തിയിലും വീരപ്രവൃത്തികളിൽ അഭിരമിക്കുന്നവർ സേവക പടയാളികളായും പ്രവർത്തിച്ചിരുന്നു. ഇത്തരത്തിലുള്ള സേവകസൈനിക സംഘങ്ങളെ (Paramilitaries) ഭരണകൂടങ്ങൾ ആഭ്യന്തരശത്രുക്കളെ അടിച്ചമർത്താനും കൊലചെയ്യാനും ഉപയോഗിച്ചിരുന്നു. അത്തരത്തിലുള്ള ഒരു വിമുക്തഭട സംഘമായിരുന്നു ജർമ്മനിയിലെ ഫ്രീ കോർപ്സ് (freiKorps). വെയ്മർ റിപ്പബ്ലിക്കിന്റെ കാലത്ത് സോഷ്യൽ ഡെമോക്രാറ്റിക് പാർട്ടിയുടെ സർക്കാർ കമ്യൂണിസ്റ്റുകാരെയും ട്രേഡ് യൂണിയനുകളെയും അടിച്ചൊതുക്കാൻ ഫ്രീകോർപ്സിനെ ഉപയോഗിച്ചിരുന്നു. തെമ്മാടികളും അതിക്രൂരന്മാരുമായ ഫ്രീ കോർപ്സ് തെരുവുകലാപങ്ങളിലൂടെയാണ് സർക്കാർ വിരുദ്ധ സമരങ്ങളെ അടിച്ചൊതുക്കിയത്. ബർലിനിൽ നടന്ന സർക്കാർ വിരുദ്ധ വിപ്ലവം നയിച്ച കമ്യൂണിസ്റ്റ് നേതാക്കളായ റോസ ലക്സംബർഗിനെയും കാൾ

ലീബക് നെക്തിനെയും അതിക്രൂരമായി വധിച്ചത് ഫ്രീ കോർപ്സുകളാണ്. ഫാഷിസ്റ്റ് അർധസൈനികസംഘത്തിന്റെ പൂർവരൂപമായിരുന്നു അവർ. നാസിസം ഉയർന്നുവന്നപ്പോൾ ഫ്രീകോർപ്സുകൾ നാസികളുടെ അർധസൈനിക സംഘത്തിൽ ലയിക്കുകയാണ് ചെയ്തത്. നാസികളുടെ അർധസൈനിക രഹസ്യപ്പോലീസ് മർദ്ദകസംഘങ്ങളായ എസ്.എ.യുടെയും (സ്റ്റോം ട്രൂപ്പേഴ്സ് – strum abtei lung) എസ്.എസിന്റെയും (Schutzstaffel) ഗസ്റ്റപ്പോയുടെയും (ഭരണ രഹസ്യപ്പൊലീസ് Geheimestatspolizie) തലവന്മാർ പഴയകാല ഫ്രീകോർപ്സ് നേതാക്കളായിരുന്നു. എസ്.എ.യുടെ സ്ഥാപകനേതാവായ ഏണസ്റ്റ് റോമും എസ്.എസ്. നേതാവായിരുന്ന റിച്ചാർഡ് ക്രിസ്റ്റൺ യൂഗൻ ഹേയ്ഡ്രിച്ചും ഹിറ്റ്ലറുടെ വിശ്വസ്തനായിരുന്ന മാർട്ടിൻ ബോർമാനും ഫ്രീകോർപ്സിൽ നിന്നും വന്നവരായിരുന്നു.

പിന്നീട് ഹിറ്റ്ലർക്ക് പോലും തലവേദനയുണ്ടാക്കിയ അർധസൈനിക സംഘമായ സ്റ്റോം ട്രൂപ്പേഴ്സായിരുന്നു ഹിറ്റ്ലറെ അധികാരത്തിൽ എത്തിച്ചത്. തവിട്ടുകുപ്പായക്കാർ (brown shirts) എന്ന് വിളിക്കപ്പെട്ടിരുന്ന സ്റ്റോം ട്രൂപ്പേഴ്സിന്റെ മുൻഗാമികൾ ഒന്നാം ലോകയുദ്ധത്തിൽ പങ്കെടുത്ത കൂലിപ്പട്ടാളക്കാരായിരുന്നു. 1915 ലാണ് അതിന്റെ ഒന്നാമത്തെ നിര സംഘടിപ്പിക്കപ്പെട്ടത്. 1921ൽ ഹിറ്റ്ലർ സ്റ്റോം ട്രൂപ്പേഴ്സിനെ ഉപയോഗിച്ച് എതിരാളികളെ നേരിടാൻ തുടങ്ങി. പ്രതിപക്ഷ പാർട്ടികളുടെ സമ്മേളനങ്ങളിലും യോഗങ്ങളിലും കടന്ന് കയറി ആക്രമിച്ച് തെരുവുകലാപം ഉണ്ടാക്കുക എന്നതായിരുന്നു രാഷ്ട്രീയപ്രവർത്തനം.

ഇറ്റലിയിലെയും ജർമ്മനിയിലെയും തൊഴിലാളികൾ അഹിംസ മാർഗ സമരക്കാരായിരുന്നില്ല. സായുധപരമായി എതിരാളികളെ നേരിടാനുള്ള സൈനിക കരുത്ത് അവർക്കും ഉണ്ടായിരുന്നു. ഫ്രെഡറിക് എംഗൽസ് സൈനികമുറകളും തന്ത്രങ്ങളും അഭ്യസിച്ച യോദ്ധാവ് കൂടിയായിരുന്നുവല്ലോ. അതുകൊണ്ട് തൊഴിലാളികളെ സായുധപരമായി നേരിടാനും അടിച്ചമർത്താനും ഭരണകൂടങ്ങൾക്ക് അർധസൈനിക സംഘങ്ങളെ ആവശ്യമായിരുന്നു. ജർമ്മനിയിൽ രൂപം കൊണ്ട് സ്റ്റോം ട്രൂപ്പേഴ്സ് എന്ന നാസി സംഘത്തിന്റെ തലവനായിരുന്നു ഏണസ്റ്റ് റോം (Ernst Rohm). ഹിറ്റ്ലറുടെ സുഹൃത്തും സഹകാരിയുമായിരുന്ന റോം നാസികൾ അധികാരത്തിൽ വന്നപ്പോൾ സ്റ്റോം ട്രൂപ്പേഴ്സിനെ (SA) സൈന്യത്തിന്റെ ഭാഗമാക്കണമെന്നും സൈന്യത്തിന്റെമേൽ നിയന്ത്രണം നൽകണമെന്നും ആവശ്യപ്പെട്ടു. 1939-ലെ സർക്കാർ ഉത്തരവ് പ്രകാരം സ്റ്റോം ട്രൂപ്പേഴ്സിന് സൈനിക പരിശീലനം ലഭിച്ചിരുന്നു. (Franz Newmann-Behemoth കൃതി). എസ്.എ. അംഗങ്ങൾക്ക് ശാരീരിക യോഗ്യത നൽകാനാണ് സൈനിക പരിശീലനം നൽകിയത്. എന്നാൽ സൈ

നികത്തലവന്മാർ നാസിപാർട്ടിയുടെ കീഴിലുള്ള അർധസൈനിക സംഘത്തിന്റെ ഇടപെടലുകൾ ഇഷ്ടപ്പെട്ടിരുന്നില്ല. ഫ്രീകോർപ്സ് നാസികളിൽ ലയിച്ചതോടെ വിമുക്തഭടന്മാരുടെ തലവന്മാർ ചേർന്ന് നാഷണൽ വാരിയേഴ്സ് ലീഗ് (National Warriers League) എന്നൊരു സംഘടന രൂപീകരിച്ചിരുന്നു.

ഭരണത്തിന്റെ ആദ്യനാളുകളിൽ ഹിറ്റ്ലർ സൈന്യത്തിനുമേൽ പൂർണ നിയന്ത്രണത്തിന് ശ്രമിച്ചിരുന്നുവെങ്കിലും അത് വിജയിച്ചിരുന്നില്ല. ഹിറ്റ്ലർ അധികാരത്തിലെത്തിയിട്ടും സ്റ്റോം ട്രൂപ്പേഴ്സിന്റെ തെരുവ് കലാപങ്ങൾ തുടർന്നിരുന്നു. ഏണസ്റ്റ് റോം അതിനെ രണ്ടാം വിപ്ലവം എന്ന ഓമനപ്പേരിട്ട് വിളിച്ചു. ഹിറ്റ്ലർ അധികാരത്തിൽ വന്നതിനെത്തുടർന്ന് മുൻ സർക്കാർ നാസി സംഘാംഗങ്ങളുടെമേൽ ചുമത്തിയിരുന്ന കേസുകൾ എല്ലാം പിൻവലിച്ചു. നാസിഭരണത്തെ ഭീകരജന്തു തേർവാഴ്ചയായി മാറ്റിയത് (behemoth) അർധസൈനിക സംഘങ്ങളുടെ അഴിഞ്ഞാട്ടമായിരുന്നു. യുദ്ധകാലത്തെ പോരാട്ടവീര്യമായിരുന്നു (fighting spirit) നാസി സംഘങ്ങളുടെ കൈമുതൽ. സൈന്യത്തിനുമേൽ പിടിമുറുക്കാൻ എസ്.എ. തലവൻ മുന്നോട്ടുവച്ച നിർദേശങ്ങൾ ഹിറ്റ്ലറെ സംശയാകുലനാക്കി. ഏണസ്റ്റ് റോം പുരയ്ക്ക് മുകളിൽ വളരുന്ന പനമരമായി ഹിറ്റ്ലർക്ക് തോന്നി. അതേസമയം പട്ടാളമേധാവിയായിരുന്ന ജനറൽ വെർണർ വോൻ ബ്ലോ ബർഗിനെ ഹിറ്റ്ലർ കൗശലപൂർവം വശത്താക്കിയെടുക്കുകയും ചെയ്തു.

1934-ൽ ജർമ്മനിയുടെ ഭാവികാല സൈനികശക്തി എന്നത് പ്രൊഫഷണലിസം (Professionalism) ആയിരിക്കുമെന്ന് ഹിറ്റ്ലർ പ്രഖ്യാപിച്ചു. തവിട്ടുകുപ്പായക്കാർ സൈന്യത്തിന്റെ അനുബന്ധഘടകമായി പ്രവർത്തിക്കുമെന്നും പറഞ്ഞു. എന്നാൽ സൈന്യത്തെ തികച്ചും രാഷ്ട്രീയവൽക്കരിക്കുന്നതിനോട് പലർക്കും വിയോജിപ്പുണ്ടായിരുന്നു. മാർക്സ് ഹെയ്ഡെ ബ്രെക് എന്ന എസ്.എ. ലീഡർ ജർമ്മനി ഒരു എസ്.എ. സ്റ്റേറ്റായി മാറുമെന്ന് പ്രഖ്യാപിച്ചു. ജർമ്മൻ സൈന്യത്തിൽ ഒരു ലക്ഷം പടയാളികളേയുള്ളൂവെന്നും തന്റെ അർധസൈനിക സംഘത്തിൽ അതിനെക്കാൾ ഇരട്ടി അംഗങ്ങൾ ഉണ്ടെന്നും ഹെയ്ഡേബ്രേക് പറഞ്ഞു. (ഇന്ത്യൻ സൈന്യത്തെക്കാൾ അംഗസംഖ്യയുള്ള സൈന്യമാണ് രാഷ്ട്രീയസ്വയം സേവക് സംഘം എന്ന മോഹൻ ഭാഗവതിന്റെ പ്രസ്താവനയെ ഓർക്കുക.) ഹിറ്റ്ലർ സൈനികത്തലവനായ ബ്ലോംബർഗിനെ വശത്താക്കിയത് എസ്.എ. തലവനായ ഏണസ്റ്റ് റോമിന് സഹിച്ചിരുന്നില്ല. അയാളുടെ എസ്.എ. 1934 ജൂൺ 27-ന് തെരുവുകലാപങ്ങളുണ്ടാക്കിയതോടെ ഹിറ്റ്ലർ ഏണസ്റ്റ് റോമിനെ അറസ്റ്റ് ചെയ്യാൻ നിർദേശം കൊടുത്തു. റോമിനോട് സ്വയം വെടിവച്ച് മരി

ക്കാൻ നൽകിയ നിർദേശം അയാൾ നിരസിച്ചതോടെ ഹിറ്റ്ലർ അയച്ച രണ്ട് എസ്.എസ്. ഓഫീസർമാർ റോമിനെ വെടിവച്ചുകൊന്നു. മറ്റൊരു നേതാവായിരുന്ന എഡ്മണ്ട് ഹൈനസിനെയും തോക്കിനിരയാക്കി.

ഹിറ്റ്ലർക്ക് മുൻപ് ചാൻസലറായിരുന്ന ഫ്രാൻസ് വോൻ പാപ്പന്റെ സെക്രട്ടറിയായ ഹെബർട്ട് വോൻ ബോസിനെയും ഉപദേഷ്ടാവായ എഡ്ഗർ യുങിനെയും നാസികളുടെ അർധസൈനികാംഗങ്ങൾ വെടിവച്ച കൊന്നു. ഫ്രാൻസ് വോൻ പാപ്പൻ ജീവരക്ഷാർഥം ഒളിച്ചോടി. ഹിറ്റ്ലറെ വിമർശിച്ച മേജർ ജനറൽ കർട് വോൻ ബ്രിട്ടോയെ വീടിനുള്ളിൽ കയറി വെടിവച്ചുകൊന്നു. മറ്റ് സൈനികത്തലവന്മാർക്കുള്ള മുന്നറിയിപ്പായിരുന്നു അത്. ഹിറ്റ്ലർക്ക് ശങ്ക തോന്നിയിരുന്ന എസ്.എ. ഓഫീസർമാരെയും എസ്.എസ്. സംഘങ്ങളെയും നിഷ്കരുണം കൊന്നൊടുക്കി. എസ്.എസ്. നേതാവായിരുന്ന ആൻഡോൺ വോൻ ഹോർബർഗ് അത്തരത്തിൽ വധിക്കപ്പെട്ട നാസിയായിരുന്നു. ഭരണകൂടത്തിന് നേരെ മുഷ്ടി ചുരുട്ടുന്നവർക്ക് കിട്ടുന്നത് മരണമായിരിക്കുമെന്ന് ഹിറ്റ്ലർ പ്രഖ്യാപിച്ചു. രാജ്യദ്രോഹനിയമം മുൻകാലപ്രാബല്യത്തോടെ നടപ്പിലാക്കി. നീതിപീഠങ്ങൾ നിശ്ശബ്ദത പാലിച്ചു. സൈനികപരിശീലനം കിട്ടിയ അർധസൈനിക നാസികൾ എതിരാളികളെ നിഷ്കരുണം വധിച്ചുകൊണ്ടിരുന്നു. പത്രക്കാർ ഒരേ സിംഫണി സ്വരത്തിൽ ഫാഷിസ്റ്റുകൾക്ക് വേണ്ടി ശബ്ദിക്കാൻ തുടങ്ങി. ബ്ലാക്ക് മെയിലിങ്ങ്, അശ്ലീലവാർത്താനിർമ്മിതി ഇവയായിരുന്നു നാസികളുടെയും മാധ്യമങ്ങളുടെയും നാസി രാഷ്ട്രീയ പ്രവർത്തനരീതികൾ. വിമതർ എന്ന് സംശയിച്ച എസ്.എ. നേതാക്കളെ കൊന്നൊടുക്കിക്കൊണ്ട് ഹിറ്റ്ലർ തന്റെ നിയന്ത്രണം സ്വാധീനത്തിൽ കൊണ്ടുവന്നു. ഹിറ്റ്ലർ പ്രഖ്യാപിച്ചു.

"ഒരു ദയയും ഉണ്ടായിരിക്കരുത്. നമ്മുടെ മാർഗത്തിന് ആര് തടസ്സം നിന്നാലും ചവിട്ടിയരയ്ക്കണം. ജർമ്മൻ ജനത ദയ എന്ന ഒന്ന് മനസ്സിലാക്കരുത്. ഓരോ കമ്യൂണിസ്റ്റുകാരനെയും കാണുന്ന മാത്രയിൽ വെടിവയ്ക്കണം. ഓരോ രാത്രിയിലും ഒരു കമ്യൂണിസ്റ്റ് ഡെപ്യൂട്ടിയെ തൂക്കിലിടണം."

സീക്രട്ട് സ്റ്റേറ്റ് പോലീസ് (S.S.)

1925ൽ സ്ഥാപിതമായ ഭീകരസംഘടനയാണ് എസ്.എസ്. എന്ന പേരിൽ ചരിത്രം രേഖപ്പെടുത്തിയിരിക്കുന്ന സീക്രട്ട് സ്റ്റേറ്റ് പോലീസ്. നാസിത്തലവനും കോൺസൺട്രേഷൻ ക്യാമ്പുകളുടെ നിയന്താവും നാസി പാർട്ടിയിലെ അതിശക്തനായ നേതാവുമായിരുന്ന ഹെൻട്രിച്ച് ഹിമ്മ്ലറായിരുന്നു എസ്.എസിന്റെ നേതാവ്. നോർഡിക് വംശജരെ മാത്രമേ എസ്.എസിൽ ചേർത്തിരുന്നുള്ളു. ഉപാധികളില്ലാത്ത അനുസ

രണ (Unconditional obedience) അതായിരുന്നു അച്ചടക്കനയം. ആയുധ പരിശീലനം, ഡ്രില്ലുകൾ ഇവയൊക്കെയായിരുന്നു പരിശീലനമുറകൾ. 21 വയസ്സ് പ്രായമുള്ളവരെ 18 മാസത്തെ പരിശീലനത്തിന് ശേഷം എസ്. എസ്. അംഗങ്ങളാക്കിയിരുന്നു. 1939 ൽ സർക്കാർ ഉത്തരവിലൂടെ എസ്. എസിനെ പൊലീസിന്റെ ഭാഗമാക്കിത്തീർത്തു. ഭരണകൂടത്തെ ആഭ്യന്ത രശത്രുക്കളിൽനിന്നും രക്ഷിക്കുക എന്നതായിരുന്നു ദൗത്യം. അങ്ങനെ സ്വകാര്യസേനയെ നാസിഭരണം സ്റ്റേറ്റിന്റെ പോലീസാക്കി മാറ്റിയിരു ന്നു. എസ്. എസിലേക്കും ചെറു പ്രായത്തിൽത്തന്നെ യുവാക്കളെ റിക്രൂട്ട് ചെയ്യാനുള്ള മറ്റൊരു സംഘടനയായിരുന്നു ഹിറ്റ്ലർ യൂത്ത്. 1922 ലാണ് ഹിറ്റ്ലർ യൂത്ത് രൂപീകരിച്ചത്. എസ്.എസ്.യുടെ നിയന്ത്രണത്തിലാ ണ് പ്രവർത്തിച്ചിരുന്നത്. 14 മുതൽ 18 വയസ്സുവരെ പ്രായമുള്ളവരെയാ ണ് ഹിറ്റ്ലർ യൂത്തിൽ ചേർത്തിരുന്നത്. ഹിറ്റ്ലർ യൂത്ത് നേതാവായ ബൽദൂർ വോൻ ഷിറാച്ച് ഭരണകൂടത്തിൽ ഔദ്യോഗികപദവികൾ ഒന്നും വഹിച്ചിരുന്നില്ലെങ്കിലും ഭരണകൂടത്തിന്റെ എല്ലാ ആനുകൂല്യങ്ങളും ലഭി ച്ചിരുന്നു. 1936 ൽ എല്ലാ യുവാക്കളും ഹിറ്റ്ലർ യൂത്തിൽ ചേരണമെന്ന കല്പന വന്നു. വീട് (home), സ്കൂൾ (school), ഹിറ്റ്ലർ യൂത്ത് (Hitler Youth) ഇതായിരുന്നു യുവാക്കളുടെ സഞ്ചാരമാർഗമാകേണ്ടത്.

പാർട്ടിയും സൈന്യവും തമ്മിലുള്ള ബന്ധം മറച്ചു വച്ചുകൊണ്ട് മുൻനിര ആഭ്യന്തര പോരാട്ട ശക്തികളാക്കിയത് ഫാഷിസ്റ്റ് അർധസൈ നിക നിരകളെയാണ്. എന്നാൽ എസ്.എസ്. പ്രവർത്തിച്ചിരുന്നത് സൈന്യത്തിന് സമാന്തരമായിട്ടായിരുന്നു. സൈന്യം യുദ്ധത്തിലൂടെ കീഴടക്കിയ പ്രദേശങ്ങൾ എസ്.എസിന്റെ നിയന്ത്രണത്തിലാക്കി. സൈനിക കോടതികൾ പോലെ എസ്.എ.യും എസ്.എസും സമാന്തര കോടതികളും ശിക്ഷാവിധികളും നടത്തിയിരുന്നു. മുഖ്യധാരാ കോടതി കൾ അവയിൽ ഇടപെട്ടിരുന്നില്ല. ക്രൂരതയുടെ കാര്യത്തിൽ എസ്.എയും എസ്.എസും മത്സരിച്ചിരുന്നു. ബാവേറിയൻ മുൻമന്ത്രിയും പ്രസിഡന്റുമാ യിരുന്ന ഗുസ്താവ് റിറ്റർ പോൻകരിനെ എസ്.എസ്.കൾ വെട്ടിനുറുക്കി യാണ് കൊന്നത്. സംഗീതവിമർശകനായ വിൽഹേം എഡ്വേർഡ് ഷി മിത്തിനെയും ക്രൂരമായി വധിച്ചു. സംശയം തോന്നിപ്പിച്ച എസ്.എസ്. ഓഫീസർമാരായ എറിക് വോൻ ഡെം ബാച്ച് സെലെവ്സ്കിയെയും ആഡോൺ ബറോൻ വോൻഹോൺബർഗിനെയും വെടിവച്ചുകൊന്നു. അവർ മൂന്നാം റീഖിനെ അട്ടിമറിക്കാൻ ശ്രമിച്ചു എന്നായിരുന്നു കുറ്റാരോ പണം. ഗ്യാസ് ചേമ്പറിൽ ചുട്ടുകൊല്ലുന്നവരുടെ ഭസ്മം വീടുകളിൽ അയ ച്ചുകൊടുത്തിരുന്നു. പഴയ ഫ്രീ കോർപ്പുകൾ അഗ്നിവീരന്മാരായി (fire corps) മാറുകയായിരുന്നു.

ഗസ്റ്റപ്പോ

ജർമ്മൻകാരന് സ്വകാര്യജീവിതമില്ല എന്നതാണ് ഹിറ്റ്ലറുടെ നിലപാട്. രാഷ്ട്രസുരക്ഷയ്ക്ക് വേണ്ടി വ്യക്തിജീവിത സുരക്ഷയെ ഇല്ലാതാക്കി. വ്യക്തിയെ സ്വകാര്യമായി നിരീക്ഷിക്കാനും നിയന്ത്രിക്കാനും ശിക്ഷിക്കാനും വേണ്ടി രൂപീകരിച്ച രഹസ്യാന്വേഷണപ്പോലീസായിരുന്നു ഗസ്റ്റപ്പോ. എസ്.എസിൽ നിന്നുള്ള വിദഗ്ധന്മാരെയാണ് ഗസ്റ്റപ്പോയിൽ ഉൾപ്പെടുത്തിയിരുന്നത്, നാസിത്തലവനായ റുഡോൾഫ് ഡൈൽസ് ആയിരുന്നു ഗസ്റ്റപ്പോയുടെ നിർമ്മാതാവ്. സർക്കാർ ഉത്തരവുകളിലൂടെ ഗസ്റ്റപ്പോവിനെ നിയമവ്യവസ്ഥയ്ക്കും കോടതികൾക്കും കീഴിൽ നിന്നും മോചിപ്പിച്ചിരുന്നു. കോടതിക്ക് രഹസ്യാന്വേഷണപ്പോലീസിന്റെ നടപടികളെ അംഗീകരിക്കുക എന്ന ചുമതലയേയുണ്ടായിരുന്നുള്ളൂ.

രാഷ്ട്രം മുഴുവൻ ഗസ്റ്റപ്പോയുടെ നിരീക്ഷണവലയത്തിലായിരുന്നു. ഹിമ്മ്ലറും ഗസ്റ്റപ്പോയും കൂടിയാണ് കോൺസൺട്രേഷൻ ക്യാമ്പുകളെ നിയന്ത്രിച്ചിരുന്നത്. മാധ്യമങ്ങൾ മീഡിയാപോലീസായി പ്രവർത്തിച്ച് ഗസ്റ്റപ്പോയെ സഹായിച്ചു. പൗരന്മാരുടെ ചെയ്തികൾ മാത്രമല്ല, ശരീരഭാഷയും ഭാവഭാഷയുമെല്ലാം നിരീക്ഷിക്കപ്പെട്ടു. ഗസ്റ്റപ്പോയ്ക്ക് സ്വന്തമായ കോടതിവിചാരണകളും ശിക്ഷാവിധികളും ഉണ്ടായിരുന്നതിനാൽ ആരെ വേണമെങ്കിലും അകാരണമായിട്ടുപോലും അറസ്റ്റ് ചെയ്യാമായിരുന്നു. ബർലിനായിരുന്നു ആസ്ഥാനം. കൊളംബിയാ ഹൗസ് എന്ന പീഡനകേന്ദ്രത്തിൽ കൊണ്ടുവരുന്നവരെ ഭേദ്യം ചെയ്ത് ജീവച്ഛവങ്ങളാക്കിയശേഷം കോൺസൺട്രേഷൻ ക്യാമ്പുകളിൽ എത്തിക്കുകയായിരുന്നു രീതി. കോടതികളിൽ നാസി ജഡ്ജിമാരെയും വക്കീലന്മാരെയും കൊണ്ടു നിറച്ചിരുന്നതിനാൽ പീഡനകേസുകളൊന്നും കോടതികളിൽ എത്തിയിരുന്നില്ല. അഥവാ ഒരാൾ കുറ്റവിമുക്തനായി പുറത്തിറങ്ങിയാൽ ഉടൻ ഗസ്റ്റപ്പോ അയാളെ അറസ്റ്റ് ചെയ്ത് കൊണ്ടുപോയി അവരുടേതായ ശിക്ഷാവിധികൾക്ക് വിധേയമാക്കിയിരുന്നു. ഭരണകൂടത്തിനുള്ളിലെ ഭരണകൂടമായിരുന്നു (state with in state) ഗസ്റ്റപ്പോ. എസ്.എ, എസ്. എസ്., ഗസ്റ്റപ്പോ എന്നീ ഭീകരസംഘങ്ങളുടേ കൊടുംക്രൂരകൃത്യങ്ങളിലൂടെയുള്ള നാസിഭരണത്തെ ഫ്രാൻസ് ന്യൂമെൻ - Behemoth എന്നാണ് വിളിക്കുന്നത്. ബൈബിൾ പഴയനിയമത്തിലെ അതിശക്തവും ബീഭത്സരൂപിയുമായ ഒരു ഭീകരസത്വമാണ് ബിഹീമഥ്.

ഇറ്റലിയിലും ഫാഷിസ്റ്റ് ഭരണത്തെ ഉറപ്പിച്ചെടുത്തത് വിമുക്തഭടന്മാർ കൂടിച്ചേർന്ന അക്രമി സായുധസേനാഗ്രൂപ്പുകളായിരുന്നു. മുസ്സോളിനി അവർക്ക് നൽകിയ സംഘടനാ രൂപമായിരുന്നു ഫാഷിസ്റ്റ് പാർട്ടി. അർധസൈനിക ഗ്രൂപ്പായ squadrismo നടത്തിയ ഭീകരമായ തെരുവുകലാപങ്ങളും കൂട്ടക്കൊലകളും മുസ്സോളിനിയെ അധികാരത്തിൽ എത്തി

ച്ച. ഭൂവുടമകൾ, പോലീസുകാർ, സൈനികോദ്യോഗസ്ഥർ, വിമുക്തഭട ന്മാർ, മൂലധനശക്തികൾ എന്നിവർ സ്ക്വാഡ്രിസ്മോയെ പിന്തുണച്ചിരുന്നു. അഗ്നിവീർ എന്ന കൂലിപ്പടയാളി സംഘമാണ് സിവിൽ മിലീഷ്യയായി (പൗരസൈനിക സംഘമായി, പ്രവർത്തിച്ചത്. ബലില്ലാ (Balilla) എന്നാ യിരുന്നു സംഘത്തിന്റെ പേര്.

തീവ്ര ഹിന്ദുത്വവാദികളായ യുവാക്കളെ നാലുവർഷത്തെ താൽ ക്കാലിക സൈനികസേവകരായി റിക്രൂട്ട് ചെയ്ത് ജോലി നൽകിയ ശേഷം അവരെ പുറത്തിറക്കി അർധസൈനിക സംഘങ്ങളാക്കി, ഫ്രീ കോർപ്സ് മാതൃകയിൽ തെരുവുകലാപങ്ങൾക്കും ശത്രുനിഗ്രഹത്തിനും ഉപയോഗിക്കാനുള്ള ഫാഷിസ്റ്റ് തന്ത്രമാണ് അഗ്നിപഥിന് പിന്നിലുള്ള ത്. ഇന്ത്യയെ ഹിന്ദുത്വ പോലീസ് സ്റ്റേറ്റാക്കി മാറ്റാനുള്ള ശ്രമമാണ് നട ക്കുന്നത്. ജർമ്മനിയിലെന്ന പോലെ പട്ടാളമേധാവികളുടെ പിന്തുണയും നേടി എടുത്തിട്ടുണ്ട്.

ക്രിസ്തീയസഭകളും ഫാഷിസവും ഇറ്റലിയിൽ

ഏത് കാലത്തും ഫാഷിസ്റ്റുഭരണങ്ങളുടെ ചങ്ങാതിക്കൂട്ടങ്ങളായി പുരോഹിതവർഗവും മതസഭകളും പരിവർത്തനപ്പെടുന്നത് എന്ത് കൊണ്ടാണ് എന്ന ചോദ്യം പ്രസക്തമാണ്. മാർക്സിന്റെ ജീവിതകാലത്ത് ഫാഷിസം എന്ന പ്രയോഗം നിലവിൽ വന്നിരുന്നില്ലെങ്കിലും ഇറ്റലിയിൽ ഫാഷിസമായും ജർമ്മനിയിൽ നാസിസമായും ഫ്രാൻസിൽ വിച്ചി ഫാഷിസമായും പിന്നീട് രംഗത്ത് വന്ന അതിതീവ്ര പിൻതിരിപ്പൻ പ്രവണതകൾക്ക് എതിരെയുള്ള രാഷ്ട്രീയപോരാട്ടമാണ് മാർക്സും എംഗൽസും നടത്തിയിരുന്നതെന്ന് ഫാഷിസ്റ്റുകാലഘട്ടത്തിൽ നിന്നുകൊണ്ട് അവരെ വായിക്കുമ്പോൾ വ്യക്തമാകുന്നുണ്ട്. മാർക്സിന്റെ മരണം സംഭവിച്ച് (1883 മാർച്ച് 14) മൂന്ന് മാസങ്ങൾക്ക് ശേഷമാണ് മുസ്സോളിനിയുടെ ജനനം.(1883 ജൂലൈ 29)എംഗൽസ് മരിക്കുമ്പോൾ (1895 ആഗസ്റ്റ-5) പന്ത്രണ്ടുവയസ്സുള്ള വിദ്യാർത്ഥിയായ മുസ്സോളിനി സ്കൂളിൽ സഹപാഠിയെ കത്തികൊണ്ട് കുത്തി തന്റെ വീരസ്യം പ്രകടിപ്പിച്ചുകഴിഞ്ഞു. മുസ്സോളിനി 1921 ൽ പാർട്ടിയോ നാഷണലോ ഫാഷിസ്റ്റാ എന്ന സംഘടന രൂപീകരിച്ച് ഇറ്റലിയിൽ അധികാരം പിടിച്ചെടുത്തതിനുശേഷം(1922) രണ്ടുവർഷം കഴിഞ്ഞാണ് ലെനിൻ അന്തരിക്കുന്നത്.(1924ജനുവരി21). മാർക്സിന്റെ കാലശേഷം ആറുവർഷം കഴിഞ്ഞ് ഹിറ്റ്ലർ ജനിക്കുന്നു. (1889).ഇതിനിടയിൽ ഇറ്റലിയിലോ ജർമ്മനിയിലോ അടിത്തട്ടിളക്കുന്ന സാമൂഹികമാറ്റങ്ങൾ സംഭവിച്ചതായി കാണുന്നില്ല. ഇറ്റലിയിലും ജർമ്മനിയിലും ഫ്യൂഡൽ ഭൂവുടമവ്യവസ്ഥയും രാജഭരണവും ക്രിസ്തീയസഭകളുടെ മതാധിപത്യവും അഭംഗുരം തുടരുകയാണ്. അവരെ ഭയപ്പെടുത്തിയി

രുന്ന ഭൂതം വികസിച്ചുവരുന്ന മുതലാളിത്തമായിരുന്നില്ല, നേരെമറിച്ച് കമ്യൂണിസമായിരുന്നു. 1848-ൽ യൂറോപ്പിലെ തീവ്ര വലതുപക്ഷഭീതിയെ മാർക്സും എംഗൽസും വളരെ കൃത്യമായി അടയാളപ്പെടുത്തിയിരുന്നു.

"യൂറോപ്പിനെ ഒരു ഭൂതം പിടികൂടിയിരിക്കുന്നു-കമ്യൂണിസമെന്ന ഭൂതം. ഈ ഭൂതത്തിന്റെ ബാധയൊഴിക്കാൻവേണ്ടി പഴയ യൂറോപ്പിലെ ശക്തികളെല്ലാം – മാർപാപ്പയും, സർ ചക്രവർത്തിയും മെറ്റർനിഹും ഗിസോയും, ഫ്രഞ്ചു റാഡിക്കൽ കക്ഷിക്കാരും ജർമ്മൻ പോലീസ് ചാരന്മാരും – ഒരു പാവനസഖ്യത്തിൽ ഏർപ്പെട്ടിരിക്കുകയാണ്." (*കമ്യൂണിസ്റ്റ് മാനിഫെസ്റ്റോ*) ഈ പാവനസഖ്യത്തിന്റെ തുടർരാഷ്ട്രീയരൂപങ്ങളായിരുന്നു ഇറ്റലിയിൽ പ്രത്യക്ഷപ്പെട്ട ഫാഷിസവും ജർമ്മനിയിലെ നാസിസവും. കമ്യൂണിസത്തെ തുടച്ചുനീക്കുമെന്ന് പ്രഖ്യാപിച്ച മുസ്സോളിനിയെ ഇറ്റലിയുടെ രക്ഷകനായി പോപ്പ് അംഗീകരിച്ചിരുന്നു.

ജർമ്മനിയിൽ കമ്യൂണിസം പരത്തുന്ന ജൂതന്മാരെയും ബോൾഷേവിക്കുകളെയും ജർമ്മൻ മണ്ണിൽ നിന്നും പിഴുതെറിയുമെന്ന് പറഞ്ഞ ഹിറ്റ്ലറെയും ക്രിസ്തീയസഭ (ജർമ്മൻവംശീയതയോട് വിയോജിപ്പുണ്ടായിരുന്നെങ്കിലും) കമ്യൂണിസ്റ്റുവേട്ടയിൽ അനുകൂലിച്ചു. *കമ്യൂണിസ്റ്റു മാനിഫെസ്റ്റോവിൽ* പറയുന്ന ഫ്രാൻസ്വാ പ്യേർഗിസോ(1787-1874)ഫ്രഞ്ചു വലതുപക്ഷചരിത്രകാരനും വലതുപക്ഷ റാഡിക്കൽ ഗ്രൂപ്പിന്റെ നേതാവുമായിരുന്നു. ക്ലെമന്റ് മെറ്റർനിഹ് ആകട്ടെ ആസ്ട്രിയയിലെ അറുപിൻതിരിപ്പനായ ചാൻസലറായിരുന്നു. റഷ്യയിലെ സർ ചക്രവർത്തിയായിരുന്നു മറ്റൊരു കൂട്ടാളി. ഇതിൽ കമ്യൂണിസ്റ്റു വേട്ടയെന്ന വലതുപക്ഷ മാനിഫെസ്റ്റോയുമായി ഫാഷിസം മുളപൊട്ടിയത് പോപ്പിന്റെ ഇറ്റലിയിലും നാസിസം തഴച്ചത് ആസ്ട്രിയ ഉൾപ്പെട്ട ജർമ്മൻ മണ്ണിലും വിച്ചിഫാഷിസം ഉണ്ടായത് ഫ്രാൻസിലും ജൂത–ബോൾഷേവിക്കുകളെ കൊന്നൊടുക്കിയ വൈറ്റ് ആർമി ഉണ്ടായത് റഷ്യയിലുമാണ്.

ജനാധിപത്യത്തിനുള്ളിൽ ഫാഷിസം അമർന്നുകിടക്കുന്നു എന്ന് പില്ക്കാല ഫാഷിസ്റ്റുപഠിതാക്കൾ ചൂണ്ടിക്കാണിച്ച വസ്തുതയെയും ആദ്യം സൂചിപ്പിച്ചത് മാർക്സും എംഗൽസുമാണ്. "ഫ്യൂഡൽസമൂഹത്തിന്റെ നഷ്ടാവശിഷ്ടങ്ങളിൽ നിന്നും മുളയെടുത്ത ഇന്നത്തെ ബൂർഷ്വാസമൂഹം വർഗവൈരുദ്ധ്യങ്ങളെ ഇല്ലായ്മ ചെയ്തിട്ടില്ല. പഴമയുടെ സ്ഥാനത്ത് പുതിയ വർഗങ്ങളെയും പുതിയ മർദ്ദനസാഹചര്യങ്ങളെയും പുതിയ സമരരൂപങ്ങളെയും പ്രതിഷ്ഠിക്കുകമാത്രമാണ് ചെയ്തിട്ടുള്ളത്." (*കമ്യൂ: മാനിഫെസ്റ്റോ*) മുതലാളിത്തത്തിന്റെ സാംസ്കാരികമായ അബോധഘടനയായി, അടിത്തട്ടായി (deep structure) നില്ക്കുന്ന ഫ്യൂഡൽസംസ്കൃതിയിൽ നിന്നാണ് ഫാഷിസം ഉയർന്നുവരുന്നത്. മാർക്സിന്റെ കാലത്ത് എന്നപോലെ ഇന്നും മാർക്സിസവും കമ്യൂണിസവുമാണ് ഫാഷിസത്തിന്റെ ഒന്നാം നമ്പർ ശത്രു.

ഫ്യൂഡൽകാലഘട്ടം മുതല്ക്കേ നിലനിന്നുപോരുന്ന മതദർശനങ്ങളും കുടുംബരീതിശാസ്ത്രങ്ങളും ആത്മീയചിന്തകളും വ്യാവസായികയുഗത്തിലെ ശാസ്ത്രബോധത്തെയും യുക്തിചിന്തയെയും മറികടന്ന് അതിജീവിച്ച് പോരുകയാണ് ചെയ്യുന്നത്.

"മതവും സദാചാരവും ദർശനവും രാഷ്ട്രമീമാംസയും നിയമവും ഈ മാറ്റത്തെ നിരന്തരം അതിജീവിച്ചിട്ടുണ്ട്." (*കമ്യൂ: മാനിഫെസ്റ്റോ*)മാർക്സ് സൂചിപ്പിക്കുന്ന ഫ്യൂഡൽസോഷ്യലിസവും ജർമ്മനിയിലെ സത്യസോഷ്യലിസവും ഹിറ്റ്ലറുടെ നാഷണൽ സോഷ്യലിസമായി (നാസിസം) വേഷപ്പകർച്ചയോടെ ജനവഞ്ചനയ്ക്ക് എത്തുകയാണ് ചെയ്തത്. മാർക്സിന്റെ കാലത്തുതന്നെ യൂറോപ്പിലും ജർമ്മനിയിലും ജൂതവിരോധവും ഇകഴ്ത്തലും ശക്തമായിരുന്നു. 1843-ൽ മാർക്സ് 'ജൂതപ്രശ്നത്തെപ്പറ്റി' (On Jewish Question)എന്ന ലേഖനത്തിൽ അക്കാര്യം ചർച്ചചെയ്യുന്നുണ്ട്. ഹിറ്റ്ലറുടെ മാരകായുധമായിരുന്നു ജൂതപ്രശ്നം. പക്ഷേ, ഫാഷിസത്തെക്കുറിച്ച് പഠിച്ചവർ ഫാഷിസമായി ഉയിർത്തെഴുന്നേറ്റ തീവ്രവലതുപക്ഷ പ്രവണതകളെ മാർക്സും എംഗൽസും സൂസൂക്ഷ്മമായി അപഗ്രഥിച്ചിരുന്നുവെന്ന് കണ്ടറിഞ്ഞില്ല. ബൂർഷ്വാപഠിതാക്കൾ മാർക്സിസത്തെ ഫാഷിസമായി അവതരിപ്പിക്കുക എന്ന ചരിത്രവിരുദ്ധ തോന്ന്യാസത്തിലെത്തുകയും ചെയ്തു.

ഇറ്റലിയിലെ പാവനസഖ്യം

ഇറ്റലിയിൽ സോഷ്യലിസ്റ്റുകളുടെ ആസ്ഥാനമായിരുന്ന പ്രിഡാപ്പിയോ നഗരത്തിലാണ് മുസ്സോളിനി ജനിച്ചത്. സോഷ്യലിസ്റ്റും മതവിരോധിയും കൊല്ലപ്പണിക്കാരനും വിപ്ലവകാരിയുമായ അലസാൻ ഡ്രോ ആയിരുന്നു പിതാവ്. മെക്സിക്കോവിലെ പ്രസിഡന്റും സഭാവിരോധിയുമായിരുന്ന ബനിറ്റോ ജൂറെസിന്റെ പേരാണ് മുസ്സോളിനിയ്ക്ക് പിതാവ് നല്കിയത്. എന്നാൽ മുസ്സോളിനിയുടെ മാതാവ് റോസ തികഞ്ഞ മതവിശ്വാസിയായിരുന്നു. നിരീശ്വരവാദിയായിട്ടായിരുന്നു മുസ്സോളിനിയുടെ തുടക്കം. പുരോഹിതന്മാരെ കറുത്ത രോഗാണുക്കളെന്നും മാനവരാശിയെ അപകടപ്പെടുത്തുന്ന ക്ഷയരോഗാണുക്കളെന്നും വിശേഷിപ്പിച്ചിരുന്ന മുസ്സോളിനിയുടെ ആദ്യകാലരചനതന്നെ *ദൈവം നിലനില്ക്കുന്നില്ല* (*God does not exist*) എന്നതായിരുന്നു. സോഷ്യലിസ്റ്റു പാർട്ടിയിൽ ചേർന്ന മുസ്സോളിനി 1912ൽ സോഷ്യലിസ്റ്റുപത്രമായ *അവന്തിയുടെ* പത്രാധിപരായി. *The Cardinal's Mistress* എന്ന നോവലും പ്രസിദ്ധീകരിച്ചു. ഗ്രാംഷി മുസ്സോളിനിയോടൊപ്പം പത്രത്തിൽ പ്രവർത്തിച്ചിരുന്നു. പക്ഷേ, ആക്രമണോത്സുകരാഷ്ട്രീയത്തോടായിരുന്നു മുസ്സോളിനിക്ക് താല്പര്യം. 1914 ൽ ഒന്നാം ലോകയുദ്ധത്തിന് എതിരായ നിലപാടാണ് സോഷ്യലിസ്റ്റ്

പാർട്ടി സ്വീകരിച്ചത്. എന്നാൽ പാർട്ടി വിരുദ്ധ നിലപാട് സ്വീകരിച്ച മുസ്സോളിനിയെ പാർട്ടയിൽ നിന്നും പത്രത്തിൽനിന്നും പുറത്താക്കി. അതിന് ശേഷം പാർട്ടി വിരുദ്ധനായിത്തീർന്ന മുസ്സോളിനി സോഷ്യലിസ്റ്റുകളുടെ കൺകണ്ട ശത്രുവായി മാറി. ഭൂവുടമകളുടെയും യുദ്ധക്കൊതിയന്മാരായ മൂലധനക്കാരുടെയും പിൻതുണയോടെ *ഇറ്റാലിയൻ ജനത* എന്ന പത്രം ആരംഭിച്ചു (Il popolo d' Italia). 1919-ൽ ഫാഷിസ്റ്റ് ഗ്രൂപ്പുകളുടെ യോഗം വിളിച്ചു. തുടക്കത്തിൽ ചക്രവർത്തിക്കും സഭയ്ക്കും എതിരായ നിലപാടാണ് സ്വീകരിച്ചിരുന്നതെങ്കിലും ആദ്യത്തെ പാർലമെന്റ് തിരഞ്ഞെടുപ്പിലെ തോൽവിയോടെ നിലപാട് മാറ്റാൻ തുടങ്ങി.

1920-ൽ പോ വേലിയിൽ (Po Valley) സോഷ്യലിസ്റ്റുകൾ നടത്തിയ കർഷകസമരത്തെ നേരിടാൻ ഭൂവുടമകൾ ഫാഷിസ്റ്റുകളെ ഉപയോഗിച്ചു. കറുത്തകുപ്പായവും കറുത്ത തുർക്കിത്തൊപ്പിയും ധരിച്ച ഫാഷിസ്റ്റുകൾ ഇറ്റലിയുടെ ചരിത്രത്തിൽ ആദ്യമായി സർക്കാരിന്റെ അനുമതിയില്ലാതെ സമരത്തെ അടിച്ചമർത്തൽ നടത്തി. 1920-ൽ തന്നെ ബോലോംഗ്നയിൽ സോഷ്യലിസ്റ്റ് ഭരണകർത്താക്കൾ സത്യപ്രതിജ്ഞ ചെയ്ത ചടങ്ങിനെയും ഫാഷിസ്റ്റുകൾ ആക്രമിച്ചിരുന്നു. 1921 ൽ നടന്ന തിരഞ്ഞെടുപ്പിൽ സോഷ്യലിസ്റ്റുകൾക്ക് നേരെ വ്യാപകമായ ആക്രമണങ്ങൾ അഴിച്ചുവിട്ടു.

ഭൂവുടമകൾ വാഹനങ്ങളും ആയുധങ്ങളും നല്കി ഫാഷിസ്റ്റുകളെ സഹായിച്ചു. സോഷ്യലിസ്റ്റുപാർട്ടിയെ മാത്രമല്ല, കത്തോലിക്കാ സഭയുടെ സ്വന്തം പാർട്ടിയായ പോപ്പുലർ പാർട്ടിയെയും കത്തോലിക്കാ ആക്ഷൻ എന്ന സംഘടനയെയും തകർക്കാൻ ശ്രമിച്ചു. പ്രതിപക്ഷപ്പാർട്ടികളെ, പ്രത്യേകിച്ചും സോഷ്യലിസ്റ്റു പാർട്ടിയെയും പോപ്പുലർ പാർട്ടിയെയും അടിച്ചുതകർത്തു. കത്തോലിക്കാ പുരോഹിതന്മാരെയും സംഘടനകളെയും ഫാഷിസ്റ്റുകൾ ആക്രമിച്ചിരുന്നു. എന്നാൽ ഇറ്റലി ഒരു കത്തോലിക്കാ രാജ്യമായിരുന്നതിനാൽ കത്തോലിക്കരായ വോട്ടർമാരെ ആകർഷിക്കാൻ ഇറ്റലിയെ താനൊരു കത്തോലിക്കാരാഷ്ട്രമാക്കുമെന്ന് പാർലമെന്റിൽ മുസ്സോളിനി ഏകപക്ഷീയമായി പ്രഖ്യാപിച്ചു. കമ്യൂണിസ്റ്റുകളെയും സോഷ്യലിസ്റ്റുകളെയും ഇറ്റലിയിൽനിന്ന് തുടച്ചുനീക്കുമെന്നും.പോപ്പുലർ പാർട്ടിയും കത്തോലിക്കാസഭയും തുടക്കത്തിൽ സോഷ്യലിസ്റ്റുകളെ അടിച്ചമർത്തുന്നതിന് മുസ്സോളിനിയെ പിൻതുണച്ചു. എന്നാൽ ജനങ്ങൾക്കിടയിൽ കത്തോലിക്കാപാർട്ടിയുടെ സ്വാധീനം കുറയ്ക്കാൻ പുരോഹിതന്മാരെയും കത്തോലിക്കാ ക്ലബുകളെയും ആക്രമിച്ചുകൊണ്ടിരുന്നു. ആക്രമണങ്ങളിലൂടെ വത്തിക്കാനെ വരുതിയിൽ കൊണ്ടുവരികയായിരുന്നു മുസ്സോളിനിയുടെ ലക്ഷ്യം. തനിക്ക് മാത്രമേ ആക്രമണങ്ങളെ തടയാൻ കഴിയുകയുള്ളൂവെന്നും തന്റെ രക്ഷകസ്ഥാനം അംഗീകരിക്കുകയാണ് ഉത്തമമാർഗമെന്നും ബോധ്യപ്പെടുത്തുകയായിരുന്നു മുസ്സോളി

നി ചെയ്തത്.പോപ്പ് പയസ് XI കത്തോലിക്കരുടെ പോപ്പുലർ പാർട്ടിയോട് വലിയ മമത കാണിക്കാതെയായി.പോപ്പ് ജനാധിപത്യത്തിനും ലിബറലിസത്തിനും സോഷ്യലിസത്തിനും എതിരായിരുന്നതിനാൽ ഇറ്റലിയെ അവയിൽ നിന്നും രക്ഷിക്കാൻവന്ന മുസ്സോളിനിയെ അർദ്ധമനസ്സോടെ അംഗീകരിക്കാൻ തയ്യാറായി. മുസ്സോളിനിക്ക് എതിരെ പോപ്പുലർ പാർട്ടിയെ പിന്തുണച്ചാൽ സഭയുടെ നേരെയുള്ള ഫാഷിസ്റ്റുകളുടെ ആക്രമണത്തിന് ശക്തികൂട്ടുകയേയുള്ളൂ എന്ന് പോപ്പിന് അറിയാമായിരുന്നു. 1922 ഒക്ടോബർ 2-ന് വത്തിക്കാൻ സെക്രട്ടറി ഇറ്റലിയിലെ പുരോഹിതന്മാർ പോപ്പുലർ പാർട്ടിയുമായി സഹകരിക്കേണ്ടതില്ലെന്ന് അറിയിച്ചു. കത്തോലിക്കാസഭയുടെ സവിശേഷാധികാരങ്ങളിൽ പലതും പുനഃസ്ഥാപിക്കുമെന്ന് മുസ്സോളിനി പ്രഖ്യാപിച്ചു. കാർദ്ദിനാൾ ഗാസ്പാരി മുസ്സോളിനി നല്ലൊരു കത്തോലിക്കനാണെന്ന് സാക്ഷ്യപ്പെടുത്തി. പോപ്പ് പയസ് XI ഒരു തികഞ്ഞ സേച്ഛാധികാരിയും പരമാധികാര സ്വഭാവക്കാരനും ആയിരുന്നതുകൊണ്ടുതന്നെ മുസ്സോളിനിയെ പിൻതുണയ്ക്കാനുള്ള പോപ്പിന്റെ തീരുമാനം സഭയിലുള്ള മിക്കപേരെയും അമ്പരപ്പിച്ചു. ഫാഷിസം സഭയ്ക്ക് എതിരാണ്എന്ന വിശ്വാസക്കാരനായ ഫാദർ എറികോ റോസ്സായായിരുന്നു കത്തോലിക്കാ പത്രമായ *'ലാ സിവിറ്റാ കത്തോലിക്കാ*യുടെ പത്രാധിപർ. പഴയ ലിബറലിസ്റ്റുകളും നാട്ടിൻപുറത്തെ ഭ്രവുടമകളും ധനികരായ വ്യവസായികളും അവസരവാദികളായ പത്രക്കാരും കുഴലൂത്തുകാരായ രാഷ്ട്രീയക്കാരും ചേർന്നതാണ് ഫാഷിസ്റ്റു രാഷ്ട്രീയക്കൂട്ടമെന്ന് ഫാദർറോസ്സോ തുറന്ന് എഴുതി. പോപ്പ് ഫാഷിസ്റ്റുവിരുദ്ധ വിമർശനം നിറുത്താൻ റോസ്സോവിനോട് ആവശ്യപ്പെട്ടു.

ഭരണകൂടവും സഭയും തമ്മിലുള്ള സംഘർഷം അവസാനിപ്പിക്കാൻ വത്തിക്കാൻ സെക്രട്ടറി പീട്രോ ഗാസ്പാരിയെ നിയോഗിച്ചു. കത്തോലിക്കാ പത്രം മുസ്സോളിനിക്ക് സ്തുതിയും ബോൾഷേവിക്കുകൾക്ക് നിന്ദയുമായി പുറത്ത് വരാൻ തുടങ്ങി. മുസ്സോളിനിക്ക് നിരുപാധികം പിൻതുണ നല്കണം എന്ന നിർദ്ദേശത്തെ നിരസിച്ചുകൊണ്ട് പോപ്പുലർ പാർട്ടിയുടെ സ്ഥാപകനേതാവുകൂടിയായ ഫാദർ ഡോൺ ലൂഗി സ്റ്റർസോ സ്ഥാനമാനങ്ങൾ രാജിവെച്ചു. മുസ്സോളിനി ക്രിസ്ത്യൻ മൂല്യങ്ങൾക്ക് എതിരാണെന്ന സ്റ്റർസോയുടെ നിലപാട് പോപ്പ് അംഗീകരിച്ചില്ല. പോപ്പുലർ പാർട്ടിയുടെ മറ്റൊരു നേതാവായ ഫാദർ ഗിയോവന്നി മിൻസോനിയെ ഫാഷിസ്റ്റുഗുണ്ടകൾ രാത്രിയിൽ തല്ലിക്കൊന്നു. പോപ്പ് കൊലയോട് പ്രതികരിച്ചില്ല.ഫാദർ ഡോൺ സ്റ്റർസോ പോപ്പിനോട് യോജിച്ചുപോകാൻ കഴിയാത്തതിനാൽ ഇറ്റലിവിട്ടു പോയി.

മുസ്സോളിനി കമ്യൂണിസ്റ്റുമുന്നേറ്റത്തെ ചെറുക്കുമെന്നും ഇറ്റലിയെ ശക്തിപ്പെടുത്തി സഭയുടെ പഴയ പ്രതാപം വീണ്ടെടുക്കുമെന്നും പോപ്പ് വിശ്വസിച്ചു. ആക്രമണത്തിലൂടെ സമ്മർദ്ദവും പാരിതോഷികദാനങ്ങ

ളും എന്ന നയമാണ് മുസ്സോളിനി സ്വീകരിച്ചത്. പോപ്പിനും സഭയ്ക്കും എതിരെ വിമർശനം നടത്തുന്ന പത്രങ്ങൾക്ക് എതിരേ കേസ്സെടുത്തു. സഭ അംഗീകരിച്ച പാഠ്യപദ്ധതി മാത്രമേ നടപ്പിലാക്കൂ എന്ന് ഉറപ്പുകൊടുത്തു. ചൂതാട്ടകേന്ദ്രങ്ങൾ സഭയ്ക്ക് വേണ്ടി അടച്ചുപൂട്ടി. വിവാഹമോചനത്തെ അസാധുവാക്കി. സഭയുടെ അവധിദിവസങ്ങളെ പൊതു അവധിയാക്കി മാറ്റി. അങ്ങനെ പോപ്പിന്റെ അംഗീകാരം സൂത്രത്തിൽ മുസ്സോളിനി നേടിയെടുത്തു. 1924-ലെ ഇലക്ഷനിൽ കത്തോലിക്കസഭ പിൻതുണനല്കി. ഫാഷിസ്റ്റുകൾ എതിർകക്ഷിക്കാരെയും അവരുടെ വോട്ടർമാരെയും അടിച്ചോടിച്ചു. പത്രസ്ഥാപനങ്ങൾ തകർത്തു. സഭയും സ്വന്തം പത്രം അടച്ചുപൂട്ടി. അടുത്തതവണ ഓരോരുത്തർക്കുംവേണ്ടി താൻ വോട്ടുചെയ്യുമെന്ന് മുസ്സോളിനി പ്രഖ്യാപിച്ചു

മുസ്സോളിനിയുടെ റാസ്പ്പുട്ടിൻ

പോപ്പിന്റെ പ്രീതി സമ്പാദിക്കാൻ മുസ്സോളിനി തന്റെ കുടുംബത്തെ ജ്ഞാനസ്നാനം ചെയ്യിച്ചു. പോപ്പിനും മുസ്സോളിനിക്കും ഇടയിലെ മധ്യസ്ഥനായിരുന്ന ഫാദർ ടാച്ചി വെന്റുറിയെ ഒരു ജർമ്മൻ പത്രം മുസ്സോളിനിയുടെ റാസ്പ്പുട്ടിൻ എന്ന് വിശേഷിപ്പിച്ചു. ലോകത്തിലെ എല്ലാ വിപ്ലവങ്ങൾക്കും കമ്യൂണിസത്തിനും കാരണക്കാർ ജൂതന്മാരാണെന്നും ലോകത്തെ ഇല്ലാതാക്കലാണ് അവരുടെ ലക്ഷ്യമെന്നും ഈ പുരോഹിതൻ വാദിച്ചിരുന്നു. പുരോഹിതന്മാരുടെ ഫാഷിസ്റ്റുവിഭാഗത്തിന്റെ നായകനായിരുന്ന ഫാദർ ടാച്ചി വെന്റുറി വത്തിക്കാൻ – ഫാഷിസ്റ്റുസഖ്യത്തിന്റെ പ്രധാനശില്പിയായിരുന്നു. താൻ നല്ലൊരു ജസ്യൂട്ടുഫാഷിസ്റ്റാണെന്ന് ടാച്ചിവെന്റുറി അവകാശപ്പെട്ടിരുന്നു. (a good Jesuit and a good fascist). വത്തിക്കാനിൽ മുസ്സോളിനിയുടെ ചാരന്മാരായി ഉണ്ടായിരുന്ന പുരോഹിതന്മാരിൽ പ്രമുഖനായിരുന്നു ഫാദർ എൻ റിക്കോ പൂച്ചി. തന്റെ ഫാഷിസറ്റുസ്വേച്ഛാധിപത്യത്തിനും ക്രൂരതകൾക്കും സഭയുടെ മതപരമായ അംഗീകാരവും സാധൂകരണവും മുസ്സോളിനി പാർശ്വവർത്തികളായ പുരോഹിതന്മാരെ ഉപയോഗിച്ച് നേടിയെടുത്തു. മുസ്സോളിനി ദൈവത്താൽ നിയോഗിക്കപ്പെട്ടവനും സുരക്ഷിതനുമാണെന്ന് കർദ്ദിനാൾ മെരി ഡെൽ വാൾ പറഞ്ഞു.

സഭയുടെ കീഴിലുള്ള സന്നദ്ധസംഘടനയായിരുന്ന കത്തോലിക്കാ ആക്ഷൻ ഗ്രൂപ്പ്. മുസ്സോളിനി എട്ടുവയസ്സിനും പതിന്നാലുവയസ്സിനും ഇടയ്ക്കുള്ള കുട്ടികളെ പരിശീലിപ്പിക്കാൻ വേണ്ടി ഓപ്പറ നാഷണലേ ബാലില്ലാ എന്ന സംഘം രൂപീകരിച്ചു.ചെറിയ പെൺകുട്ടികൾക്ക് വേണ്ടിയും യുവതികൾക്ക് വേണ്ടിയും സംഘടനകൾ രൂപീകരിച്ചത് പോപ്പിനെ ശുണ്ഠിപിടിപ്പിച്ചു. പെൺകുട്ടികൾ തോളിൽ തോക്കുമേന്തി മാർച്ച് ചെയ്യുന്നത്

പോപ്പിന് അരോചകമായിട്ടാണ് തോന്നിയത്. എങ്കിലും മുസ്സോളിനിയുമായി കരാറുകൾ ഉണ്ടാക്കുന്നതിൽ നിന്നും പോപ്പ് പിന്മാറിയിരുന്നില്ല. അധികാരത്തർക്കങ്ങൾ ഇരുകൂട്ടരും മനസ്സിൽ സൂക്ഷിച്ചിരുന്നു. രാജ്യത്തിന്റെ നിയമങ്ങൾക്ക് കീഴിലാണ് സഭയെന്നും പലസ്തീനിൽ ജനിച്ച മതം കത്തോലിക്കാമതമായിത്തീർന്നത് റോമിലാണെന്നും അതുകൊണ്ട് രാഷ്ട്രം കാത്തലിക് എന്നപോലെ ഫാഷിസ്റ്റുമാണെന്നായിരുന്നു മുസ്സോളിനിയുടെ വാദം. ഇറ്റലി അകത്തും പുറത്തും ഫാഷിസ്റ്റാണ്. എന്നാൽ മുസ്സോളിനി സൂപ്പർ പവർ ചമയുന്നത് പോപ്പിന് അത്ര രുചിച്ചിരുന്നില്ല. ഫാഷിസത്തെ പൗരമതവും രാഷ്ട്രീയമതവുമായി ചിത്രീകരിച്ച മുസ്സോളിനിയുടെ അനുയായികൾ ദൈവത്തിൽ വിശ്വസിക്കുന്നതുപോലെ മുസ്സോളിനിയിൽ വിശ്വസിക്കാനും ആവശ്യപ്പെട്ടിരുന്നു. മതത്തിൽ പോപ്പും രാഷ്ട്രീയത്തിൽ മുസ്സോളിനിയും ചോദ്യം ചെയ്യപ്പെടാത്ത ബിംബങ്ങളായിരിക്കണമെന്ന് ഫാഷിസ്റ്റ് നേതാവ് ഒഗസ്റ്റോ തുറാത്തി പറഞ്ഞു. ഫ്രാൻസസ്കോ പാസ്സെല്ലിയെന്ന ഫാഷിസ്റ്റ് പുരോഹിതനെ സെക്രട്ടറി ഓഫ് സ്റ്റേറ്റായി പോപ്പ് നിയമിച്ചെങ്കിലും തന്റെ അധികാരങ്ങൾ ദൈവദത്തമെന്ന വിചാരത്താൽ മുസ്സോളിനിയെ സംശയത്തിന്റെ നിഴലിലാണ് പോപ്പ് നിറുത്തിയിരുന്നത്.മുസ്സോളിനിയും താഴ്ന്നുകൊടുക്കാൻ തയ്യാറായിരുന്നില്ല. 1932-ൽ പോപ്പിനെ സന്ദർശിച്ച മുസ്സോളിനി സാധാരണ ഭരണകർത്താക്കൾ ചെയ്യുന്നതുപോലെ പോപ്പിനെ കുമ്പിടുകയോ മോതിരവിരലിൽ മുത്തമിടുകയോ ചെയ്തില്ല. പ്രൊട്ടസ്റ്റന്റ് മതക്കാർക്ക് എതിരെ ശക്തമായ നടപടികൾ വേണമെന്ന ആവശ്യമാണ് പോപ്പ് ഉന്നയിച്ചത്. ജൂതരെക്കാൾ അപകടകാരികൾ അവരാണ്. ലിബറലിസവും ജനാധിപത്യവുമെല്ലാം പ്രൊട്ടസ്റ്റന്റുകാരുടെ നിർമ്മിതികളായതിനാൽ അവരാണ് ഇറ്റലിയുടെ ശത്രുക്കൾ. 1934-ൽ പോപ്പിന്റെ സമ്മർദ്ദം കാരണം പ്രൊട്ടസ്റ്റൻറുകാരുടെ സ്വകാര്യയോഗങ്ങൾപോലും മുസ്സോളിനി നിരോധിച്ചു. എന്നാൽ പോപ്പിന് ജൂതന്മാരോട് അത്രയേറെ ശത്രുത ഉണ്ടായിരുന്നില്ല. യേശുക്രിസ്തു ജൂതവംശജനാകയാൽ ജൂതന്മാരിൽനിന്നാണ് ക്രിസ്ത്യാനികൾ ഉണ്ടായത്. അതുകൊണ്ട് ഹിറ്റ്ലറുടെ ജൂതവേട്ട തടയാൻ നിർദ്ദേശം നല്കണമെന്ന് പോപ്പ് ആവശ്യപ്പെട്ടപ്പോൾ മുസ്സോളിനി ഒഴിഞ്ഞു മാറുകയാണുണ്ടായത്. ഹിറ്റ്ലർ കത്തോലിക്കരെയും ക്രൂരമായി വേട്ടയാടിത്തുടങ്ങിയതാണ് പോപ്പിന്റെ മനംമാറ്റത്തിന് കാരണം. ജൂതന്മാർ ക്രിസ്തുമതത്തിൽ ചേർന്നാൽ അവർ ജൂതന്മാരല്ല, ക്രിസ്ത്യാനികളാണ്. എന്നാൽ ഹിറ്റ്ലർ ജൂതക്രിസ്ത്യാനികളെയുംകോൺസെൻട്രേഷൻ ക്യാമ്പിലേയ്ക്ക് അയച്ചിരുന്നു.

1939-ൽ പയസ് XI അന്തരിച്ചു. പോപ്പിന്റെ ശരീരം കാണാൻ മുസ്സോളിനി പോയില്ല. മുസ്സോളിനിയുടെ ചങ്ങാതിയായ ഫ്രാൻസ്സകോ

പാസെല്ലി പുതിയ പോപ്പായി (Pius XII) സ്ഥാനാരോഹണം ചെയ്തു. ഫാഷിസത്തിന്റെ സ്തുതിപാഠകനും കറകളഞ്ഞ പിൻതുണക്കാരനുമായിരുന്നു പുതിയ പോപ്പ്. കത്തോലിക്കാസഭ പുതിയ പോപ്പിന്റെ നേതൃത്വത്തിൽ വംശീയനയങ്ങൾക്ക് പിന്തുണ നല്കി. മുസ്സോളിനിയുടെ ആക്രമണത്വരയോടൊപ്പം നിന്നു. 1943 സെപ്തംബർ 10-ന് നാസികൾ റോമിലെത്തി ജൂതന്മാരെ പിടികൂടിയപ്പോൾ വത്തിക്കാൻ നിശ്ശബ്ദത പാലിച്ചു. ഇറ്റലിയിൽനിന്നും പിടികൂടിയ ജൂതന്മാരെ നാസികൾ ഓഷ് വിറ്റ്സിലേയ്ക്ക് കൊണ്ടുപോയി. ഫാഷിസ്റ്റുഭരണത്തെ കമ്യൂണിസ്റ്റുവിരോധത്തിന്റെ പേരിൽ നിലനിർത്താനും വിശ്വാസികൾക്കിടയിൽ സ്വീകാര്യമാക്കാനുംവത്തിക്കാൻശ്രമിക്കുകയും ഫാഷിസം മതവിരുദ്ധമാണ് എന്ന് പറഞ്ഞ പുരോഹിതന്മാരെനിശ്ശബ്ദരാക്കുകയും നിരസിക്കുകയുമാണ് പോപ്പ് ചെയ്തത്. അതിന് എക്കാലത്തും വലിയ വിലയാണ് സഭ കൊടുക്കേണ്ടിവരുന്നത്. ആധുനികകാലത്ത് ഫാഷിസത്തെ അപഗ്രഥിച്ച ഏണസ്റ്റ് നോൾട്ടെ (1923–2016)എന്ന ജർമ്മൻ ചരിത്രകാരൻ രേഖപ്പെടുത്തിയത് ഇങ്ങനെയാണ്. മാർക്സിസ്റ്റുവിരുദ്ധതയിൽനിന്നാണ് ഫാഷിസം ഉടലെടുത്തത്. മാർക്സിസവും റഷ്യൻ വിപ്ലവവുംഇല്ലാതിരുന്നുവെങ്കിൽ ഫാഷിസം ഉണ്ടാകുമായിരുന്നില്ല. നോൾട്ടെയുടെ നിഗമനത്തെ ചരിത്രം ശരിവെയ്ക്കുന്നുണ്ട്. യൂറോപ്പിനെ ബാധിച്ച ഭൂതത്തെ ഉച്ചാടനം ചെയ്യാനുണ്ടായ തീവ്രവലതുപക്ഷകൂട്ടായ്മയെ *കമ്യൂണിസ്റ്റ് മാനിഫെസ്റ്റോ* സാക്ഷ്യപ്പെടുത്തിയിരുന്നു. ഇത് ഇന്നും പുതുരൂപങ്ങളിൽ, പുതുരീതിശാസ്ത്രങ്ങളിൽ തുടരുകയാണ്, ഇന്ത്യയിൽ അത് ഭരണഘടനാനുസൃത ഫാഷിസമായിട്ടാണ് (Constitutional Fascism) പ്രത്യക്ഷപ്പെടുന്നത്. ഭരണഘടനയും ജനാധിപത്യവും നിലനിർത്തിക്കൊണ്ട് ഫാഷിസം കയറിവരുന്നു. മതങ്ങളും മതപുരോഹിതന്മാരും ഇടതുപക്ഷ-ജനാധിപത്യരാഷ്ട്രീയത്തെ മോചനമാർഗമായികാണാതെ ഇറ്റലിയിലെന്നപോലെ അതിനെ നിശ്ശബ്ദം സ്വാഗതം ചെയ്യുകയാണ്.

അവലംബം – David. I. Kertzer - *The Pope and Mussolini.*

കമ്യൂണിസ്റ്റ് ഭൂതഭയവും ഫാഷിസവും

ജർമ്മൻകാരായ മാർക്സും എംഗൽസും രാഷ്ട്രീയമായി എഴുതിയതും പോരാടിയതും മുഖ്യമായും ഫ്യൂഡൽ നാട്ടുവാഴിത്ത ഭരണത്തിന് എതിരായിട്ടാണ്. ക്ലെമന്റ മെറ്റർ നിഹിന്റെ ആസ്ട്രിയയും ബിസ്മാർക്കിന്റെ ജർമ്മനിയും അതിതീവ്ര വലതുപക്ഷത്തിന്റെ കേളീരംഗമായിരുന്നു.ജർമ്മനിയുടെ പോലീസ് ചാരന്മാർ ഇംഗ്ലണ്ടിൽപോലും മാർക്സിനെ പിൻതുടർന്ന് നിരീക്ഷിച്ചിരുന്നു. ഹിറ്റ്ലറുടെ ഭരണത്തിൻ കീഴിൽ രൂപംകൊണ്ട ഗസ്റ്റപ്പോയുടെ പൂർവരൂപമായിരുന്ന മാർക്സിന്റെ കാലത്തെ ജർമ്മൻ രഹസ്യ പോലീസ് ചാരന്മാർ.

ഫ്രഞ്ചുവിപ്ലവവും റഷ്യൻ വിപ്ലവവും ജൂതന്മാരുടെ നിർമ്മിതികളാണെന്ന് പ്രഖ്യാപിച്ചുകൊണ്ടാണ് ഹിറ്റ്ലർ കമ്യൂണിസ്റ്റുകളെയും ജൂതന്മാരെയും വേട്ടയാടിയത്. രണ്ടുകൂട്ടരെയും ജർമ്മനിയിൽ നിന്നും വേരോടെ പിഴുതെറിയുമെന്ന് ഹിറ്റ്ലർ പറഞ്ഞു. ഒന്നാം ലോകയുദ്ധത്തിന് കാരണക്കാർ ജൂതന്മാരാണെന്നും അതുകൊണ്ട് അവർ അന്താരാഷ്ട്രകുറ്റവാളികളാണെന്നും ഹിറ്റ്ലർ ആരോപിച്ചു. ജനാധിപത്യം, മാനവികത, കമ്യൂണിസം, ലിബറലിസം, സാർവദേശീയത തുടങ്ങിയ ആശയങ്ങൾ ജൂതനിർമ്മിതികളാണ്.അത്തരം ആശയങ്ങൾ ജർമ്മൻ ജനതയെ വിഷലിപ്തമാക്കിയിരിക്കുന്നതിനാൽ കമ്യൂണിസ്റ്റുകളെയും ജൂതന്മാരെയും ഉന്മൂലനാശം (Final solution)വരുത്തുകയാണ് ഭരണലക്ഷ്യം.അവർ ലോകസംസ്കാരകുറ്റവാളികളാണ്. (Criminals of World Culture.)കഴിഞ്ഞ നാല്പതുവർഷമായി ബോൾഷേവിസം ജർമ്മനിയെ തകർക്കുകയായിരുന്നു. അതുകൊണ്ട് അതിനെ നശിപ്പിക്കുകയാണ് തന്റെ കർത്തവ്യമെ

ന്ന് ഹിറ്റ്ലർ പ്രഖ്യാപിച്ചു. "I regard it as my task before posterity of destroy Marxism, and that is no empty Phrase but a solemn oath which I shall perform as long as I live ..... This is for us no fight which can be finished by a compromise . We see in Marxism the enemy of our people which we shall root out and destroy without mercy." (Norman H. Baynes – *The Speeches of Adolf Hitler*, page. 667)

ബോൾഷേവിസത്തിൽനിന്നും യൂറോപ്പിനെയും ജർമ്മനിയെയും രക്ഷിക്കുകയാണ് തന്റെ കടമയെന്ന് ഹിറ്റ്ലർ ലോകരാഷ്ട്രങ്ങളോട് പറഞ്ഞു. അതുകൊണ്ട് ജൂതകമ്യൂണിസ്റ്റുകളെ വകവരുത്തുന്നു എന്ന നാട്യത്തിൽ ജൂതവംശത്തെ കൊന്നൊടുക്കിത്തുടങ്ങിയപ്പോൾ ലോകരാഷ്ട്രങ്ങളും മാർപാപ്പയും നിശ്ശബ്ദത പാലിച്ചു. വിൻസ്റ്റൺ ചർച്ചിൽ ഹിറ്റ്ലറെ അഭിനന്ദിച്ചു. 1934-ൽ ഹിറ്റ്ലർ പ്രഖ്യാപിച്ചു, ജർമ്മനിയിൽ ഇനിയൊരിക്കലും മാർക്സിസം ഉണ്ടായിരിക്കില്ലെന്ന് (Marxism in Germany exists no longer).

ഏതു രീതിയിലുള്ള ആയുധം കൊണ്ടും കമ്യൂണിസത്തെ നേരിടും. പ്രചാരണത്തെ പ്രചാരണംകൊണ്ടും ഭീകരതയെ ഭീകരതകൊണ്ടും അക്രമത്തെ അക്രമം കൊണ്ടും എതിരിടും. സോവിയറ്റ് സോഷ്യലിസ്റ്റ് റിപ്പബ്ലിക് എന്നതിന് പകരം ജർമ്മനിയിൽ നാഷണൽ സോഷ്യലിസ്റ്റ് സ്റ്റേറ്റ് എന്ന സങ്കല്പം അവതരിപ്പിച്ചു.ആര്യവംശീയതയിലും ജർമ്മൻ മണ്ണിലുമുള്ള (blood and soil)സമത്വമാണ് നാഷണൽ സോഷ്യലിസം. ബോൾഷേവിക്കുകൾ സ്വകാര്യസ്വത്തില്ലാതാക്കി തൊഴിലാളിവർഗ സർവാധിപത്യമെന്ന ലോകസാമ്രാജ്യം (World empire) കൊണ്ടുവരാനാണ് ശ്രമിക്കുന്നത്. എന്നാൽ നാസിസം സ്വകാര്യസ്വത്തിലൂടെ ജർമ്മൻ ദേശീയതയെ ശക്തിപ്പെടുത്തുന്നു. ജർമ്മനിക്ക് ജനാധിപത്യത്തിൽ താല്പര്യമില്ലെന്ന് ഹിറ്റ്ലർ പ്രഖ്യാപിച്ചു. ജർമ്മനിയുടെ ആജന്മശത്രുവായ സോവിയറ്റു യൂണിയനിൽ 98%ഉദ്യോഗസ്ഥന്മാരും ജൂതന്മാരാണ്. അതു കൊണ്ട് സോവിയറ്റു യൂണിയൻ ജൂതസോവിയറ്റാണ്.

സോവിയറ്റു യൂണിയനിൽ ഉയർന്നുനില്ക്കുന്ന നക്ഷത്രം ദാവീദിന്റെ നക്ഷത്രമാണെന്ന് (Star of David) ഹിറ്റ്ലർ പരിഹസിച്ചു. കമ്യൂണിസ്റ്റു ഭൂതഭയം തലയ്ക്ക് പിടിച്ച യൂറോപ്യൻ രാജ്യങ്ങൾ ഹിറ്റ്ലർ സോവിയറ്റ് യൂണിയനെ ആക്രമിക്കുന്നത് ഗൂഢസ്മിതത്തോടെ നോക്കി നിന്നു. സോവിയറ്റ് യൂണിയന് പുറത്തുള്ള കമ്യൂണിസ്റ്റു നേതാക്കളിൽ ദിമിത്രോവിനോടായിരുന്നു ഹിറ്റ്ലർക്ക് ഏറെവിദ്വേഷം. ബർലിനിൽ ഒരു ബോൾഷേവിക് വിപ്ലവം നടത്താനാണ് ബൾഗേറിയക്കാരനായ ദിമിത്രോവ് ജർമ്മനിയിലെത്തിയത് എന്ന് ആരോപിച്ച് റീഖ് തീവെയ്പ്പ് കേസ്സിൽ ദിമിത്രോവിനെയും നാസികൾ പ്രതിയാക്കിയിരുന്നു. ലോകത്തിലെ

ഏറ്റവും വലിയ ശത്രുവും ഭീഷണിയുമായി ഹിറ്റ്ലർ കണ്ടത് ബോൾഷെവിക്കുകളെയാണ്.ക്രിസ്തീയതയ്ക്കും മുഹമ്മദനിസത്തിനും ശേഷം ലോകത്തെ ആഴത്തിൽ സ്വാധീനിക്കുന്നതാണ് ബോൾഷേവിസം. കമ്യൂണിസ്റ്റുകൾ കടന്നുവരുന്നത് ജനാധിപത്യത്തിലൂടെ ജനസ്വീകാര്യത നേടിക്കൊണ്ടാണ്. അതുകൊണ്ട് കമ്യൂണിസ്റ്റുകളെ തകർക്കുന്നതിന്റെ ഭാഗമായി ജനാധിപത്യത്തെയും തകർക്കുക, അതായിരുന്നു ഹിറ്റ്ലറുടെ നിലപാട്.ജർമ്മൻ സമൂഹത്തിൽ പടർന്ന ജൂത-ബോൾഷേവിക് വിഷങ്ങൾക്കുള്ള പ്രതിരോധശക്തിയാണ് നാസിസം. അതിലൂടെ ജർമ്മൻ സമൂഹം ഇമ്മ്യൂണിറ്റി നേടിക്കഴിഞ്ഞതായി ഹിറ്റ്ലർ പ്രഖ്യാപിച്ചു.ജൂതന്മാരെ മുഴുവൻ കൊന്നൊടുക്കുന്നതോടെ ജൂതന്മാരുടെ ലോകവിപ്ലവത്തെ (Jewish world revolution)എന്നെന്നേയ്ക്കുമായി ജർമ്മനി ഇല്ലായ്മ ചെയ്യും. ലോകത്തിലെ 90%ബുദ്ധിജീവികളും ജൂതന്മാരാകയാൽ തനിക്ക് ബുദ്ധിജീവികളെ ആവശ്യമില്ലയെന്ന് ഹിറ്റ്ലർ പറഞ്ഞു.ജർമ്മൻസർവകലാശാലകളിൽ നിന്നും ജൂതന്മാരായ ബുദ്ധിജീവികളെയും ശാസ്ത്രജ്ഞരെയും പൂർണ്ണമായും ഒഴിവാക്കി. അവരുടെ രചനകൾ നിരോധിച്ചു.ലോകത്തെങ്ങുമുള്ള കമ്യൂണിസ്റ്റുപാർട്ടികൾ ജൂതന്മാരുടെ ഗൂഢാലോചനാസംഘങ്ങളാകയാൽ ബോൾഷേവിക് പ്ലേഗ് തടയാൻ ജൂതന്മാർ രക്ഷപ്പെട്ടുകൂടാ. അതിന് വേണ്ടിയുള്ളതായിരുന്നു ഗ്യാസ്ചേമ്പറുകൾ.സോവിയറ്റ് ഭരണത്തെ അപരിഷ്കൃത ജൂതബോൾഷേവിക് സാർവദേശീയ ക്രിമിനൽ സംഘം (Uncivilized Jewish Bolshevist International gang of criminals) എന്ന് വിശേഷിപ്പിച്ചുകൊണ്ടാണ് സോവിയറ്റ് യൂണിയനെ തകർക്കാൻ യുദ്ധം ആരംഭിച്ചത്. സോവിയറ്റ്യൂണിയൻ വഴി കമ്യൂണിസം ലോകത്ത് വ്യാപിക്കരുത്. "To day we will keep strict watch and ward that never again shall such a danger come upon Germany, (Speeches..., page 711).

ഹിറ്റ്ലർക്ക് സഭയുടെ പിൻതുണ

കമ്യൂണിസ്റ്റുഭ്രതത്തെ വേട്ടയാടുന്നതിനെ കത്തോലിക്ക-പ്രൊട്ടസ്റ്റന്റ് സഭകൾ ഹിറ്റ്ലറെ അകമഴിഞ്ഞ് പിൻതുണച്ചു. അതിൽ ലോകപ്രസിദ്ധനായിത്തീർന്ന പുരോഹിതനാണ് ഫ്രെഡറിക് ഗുസ്താവ് എമിൽ മാർട്ടിൻ നീമോളർ.(1892–1982). ലൂതർപുരോഹിതനായിരുന്ന നീമോളർ കടുത്ത കമ്യൂണിസ്റ്റുവിരുദ്ധനും ജൂതവിരോധിയുമായിരുന്നു. കുമ്പസാരസഭയുടെ സ്ഥാപകനായിരുന്ന നീമോളർ ലൂതർ പുരോഹിത കുടുംബജാതനും രാജകീയ നാവികസൈന്യത്തിൽ പടയാളിയുമായിരുന്നു. ഒന്നാംലോകയുദ്ധത്തിൽ പങ്കെടുത്തതിന് ശേഷമാണ് മതപ്രചാരണത്തിന് ജീവിതം സമർപ്പിച്ചത്. വെയ്മർ റിപ്പബ്ലിക്കിന്റെയും ജനാധിപത്യവ്യവസ്ഥയുടെ

യും ശത്രുവായ നീമോളർ തകർന്നുകൊണ്ടിരുന്ന ജർമ്മൻ സമൂഹത്തെ സുവിശേഷപ്രചാരണത്തിലൂടെ ഉദ്ധരിക്കാമെന്ന് വിശ്വസിച്ചു. അതോടൊപ്പം റോസാ ലെക്സംബർഗിനെയും മറ്റും കൊലചെയ്ത ഫ്രീകോർപ്സിന്റെ സഹകാരി കൂടിയായിരുന്നു. പ്രൊട്ടസ്റ്റന്റ് പുരോഹിതന്മാർ പൊതുവേ തനി യാഥാസ്ഥിതികരും ഭരണകൂടാനുകൂലികളുമായതിനാൽ ഹിറ്റ്ലർ അധികാരത്തിലെത്തിയപ്പോൾത്തന്നെ നാസിസത്തിന്റെ പിൻതുണക്കാരായി അവർ മാറിയിരുന്നു. ക്രിസ്തുവിന്റെ കൊലയാളിവർഗമായി ജൂതന്മാരെ ചിത്രീകരിച്ചിരുന്നതിനാൽ ജൂതവേട്ടയെയും അനുകൂലിച്ചിരുന്നു. 1917-ലെ റഷ്യൻവിപ്ലവം കത്തോലിക്കസഭയിൽ പഴയ കമ്യൂണിസ്റ്റു ഭൂതഭയത്തെ ഉദ്ദീപിപ്പിച്ചു. ജൂതന്മാർ കമ്യൂണിസ്റ്റുകളാണെന്ന ഹിറ്റ്ലറുടെ പ്രചാരണവും ജൂതകമ്യൂണിസ്റ്റ് നാടാണ് റഷ്യയെന്ന ആരോപണവും ഹിറ്റ്ലറെ പിൻതുണയ്ക്കാൻ കത്തോലിക്കസഭയെയും പ്രേരിപ്പിച്ചു. കമ്യൂണിസമെന്ന നാസ്തികമതത്തെ വേരോടെ പിഴുതെറിയുമെന്ന ഹിറ്റ്ലറുടെ പ്രസംഗങ്ങൾ സഭകളെയും ആവേശം കൊള്ളിച്ചു.

1935-ൽ ജൂതന്മാരുടെ പൗരത്വം റദ്ദാക്കിക്കൊണ്ടുള്ള ന്യൂറംബർഗ് നിയമം നിലവിൽ വന്നതോടെ അത് ജൂതക്രിസ്ത്യാനികൾക്കും ബാധകമായിത്തീർന്നു. അത് സഭകളെ അലസോരപ്പെടുത്തി. ഗീബൽസ് തന്റെ പത്രമായ *ദെർ ആൻഗ്രീഫിൽ* എഴുതി."തടങ്കൽപാളയത്തിൽ പോകാൻ ഭയമില്ലാത്തവർക്ക് വിമർശനം അനുവദിക്കപ്പെട്ടിരിക്കുന്നു."

കമ്യൂണിസ്റ്റുകാരെയും ട്രേഡ് യൂണിയൻ പ്രവർത്തകരെയും സോഷ്യൽ ഡെമോക്രാറ്റുകളെയും കൊന്നൊടുക്കുന്നതിൽ നിശ്ശബ്ദത പാലിച്ച മാർട്ടിൻ നീമോളർ ഹിറ്റ്ലർ സഭകൾക്ക് നേരെ തിരിഞ്ഞപ്പോൾ മൗനം വെടിഞ്ഞു.

ഇതിനിടയിൽ ഹിറ്റ്ലർ ക്രിസ്തുമതത്തിന് എതിരെ ശക്തമായ നിലപാടുകൾ സ്വീകരിച്ചു കഴിഞ്ഞിരുന്നു. കത്തോലിക്കാ കുടുംബത്തിൽ ജനിച്ച ഹിറ്റ്ലർ യേശുവിനെ ജൂതവംശജനെന്ന് വിളിച്ച് നിരസിക്കുകയാണ് ചെയ്തത്. പോപ്പോ ബൈബിളോ ഇല്ലാത്ത ഒരു ജർമ്മൻസഭ രൂപീകരിക്കാനാണ് ഹിറ്റ്ലർ ശ്രമിച്ചത്. (Yes, the German Church, without a Pope and with out the Bible – the Luther, if he could be with us, would give us his blessing. – Speeches, page 369)

കത്തോലിക്കാ രാജ്യങ്ങളും ജർമ്മനിയുൾപ്പെടെയുള്ള പ്രൊട്ടസ്റ്റന്റ് രാജ്യങ്ങളും തമ്മിൽ നടന്ന മുപ്പതുവർഷത്തെ മതയുദ്ധ (1618–1648) സ്പർദ്ധ ആധുനികകാലത്തും തുടരുകയായിരുന്നു. മതത്തിന്റെ പേരിൽ തമ്മിലടിക്കാൻ ഒരു സഭയെയും അനുവദിക്കില്ലെന്ന് ഹിറ്റ്ലർ ഭീഷണിപ്പെടുത്തി. "I will never allow any one to divide this people once more into religious camps, each fighting the other. (*Speeches* page

392) സഭകളെ ഉണ്ടാക്കിയത് മനുഷ്യരാണ്, അതിനെ നശിപ്പിച്ചാലേ യഥാർത്ഥ വിശ്വാസം പരിശുദ്ധമാവുകയുള്ളൂ. (The Church organisation is the work of human hands, and human hands can destroy it.If it is destroyed, true faith may emerge purified. – Speeches, page 391.) ഹിറ്റ്ലർ പുരോഹിതർക്ക് മുന്നറിയിപ്പ് നല്കി. ജർമ്മൻ പുരോഹിതൻ ദൈവദാസനായി പ്രവർത്തിച്ചാൽ രാഷ്ട്രം അയാളെ സംരക്ഷിക്കും.രാഷ്ട്ര ശത്രുവായാൽ നശിപ്പിക്കും. (The German priest as a servant of God we shall protect, the priest as a political enemy of the German state we shall destroy – *Speechas*, page. 401).

1933 ജൂലൈ 3-ന് സ്റ്റോം ട്രൂപ്പേഴ്സ് അംഗങ്ങളെ അഭിസംബോധന ചെയ്തുകൊണ്ട് ഹിറ്റ്ലർ പറഞ്ഞു. "ജർമ്മനിയിലെ പാർട്ടികളെ മുഴുവൻ നശിപ്പിച്ചിരിക്കുന്നു. അവർ ഇനി ഒരിക്കലും മടങ്ങിവരില്ല. ജർമ്മൻ ചരിത്രത്തിൽ വലിയൊരു ശക്തിപ്രകടനവും ശാക്തീകരണവുമാണ് നടത്തിയിരിക്കുന്നത്. അധികാരമേറ്റ് അഞ്ചുമാസത്തിനുള്ളിൽ ഇങ്ങനെയൊരു മാറ്റം വരുത്താൻ കഴിയുമെന്ന് ആർക്കാണ് വിശ്വസിക്കാൻ കഴിയുന്നത്. മതവിഭാഗങ്ങൾ തമ്മിലുള്ള പോരാട്ടവും ഉടനെ അവസാനിപ്പിക്കും.' റോമുമായുള്ള ഐക്യ ഉടമ്പടി (Concordant) ഒപ്പുവെച്ചിരിക്കുകയാണ്. പള്ളിയുടെ രാഷ്ട്രീയമായ ഇടപെടൽ അവസാനിപ്പിച്ചു. പുരോഹിതർ ആത്മാവിന്റെ കാര്യം നോക്കിയാൽ മതി. അങ്ങനെ രാഷ്ട്രീയാധികാരത്തിന് വേണ്ടിയുള്ള സഭയുടെ സമരവും അവസാനിപ്പിച്ചിരിക്കുകയാണ് (Speeches, page 373)

നീമോളറുടെ പശ്ചാത്താപം

ഹിറ്റ്ലർമൂന്നാം റീഖ്സ്ഥാപിച്ചതോടെപ്രൊട്ടസ്റ്റന്റ്മതവിഭാഗക്കാർ –ആകെ 28 വിഭാഗങ്ങൾ – ഉത്സാഹഭരിതരായി. നാസിഭരണത്തിന് പരിപൂർണ്ണ പിൻതുണ നല്കി. 1933ൽ നീമോളർ പാസ്റ്റേഴ്സ് എമർജൻസി ലീഗ് രൂപീകരിച്ചു. അതാണ് പിന്നീട് കുമ്പസാരസഭയായിത്തീർന്നത്. ക്രിസ്ത്യാനികളായിത്തീർന്ന ജൂതരെയും നാസികൾ പിടികൂടിത്തുടങ്ങിയതോടെ പല പുരോഹിതന്മാരും വീണ്ടുവിചാരം തുടങ്ങി. കുമ്പസാര സഭയിൽ നാസികൾക്ക് എതിരെ ആദ്യം പ്രതിഷേധിച്ചത് ജോഹൻ കെപ്ലർ എന്ന സ്തോത്രഗാനരചയിതാവാണ്. നാസികളുടെ മിശ്രവിവാഹ നിരോധന നിയമത്തെ ധിക്കരിച്ച് രണ്ടു പെൺമക്കളുള്ള ഒരു ജൂതവിധവയെ കെപ്ലർ വിവാഹം ചെയ്തു. ഒടുവിൽ നാസികളുടെ പീഡനം സഹിക്കവയ്യാതെ അദ്ദേഹം സകുടുംബം ആത്മഹത്യ ചെയ്തു. ആത്മഹത്യക്കുറിപ്പിൽ ഇങ്ങനെ എഴുതി. "ആര്യന്മാർ ക്രിസ്ത്യാനികളെ ഒഴിവാക്കുകയാണെങ്കിൽ നമ്മൾ എല്ലാ സുവിശേഷക്കാരെയും യേശുക്രിസ്തുവിനെ

യും അവർ ജൂതവംശത്തിൽപ്പെടുന്നു എന്നതിന്റെ പേരിൽ ഒഴിവാക്കാൻ നിർബന്ധിതരായിത്തീരും." എലിസബത്ത്. എഫ്. ഹോവാർഡ് എന്ന ബ്രിട്ടീഷുകാരി ജർമ്മൻ സന്ദർശനത്തിന് ശേഷം എഴുതി. "പ്രൊട്ടസ്റ്റന്റ് സഭക്കാർ തടങ്കൽപാളയങ്ങളിലെ ഭീകരതയ്ക്കോ ജൂതവേട്ടയ്ക്കോ എതിരായി ഒന്നും ചെയ്തിരുന്നില്ല; പ്രതിഷേധിച്ചിരുന്നില്ല, അവരെയും അടിച്ചമർത്തുന്നതുവരെ".

പല സഭകളും വംശഹത്യയ്ക്ക് എതിരെ രഹസ്യമായി ഇടയലേഖനങ്ങൾ എഴുതിത്തുടങ്ങിയതോടെ മതപുരോഹിതരും കന്യാസ്ത്രീകളും ക്രൂരമായി വേട്ടയാടപ്പെടാൻ തുടങ്ങി. കൊല്ലപ്പെട്ട ജൂതക്രിസ്ത്യാനികൾക്ക് വേണ്ടി പ്രാർത്ഥിച്ചതിന്റെ പേരിൽ ജോർഗ് അൽതൗസ് എന്ന പുരോഹിതനെ ഗസ്റ്റപ്പോ അറസ്റ്റു ചെയ്തു. പള്ളികളിൽ രഹസ്യപ്പോലീസ് വിശ്വാസികളുടെ രൂപത്തിൽ നുഴഞ്ഞുകയറിയിരുന്നു. പ്രാർത്ഥനായോഗത്തിൽ ദയയും കാരുണ്യവും സഹതാപവും പീഡിതരോട് കാണിക്കണമെന്ന് ഉപദേശിച്ച പാസ്റ്റർ ജെവോൻ ജാനെ പള്ളിക്കെട്ടിടത്തിന്റെ മുകളിൽനിന്നും നാസികൾ താഴേയ്ക്ക് വലിച്ചെറിഞ്ഞു. "ഒരാൾ മുങ്ങിച്ചാകുമ്പോൾ അവൻ ഏത് മതക്കാരനാണ്, രാഷ്ട്രീയക്കാരനാണ് എന്ന് നോക്കുകയല്ലവേണ്ടത്, നേരെമറിച്ച് അവനെച്ചെന്ന് രക്ഷിക്കുകയെന്നതാണ് ദൈവനിയോഗം" എന്ന് ഇടയലേഖനമെഴുതിയ ഹെൻട്രിച്ച് ഗ്രൂബർ എന്ന പുരോഹിതനെ ഗസ്റ്റപ്പോ ദെക്കാവു തടങ്കൽ പാളയത്തിൽ കൊണ്ടുപോയി പല്ലുകൾ പിഴുതെടുത്തു. അനേകം പുരോഹിതന്മാർ തടങ്കൽപാളയത്തിൽ കിടന്നുമരിച്ചു. കമ്യൂണിസ്റ്റുഭൂതത്തെ കൊന്നൊടുക്കാൻ നാസികളെ പിൻതുണച്ച പുരോഹിതന്മാരെ നാസികൾ വേട്ടയാടിത്തുടങ്ങിയപ്പോൾ അവർക്ക് വേണ്ടി സംസാരിക്കാൻ ജർമ്മനിയിൽ ഒരു പ്രതിപക്ഷസ്വരവും ഉണ്ടായിരുന്നില്ല.

മാർട്ടിൻ നീമോളർ നാസികൾക്കുള്ള പിൻതുണ പിൻവലിച്ച് രംഗത്ത് വരുമ്പോൾ ഒറ്റപ്പെട്ട സ്വരമായി മാറിയിരുന്നു. ആസ്ട്രിയൻ എഴുത്തുകാരനായ – ഫ്രാൻസ് വിക്തർ വെർഫൽ (1890–1945) എഴുതി. ഹിറ്റ്ലറെ പരസ്യമായി എതിർത്തത് ഒരാൾ മാത്രം – മാർട്ടിൻ നീമോളർ എന്ന ബിഷപ്പ്. ലോകപ്രസിദ്ധമായ നീമോളറുടെ വാക്കുകളിൽ മുഴങ്ങുന്നത് കമ്യൂണിസ്റ്റു ഭൂതഭയവേട്ടയുടെ ചരിത്രമാണ്.

First they came for the socialists,
and I did not speak out
Because I was not a socialist.
Then they came for the trade unionists,
and I did not speak out
Because I was not a trade unionist.

Then they came for the Jews,
and I didnot speak out
Because I was not a Jew.Then they came for me
and there was no one left to speak for me.
(ആദ്യം അവർ സോഷ്യലിസ്റ്റുകളെ തേടിവന്നു.
ഞാനൊന്നും മിണ്ടിയില്ല.
എന്തുകൊണ്ടെന്നാൽ ഞാനൊരു സോഷ്യലിസ്റ്റായിരുന്നില്ല.
അതിന് ശേഷം അവർ ട്രേഡ് യൂണിയനിസ്റ്റുകളെ തേടിവന്നു.
ഞാനൊന്നും പറഞ്ഞില്ല.
കാരണം ഞാനൊരു ട്രേഡ് യൂണിയനിസ്റ്റായിരുന്നില്ല.
പിന്നീട് അവർ ജൂതന്മാരെ തിരഞ്ഞുവന്നു.
ഞാനൊന്നും പറഞ്ഞില്ല.
എന്തുകൊണ്ടെന്നാൽ ഞാനൊരു ജൂതനായിരുന്നില്ല.
അതിൽ പിന്നെ അവർ എന്നെത്തേടിവന്നു.
എനിക്ക്വേണ്ടി സംസാരിക്കാൻ അവിടെ ആരും ഉണ്ടായിരുന്നില്ല.)

1937 ജൂലൈ ഒന്നിന് മാർട്ടിൻ നീമോളർ അറസ്റ്റു ചെയ്യപ്പെട്ടു. ഭരണകൂടത്തിന് എതിരെ പ്രവർത്തിച്ച എന്നതായിരുന്നു കുറ്റം. തുടക്കത്തിൽ 2000 മാർക്ക് പിഴയും ഏഴുമാസം തടവുശിക്ഷയും ലഭിച്ചു. ശിക്ഷ കഴിഞ്ഞ് പുറത്തിറങ്ങിയ നീമോളറെ പുറത്ത് കാത്തുനിന്ന ഗസ്റ്റപ്പോ ഉടൻ അറസ്റ്റു ചെയ്ത് ദെക്കാവു തടങ്കൽ പാളയത്തിലേക്ക് കൊണ്ടുപോയി. 1938 മുതൽ 1945 വരെ കരുതൽ തടങ്കലിൽ കിടന്നു.ജൂതന്മാരെയും കമ്യൂണിസ്റ്റുകളെയും പോളിഷ് പൗരന്മാരെയും നാസികൾ കൊന്നുകൊണ്ടിരുന്നപ്പോൾ മൗനിയായിരുന്നതിന് നീമോളർ പിന്നീട് പശ്ചാത്തപിച്ചു.

"We must openly declare that we not innocent of the Nazi murderers,of murder of German communists, poles, Jews and the people in German occupied countries."

നാസികൾ നടത്തിയ ജൂതവംശഹത്യയിൽ കുറ്റബോധം കൊണ്ട് ഞെരിപിരികൊണ്ട ആ വൈദികൻ ജൂതസമൂഹത്തോട് മാപ്പ് ചോദിച്ചു.

"Dear brother, fellowman, Jew, before you say anything I say to you, I aknowledge my guilt and beg you to forgive me and my people for this sin" മാത്രമല്ല, താൻ ദൈവത്തിന്റെ മുന്നിൽ ഉത്തരം പറയേണ്ടി വരുമെന്നും ആ കുമ്പസാരസഭാ പുരോഹിതൻ പറയുകയുണ്ടായി.``God asked where were you from1933 to 1945, when humanbeings were incinerated."

തുടർന്നുള്ള നീമോളറുടെ ജീവിതം ഫാഷിസത്തിന് എതിരായ

പോരാട്ടം കൂടിയായിരുന്നു.വിയറ്റ്നാം യുദ്ധകാലത്ത് അദ്ദേഹം വിയറ്റ്നാമിൽപോയി ഹോചിമനെ കണ്ട് പിൻതുണ അറിയിച്ചു. 1961-ൽ വേൾഡ് കൗൺസിൽ ഓഫ് ചർച്ചിന്റെ പ്രസിഡന്റായിത്തീർന്ന നീമോളറെ 1966-ൽ സോവിയറ്റ് യൂണിയൻ ലെനിൻ പ്രൈസ് നല്കി ആദരിച്ചു. 1984-ൽ പശ്ചിമജർമ്മനിയിലെ വീസ് ബഡെനിൽ വെച്ച് അദ്ദേഹം അന്തരിച്ചു. പോപ്പും റോമിലെ പുരോഹിതവൃന്ദവും ഫാഷിസത്തെയും നാസിസത്തെയും പിൻതുണച്ചപ്പോൾ ജർമ്മനിയിലെ ഒരു വിഭാഗം കത്തോലിക്കാ പുരോഹിതർ നാസിസത്തെ എതിർത്തിരുന്നു. ബർണാർഡ് ലിച്ചൻബർഗ് എന്ന പുരോഹിതൻ ഉദ്ബോധിപ്പിച്ചു. "Let us pray for the Jews and poor prisoners in the concentration camps." 1943ൽ ലിച്ചൻബർഗിനെ നാസികൾ അറസ്റ്റു ചെയ്ത് പീഡിപ്പിച്ചു കൊന്നു. നാസികളുടെ ക്രൂരതകൾക്ക് എതിരെ സംസാരിച്ച ബിഷപ്പ് ക്ലെമൻസ് അഗസ്റ്റ് കൗണ്ട് ഹേൻ ഗാൽഡനെ വേദനയില്ലാതെ കൊല്ലാനാണ് നാസികൾ തീരുമാനിച്ചത്. കർദിനാൾ കോൺറാഡ് വോൻപ്രേയിംഗ്, ബിഷപ്പുമാരായ തിയോഡർ വുറൻ ഹാൻസ് മെയ്നർ തുടങ്ങി ധാരാളം പുരോഹിതർ ജൂതന്മാരെ ജീവഭയമെന്യേ സഹായിച്ചിരുന്നു.

കമ്യൂണിസ്റ്റ് ഭൂതഭയത്തിന്റെ തുടർച്ച

രണ്ടാം ലോകയുദ്ധാനന്തരം നാസിസവും ഫാഷിസവും ഭരണകൂടരൂപങ്ങൾ എന്ന നിലയിൽ തകർന്നെങ്കിലും അവയുടെ കമ്യൂണിസ്റ്റ് ഭൂതഭയത്തിന്റെ പരിണതരൂപങ്ങൾ പലരീതിയിലും തുടരുകയാണ് ചെയ്തത്. 1945ൽ ഐക്യരാഷ്ട്രസഭയുടെ രൂപീകരണത്തെ അഭിസംബോധനചെയ്തുകൊണ്ട് അമേരിക്കൻ പ്രസിഡന്റായിരുന്ന ഹാരി ട്രൂമാൻ പറഞ്ഞു. "ഫാഷിസം മുസ്സോളിനിയോടൊപ്പം മരിച്ചിട്ടില്ല. ഹിറ്റ്ലർ അവസാനിച്ചു. എന്നാൽ അയാളുടെ വികലമായ മനസ്സ് വിതച്ച വിത്തുകൾ പലഭ്രാന്തൻ മനസ്സുകളിലും വേരുറപ്പോടെ മുളപൊട്ടിയിട്ടുണ്ട്. നിഷ്ഠുരന്മാരെയും തടങ്കൽപാളയങ്ങളെയും പെട്ടെന്ന് നശിപ്പിക്കാൻ കഴിയും. പക്ഷേ, അവയെ ജനിപ്പിച്ച ആശയങ്ങളെ കൊല്ലാൻ കഴിയുകയില്ല." (Madeleine Albright–Fascism–A warning, page 95)

മാർക്സ് സൂചിപ്പിച്ച കമ്യൂണിസത്തിന് എതിരായ തീവ്രവലതുപക്ഷ വിശുദ്ധസഖ്യത്തെ ഹാരി ട്രൂമാന്റെ അമേരിക്ക ഏറ്റെടുക്കുകയാണ് ചെയ്തത്. സോവിയറ്റ് യൂണിയനും സോഷ്യലിസ്റ്റ് രാജ്യങ്ങൾക്കും എതിരെ രൂപം കൊടുത്ത നാറ്റോസഖ്യമാണ് ആ വിശുദ്ധസഖ്യം. ഇടതുപക്ഷഭരണങ്ങളെ അട്ടിമറിക്കാനും വിമോചനസമരങ്ങളെയും കമ്യൂണിസ്റ്റുകളെയും വകവരുത്താനും പട്ടാള – മതഫാഷിസ്റ്റ് ഭരണകൂടങ്ങളെ കൊണ്ടുവരുന്ന കാഴ്ചയാണ് സമകാലികലോകം ദർശിച്ചത്.

അമേരിക്കയിൽ തീവ്രമത ക്രൈസ്തവ പുരോഹിതനായ എഡ്മണ്ട് വാൾഷിന്റെ പ്രേരണയിൽ അമേരിക്കൻ സെനറ്ററായിരുന്ന ജോസഫ് മക്കാർത്തി രൂപംകൊടുത്ത കമ്യൂണിസ്റ്റുവേട്ട അമേരിക്കയ്ക്കുള്ളിലെ ഫാഷിസ്റ്റു സ്വഭാവത്തിന്റെ ഭരണരൂപപ്രകാശനമായിരുന്നു. അമേരിക്കയിലെ സർവകലാശാലകൾ, സാഹിത്യകലാരംഗങ്ങൾ, ടെലിവിഷൻ–റേഡിയോ–പത്രമാധ്യമമേഖലകൾ, ഹോളിവുഡ് സിനിമാലോകം തുടങ്ങിയ വേദികളിൽനിന്നും ചുവപ്പന്മാരെ (Reds) തുടച്ചുനീക്കുകയെന്നതായിരുന്നു മക്കാർത്തിസത്തിന്റെ ലക്ഷ്യം. 1940 മുതൽ 1955 വരെ കമ്യൂണിസ്റ്റുഭ്രതവേട്ടക്കാലമായിരുന്നു അമേരിക്കയിൽ. 1954-ൽ കമ്യൂണിസ്റ്റ് കൺട്രോൾ ആക്ട് പാസ്സാക്കിയിരുന്നു. ജർമ്മനിയിൽനിന്നും അമേരിക്കയിലേക്ക് അഭയം തേടിയെത്തിയ ഇടതുപക്ഷ ബുദ്ധിജീവികളെ വരിഞ്ഞുമുറുക്കുകയായിരുന്നു ലക്ഷ്യം. സ്വഭാവഹത്യയും (Character assassination) ആക്ഷേപവിമർശനവും (Abuse criticism) ആയിരുന്നു ആക്രമണരീതികൾ.ലോകരാഷ്ട്രങ്ങളിൽ ഇടതുപക്ഷഭരണങ്ങൾ നിലവിൽ വരാതിരിക്കാൻ പ്രത്യേകം ശ്രദ്ധിച്ചു.(അതിന്റെ ഭാഗമായിരുന്നു 1959-ലെ കേരളത്തിലെ വിമോചനസമരാസൂത്രണം) 1954-ൽ അമേരിക്കൻ സെനറ്റ് 22-ന് എതിരെ 67 വോട്ടിൽ അമേരിക്കയിൽ മക്കാർത്തിസത്തിന് വിരാമമിട്ടു. യു.എസ്. ചീഫ് ജസ്റ്റിസായിരുന്ന ഏൾവാറൻ മക്കാർത്തിസം മനുഷ്യാവകാശലംഘനമാണെന്ന് വിധിച്ചു. എങ്കിലും ഇന്നും കമ്യൂണിസ്റ്റു ഭ്രതഭയം അവസാനിച്ചിട്ടില്ല. മിതവാദികളായ വലതുപക്ഷക്കാരും ബുദ്ധിജീവികളും മതനേതാക്കളും ലിബറൽചിന്താഗതിക്കാരും ആദ്യന്തികമായി ഫാഷിസ്റ്റു രാഷ്ട്രീയത്തിന്റെ ചേരിയിലാണ് ചേക്കേറുന്നത്. ഇന്ത്യയിലും കേരളത്തിലും സ്ഥിതി വ്യത്യസ്തമല്ല.

സാംസ്കാരിക നരമേധങ്ങൾ

സംസ്കാരം അടിത്തറയായ (base) സാമ്പത്തികഘടനയുടെ മേല്പുരയാണെന്ന കാഴ്ചപ്പാടാണ് മാർക്സും എംഗൽസും അവതരിപ്പിച്ചത്. സാമൂഹികമായ അസ്തിത്വം അവബോധത്തെയും അവബോധരൂപമായ ഭാഷയെയും നിർണ്ണയിക്കുന്നു എന്നുംകൂടി അവർ പറഞ്ഞുവെച്ചു. എന്നാൽ സംസ്കാരവും കലയും സാഹിത്യവുമെല്ലാം സർവതന്ത്ര സ്വതന്ത്രമേഖലയാണെന്നും അവ സ്വയം പ്രവർത്തനക്ഷമമാണെന്നും (Autonomous entity) സ്വയം നിർമ്മിത നിയമങ്ങളിലൂടെയാണ് അവ പ്രവർത്തിച്ച് നിലനില്ക്കുന്നതെന്നും വാദിക്കുകയാണ് ലിബറൽ ഹ്യൂമനിസ്റ്റുകളും മുതലാളിത്തപക്ഷ യാഥാസ്ഥിതിക പക്ഷക്കാരും ചെയ്തുപോന്നത്. എന്നാൽ വ്യാവസായികാനന്തര സമൂഹം (post Industrial society) ആ ധാരണയെ തിരുത്തിയെഴുതി. മേല്പുരയായ സംസ്കാരം അടിത്തറയായ സാംസ്കാരിക മൂലധനമായി മാറുകയും (cultural capitalism) സാംസ്കാരികോല്പന്നങ്ങളും സംസ്കാരിക വിപണിയും മുഖ്യധാരയായിത്തീരുകയും ചെയ്തതോടെ കലയുടെ സർവതന്ത്ര സ്വാതന്ത്ര്യവാദം കടലെടുത്തുകഴിഞ്ഞു. സാംസ്കാരിക മൂലധനവും സാംസ്കാരിക മുതലാളിത്തവും ലോകാധിനിവേശക്തികളായതോടെ അവ ഇന്ന് ക്രൂരമായ ചൂഷണശക്തികളാണ്.സർവതന്ത്രവാദികളായിരുന്ന എഴുത്തുകാരും കലാകാരന്മാരും അവരുടെ സർഗ്ഗാത്മകചരക്കുകളുമായി സാംസ്കാരികവിപണിയിൽ തിക്കിതിരക്കുകയാണ്. കൂടുതൽ വിറ്റുപോകുന്നതാണ് സൃഷ്ടിയുടെ മൂല്യം എന്ന് വന്നിരിക്കുന്നു. കൂടുതൽ വില്പനയുള്ളതിന് താരപദവി ലഭിക്കുന്നു. ഇയൊരവസ്ഥയെ നേരിടാനാകാതെ പകച്ചു നില്ക്കുകയാണ് സാംസ്കാരികപ്രവർത്തകരും ചിന്തകരും.

ഡിജിറ്റൽ സാംസ്കാരിക മുതലാളിത്തം

മുതലാളിത്തം ഡിജിറ്റൽ ക്യാപ്പിറ്റലിസമായി മാറിയതോടെ അടിത്തറ മേല്പര വിഭജനം മാഞ്ഞ് കലകളുടെയും സാഹിത്യത്തിന്റെയും, വിപണിലോകത്തിലാണ് ഇന്ന് സാംസ്കാരിക ലോകം അകപ്പെട്ടിരിക്കുന്നത്. സംസ്കാരികോല്പന്നങ്ങളുടെ വിനിമയോപാധികളായി യൂട്യൂബും ആപ്പുകളും ക്യൂആർ കോഡുകളും വന്ന് എത്തിയിരിക്കുന്നു. ലോകർ മുഴുവൻ ഇന്ന് മൊബൈൽസ്ക്രീൻ ജീവികളാണ് . അവരെ മെറ്റാ വേഴ്സ് (Meta verse) ടെക്നോളജിയിലേയ്ക്ക് കൊണ്ടുപോകാനാണ് ഫേസ്ബുക്ക് കോർപ്പറേറ്റിന്റെ നീക്കം. ഉപരിഘടനയും അടിത്തറയും ഒന്നായിത്തീർന്നിരിക്കുന്ന കാലഘട്ടത്തിൽ ജനാധിപത്യമല്ല, നവഫാഷിസ്റ്റു വലതുപക്ഷവും അവയുടെ സംസ്കാരവുമാണ് ശക്തിപ്പെടുന്നത്. വ്യാവസായികസമൂഹത്തിൽ മാനവികതയിലും മതനിരപേക്ഷതയിലും അഭിവൃദ്ധി പ്രാപിച്ച സാംസ്കാരികലോകം സമകാലികാവസ്ഥയിൽ സംസ്കാരിക നരമേധങ്ങളും (cultural homicide) നരഭോജനാസക്തിയു (Cannibalism) മായി പ്രാകൃത സംസ്കൃതിയുടെ പുനരാഗമനത്തിലാണ് അഭിരമിക്കുന്നത്. വ്യവസായികനാഗരികതയുടെ ഭൗതികവാദത്തെയും ശാസ്ത്രയുക്തിയെയും സമത്വസങ്കല്പമാനവികപ്രത്യയ ശാസ്ത്രങ്ങളെയും നേരിടാൻ ആത്മീയതയെയും മതമൗലികവാദത്തെയും അജണ്ടയായി അവതരിപ്പിച്ചുകൊണ്ടാണ് തീവ്രവലതുപക്ഷത്തിന്റെ ജൈത്രയാത്ര ആരംഭിച്ചിരിക്കുന്നത്. ലിബറൽ – ഇടതുപക്ഷ ലോകം അപഗ്രഥനവിദഗ്ധരായി നില്ക്കുന്നതല്ലാതെ പ്രതിരോധമാർഗമൊന്നും കണ്ടെത്തുന്നില്ല.

യാഥാർത്ഥ്യത്തെ (reality) തകിടം മറിച്ചുകൊണ്ടാണ് ഡിജിറ്റൽ ടെക്നോളജിയുടെ വരവുണ്ടായിരിക്കുന്നത്. യാഥാർത്ഥ്യത്തെ (reality) പ്രതീതിയാഥാർത്ഥ്യമായും (virtual reality) ഡിജിറ്റൽ സാങ്കേതികവിദ്യയിലൂടെ നിർമ്മിച്ചെടുക്കുന്ന നിർമ്മിതയാഥാർത്ഥ്യമായും(augmented reality) പരിവർത്തിപ്പിച്ചുകൊണ്ട് അവയുടെ അതിർവരമ്പുകൾ മായ്ച്ചുകളയുകയാണ്. ഒരുതരം ഡിജിറ്റൽ മായാവാദമാണ് വരുന്നത്. വ്യക്തിരൂപങ്ങൾക്ക് പകരം ഡിജിറ്റൽ പ്രതിബിംബങ്ങളെ–അവതാറുകളെ–അവതരിപ്പിക്കുന്ന "മെറ്റാ വേഴ്സ്" "എന്ന അതീതലോകം പരിചിതമാകുന്നതോടെ സംസ്കാരികാവസ്ഥ കൂടുതൽ പ്രശ്നസങ്കീർണ്ണമാകാനാണ് സാധ്യത. നമ്മുടെ സാമൂഹികമായ അസ്തിത്വം ഡിജിറ്റൽ അസ്തിത്വമാകുന്നതോടെ അത് നിർണ്ണയിക്കുന്ന ബോധവും തദനസൃതമായി രൂപപ്പെടും.

സാംസ്കാരിക നരമേധം

അപ്പോഴും ഒരു ചോദ്യം അവശേഷിക്കുന്നു. മനുഷ്യൻ കൂടുതൽ നാഗരികനാകുന്തോറും എന്തുകൊണ്ടാണ് സാംസ്കാരികമായ നരമേധാസക്തി വർദ്ധിക്കുന്നത്? നാഗരികതയുടെ അഭിവൃദ്ധിയിൽ മാനവികതയും

ജനാധിപത്യവും സമത്വസാഹോദര്യബോധങ്ങളും ശക്തിപ്പെടുകയല്ലേ വേണ്ടത്? പകരം നരമേധങ്ങളും മതഫാഷിസ്റ്റ്പ്രവണതകളും അധികാരാധിനിവേശ ഇച്ഛകളും(will to power) വർദ്ധിക്കുകയാണ് ചെയ്യുന്നത്. തത്ത്വചിന്ത, സാഹിത്യം, ശാസ്ത്രം, സംഗീതം തുടങ്ങിയ മേഖലകളിൽ യൂറോപ്യൻ രാജ്യങ്ങളെ അതിശയിപ്പിച്ച ജർമ്മനിയിലും നവോത്ഥാന കലയുടെ പറുദീസയായിരുന്ന ഇറ്റലിയിലും നരമേധ ഭരണകൂടങ്ങളായ നാസിസവും ഫാഷിസവും ഉയർന്ന് വന്നത് ചിന്തകരെ കുഴക്കിയിട്ടുണ്ട്. മുതലാളിത്ത പ്രതിസന്ധിയാണ് ഫാഷിസം കൊണ്ടുവരുന്നത് എന്ന വാദവും ചോദ്യം ചെയ്യപ്പെടുന്നുണ്ട്. നാസിസവും ഫാഷിസവും ജർമ്മനിയിലും ഇറ്റലിയിലും ഉയർന്നുവരുമ്പോൾ ആ രാജ്യങ്ങൾ മറ്റ് യൂറോപ്യൻ രാജ്യങ്ങളെപ്പോലെ വ്യവസായവൽക്കരിക്കപ്പെട്ടിരുന്നില്ല. മാത്രമല്ല, മുതലാളിത്ത പ്രതിസന്ധി വരുമ്പോഴെല്ലാം ഫാഷിസം വരുന്നതുമില്ല.വലതുപക്ഷം ശക്തിപ്രാപിച്ച് അധികാരത്തിൽ എത്തുമ്പോഴും ഫാഷിസം വരണമെന്നില്ല. എന്നാൽ ഫാഷിസം ഒരിക്കൽ തലപൊക്കിയാൽ അതിനെ പരാജയപ്പെടുത്തിയാലും അതിന്റെ പ്രത്യയശാസ്ത്രവും രാഷ്ട്രീയവും പ്രവർത്തനരീതിശാസ്ത്രവും സമൂഹത്തിനുള്ളിൽ നിലനില്ക്കുമെന്ന് പ്രസിദ്ധ ഫാഷിസ്റ്റ് പഠിതാവായ ജോർജ് എൽ. മോസ്സെ എഴുതുന്നു. (*Nazy Culture* എന്ന കൃതി).

ഫാഷിസമെന്ന വികാരം

നാസികൾ രാഷ്ട്രത്തെ (volk nation) വിഭാവനചെയ്തത് ജർമ്മൻ വംശീയതയിലും ആര്യവംശ രക്തശുദ്ധിയിലും മണ്ണിലും ദേശീയതയിലും (blood & soil theory)അധിഷ്ഠിതമായ ജൈവസമൂഹത്തെ (Organic society)സ്ഥാപിക്കാനാണ്. അതുകൊണ്ട് ഫാഷിസം ജൈവരാഷ്ട്രീയമാനങ്ങൾ ഉൾക്കൊള്ളുന്നു. രാഷ്ട്രീയം, സംസ്കാരം, വംശീയത, ദേശീയത ഇവ ഏകത്ര സമന്വയിപ്പിക്കുന്നതിനാൽ സഹജീവികളായ ഇതര നിവാസികളെ ശത്രുക്കളായി പ്രഖ്യാപിച്ച് കൂട്ടക്കൊലകൾ നടത്തുന്നത് രാഷ്ട്രീയപ്രവർത്തനവും സാംസ്കാരിക പ്രവർത്തനവുമാണ്.അങ്ങനെ സാംസ്കാരികരാഷ്ട്രീയ നരമേധത്തിലൂടെ ഫാഷിസ്റ്റുരാഷ്ട്രം രൂപംകൊള്ളുന്നു. അതിൽ ജനങ്ങൾ അഭയകേന്ദ്രമായി കാണുന്ന മതം കൂടി ഉൾച്ചേരുന്നതാണ് അതിനിഷ്ഠുരമായ ഫാഷിസ്റ്റ്–ഫാഷിസ്റ്റുരാഷ്ട്രം. ലിബറൽ മുതലാളിത്ത കാലഘട്ടത്തിൽ അരാഷ്ട്രീയക്കാരായി മേനി നടിച്ച് ജീവിക്കുന്ന ബുദ്ധിജീവികൾ ഫാഷിസ്റ്റുകാലത്ത് നിശ്ശബ്ദരാവുകയോ ഫാഷിസത്തിന്റെ ഓഹരിയുടമകളാവുകയോചെയ്യുന്നു. ഗീബൽസ് പ്രഖ്യാപിച്ചതുപോലെ തടങ്കൽപാളയത്തിൽപോകാൻ തയ്യാറുള്ളവർക്ക് വിമർശിക്കാം.

ലിബറൽ കാലഘട്ടത്തിൽ രാഷ്ട്രീയത്തെ ദൈനംദിനജീവിതത്തിൽ നിന്നും പരിഹാസത്തോടെ അകറ്റി നിറുത്തി ജനങ്ങളെ അരാഷ്ട്രീ

യവൽക്കരിക്കാൻ ശ്രമിച്ചവർ, രചനകളിലൂടെ മനുഷ്യസ്നേഹം ഉറക്കെ വിളിച്ചുപറഞ്ഞവർ ഫാഷിസ്റ്റുകാലത്ത് ഫാഷിസത്തിന്റെ വ്യാജമായ അരാഷ്ട്രീയവാദത്തിൽ ആത്മസാക്ഷാൽക്കാരം കണ്ടെത്തുന്നു. അവരുടെ ഇടതുപക്ഷവിരുദ്ധത ഫാഷിസത്തിന്റെ ഇടതുപക്ഷവേട്ടയ്ക്ക് സിംഫണിയാവുകയാണ് ചെയ്യുന്നത്.ഫാഷിസത്തിന്റെ വംശീയഗോത്രസംസ്കൃതിയുടെ തനിമാവാദങ്ങളെ (volk culture) സ്വത്വവാദവും ജൈവസംസ്കൃതിവാദവും കൊണ്ട് പിൻതുണയ്ക്കുന്നു. ഹിറ്റ്ലറുടെ ജർമ്മൻ ജൈവസമൂഹവാദത്തെ (Organic society) ലിബറൽ–വലതുപക്ഷബുദ്ധിജീവികൾ പിൻതുണച്ചിരുന്നു.

ഇന്ത്യൻസാഹചര്യം വ്യത്യസ്തമാണെങ്കിലും ഫാഷിസ്റ്റു രീതിശാസ്ത്രപ്രയോഗത്തിൽ സമാനതകൾ കാണാം. ഇന്ത്യൻ ജനത പല വംശീയ–കുല–ജാതികളിൽ ഉൾപ്പെടുന്നതിനാൽ മതപരമായ വിശ്വാസ–ജൈവ–സമൂഹത്തെ ഹിന്ദുത്വനാമധേയത്തിൽ നിർമ്മിച്ചെടുക്കാനാണ് ശ്രമം. ജാതികളുടെ നാനാത്വത്തെ ഹിന്ദുത്വമെന്ന ഏകത്വത്തിൽ സമന്വയിപ്പിക്കുകയാണ് ലക്ഷ്യം. വംശീയവികാരത്തിന്റെ സ്ഥാനത്ത് മതവികാരത്തെ ജൈവവികാരമായി ഉണർത്തിയെടുക്കുന്നു. ജനാധിപത്യസംവിധാനങ്ങളെ ദുരുപയോഗം ചെയ്തുകൊണ്ടാണ് കോർപ്പറേറ്റു മൂലധനസഹായത്തോടെ നരമേധരാഷ്ട്രം നിർമ്മിക്കുന്നത്. അതിന് തടസ്സമായവയെ തകർക്കുന്നതുകൊണ്ട് ഫാഷിസ്റ്റുരാഷ്ട്രീയം വിധ്വംസകനിർമ്മാണപ്രക്രിയയാണ്. (creative destruction) മറ്റുമതങ്ങളെയും പ്രത്യയശാസ്ത്രമേഖലകളെയും രാഷ്ട്രീയപ്രസ്ഥാനങ്ങളെയും ഇല്ലായ്മചെയ്യുന്നു. ഇന്ത്യയിൽ ഇതൊരു സാവകാശപ്രക്രിയയാണ്. അതുകൊണ്ട് മതഫാഷിസത്തെ ജനം തിരിച്ചറിയാതെ അതിന്റെ ഭാഗമായിത്തീരുകയാണ് ചെയ്യുന്നത്. നാസികൾ മിത്തുകളും വ്യാജശാസ്ത്രവാദങ്ങളും അന്ധവിശ്വാസങ്ങളും ജർമ്മൻ പ്രാക്തനസംസ്കാരമെന്ന പേരിൽ (volk culture) ഉയർത്തിക്കൊണ്ടുവന്ന് ജൂതന്മാരെ സാംസ്കാരികനരമേധം നടത്തുകയാണ് ചെയ്തത്. ഇന്ത്യയിൽ ചാതുർവർണ്യ സവർണ്ണ പുരാണസംസ്കാരത്തെ ഇതരപ്രാദേശിക-കുലജാതിസംസ്കാരങ്ങളുടെമേൽ പതിപ്പിച്ച് അവയെ ആഗിരണം ചെയ്ത് ഇല്ലാതാക്കി ഏകസംസ്കൃതിയുടെ നിർമ്മിതിക്കാണ് ശ്രമിക്കുന്നത്. അതോടൊപ്പം – ന്യൂനപക്ഷസംസ്കാരങ്ങളെ ആക്രമിക്കുകയും ചെയ്യുന്നു.ജനങ്ങളുടെ ജർമ്മൻ ദേശീയവൽക്കരണമായിരുന്നു (German nationalisation of mass) ഹിറ്റ്ലറുടെ ലക്ഷ്യമെങ്കിൽ ഇന്ത്യയിൽ ഗോത്ര–ആദിവാസി–ദളിത്–പിന്നാക്കവിഭാഗങ്ങളുടെ ഹിന്ദുത്വവൽക്കരണത്തിലൂടെ ചാതുർവർണ്യസമൂഹത്തെ ശക്തിപ്പെടുത്തുക എന്നതാണ് രാഷ്ട്രീയ സ്വയംസേവക സംഘ ലക്ഷ്യം. ജർമ്മൻ ജനതയോട് ആര്യ-നോർട്ടിക് വംശീയതയിൽ അഭിമാനം കൊള്ളാൻ ഹിറ്റ്ലർ പറഞ്ഞതുപോലെ ഇന്ത്യയിൽ ഹിന്ദു എന്നപേരിൽ അഭിമാനപുളകിതരാ

കാനാണ് ആഹ്വാനം.സംസ്കാരം, രാഷ്ട്രീയം, ഭരണസംവിധാനം, കല, സാഹിത്യം, സിനിമ, മാധ്യമലോകം, നീതിപീഠം, വിദ്യാഭ്യാസരംഗം തുടങ്ങിയവയെല്ലാം ഹിന്ദുരാഷ്ട്രനിർമ്മിതിക്കുള്ള ഗതിവേഗത്തിൽ സമന്വയിപ്പിക്കുന്ന പ്രക്രിയ നടക്കുകയാണ് (equalizing the gears). നാസികളുടെ രീതിശാസ്ത്രമാണ് അതിന് മാതൃക. ജർമ്മനിയിൽ നാഷണൽ സോഷ്യലിസ്റ്റ് പാർട്ടിയായിരുന്നു (നാസിപാർട്ടി) കടിഞ്ഞാൺ പിടിച്ചതെങ്കിൽ ഇന്ത്യയിൽ തൽസ്ഥാനത്ത് ആർ.എസ്.എസാണ്. നാസിപാർട്ടിയെ നിയന്ത്രിച്ചിരുന്നത് പ്രത്യേകം പരിശീലനം സിദ്ധിച്ച പ്രൊഫഷണലുകളായിരുന്നു. വ്യക്തികളുടെ സ്വകാര്യജീവിതത്തിൽ വരെ അവർ നുഴഞ്ഞുകയറി. ഭക്ഷണം, വസ്ത്രധാരണം, കുടുംബജീവിതം, ലൈംഗിക ബന്ധങ്ങൾ, വൈവാഹികജീവിതം എല്ലാം നിരീക്ഷിക്കപ്പെട്ടിരുന്നു. വ്യക്തിയുടെ സ്വകാര്യജീവിതവും പൊതുജീവിതവും തമ്മിലുള്ള അതിരുകൾ മായ്ച്ചുകളഞ്ഞു. ഇന്നത്തെ ഫാഷിസ്റ്റുഭരണകൂടങ്ങൾക്ക് ഡേറ്റ-അൽഗോരിത-നിർമ്മിതബുദ്ധികളിലൂടെയും പെഗാസസ് പോലുള്ള ചാരസോഫ്റ്റുവെയറിലൂടെയും വ്യക്തിയെ കൈപ്പിടിയിൽ നിറുത്തി നിരീക്ഷിക്കാനും നിയന്ത്രിക്കാനും കഴിയും.ഡിജിറ്റൽ ടെക്നോളജി കൊണ്ടുവരുന്നത് ഭൗതികവും ആത്മീയവും ജൈവപരവുമായ അടിമത്തം കൂടിയാണ്.

സാംസ്കാരിക ശിഥിലീകരണം

ജനാധിപത്യത്തിന്റെയും ജനകീയതയുടെയും നിലനില്പ് എന്നത് മതനിരപേക്ഷപൊതുഇടം, പൊതുമേഖല, പൊതുസ്വത്ത്, പൗരാവകാശാധിഷ്ഠിത പൗരസമൂഹം എന്നീ അടിത്തറയിലാണ്. എന്നാൽ വംശീയ-ജാതീയ- മതാത്മക രാഷ്ട്രീയവും സംസ്കാരവും ഉപയോഗിച്ച് പൊതുഇടങ്ങളെ വിഭാഗീകരിക്കുകയും പൊതുമേഖലകളെ സ്വകാര്യവൽക്കരിച്ച് ക്രൂരമായ ചൂഷണവ്യവസ്ഥ നിർമ്മിക്കുകയും ചെയ്യുന്നതോടെ ജനാധിപത്യ പൗരസമൂഹം തകരുന്നു. ശിഥിലീകരണ പ്രവണതകളും വെറുപ്പിന്റെ ഇടങ്ങളും വർദ്ധിക്കുന്നതോടെ മാനവസംസ്കാരം നരമേധസംസ്കാരമായി മാറുന്നു. ജനാധിപത്യഭരണ സംവിധാനം സമഗ്രാധിപത്യസ്വഭാവം കൈവരിക്കുന്നതോടെ എല്ലാവരും നിരീക്ഷിക്കപ്പെടുന്ന ഏകാധിപത്യം പണിയുന്ന ചിലന്തിവലയായി മാറുകയാണ് ഭരണകൂടം. ഭരണപരിധിക്കുള്ളിലെ ചെറുചലനങ്ങൾ പോലും തൽക്ഷണം തിരിച്ചറിഞ്ഞ് ഒറ്റച്ചാട്ടത്തിൽ ചലനക്കാരെ ഇരകളാക്കി തിന്നൊടുക്കുന്നു (cannibalist state). ജോർജ്. എൽ. മോസ്സേ നാസിഭരണകൂടത്തെ ഒരു ചിലന്തിവലയോടാണ് സാദൃശ്യപ്പെടുത്തിയത്. (Nazy culture) ഇന്ത്യൻസമൂഹം ചാതുർവർണ്യാധിഷ്ഠിത ചിലന്തിവല സമൂഹമാണ്. സവർണ്ണ ജാതി നിയന്ത്രിതജാതിജൈവക്കൂട്ടായ്മയെ ഭേദിക്കാൻ ആർക്കും സാധ്യമ

ല്ല. ഇന്ത്യൻ ചാതുർവർണ്യവ്യവസ്ഥയുടെ ആരാധകനായിരുന്ന ഹിറ്റ്ലർ ആര്യവംശാവബോധത്തിൽ (a sense of belonging to Aryan race) ജർമ്മനിയെ നിർമ്മിച്ചെടുക്കാനാണ് ശ്രമിച്ചത്. ജൂതന്മാരെയും ജൂതമതത്തെയും ജൂതനായ ക്രിസ്തുവിന്റെ മതത്തെയും ജർമ്മനിയിൽ നിന്നും പുറംതള്ളി ജർമ്മനിയെ തികച്ചും ശുദ്ധമായ ഒരു ആര്യരാഷ്ട്രമാക്കിത്തീർക്കാനാണ് വംശീയ-സാംസ്കാരിക നരമേധങ്ങൾ നടത്തിയത്. ഇന്ത്യയിലെ ജാതിഗ്രാമങ്ങളെ ഹിന്ദുത്വസംസ്കൃതിയുടെ ജൈവക്കൂട്ടായ്മകളായി പരിവർത്തിപ്പിച്ച് ഹിന്ദുത്വരാഷ്ട്രനിർമ്മിതിക്കാണ് ശ്രമം. ജാതിരാഷ്ട്രീയവും ജാത്യവബോധവും ജൈവരാഷ്ട്രീയത്തിന്റെ ഇന്ത്യൻ രൂപമാണ്. അതുകൊണ്ട് സാംസ്കാരികമായ നരമേധങ്ങൾ നിരന്തരം പല രൂപത്തിൽ അരങ്ങേറുകയാണ്. 22/10/2023-ൽ റിപ്പോർട്ടു ചെയ്തുവന്ന സംഭവമാണ് ഒടുവിലത്തെ ഉദാഹരണം. ഛത്തീസ്ഗഢിൽ അമാബേഢി ഗ്രാമത്തിൽ ക്രിസ്തുമതം സ്വീകരിച്ച സ്ത്രീയുടെ മൃതദേഹം അവരുടെ വീട്ടുവളപ്പിൽ പോലും സംസ്കരിക്കുന്നതിനെ ജാതിസംഘമായ ജൻജാതി സുരക്ഷാമഞ്ചും സവർണ്ണപ്രമാണികളും വിലക്കിയെന്ന് മാത്രമല്ല, ശവശരീരം തോണ്ടിയെടുത്ത് ഗ്രാമത്തിനുപുറത്ത് കൊണ്ടുപോവുകയും ചെയ്തു. അന്യമതസ്ഥയുടെ ശവം ഗ്രാമത്തെ അശുദ്ധിപ്പെടുത്തുന്നു എന്നായിരുന്നു വാദം. മതനിരപേക്ഷത പറയുന്ന സംസ്ഥാന ഭരണകൂടം സംഭവം കണ്ടില്ലെന്ന് നടിച്ചു. പരേതയുടെ മക്കൾ ഗ്രാമംവിട്ട് ഭയന്നോടിപ്പോയി. ജാതിഗ്രാമങ്ങളെ ശുദ്ധീകരിച്ചെടുക്കുന്നതിന്റെ രീതിശാസ്ത്രപ്രയോഗം.

വ്യക്തിബോധത്തെ മതസാമൂഹികബോധത്തിൽ കണ്ണിചേർത്ത് മതസാംസ്കാരികപ്പോരാളികളാക്കി ഓരോ വ്യക്തിയെയും നിർമ്മിച്ചെടുക്കുന്നു.സാംസ്കാരിക നരമേധത്തിലേയ്ക്ക് നയിക്കാൻ സാംസ്കാരിക രാഷ്ട്രീയബോധത്തെ തീവ്രമാക്കുന്നു. ഇന്ത്യയിൽ ഹിന്ദുമതത്തിനുള്ളിൽ ജാതിമേന്മാബോധം മേൽകീഴ്ത്തട്ടായി ശക്തമാണ്. ജാതിത്തൊഴിലാളർക്കിടയിൽ വർഗബോധത്തിന് പകരം ജാതിവർഗീയബോധമാണ് ശക്തമായിട്ടുള്ളത്. അതുകൊണ്ട് സ്വത്വവാദരാഷ്ട്രീയം മുഖ്യധാരയായി നില്ക്കുന്നു. ജാതിവോട്ടുബാങ്കുകളാണ് ഇന്ത്യൻ ജനാധിപത്യത്തിന്റെ അടിത്തറ.

നാസിഭരണത്തിന്റെ പ്രധാനപ്പെട്ട പ്രചാരണായുധമായിരുന്ന "ആഭ്യന്തര കടന്നുകയറ്റക്കാർ" (inner emigrater) എന്ന പ്രയോഗം. ജൂതന്മാരെയും സ്ലാവ് വംശജരെയും മറ്റും കടന്നുകയറ്റക്കാരായിട്ടാണ് നാസികൾ വിശേഷിപ്പിച്ചത്. അവർ രാഷ്ട്രീയത്തിലും സംസ്കാരത്തിലും വംശീയതയിലും കലർപ്പുകൾ നടത്തിയിരിക്കുന്നതിനാൽ ജർമ്മൻ രാഷ്ട്രീയത്തെയും സംസ്കാരത്തെയും വംശീയതയെയും ശുദ്ധീകരിച്ച് "പൊളിറ്റിക്കൽ കറക്റ്റ്നെസുള്ള ഒരു ജർമ്മൻ രാഷ്ട്രം പടുത്തുയർത്തുകയായിരുന്നു ലക്ഷ്യം. അതിനുവേണ്ടി ആരംഭിച്ചതായിരുന്നു സാംസ്കാരിക-രാഷ്ട്രീയ-വംശീയ നരമേധങ്ങൾ. അതോടൊപ്പം ഇതര

സാംസ്കാരികമേഖലകളെയും ആക്രമിച്ചു. പുസ്തകശാലകൾ, ലൈബ്രറികൾ, വാർത്താമാധ്യമങ്ങൾ, മറ്റ് ആനുകാലികങ്ങൾ എല്ലാം അടിച്ചുതകർക്കലിന് വിധേയമായി. നിരന്തരം വംശീയ ജനക്കൂട്ടമേളകൾ (Racial populism) സംഘടിപ്പിച്ചിരുന്നു. ഹിറ്റ്ലറുടെ പ്രസംഗങ്ങൾ അധികവും ഇത്തരം ജനക്കൂട്ടങ്ങളെ അഭിസംബോധന ചെയ്തുകൊണ്ടുള്ളവയാണ്. ഇന്ത്യയിൽ തൽസ്ഥാനത്ത് ക്ഷേത്രോത്സവങ്ങൾ, തീർത്ഥാടനയാത്രകൾ,സ്തോത്രാലാപനയാത്രാമേളകൾ, മതപ്രഭാഷണങ്ങൾ, യാഗാദിയജ്ഞങ്ങൾ, മതഗ്രന്ഥപാരായണങ്ങൾ തുടങ്ങിയവയാണ് സാംസ്കാരിക പ്രവർത്തനങ്ങൾ അഥവാ മതജനക്കൂട്ട മേളകൾ (religious populism). ഇതിന് ബദലുകൾ മറുഭാഗത്ത് ഉണ്ടാകുന്നില്ല. അഖിലേന്ത്യാ പുരോഗമനസാഹിത്യവും ഇന്ത്യൻ പീപ്പിൾസ് തിയേറ്റർ അസോസിയേഷനും മാനവിക ചലച്ചിത്രലോകവും സൃഷ്ടിച്ചതുപോലെ മതനിരപേക്ഷതയുടെ സാംസ്കാരിക ബദലുകൾ സൃഷ്ടിക്കുന്ന ഗ്രൂപ്പുകൾ ഇന്നില്ല.

ജർമ്മനിയിൽ ആധുനികതയുടെ രാഷ്ട്രീയ-പ്രത്യയശാസ്ത്ര നിലപാടുകളെ എതിർത്ത ആധുനികതാവിരുദ്ധരായ (anti-modernists) യാഥാസ്ഥിതികർ നോർഡിക് വംശീയ തനതു കലാവാദവും ഫോക്‌ലോർപഠനങ്ങളും കൊണ്ടാണ് നാസിരാഷ്ട്രത്തിന്റെ കലയും സംസ്കാരവും നിർമ്മിച്ചെടുക്കാൻ ശ്രമിച്ചത്. (Hann jost Lix feld-Folklore and fascism) 1938-ൽ ജൂതപ്പള്ളികൾ വ്യാപകമായി തകർത്തുകൊണ്ടാണ് സാംസ്കാരികനരമേധം ആരംഭിച്ചത്. ജർമ്മാനിക് സാംസ്കാരിക നവോത്ഥാനത്തിലൂടെ ജർമ്മൻ ജനതയുടെ സമന്വയം (Cultural conformity) കൊണ്ടുവരികയായിരുന്നു ലക്ഷ്യം. ഇന്ത്യയിൽ ഹിന്ദുത്വമെന്നത് അത്തരത്തിലുള്ള സംസ്കാരിക സമന്വയ നിലപാട് രാഷ്ട്രീയമാണ്. ആര്യസംസ്കൃതി ചിഹ്നങ്ങളായി വേദേതിഹാസപുരാണങ്ങളെ അധിനിവേശ മുഖ്യധാരയായി കൊണ്ടുവരുന്നു. ജനങ്ങളിൽ മതാത്മകസംസ്കാരത്തിന്റെ വൈകാരിക ശക്തീകരണം (emotionally charged) കൊണ്ടുവരികയാണ് ലക്ഷ്യം. ഹൊറിയ സിമ (Horia Sima) എന്ന റുമേനിയൻ ഫാഷിസ്റ്റു പറയുന്നത് ചരിത്രമെന്നത് ആത്മാവിന്റെ ഉജ്ജ്വല ജീവിതമാണെന്നാണ്. (History is an aspect of the majestic life of the spirit.) സംസ്കാരമെന്നത് വംശത്തിന്റെ അനശ്വരമായ ആത്മീയസർഗ്ഗാത്മകതയിൽ നിന്നും ഉയിർക്കൊള്ളുന്നതാണ് എന്നായിരുന്നു ഹിറ്റ്ലറുടെ നിലപാട്. അതുകൊണ്ട് എഴുത്തുകാരും കലാകാരന്മാരും ജർമ്മൻ വംശീയസത്തയെയാണ് ആവിഷ്കരിക്കേണ്ടത്. ഇന്ത്യയിൽ അത് ജാതി/വർണ്ണ/മത സ്വത്വവാദമായി വേഷം മാറുന്നു.

ജനങ്ങളെ യാഥാസ്ഥിതികവൽക്കരിക്കുകയാണ് ഫാഷിസവും മതമൗലികവാദവും ചെയ്യുന്നത്. 1895-ൽ ഫ്രഞ്ച് മനഃശാസ്ത്രജ്ഞനായ ഗുസ്താവ് ലീ ബോണാണ് ആൾക്കൂട്ട യാഥാസ്ഥിതികത്വം (conservation of crowd)എന്നപദം ഉപയോഗിച്ചത്. വിപ്ലവജനത എന്ന വിഭാവനയ്ക്ക് എതിരാണ് യാഥാസ്ഥിതിക ജനക്കൂട്ടം എന്ന പ്രയോഗം. ജനാധിപത്യ പൗരസമൂഹത്തെ ഫാഷിസ്റ്റ് ജനക്കൂട്ടമായി മാറ്റിയെടുക്കുന്നു. നാമമന്ത്ര ജപപ്രസ്ഥാനമായി (liturgical movement) ആൾക്കൂട്ടം മാറുന്നതോടെ ഭക്തി ആക്രമണോത്സുകതയായി മാറുകയും ജനക്കൂട്ടം ദൈവനാമപ്ര ഘോഷണത്തോടെ സാംസ്കാരിക നരമേധത്തിന് ആയുധധാരികളായി പുറപ്പെടുകയും ചെയ്യുന്നു.അതുകൊണ്ട് ഫാഷിസവും മതവികാരവും പര സ്പരപൂരകമായി പ്രവർത്തിക്കുന്നു.

ജനാധിപത്യമെന്നപോലെ ഫാഷിസവും വ്യാവസായികവിപ്ലവ ത്തിന്റെ നിർമ്മിതിയാണ്. വ്യവസായവിപ്ലവം സൃഷ്ടിച്ച പൗരസമൂഹ മെന്ന ജനസമൂഹം (mass society) ശാസ്ത്രബോധം, യുക്തിചിന്ത, മാനവി കത, മതനിരപേക്ഷത തുടങ്ങിയ മൂല്യബോധങ്ങളാൽ നിർമ്മിതമാണ്. എന്നാൽ ഫാഷിസ്റ്റുപ്രചാരണം കൊണ്ട് അവർ യാഥാസ്ഥിതിക ജന ക്കൂട്ടമായി പരിവർത്തനപ്പെടുന്നതോടെ ഫാഷിസം സ്വീകാര്യത കൈ വരിക്കുന്നു. അതിന് സഹായകമായ രീതിയിൽ സാമ്പത്തികമേഖലയി ലും മാറ്റങ്ങൾ സംഭവിക്കുകയാണ് ചെയ്യുന്നത്. 1925ൽ രൂപം കൊണ്ട രാഷ്ട്രീയ സ്വയം സേവക് സംഘത്തിന് ഇന്ത്യയിൽ അധികാരം പിടിക്കാൻ 90 വർഷം പ്രവൃത്തിക്കേണ്ടിവന്നത് വ്യാവസായിക മുത ലാളിത്തം കോർപ്പറേറ്റ് മുതലാളിത്തമായി മാറാനുള്ള കാലതാമസമാ യിരുന്നു. കോർപ്പറേറ്റിസമാണ് ഫാഷിസം എന്ന് ഫാഷിസത്തെ മുസ്സോ ളിനി നിർവചിച്ചിട്ടുണ്ട്. ജനങ്ങൾ പൊതുവേ മുൻവിധികളിലും വിശ്വാസ സംസ്കാരത്തിലും ജീവിക്കുന്നവരാണ്. ഫാഷിസം വ്യാജപ്രചാരണത്തിലൂ ടെ അവരുടെ മുൻവിധികളെ ദൃഢീകരിച്ച് അസഹിഷ്ണുതയുടെ ലോകത്തി ൽ തളച്ചിടുന്നു. മത-വംശീയ വികാരഭരിതരാക്കി പരിവർത്തിപ്പിക്കുന്നു. അതിന്റെ ഫലമായി ആൾക്കൂട്ടക്കൊലകൾ അരങ്ങേറുന്നു. ഹിന്ദുക്കൾ വീടുകളിൽ ട്രാക്ടറിനും പുസ്തകത്തിനും പേനയ്ക്കും പകരം വാൾ പൂജിക്ക ണമെന്നും ഹിന്ദുസ്ത്രീകളെ കെട്ടുത്താൻ വരുന്നവരെ (സ്വന്തം പക്ഷക്കാ രെ ഒഴികെ) വെട്ടിനുറുക്കണമെന്നും പൊതുവായ ആഹ്വാനം ഉണ്ടാകുന്നു. ആത്മാവിന് മതമില്ല എന്ന വിശ്വാസത്തെ ഫാഷിസം അംഗീകരിക്കു ന്നില്ല. ഹാൻസ്. എഫ്.കെ. ഗുന്തറിനെപ്പോലുള്ള നാസി പ്രൊഫസർമാർ വംശീയാത്മാവ് (racial spirit) എന്നൊരു സിദ്ധാന്തം അവതരിപ്പിച്ചിരുന്നു. ആര്യൻ ഊർജ്ജത്തിന്റെ ഉറവിടം വംശീയാത്മാവിൽ നിന്നാണെന്നു വരെ വാദിച്ചിരുന്നു. നാസികളുടെ കീഴിൽ ജർമ്മൻ സൊസൈറ്റി ഫോർ സൈക്കോതെറാപ്പിയുടെ പ്രസിഡന്റായി പ്രവർത്തിച്ച കാൾ യുങിന്റെ ആദിരൂപസിദ്ധാന്തങ്ങൾ നാസികളുടെ നോർട്ടിക് സാംസ്കാരിക പഠന ത്തിനും ഫോക്‌ലോർ പ്രയോഗത്തിനും ഏറെ സഹായിച്ചിരുന്നു.

ജൈവരാഷ്ട്രീയവും സംസ്കാരവും

ആര്യവംശീയതയിലും രക്തശുദ്ധിയിലും അധിഷ്ഠിതമായ ഒരു ജർമ്മൻ ജൈവരാഷ്ട്രത്തെയാണ് (organic state) ഹിറ്റ്ലർ വിഭാവന ചെയ്തത്. ക്രിസ്തുമതം ജൂതനായ യേശുക്രിസ്തുവിന്റെ പേരിൽ നിർമ്മിക്കപ്പെട്ടതായതിനാൽ ഏകമത രാഷ്ട്രവാദങ്ങളെ ഹിറ്റ്ലർ അംഗീകരിച്ചില്ല. ജർമ്മനിയിൽ മുൻകാലത്തെന്നപോലെ കത്തോലിക്ക-പ്രൊട്ടസ്റ്റന്റ് മത ലഹളകൾ അനുവദിക്കില്ലെന്ന് പ്രഖ്യാപിച്ചു. മാത്രമല്ല, ഭരണകൂടത്തിൽ നിന്നും മതത്തെ പൂർണ്ണമായും മാറ്റിനിറുത്തുകയും എതിർത്തവരെ തടങ്കൽപാളയങ്ങളിലേക്ക് അയയ്ക്കുകയും ചെയ്തു. ഹിറ്റ്ലറുടെ ജൈവ ജനകീയരാഷ്ട്രം (organic volk state) എന്നത് ഇന്ത്യയിൽ പ്രായോഗികമല്ല. കാരണം ഇന്ത്യാക്കാർ പല വംശ-കുല –ജാതിസമൂഹമാണ്. അതുപോലെ ലോകമതങ്ങളിൽ ബുദ്ധ-ജൈന-ഹിന്ദു-സിഖ് മതങ്ങളുടെ ജന്മഭൂമികൂടിയാണ് ഭാരതം. ഇസ്ലാം-ക്രൈസ്തവമതങ്ങൾ പില്ക്കാലത്ത് കടന്നുവരികയും ചെയ്തു. അതുകൊണ്ട് ഏകമതരാഷ്ട്രവാദം ഇന്ത്യയിൽ സംഘർഷപൂർണ്ണമായ അന്തരീക്ഷമാണ് സൃഷ്ടിക്കുന്നത്. ഹിന്ദുമതത്തെ ആസ്പദമാക്കി തദ്ദേശീയ മതവിഭാഗങ്ങളെ അവതാരകഥകളിലൂടെയും ജാതിവിഭാഗങ്ങളെ പൗരാണിക വിശ്വാസസംസ്കാരത്തിലൂടെയും ഏകോപിപ്പിച്ച് ഒരൊറ്റ ഹൈന്ദവജനമായി (Hindu People Hood) നിർമ്മിച്ചെടുക്കാൻ വിദ്യാഭ്യാസ-സാംസ്കാരിക-മാധ്യമ മേഖലകളെ മുഴുവൻ ഉപയോഗിക്കുന്നു. ജർമ്മനിയിൽ പാർട്ടിയും സംസ്കാരവും രാഷ്ട്രീയവും ഭരണകൂടവും നീതിന്യായപീഠവുമെല്ലാം ഒന്നായിരുന്നതാണ് ഇവിടെയും മാതൃക.വിഭാഗീയതയുടെ രാഷ്ട്രീയത്തിൽ നിഷ്പക്ഷതയെന്ന് ഒന്നില്ല.ജർമ്മൻ കോടതികളിൽ നിഷ്പക്ഷത പാടില്ലെന്ന് കുപ്രസിദ്ധ നാസിജഡ്ജി റൊളാൻസ് ഫ്രീസ്ലെർ പ്രഖ്യാപിച്ചിരുന്നു. നാസിക്കോടതികളെയും അന്വേഷണ ഏജൻസികളെയും ഭയപ്പെട്ട ജനത ഭയംമൂലം നാസിപക്ഷത്തേയ്ക്ക് ചായുകയായിരുന്നു. മോസ്സെ എഴുതുന്നു." Men and women fell into the arms of the new Riech like ripe fruits from a tree." (*Nazy culture*)

രാഷ്ട്രീയവിദ്വേഷവും വംശീയവിദ്വേഷവും സാംസ്കാരികവിദ്വേഷവും കലർന്നതാണ് നാസിസമെങ്കിൽ അവയോട് മതവിദ്വേഷംകൂടി കലർന്നതാണ് ഇന്ത്യൻ ഫാഷിസം. സാംസ്കാരികവിദ്വേഷം കലർന്നതാണ് ഫാഷിസമെന്ന് ഫ്രിറ്റ്സ് ബേൺ പറയുന്നു. (The Politics of cultural despair)സ്വാതന്ത്ര്യാനന്തരം ഇന്ത്യയിലുണ്ടായ മതനിരപേക്ഷതാ രാഷ്ട്രീയബോധവും ജനാധിപത്യസംവിധാനങ്ങളും ഭരണഘടനയും മതരാഷ്ട്രസ്ഥാപനത്തിന് തടസ്സമാണ്. അതിനെ വർണവ്യവസ്ഥാധിഷ്ഠിതവും ഭാവനാപൂർണവുമായ ഭൂതകാലത്തെ പകരം വെച്ചുകൊണ്ട് പൊളിച്ചുകളയാനുള്ള രാഷ്ട്രീയപ്രവർത്തനമാണ് സംസ്കാരിക നരമേധങ്ങൾകൊണ്ട് ലക്ഷ്യമാക്കുന്നത്.

ഫാഷിസത്തെ പുനർനിർവചിക്കുമ്പോൾ

ഫാഷിസം എന്നത് ഒരു ഇറ്റാലിയൻ പദമാണ്. Fasces എന്ന ഇറ്റാലിയൻ ശബ്ദത്തിന് വടികൾ ചേർത്തുണ്ടാക്കിയ കോടാലിക്കൈ എന്നാണ് അർത്ഥം. പ്രാചീനകാലത്ത് മഴുവിന്റെ കൈ ഉണ്ടാക്കിയിരുന്നത് വടികൾ ചേർത്തു കെട്ടിയിട്ടാണ്. പിന്നീട് ആക്രമണകാരികളായ സംഘടിത ജനക്കൂട്ടം എന്ന അർത്ഥത്തിൽ ഫാഷിയോ (Fascio) എന്ന പ്രയോഗം നിലവിൽ വന്നു. ഒന്നാം ലോകയുദ്ധത്തിൽ ഇറ്റലിക്കു വേണ്ടി പോരാടാൻ പോയ ചാവേർ ഗ്രൂപ്പായിരുന്നു Fascidi combattimento (Combatgroup). യുദ്ധാനന്തരം 1922-ൽ അധികാരം പിടിച്ചെടുത്ത മുസ്സോളിനിയാണ് അക്രമിസംഘത്തെ ഫാഷിസ്റ്റു സംഘടനയായി പരിവർത്തിപ്പിച്ചത്. അതോടെ ഫാഷിസം, ഫാഷിസ്റ്റ് എന്നീ പദങ്ങൾ പ്രയോഗത്തിൽ വന്നു. ജനങ്ങളെ കോടാലിക്കൈപോലെ ഒരു നേതൃത്വത്തിന് കീഴിൽ ഒന്നിച്ചുനിർത്തി എതിരാളികളെ ക്രൂരമായി കൊലചെയ്തു കീഴടക്കുന്നതാണ് ഫാഷിസം.

സമഗ്രാധിപത്യങ്ങൾ, ഏകാധിപത്യങ്ങൾ, സൈനികാധിപത്യങ്ങൾ, സ്വേച്ഛാധിപത്യങ്ങൾ തുടങ്ങിയ മർദ്ദന ഭരണകൂടങ്ങളിൽ നിന്നും വ്യത്യസ്തമാണ് ഫാഷിസം. മുൻപറഞ്ഞ ഭരണരീതികൾ നിലവിൽ വരാൻ ജനാധിപത്യം ആവശ്യമില്ല. എന്നാൽ ഫാഷിസം ജനാധിപത്യത്തിലൂടെ ജനപിന്തുണയോടെയാണ് അധികാരത്തിൽ വരുന്നത്. ജനാധിപത്യസമൂഹം നൽകുന്ന അഭിപ്രായസ്വാതന്ത്ര്യം, സംഘടനാസ്വാതന്ത്ര്യം. പൗരാവകാശങ്ങൾ, തിരഞ്ഞെടുക്കപ്പെടാനുള്ള അവകാശം, ഭരണഘടനാപരമായ അവകാശങ്ങൾ, നിയമവ്യവസ്ഥകൾ, പാഠ്യപദ്ധ

തികൾ ഇവ ഉപയോഗിച്ചുകൊണ്ടാണ് ഫാഷിസ്റ്റുകൾ ജനാധിപത്യത്തിലൂടെ ശക്തി പ്രാപിച്ച് ജനങ്ങളെ വശീകരിച്ച് പിൻതുണക്കാരാക്കി അധികാരത്തിൽ എത്തുന്നത്. അധികാരത്തിലെത്തിയാൽ പ്രതിയോഗികൾ ജനാധിപത്യത്തിന്റെ ഇടങ്ങൾ ഉപയോഗിച്ച് തങ്ങളെ സ്ഥാനഭ്രഷ്ടരാക്കാതിരിക്കാൻവേണ്ടി ജനാധിപത്യ സംവിധാനങ്ങളെ തകർക്കുകയും തങ്ങളുടെ ആധിപത്യത്തിന് മറയിടാൻ വ്യാജമായ ഒരു ജനാധിപത്യ പ്രതീതി നിർമ്മിച്ചെടുക്കുകയും ചെയ്യുന്നു.

ഇറ്റലിയിലും ജർമ്മനിയിലും മുസ്സോളിനിയും ഹിറ്റ്ലറും അധികാരത്തിൽ വന്നത് ജനാധിപത്യസംവിധാനത്തിലൂടെ ജനസ്വീകാര്യത നിർമ്മിച്ചെടുത്തുകൊണ്ടാണ്. അധികാരലബ്ധിയെത്തുടർന്ന് ജനാധിപത്യത്തെ അട്ടിമറിച്ചു. അതുകൊണ്ടു ഫാഷിസമെന്നത് തലതിരിഞ്ഞ ജനാധിപത്യമാണ്, ഘടനാപരമായ അഴിച്ചുപണിയാണ്. ഭരണഘടന, നിതിന്യായവ്യവസ്ഥ, വിദ്യാഭ്യാസം, സംസ്കാരം, കല, സൗന്ദര്യശാസ്ത്രം, പൗരജീവിതം എന്നിങ്ങനെ എല്ലാ തലങ്ങളെയും അഴിച്ചു പണിയുന്നു. ജനാധിപത്യത്തെ ഇല്ലാതാക്കുന്നതോടെ ജനാധിപത്യപരമായി ഫാഷിസത്തെ നേരിടാൻ കവിയാത്ത ഒരവസ്ഥ സംജാതമാകും.

ഫാഷിസ്റ്റാധുനികത

ആധുനികതയുടെ ഈററില്ലമായ വ്യവസായവിപ്ലവത്തിന്റെ നിർമ്മിതികളായ മുസ്സോളിനിയും ഹിറ്റ്ലറും പൊതുമേഖലകളെ കൂടി ശക്തിപ്പെടുത്തി ഇറ്റലിയെയും ജർമ്മനിയെയും വ്യവസായവൽക്കരിക്കാൻ ശ്രമിച്ചു. എല്ലാം സ്റ്റേറ്റിന്റെ നിയന്ത്രണത്തിൽ കൊണ്ടുവന്നു. മുതലാളിത്തത്തെ ശക്തിപ്പെടുത്തിയെങ്കിലും സ്റ്റേറ്റിനെ ഭരിക്കാൻ മൂലധനശക്തികളെ അനുവദിച്ചില്ല. ഭരണകൂടവും മൂലധനശക്തികളും തമ്മിലുള്ള സഹകരണ ഭരണമായിരുന്നു (കോർപ്പറേറ്റിസം) ഇറ്റലിയിലെ ഫാഷിസം. വ്യാവസായികമായി ഇറ്റലിയെയും ജർമ്മനിയെയും വികസിപ്പിച്ച് യൂറോപ്യൻ മുതലാളിത്തത്തോട് മത്സരിക്കാനും ഇംഗ്ലണ്ടിനും ഫ്രാൻസിനും ബദലായി കോളനികൾ സ്ഥാപിക്കാനും ശ്രമിച്ചു. കർഷകരാണ് ജർമ്മൻ രാഷ്ട്രത്തിന്റെ അടിത്തറയെന്ന് ഹിറ്റ്ലർ പ്രഖ്യാപിച്ചു. ജർമ്മൻ രക്തം–വംശീയത–മണ്ണ്–ദേശീയത (Blood and soil) – അതായിരുന്നു ഹിറ്റ്ലറുടെ മുദ്രാവാക്യം. പരിസ്ഥിതിസംരക്ഷണവും (ഇക്കോളജി) ജൈവകൃഷിയും (ഓർഗാനിക് അഗ്രികൾച്ചർ) നാസികളുടെ നയമായിരുന്നു. മുസ്സോളിനിയും ഹിറ്റ്ലറും കത്തോലിക്കാസഭയുടെ രാഷ്ട്രീയ–സാമൂഹിക– തൊഴിൽരംഗ പ്രവർത്തനങ്ങളെ നിരോധിച്ചു. മുസ്സോളിനി ക്രൈസ്തവേതര പൂർവ റോമൻ സംസ്കാര മഹിമയെയും ഹിറ്റ്ലർ നോർട്ടിക്-ജർമ്മനിക് സംസ്കാരത്തെയും വിശ്വാസങ്ങളെയും ക്രിസ്തുമതത്തിന്

പകരം വെച്ചു. ലോകത്തിൽ ആദ്യമായി ഭരണത്തിൽ ഒരു ഫോക്‌ലോർ ഡിപ്പാർട്ട്മെന്റിനെയും മന്ത്രിയെയുമുണ്ടാക്കിയത് ഹിറ്റ്ലറാണ്.അതിലൂടെ ജർമ്മൻകാരുടെ ആര്യസംസ്കാര- വംശീയ ബോധങ്ങളെ ഉത്തേജിപ്പിക്കാനും ഏകോപിപ്പിക്കാനും ശ്രമിച്ചു. അങ്ങനെ ഫാഷിസ്റ്റു സംസ്കാരിക ബോധത്താലും പ്രത്യയശാസ്ത്രത്താലും ഏകോപിപ്പിക്കപ്പെട്ട ആൾക്കൂട്ടമാണ് ഫാഷിസ്റ്റ് ജനത. അവർ കൊല്ലിനും കൊലയ്ക്കും എതിരാവുകയില്ല. നേരെമറിച്ച് തെരുവിലിറങ്ങി എതിരാളികളെ തല്ലിക്കൊല്ലുകയാണ് ചെയ്യുന്നത്.

പുതിയ സമരസിദ്ധാന്തം

ചരിത്രം വർഗസമരങ്ങളുടെ ചരിത്രമാണ് എന്നതാണ് മാർക്സിസത്തിന്റെ കാഴ്ചപ്പാട്. എന്നാൽ ചരിത്രം വർഗീയസംഘർഷങ്ങളുടെ നിർമ്മിതിയാണെന്ന് ഫാഷിസ്റ്റുകൾ പറയുന്നു. നാസി ജർമ്മനിക്കുള്ളിൽ ജീവിച്ച വിക്തർ ക്ലെംബറർ നാസികളുടെ ഭാഷാപ്രയോഗങ്ങളെക്കുറിച്ച് എഴുതുമ്പോൾ വ്യക്തമാകുന്ന ഒരു കാര്യമുണ്ട്. ഹിറ്റ്ലറുടെ ശക്തമായ ആയുധം എന്തായിരുന്നു? അയാളുടെ വളച്ചൊടിച്ച് തെറ്റിദ്ധാരണ പരത്തുന്ന പ്രസംഗങ്ങളോ അവതരിപ്പിച്ച വിഷയങ്ങളോ ആയിരുന്നില്ല, നേരെ മറിച്ച് ഏകോദര സഹോദരരെപ്പോലെ കഴിഞ്ഞിരുന്ന ജർമ്മൻകാർക്കിടയിൽ സൃഷ്ടിച്ച ആര്യ-ജൂതവംശ വേർതിരിവാണ്. വിഭജനരാഷ്ടീയത്തിലൂടെ സൃഷ്ടിച്ച വിദ്വേഷവും പകയും അസഹിഷ്ണതയുമായിരുന്നു നാസികളുടെ രാഷ്ടീയമൂലധനം. ഫാഷിസം മറ്റു സമഗ്രാധിപത്യങ്ങളിൽ നിന്നും വ്യത്യസ്തമാകുന്നത് അത് ആഭ്യന്തരമായി ജനതയെ വംശീയവിദ്വേഷത്തിലൂടെ ഭിന്നിപ്പിച്ച് തമ്മിലടിപ്പിക്കുന്നു എന്നതാണ്. ഇറ്റലിയെക്കാൾ ജർമ്മനിയിലാണ് വംശീയവിഭാഗീയത ശക്തമായത്. ജർമ്മൻ വംശീയരല്ലാത്ത ജൂതന്മാർ, സ്ലാവുകൾ, ജിപ്സികൾ തുടങ്ങിയ വർഗങ്ങൾ ലക്ഷക്കണക്കിന് തടങ്കല്പാളയങ്ങളിലെ ഗ്യാസ്ചേംബറുകളിൽ ചത്തൊടുങ്ങി. അങ്ങനെ സ്വന്തം ജനതയെ വേട്ടയാടിക്കൊന്നൊടുക്കുന്ന ഭരണമാണ് ഫാഷിസം. പുറംരാജ്യങ്ങളെ സൈന്യത്തിലൂടെ ആക്രമിച്ചും ആഭ്യന്തരരംഗത്തെ ശത്രുക്കളെ അർദ്ധസൈനിക സ്വഭാവമുള്ള പാർട്ടിസംഘടനകൾ വഴിയും അന്വേഷണ-രഹസ്യപോലീസ് ഏജൻസികൾ വഴിയും കീഴ്പ്പെടുത്തുന്നു. അതുകൊണ്ട് ബാഹ്യവും ആഭ്യന്തരവുമായ കൊളോണിയലിസമാണ് ഫാഷിസം.

ഫാഷിസ്റ്റുകളുടെ ദേശീയത രാജ്യത്തിനും പൗരന്മാർക്കും സ്വാതന്ത്ര്യം നേടിക്കൊടുക്കാനുള്ള പ്രസ്ഥാനമല്ല. ആഭ്യന്തരമായ സ്വാതന്ത്ര്യത്തിന്റെ ഇടങ്ങൾ നശിപ്പിക്കാനുള്ള വിഭാഗീയവികാരമാണ്. ഫാഷിസം പുതിയതായി ഒരു രാഷ്ട്രത്തെ നിർമ്മിക്കുന്നില്ല. അവർ അധികാരത്തി

ലെത്തിയാൽ ജനാധിപത്യരാഷ്ട്രസംവിധാനത്തെ സമഗ്രാധിപത്യമാക്കി മാറ്റാനുള്ള ഘടനാപരമായ മാറ്റങ്ങളാണ് കൊണ്ടുവരുന്നത്. നിലനിൽക്കുന്ന മുതലാളിത്തചൂഷണത്തെ കൂടുതൽ ക്രൂരവും അക്രമാസക്തവുമാക്കി തീർക്കുന്നു. അതിനുവേണ്ടി തൊഴിൽവർഗത്തെ മുഴുവൻ അടിച്ചമർത്തിക്കൊടുക്കുന്നു. അതുകൊണ്ട് ഫാഷിസം അധികാരത്തിൽ വരുന്നതും നിലനിൽക്കുന്നതും ജനപിൻതുണയോടെയാണ്. ജനപിൻതുണ നേടുന്നതാകട്ടെ ജനങ്ങളെ വംശീയമായും വർഗീയമായും വിഭജിച്ചും ക്രൂരമായി അടിച്ചമർത്തിയും വ്യാജപ്രചാരണങ്ങൾകൊണ്ട് ബുദ്ധിപ്രക്ഷാളനം നടത്തിയുമാണ്.

ദേശീയതയുടെ നാനാർഥങ്ങൾ

ഫ്യൂഡൽ ബന്ധങ്ങൾ തകർത്ത് സ്വതന്ത്രമുതലാളിത്തദേശരാഷ്ട്രങ്ങൾ പണിയാനാണ് നവോത്ഥാനകാലാനന്തരം ദേശീയത യൂറോപ്പിലെങ്ങും ഉടലെടുത്തത്. ഇന്ത്യയിൽ ബ്രിട്ടീഷ് ഭരണവിരുദ്ധ വികാരമായിരുന്നു ദേശീയത. അതുപോലെ മറ്റു കോളനി രാജ്യങ്ങളിലും ജനങ്ങളുടെ സ്വാതന്ത്ര്യാഭിലാഷമായിരുന്നു ദേശീയത. എന്നാൽ ഫാഷിസ്റ്റുദേശീയത വംശരാഷ്ട്ര സ്ഥാപനത്തിനോ മതരാഷ്ട്ര നിർമ്മിതിക്കോ വേണ്ടിയുള്ളതാണ്. അത് സാമ്രാജ്യത്വ വിരുദ്ധമല്ല. നേരെ മറിച്ച് സാമ്രാജ്യാനുകൂല നിലപാടാണ് സ്വീകരിക്കുന്നത്. ഇന്ത്യയിലെ രാഷ്ട്രീയ സ്വയംസേവക് സംഘം ബ്രിട്ടീഷ് ഭരണത്തെ എതിർത്തിരുന്നില്ല. അവരുടെ ദേശീയത ഹിന്ദുരാഷ്ട്ര നിർമ്മിതിക്കു വേണ്ടിയുള്ള മതദേശീയതയാണ്. ജർമ്മനിയിൽ രക്തശുദ്ധിയിലും ദേശശുദ്ധിയിലും ജർമ്മൻകാരെ സംഘടിപ്പിക്കാനുള്ള വംശീയ ദേശീയതയെയാണ് നാസികൾ ഉപയോഗിച്ചത്. ഇന്ത്യയിൽ ഹിന്ദുക്കളെ ദേശീയസമുദായമെന്ന നിലയിൽ സംഘടിപ്പിച്ച് തീവ്രവാദപരമായും സമഗ്രാധിപത്യപരമായും ഒരു രാഷ്ട്രം നിർമ്മിക്കുക എന്നതാണ് ഹിന്ദുത്വദേശീയതയുടെ ലക്ഷ്യം.

ഇസ്രായേലിന്റെ ജൂതദേശീയത എന്ന സയണിസം പലസ്തീൻ ജനതയെ മുഴുവൻ കൊന്നൊടുക്കാനുള്ള യുദ്ധോപകരണമാണ്. യൂറോപ്പിൽ ദേശരാഷ്ട്രനിർമ്മിതിക്ക് സഹായിച്ച ദേശീയതയെ പിന്നീട് യൂറോപ്പിനെ ബാധിച്ച വിഷമാണെന്ന് ജോർജ്ജ് സ്റ്റെയിനർ പറഞ്ഞത് ഫാഷിസ്റ്റ് ദേശീയതയുടെ ക്രൂരതകൾ കണ്ടിട്ടാണ്. (*Language and Silence* എന്ന കൃതി). ഇന്ത്യയെയും ഈയൊരു വിഷം ബാധിച്ചു കഴിഞ്ഞു. അതുകൊണ്ട് മതദേശീയതയെന്നത് തീവ്രവാദപരമായ പരമാധികാര ദേശീയതയാണ്. മതാത്മകസാംസ്കാരിക രാഷ്ട്രീയമാണ് മതഫാഷിസം. ഹിറ്റ്ലറും മുസ്സോളിനിയും ഫാഷിസ്റ്റു ഭരണത്തിനായി മതത്തെ ഉപയോഗിച്ചിരുന്നില്ല. മുപ്പതുവർഷം മതയുദ്ധങ്ങൾ കൊണ്ടു തകർന്ന ഇറ്റലിയി

ലും ജർമ്മനിയിലുമാണ് ഫാഷിസങ്ങൾ നിലവിൽ വന്നത്. അതുകൊണ്ട് അവർ മതത്തെ ഭരണകൂടത്തിൽ നിന്നും അകറ്റിനിർത്തി. ഹിറ്റ്ലർ താനൊരു അവിശ്വാസിയാണെന്ന് പ്രഖ്യാപിച്ചു. (Of course, I myself am a heathen to the core) മതത്തിന്റെ പേരിൽ ജർമ്മൻകാരെ ഭിന്നിപ്പിക്കാൻ ആരെയും അനുവദിക്കില്ല എന്ന് ആജ്ഞാപിച്ചു.

I Will never allow any one to divide this people once more into religious camps, each figting the other (ഹിറ്റ്ലറുടെ പ്രസംഗങ്ങൾ എന്ന കൃതി). ഹിറ്റ്ലർ മതസ്ഥാപനങ്ങളുടെ ശക്തി കുറയ്ക്കുകയും എതിർത്ത പുരോഹിതന്മാരെ തടങ്കൽ പാളയങ്ങളിൽ അടയ്ക്കുകയും ചെയ്തു. അതിൽ പ്രധാനിയായിരുന്നു ലോകപ്രസിദ്ധനായിരുന്ന മാർട്ടിൻ നീമോളർ. മുസ്സോളിനിയും പോപ്പും തമ്മിലുള്ള ബന്ധം നിരന്തരസംഘർഷത്തിന്റേതായിരുന്നു. സഭയുടെ രാഷ്ട്രീയസംഘങ്ങളെ മുഴുവൻ മുസ്സോളിനി തകർത്തു. പള്ളികളുടെ സ്വത്തുക്കൾ സംരക്ഷിക്കാൻ പോപ്പ് മുസ്സോളിനിയെ പിൻതുണച്ചു. അതിക്രമങ്ങൾക്ക് നേരെ കണ്ണടച്ചു. വ്യാവസായിക മൂലധനവിപ്ലവം കൊണ്ടുവന്ന ജനാധിപത്യത്തെയും ക്ഷേമരാഷ്ട്രസങ്കല്പത്തെയും ഫാഷിസ്റ്റു രാഷ്ട്രവാഴ്ചയായി മാറ്റുകയാണ് ഫാഷിസം ചെയ്തത്.

മതഫാഷിസം

രാഷ്ട്രീയ വംശീയ ഫാഷിസങ്ങളിൽ നിന്നും വ്യതിരിക്തത പുലർത്തുന്നതാണ് മതഫാഷിസം. പല ഗോത്രങ്ങൾ, വംശങ്ങൾ, ജാതികൾ ഒരു മതത്തിനുള്ളിലുള്ളതിനാൽ മതവിശ്വാസികളുടെ ഐക്യത്തിലാണ് മതദേശീയപരമായ ഫാഷിസം ഊന്നി നിൽക്കുന്നത്. ഹിന്ദു ഐക്യം, സുന്നി ഐക്യം, ഷിയ ഐക്യം, ബൗദ്ധൈക്യം, ക്രൈസ്തവൈക്യം എന്നിങ്ങനെ വിശ്വാസികളുടെ ഐക്യമാണ് മതഫാഷിസത്തിന്റെ അടിത്തറ. പുരോഹിതവാഴ്ചയിലാണ് അതിന്റെ അധികാരം ക്രമീകരിച്ചിരിക്കുന്നത്. പുരോഹിതന്മാർ ഭരണകർത്താക്കളായി വരുന്നു (ഉദാ. യു.പിയിലെ ആദിത്യനാഥ്) മതനിരപേക്ഷത എന്നത് അവർക്ക് അസഹനീയമായ പദവും മതദ്രോഹവുമാണ്. മതപരമായ ചിഹ്നങ്ങൾ, വേഷങ്ങൾ, ആഹാരരീതികൾ ഇവയിൽ ഊന്നുന്നു. ഒരു മതം ഏതെല്ലാം ദേശങ്ങളിൽ വ്യാപിച്ചിട്ടുണ്ടോ അവയൊക്കെ ചേർന്നുള്ള മതസാമ്രാജ്യസ്വപ്നമാണ് മതഫാഷിസ്റ്റുകൾ വച്ചുപുലർത്തുന്നത്. അതിന് ദേശരാഷ്ട്രങ്ങളുടെ അതിർത്തി സങ്കല്പങ്ങൾ ബാധകമല്ല. മതസമൂഹത്തിനുള്ളിൽ അവിശ്വാസിയും അപരമതക്കാരനും വധിക്കപ്പെടേണ്ട കുറ്റവാളികളായിത്തീരുന്നു. ഇതരമത ലൈംഗിക ബന്ധങ്ങളെയും വിവാഹരീതികളെയും അഭിമാനവധം കൊണ്ട് നേരിടുന്നു. സാംസ്കാരിക രാഷ്ട്രീയത്തിലും പൈതൃകത്തിലും ഊന്നുന്നതിനാൽ മതദേശീയത ഫോക്‌ലോർ

ആദിമബോധങ്ങളെയും ഫോക്‌ലോർ സംസ്കാരത്തെയും തിരികെ കൊണ്ടുവരുന്നു. മതപ്രവർത്തകർ, സൈനികവൽകൃത സംഘങ്ങളായിട്ടാണ് പ്രവർത്തിക്കുന്നത്. അസഹിഷ്ണുത, വിദ്വേഷം, പക, മുൻവിധി തുടങ്ങിയ ഫാസിസ്റ്റ് മനോഭാവങ്ങളുടെ ഓഹരി ഉടമകളാണ്. മതഫാഷിസ്റ്റു സൈനികവൽകൃത ദേശീയത്തിലേക്ക് ജനങ്ങളെ ആകർഷിക്കുന്നതിന് വേണ്ടി ആചാരാനുഷ്ഠാനങ്ങളിലൂടെയും ഭക്തിയിലൂടെയും സ്ത്രീ ശാക്തീകരണം നടത്തി കുടുംബവൃത്തങ്ങൾക്കുള്ളിൽ മതഫാഷിസം പ്രവർത്തിക്കുന്നു. മതഫാഷിസത്തിൽ മുതലാളിത്തവും ഭരണകൂടവും മതാധികാരകേന്ദ്രങ്ങളും സഹകാരികളായി പ്രവർത്തിക്കുന്നതിനാൽ മതാധിപത്യ–മുതലാളിത്ത സഹകാരി രാഷ്ട്രമാണ് മതഫാഷിസ്റ്റു രാഷ്ട്രം. മതം കോർപ്പറേറ്റിസമായി പരിണമിക്കുന്നു. വൻകിട വ്യവസായങ്ങളും മൂലധനനിക്ഷേപങ്ങളുമടങ്ങുന്ന പുത്തൻ ദേവസ്വങ്ങളാണ്- കോർപ്പറേറ്റ് ദേവസ്വങ്ങളാണ് രംഗപ്രവേശം ചെയ്തിരിക്കുന്നത്. മതഫാഷിസം ആത്യന്തികമായി മതത്തിനുള്ളിലെ അലിവുകളെ ഇല്ലായ്മ ചെയ്തു കളയുന്നു.

ആത്മീയഫാഷിസം ഇന്ന്

രണ്ടാം ലോകയുദ്ധാനന്തരം രാഷ്ട്രീയ ഫാസിസ്റ്റ് ഭരണകൂടങ്ങൾ തകർന്നുപോയപ്പോൾ ഫാഷിസ്റ്റ് പ്രതിലോമശക്തികൾ അതിജീവന ത്താവളങ്ങൾ കണ്ടെത്തിയത് പാരമ്പര്യവാദത്തിലും മതത്തിലുമാണ്. മതത്തിലെ ഫാഷിസ്റ്റ് പ്രവണതകളെ അവലംബമാക്കി പ്രവർത്തിക്കാൻ തുടങ്ങി. ആധുനികത ഉയർത്തിയ വെല്ലുവിളികൾക്കെതിരെ പാരമ്പര്യമ തത്തെ ബുദ്ധിപൂർവ്വം ആസൂത്രണം ചെയ്ത് എടുത്തുകൊണ്ട് മതാചാരങ്ങൾ, അനുഷ്ഠാനങ്ങൾ, വേഷഭൂഷാദികൾ, ജീവിതചര്യകൾ, ഭക്ഷണവിഭവങ്ങ ൾ എങ്ങനെയായിരിക്കണമെന്ന് നിർദ്ദേശിക്കപ്പെട്ടു. ഫാഷിസ്റ്റ് പ്രവർ ത്തനങ്ങൾ മുൻകൂട്ടി ആസൂത്രണം ചെയ്യുന്നതുപോലെ മതപ്രവർത്തനവും മുൻകൂട്ടി ആസൂത്രണം ചെയ്യപ്പെടുന്നു. എന്നാൽ പഴയ മതജീവിതങ്ങൾ ബഹുസ്വരതകൾ കലർന്നതാണ്. കാലാകാലങ്ങളിലെ ജീവിതപ്പകർച്ച കളിലൂടെ രൂപപ്പെട്ട് കൊടുക്കൽ വാങ്ങലുകളിലൂടെ ബഹുസ്വരതകൾ കലർ ന്നുപോന്നവയാണ് ജനകീയമതങ്ങൾ. എന്നാൽ ആസൂത്രിത മതപാരമ്പര്യ നിർമ്മിതിയിൽ ജനകീയമായ ബഹുസ്വരതകൾ ഒഴിവാക്കി എല്ലാം ഏകസ്വരാന്വിതമാക്കിത്തീർക്കുന്നു. സത്യം തേടാനുള്ള പലവഴികൾ മുൻപ് നിലനിന്നിരുന്നുവെങ്കിൽ ആസൂത്രിതമതം അവയെ തകർത്ത് സംഘടിതമതമാണ് ഏകമാർഗ്ഗം എന്നൊരവസ്ഥ സംജാതമാക്കുന്നു. മറ്റു മാർഗ്ഗങ്ങൾ അശുദ്ധവും ഹീനവുമാണ്. അങ്ങനെ ആസൂത്രിതമതവാദം ശുദ്ധിവാദം കൊണ്ടുവരികയും ഇതര മതവിഭാഗങ്ങളെയും ശാഖകളെയും മതദ്രോഹികളായി ചിത്രീകരിച്ചു ഹിംസാത്മകമായി ഇല്ലായ്മ ചെയ്യാൻ ശ്രമിക്കുന്നതാണ് വർത്തമാനകാലം നേരിടുന്ന മതഭീഷണി. ദൈവ വെ

ളിപാടിന്റെ തനിമയിലേക്കു മതശുദ്ധിയെയും ജീവിതക്രമത്തെയും പരിവർത്തിപ്പിക്കുന്നതോടെ മനുഷ്യനിർമ്മിത ക്രമങ്ങൾ, മാനവികത എന്നിവ ദൈവികതയ്ക്ക് എതിരായിത്തീരുന്നു. മതസംരക്ഷണപോരാളികൾ ഇതര സംസ്കൃതികളെയും സ്മാരകങ്ങളെയും ആരാധനാലയങ്ങളെയും നശിപ്പിക്കുക മാത്രമല്ല, വിശ്വാസിസമൂഹത്തെ ഒന്നടങ്കം കൂട്ടക്കൊല ചെയ്യുന്നു.

സർഗ്ഗാത്മകത ദൈവത്തിൽ ആരോപിക്കുന്നതിനാൽ മനുഷ്യന്റെ സർഗ്ഗാത്മകസ്വാതന്ത്ര്യത്തെ മതവാദികൾ അംഗീകരിക്കുന്നില്ല. ദൈവത്തിന്റെ തിരുവാക്ക്, വചനങ്ങൾക്ക് എതിർവായ് ഉണ്ടാകാൻ പാടില്ല. അങ്ങനെ മനുഷ്യനെ കടുത്ത യാഥാസ്ഥിതികനാക്കി, വിശ്വാസത്തെ അയുക്തിവൽക്കരിച്ച് ഭ്രാന്താവസ്ഥയിലെത്തിക്കുകയാണ് മതമൗലികവാദം ചെയ്യുന്നത്.

മതം ഉയർത്തിപ്പിടിക്കുന്നത് ആരുടെ പാരമ്പര്യത്തെയാണ്? ജനങ്ങളുടെ പാരമ്പര്യം സഹവർത്തിത്വത്തിന്റെയും സഹകരണത്തിന്റെയും പാരമ്പര്യമാണ്. ജീവിതോപാധികളുടെ ദൈനംദിനോല്പാദനത്തിൽ അവർക്ക് സഹകരിച്ചേ മതിയാവൂ. എന്നാൽ ഭൗതികോല്പാദനത്തിൽ നിന്നും അകന്നുനില്ക്കുന്ന ഭരണവർഗപാരമ്പര്യമെന്നത് അസഹിഷ്ണുതയുടെയും വെറുപ്പിന്റെയും വെട്ടിപ്പിടിക്കലിന്റെയും സമ്പത്തുകൾക്ക് മേലുള്ള അധികാരക്കൊയ്ത്തിനായുള്ള കൂട്ടക്കൊലകളുടെയും പാരമ്പര്യമാണ്. അധികാരലബ്ധിക്കായി സ്വന്തം മാതാപിതാക്കളെയും സഹോദരങ്ങളെയും ഗുരുസ്ഥാനീയരെയും കൊന്നൊടുക്കിയ ഭരണവർഗപാരമ്പര്യത്തെയാണ് ഫാഷിസവും ആത്മീയ ഫാഷിസവും ജനകീയപാരമ്പര്യമായി ആസൂത്രിത മതവ്യാഖ്യാനങ്ങളിലൂടെ അവതരിപ്പിക്കുന്നത്. ജാതിമത നിരപേക്ഷമായ ജനകീയബോധത്തെ വർഗീയബോധത്തിലേക്ക് ആത്മീയമായി വ്യാഖ്യാനിച്ചെടുക്കുകയാണ് ആസൂത്രിതമതാചാര്യന്മാർ ചെയ്യുന്നത്. സാധാരണക്കാരന്റെ ആത്മീസത്തയെ ക്രൈസ്തവ-ഇസ്ലാമിക-ഹൈന്ദവസ്വത്വബോധങ്ങളായി വിഘടിപ്പിക്കുന്നു. ഭൗതികതലത്തിലെ വർഗവൈരുദ്ധ്യങ്ങളെയും അടിമയുടമ ബന്ധങ്ങളെയും കുറിച്ചുള്ള തിരിച്ചറിവുകളെ കമ്യൂണിസ്റ്റ് ഗൂഢാലോചനകളായി തിരസ്കരിക്കുന്നു. രണ്ടാം ലോകയുദ്ധത്തിന് ശേഷം നിലനിന്ന സോഷ്യലിസ്റ്റുചേരിയോടും മതനിരപേക്ഷ സ്വതന്ത്രദേശരാഷ്ട്രങ്ങളോടും പടപൊരുതാൻ പ്രതിലോമശക്തികൾ മതത്തിൽ ആത്മീയ ഫാഷിസത്തിന്റെ രാഷ്ട്രരൂപങ്ങൾ കണ്ടെത്തുകയാണ് ചെയ്തത്. റോമിൽ ജനിച്ച ആത്മീയ ഫാഷിസ്റ്റാചാര്യനായ റെനെ ഗുനോൻ കൊയിറോവിലും ഇസ്ലാമികവാദത്തിലും ചേക്കേറിയത് യാദൃച്ഛികമല്ല. ഇന്ത്യയിലെ അദ്വൈതദർശനവും ഇസ്ലാമികമായ ഏകദൈവവിശ്വാസവും ആത്മീയ ഫാഷിസത്തിന്റെ സർവാധിപത്യ സമഗ്രബോധത്തിന് പ്രയോജനപ്പെടുത്തുകയാണ് ചെയ്യുന്നത്.

ഫാഷിസവും അറബ്ദേശീയതയും

കോളനിവിരുദ്ധ പോരാട്ടമായിട്ടാണ് ആധുനിക അറബ് ദേശീയത രൂപം കൊണ്ടത്. പ്രധാനപ്പെട്ട മിക്ക അറബ് രാഷ്ട്രങ്ങളും വിദേശാധിപത്യത്തിൻ കീഴിലെ കോളനി രാജ്യങ്ങളായിരുന്നു. ഈജിപ്തിന് പുറമേ സുഡാൻ, ഇറാഖ്, ഘാന എന്നീ രാജ്യങ്ങൾ ബ്രിട്ടന്റെയും, ലിബിയ ഇറ്റലിയുടെയും മൊറൊക്കോ, സുഡാന്റെ ചില ഭാഗങ്ങൾ, ടുണീഷ്യാ, സിറിയ, അൾജീരിയ, ഗിനിയ തുടങ്ങിയ രാജ്യങ്ങൾ ഫ്രാൻസിന്റെയും കോളനികളായിരുന്നു. വിദേശാധിപത്യത്തിന് എതിരായിട്ടാണ് അറബ് ദേശീയത ഉയർന്നുവന്നത്. 1919-ൽ ഈജിപ്റ്റിൽ രൂപം കൊണ്ട് വഫ്ദിസ്റ്റ പ്രസ്ഥാനം ഈജിപ്തിനെ ഒരു സ്വതന്ത്ര്യ രാഷ്ട്രമാക്കാൻ വേണ്ടിയാണ് പ്രവർത്തിച്ചത്. മതനിരപേക്ഷതയുടെയും ജനാധിപത്യത്തിന്റെയും ലിബറൽ ഹ്യൂമനിസത്തിന്റെയും യുക്തിബോധത്തിന്റെയും ആശയങ്ങൾ ഈജിപ്തിലൂടെ അറബ് ലോകത്തിലേക്കു വ്യാപിക്കാൻ തുടങ്ങിയ സന്ദർഭത്തിലാണ് അതിനെ പ്രതിരോധിക്കാൻവേണ്ടി മതമൗലികവാദങ്ങൾ ഉയർന്നുവന്നത്. ആധുനികത മതജീവിതത്തെ അപകടപ്പെടുത്തുന്നു എന്നായിരുന്നു പ്രധാനപ്പെട്ട വിമർശനം. പരിഷ്കരണവാദത്തിന് എതിരെ ഹസനൽബന്നയുടെ നേതൃത്വത്തിൽ സുന്നി ഇസ്ലാമിലെ ആദ്യത്തെ തീവ്രവാദമതമൗലിക ഗ്രൂപ്പായ മുസ്ലിം ബ്രദർഹുഡ് സ്ഥാപിക്കപ്പെട്ടു. വഫ്ദ് പ്രസ്ഥാനത്തിന്റെ മതനിരപേക്ഷമായ അറബ് ദേശീയതയെ നിരസിച്ചുകൊണ്ട് ഇസ്ലാമികരാഷ്ട്രവാദം ഉന്നയിക്കുകയാണ് അവർ ചെയ്തത്. ശരിയത്തുൾപ്പെടെയുള്ള ഇസ്ലാമികനിയമങ്ങൾ നിലനില്ക്കുന്ന ഇസ്ലാമികഭരണത്തിൻകീഴിൽ മാത്രമേ ശുദ്ധമായ ഇസ്ലാമികമതജീവിതം സാധ്യമാവുകയുള്ളൂ എന്നായിരുന്നു വാദം. കെയ്റോവിലെത്തിയ ഇറ്റാലിയൻ ആത്മീയ ഫാഷിസ്റ്റുകളായ റെനെഗ്വനോനും ഫ്രൈത് ജോഫ്ഷുവോണും ബ്രദർഹുഡിന്റെ ആശയങ്ങളിൽ ആത്മീയ ഫാഷിസത്തിന്റെ ഇസ്ലാമികരൂപം ദർശിച്ചിട്ടുണ്ടാകണം.

പ്രാചീന അറബ് ലോകം (pan- Arab Federation) സ്ഥാപിക്കാൻ വേണ്ടി ഇറങ്ങി പുറപ്പെട്ട മുഹമ്മദ് അമീൻ അൽ ഹുസൈനി (1895–1974) യാണ് അറബ് ദേശീയതയുടെ മറ്റൊരു ശക്തനായ വക്താവ്. മുസ്സോളിനിയുടെയും ഹിറ്റ്ലറുടെയും പിൻതുണയോടെ ബ്രിട്ടീഷ് ഭ്രതാധിപത്യത്തെ അറബ് നാടുകളിൽ നിന്നും തുരത്താനാണ് ഹുസൈനി ശ്രമിച്ചത്. ജർമ്മൻ സൈന്യത്തിലേക്കു മുസ്ലിം യുവാക്കളെ റിക്രൂട്ട് ചെയ്തു കൊടുത്തു. ബ്രിട്ടീഷ് - അമേരിക്കൻ – ഫ്രഞ്ച് വിരോധവും ജൂതവിരുദ്ധ വംശീയവികാരവും ഉപയോഗിച്ചുകൊണ്ട് അറബ് ലോകത്തെ കൂടെ നിറുത്താനാണ് മുസ്സോളിനിയും ഹിറ്റ്ലറും ശ്രമിച്ചത്. ജർമ്മനിയുടെ ശത്രുക്കൾ അറബികളുടെയും ശത്രുക്കളാണെന്ന് ഹുസൈനി പ്രഖ്യാ

പിച്ചു. ഉടമ്പടിപ്രകാരം പലസ്തീൻ കൈയടക്കിയ ബ്രിട്ടീഷുകാരെയും ഗൾഫ് നാട്ടുകളിലെ ഫ്രഞ്ച് അധിനിവേശത്തെയും ഫാഷിസ്റ്റ് ഭരണങ്ങളുടെ സഹായത്തോടെ ഇല്ലായ്മ ചെയ്യുക എന്നതായിരുന്നു ഹുസൈനിയുടെ ലക്ഷ്യം. ഹുസൈനി ഹിറ്റ്ലറെ സന്ദർശിച്ച അവസരത്തിലാണ് ജൂതന്മാരെ മുഴുവൻ കൊന്നൊടുക്കാനുള്ള തടങ്കൽ പാളയങ്ങൾ പോളണ്ടിൽ സ്ഥാപിതമായത്. സുന്നി മുസ്ലിങ്ങളുടെ ആത്മീയനേതാവായിരുന്നു ഹുസൈനി. രണ്ടാം ലോകയുദ്ധത്തിൽ ജർമ്മനിക്കും ഇറ്റലിക്കും വേണ്ടി റേഡിയോ പ്രഭാഷണങ്ങൾ നടത്തിയിരുന്നു. ബോസ്നിയൻ മുസ്ലിങ്ങളെ ഹിറ്റ്ലറുടെ എസ്. എസിൽ ചേരാൻ പ്രേരിപ്പിച്ചു. ഹിറ്റ്ലറെ ശക്തിപ്പെടുത്തി ഹിറ്റ്ലറിലൂടെ ജൂതരാഷ്ട്ര സ്ഥാപനം തടയാമെന്നായിരുന്നു ഹുസൈനിയുടെ ആഗ്രഹം. രണ്ടാം ലോകയുദ്ധത്തിന് ശേഷം കെയ്റോയിൽ അഭയം തേടിയ ഹുസൈനി ജീവിതാന്ത്യംവരെ സയണിസത്തിനും ജനാധിപത്യത്തിനും എതിരെ പോരാടി. പലസ്തീൻ വിമോചന സംഘടനയുടെ നേതാവായിരുന്ന യാസർ അരാഹത്ത് ഹുസൈനിയുടെ അനന്തരവനായിരുന്നു. രണ്ടാം ലോകയുദ്ധത്തിന് ശേഷം പല നാസിത്തലന്മാരും അഭയം തേടിയത് അറബി നാട്ടുകളിലാണ്. നാസിത്തലവന്മാരായിരുന്ന അലോയിസ് ബ്രൂണർ സിറിയയിലും ഗസ്റ്റപ്പോത്തലവൻമാർ മറ്റു ഗൾഫ് നാട്ടുകളിലും അഭയകേന്ദ്രങ്ങൾ കണ്ടെത്തിയത് ഹുസൈനിയിലൂടെ ആകാമെന്ന് വിശ്വസിക്കപ്പെടുന്നു.

ഇറാനിലെ ഷായെ പിൻതുണച്ച സെയ്ദ് ഹുസൈൻ നാസർ (Seyyed Hossein Nazar) ആത്മീയ ഫാഷിസ്റ്റ് പ്രവാചകനും ഷുവോന്റെ വിശ്വസ്തനായ അനുയായിയുമായിരുന്നു. ഇപ്പോൾ അറബ് നാട്ടുകളിൽ വ്യാപിച്ചുകൊണ്ടിരിക്കുന്ന ആത്മീയ ഫാഷിസത്തിന്റെ പ്രചാരകൻ. യൂറോപ്യൻ ഫാഷിസത്തിന്റെ സ്വാധീനങ്ങൾ ഉണ്ടാകാമെങ്കിലും അതിന്റെ ഈടുവെയ്പുകൾ ദേശീയതയിലും സംസ്കാരത്തിലുമാണ് തിരയേണ്ടത്. മുസ്ലിം മതമൗലികവാദികൾ ആത്മീയ അറബ് ഫാസിസ്റ്റുകളാണെങ്കിലും ഒരേ വേദഗ്രന്ഥം, ഒരേ പ്രവാചകൻ, ഒരേ നബിചര്യ, ഒരേ ശരിയത്ത് നിയമങ്ങൾ എന്നിവ പിൻതുടരവേതന്നെ അവർ തമ്മിലുള്ള പരിശുദ്ധമാർഗത്തെ സംബന്ധിച്ച് തർക്കവിതർക്കങ്ങളാണ് മതഭിന്നതയ്ക്കു കാരണം. ആധുനിക നാഗരികതയെയും നവോത്ഥാനാശയങ്ങളെയും തിരസ്കരിച്ച് മതവിശ്വാസത്തിന്റെ ആദിസ്രോതസ്സുകളിലേക്കും ആചാരാനുഷ്ഠാനങ്ങളിലേക്കും തിരികെ പോകാൻ കൊതിക്കുന്നവരാണ് എല്ലാ വിഭാഗവും. അവർ പരസ്പരം വച്ചുപുലർത്തുന്ന പകയും വെറുപ്പും കൊലവെറിയുമാണ് സുന്നി-ഷിയാ-കുർദ്ദ് സംഘട്ടനങ്ങളുടെ മതമൗലികവാദ പരിസരങ്ങൾ.

ഇസ്ലാമിക ദൈവരാഷ്ട്രവാദം

തികഞ്ഞ മതവിശ്വാസികളും ആത്മീയനേതാക്കളുമായിരുന്ന അറബ് ദേശീയതയുടെ ആദ്യകാല വക്താക്കൾ ഇസ്ലാമിക ദൈവരാഷ്ട്ര വാദികളായിരുന്നില്ല. പാശ്ചാത്യ നാഗരികതയും സംസ്കാരവും അറബ് സംസ്കാരത്തിനും ദേശീയതയ്ക്കും എതിരെ ഉയർത്തുന്ന ഭീഷണിയെ നേരിടാൻ വേണ്ടിയാണ് അറബ് ജീവിതത്തെ അവർ മുന്നോട്ടുവെച്ചത്. എന്നാൽ ഇസ്ലാമിക ദൈവരാഷ്ട്രവാദത്തിന്റെ വേരുകൾ കിടക്കുന്നത് സൗദി അറേബ്യയിലുണ്ടായ വഹാബി പ്രസ്ഥാനത്തിന്റെ ആരംഭകാലം മുതൽക്കാണ്.

ഇരുന്നൂറു വർഷങ്ങൾക്കു മുമ്പ് മുഹമ്മദ് ഇബ്ൻ അബ്ദുൽ വഹാബ് (1703-1792) എന്ന ഇസ്ലാമികപണ്ഡിതനാണ് ബെദോമിൻ ഗോത്രങ്ങൾക്കിടയിൽ ചെറിയൊരു വിഭാഗത്തിന്റെ ഭരണത്തലവനായിരുന്ന മുഹമ്മദ് ബിൻ സൗദുമായിച്ചേർന്ന് വഹാബി പ്രസ്ഥാനത്തിന് അടിത്തറ പാകിയത്. സുന്നി ഭൂരിപക്ഷമുള്ള സൗദി അറേബ്യയുടെ ഔദ്യോഗിക മതമാണ് വഹാബിസം. സലഫ് എന്ന അറബി പദത്തിന് മുൻഗാമികൾ, മുൻഗാമികളുടെ പാരമ്പര്യം എന്നൊക്കെയാണ് അർഥം. ശുദ്ധ മുസ്ലിം പാരമ്പര്യവാദമാണ് വഹാബി സലഫിസം. യൂറോപ്യൻ നാഗരികതയെ പ്രതിരോധിച്ച് ഇസ്ലാമികത്തനിമ നിലനിർത്താൻ കഴിയുന്ന ദൈവരാജ്യസങ്കല്പമാണ് അവർ അവതരിപ്പിക്കുന്നത്. ഇത് മതനിരപേക്ഷ സ്വഭാവമുള്ള അറബ് ദേശരാഷ്ട്രസങ്കല്പത്തിന് കടകവിരുദ്ധമാണ്. 1939-ൽ പെട്രോ ഡോളറിന്റെ വരവോടെ വഹാബിസത്തിന്റെ ലോകവ്യാപക പ്രചാരകർ സൗദി അറേബ്യയായിത്തീർന്നു. ഇതര മതവിഭാഗങ്ങളോട് മാത്രമല്ല, ഇസ്ലാം മതത്തിലെ ഇതര മതവിഭാഗങ്ങളോടും പ്രത്യേകിച്ചും ഷിയാ വിഭാഗത്തോട് കൊടിയ വെറുപ്പും കൊലവെറിയുമാണ് സുന്നി വിഭാഗമായ വഹാബികൾ വെച്ചുപുലർത്തുന്നത്. അതുപോലെ ഷിയാകൾ മറിച്ചും. ഷിയാവിഭാഗത്തിന്റെ സംരക്ഷകർ ഇറാനാണ്. രണോത്സുകമായ മതഭക്തി ഇരുകൂട്ടരും വെച്ചുപുലർത്തുന്നു. മുഹമ്മദ് അബ്ദുൽ വഹാബിന്റെ വഹാബിസം അക്ഷരസലഫിസമായി മാറിയത് വേദഗ്രന്ഥത്തിൽ പറയുന്നതിനപ്പുറമൊന്നുമില്ലായെന്ന തീവ്രനിലപാട് സ്വീകരിച്ചതോടെയാണ്. ഇസ്ലാമിക ഭരണകൂടത്തിനുള്ളിൽ മാത്രമേ യഥാർത്ഥമുസ്ലിമിന് മതനിഷ്ഠയോടെ ജീവിക്കാനാവൂ എന്ന വിശ്വാസമാണ് ലോകമാകെ ഇസ്ലാമിന്റെ ഭരണം അഥവാ / ദൈവരാജ്യം കൊണ്ടുവരണമെന്ന ഇസ്ലാമിക സാമ്രാജ്യത്വവാദത്തിന് അടിസ്ഥാനം. അല്ലാഹുവിന്റെ ഭൂമിയിൽ അല്ലാഹുവിന്റെ ഭരണം എന്ന് പ്രഖ്യാപിച്ച അബ്ദുൽ അ അ്ലാ മൗദൂദി തന്റെ ലക്ഷ്യപ്രാപ്തിക്കുവേണ്ടി 1941-ൽ ലാഹോറിൽ സ്ഥാപിച്ചതാണ് ജമാ അത്തെ ഇസ്ലാമി എന്ന സംഘടന. ദൈവത്തെ ആത്മീ

യലോകത്തിന്റെ അധിപതിയാക്കി ഭൗതിക ലോകക്രമത്തിൽ നിന്നും മാറ്റി നിറുത്തുകയാണ് ചില ആത്മീയാചാര്യന്മാർ ചെയ്തത്. സീസർക്കു ള്ളത് സീസർക്കും ദൈവത്തിനുള്ളത് ദൈവത്തിനും എന്നതായിരുന്നു അവരുടെ നിലപാട്. എന്നാൽ ദൈവത്തെ ആത്മീയ ലോകത്തിന്റെയും ഭൗതിക ലോകത്തിന്റെയും ഏകാവകാശിയും സ്വേച്ഛാധിപതിയുമാക്കു ന്നതോടെ ദൈവമാണ് രാഷ്ട്രം എന്ന തീവ്രമതമൗലികവാദം ഉടലെടു ക്കുന്നു. സ്റ്റേറ്റിന്റെ പരമാധികാരമെന്നത് ഫാസിസമാണ്. മതപരവും ആത്മീയവുമായ ദൈവിക രാഷ്ട്രീയാധിപത്യമെന്നത് ഫാസിസ്റ്റ് ഫാഷിസ മായിത്തീരുന്നു. നവോത്ഥാന ആത്മീയചിന്തകൾ മനുഷ്യസ്നേഹിയായി അവതരിപ്പിച്ച ദൈവത്തെ മതമൗലികവാദികൾ സൂപ്പർ ഫാഷിസ്റ്റായി പരിവേഷപ്പെടുത്തുകയാണ് ചെയ്യുന്നത്. ന്യൂമാൻ ദ ഫാഷിസ്റ്റ് എന്ന മു സ്സോളിനിയുടെ നിർവചനത്തെ ന്യൂമാൻ ദ റിലിജിയസ് ഫാഷിസ്റ്റ് എന്ന് പുനർനിർവചിക്കുകയാണ് മതമൗലികവാദികൾ.

മതഭരണം നിലനില്ക്കുന്ന രാജ്യങ്ങളിൽ ഇതര മതപ്രചാരണം അനു വദിക്കുകയില്ലെന്നു മാത്രമല്ല, ഇതരർ അടിമകളായി ജീവിക്കേണ്ടിയും വരുന്നു. മതപരിത്യാഗിയെ (മതം വിട്ടുപോകുന്നവരെ) കൊല്ലുക എന്നതാ ണ് സാമാന്യനിയമം. ഫാഷിസത്തെ എതിർക്കുകയോ ഫാഷിസ്റ്റ് പ്രസ്ഥാ നം വിട്ടുപോവുകയോ ചെയ്യുന്നവരെ ഫാഷിസ്റ്റുകളും വധിക്കുന്നു. ഹിറ്റ്ലർ സംശയമുള്ള സഹപ്രവർത്തകരെ മുഴുവൻ കൊന്നൊടുക്കിയിരുന്നു. 1934-ലെ രക്തശുദ്ധീകരണവധങ്ങളെ നാസിചരിത്രത്തിൽ നീണ്ട കത്തികളുടെ രാത്രി (Night of the Long knives) എന്നാണ് രേഖപ്പെടുത്തിയിരിക്കുന്നത്. വിശ്വാസശുദ്ധിയില്ലാത്തവരെ ജിഹാദിലൂടെ മതമൗലികവാദികളും കൊ ന്നൊടുക്കുന്നു. ഫാഷിസത്തിലെ വംശപരിശുദ്ധിവാദവും മതമൗലികവാദി കളുടെ മതശുദ്ധിവാദവും ഒരേ നാണയത്തിന്റെ ഇരുപുറങ്ങളാണ്. ഖുറാനിൽ വിശ്വസിക്കുന്ന എല്ലാ മുസ്ലിം വിഭാഗങ്ങളെയും ഉൾക്കൊള്ളിച്ചുകൊണ്ടൊരു ദൈവരാജ്യം സാധ്യമാകാത്തതുപോലെ എല്ലാ ജാതികളെയും മതവിഭാഗ ങ്ങളെയും നേർ രേഖയിൽ സമന്വയിപ്പിച്ചുകൊണ്ടൊരു ഹിന്ദു രാഷ്ട്രവും ക്ഷി പ്രസാധ്യമല്ല. അതിനുള്ള ഏത് ശ്രമവും അരുംകൊലകളിലാണ് അവസാ നിക്കുന്നത്.

സോവിയറ്റ് യൂണിയനിൽ രഹസ്യ കൂട്ടായ്മകളായി (Secret Societies) ക്രിസ്തീയ സഭയുടെ പിൻതുണയോടെ പ്രവർത്തിച്ചിരുന്നവ രായിരുന്നു റഷ്യൻ ഫാഷിസ്റ്റുകൾ അവരിൽ പ്രമുഖനാണ് അലക്സാണ്ടർ ദുഗിൻ (Aleksandar Gelyevich Dugin). വിമതൻ, കമ്യൂണിസ്റ്റുവിരുദ്ധൻ, ലിബറൽ വിരുദ്ധൻ, ആത്മീയവാദി എന്നീ നിലകളിൽ അറിയപ്പെടുന്ന ദുഗിന്റെ രചനകളിൽ ആത്മീയ ഫാഷിസ്റ്റുകളായ ഗ്വനോന്റെയും ഇവോ ളയുടെയും സ്വാധീനം വളരെ പ്രകടമാണ്. 1997 ൽ എഴുതിയ *Fascim-Border less and Red* എന്ന പ്രബന്ധത്തിലൂടെ റഷ്യയെ ഏകീകരിക്കാൻ

ഇനി ഫാഷിസത്തിന് മാത്രമേ കഴിയുകയുള്ളൂ എന്ന വിശ്വാസമാണ് ദുഗിൻ പ്രകടിപ്പിച്ചത്. വിഘടിച്ച പോയ പഴയ സോവിയറ്റ് നാടുകളെ പുനരേകീകരിച്ച് പഴയ റഷ്യൻ സാമ്രാജ്യത്തെ വീണ്ടെടുക്കണമെന്ന് ദുഗിൻ വാദിക്കുന്നു. മതത്തിനും സഭയ്ക്കും അതിൽ നിർണ്ണായകമായ സ്ഥാനം ഉണ്ടാകണം. സോവിയറ്റ് വിമതർക്കിടയിൽ ഗ്വനോന്റെയും ഇവോളയുടെയും മറ്റും സ്വാധീനം വ്യക്തമാക്കുന്നതായിരുന്നു സോവിയറ്റ് പതനത്തെ തെരുവിൽ ആഘോഷമാക്കി മാറ്റിയ ബുദ്ധിജീവികളുടെ പങ്കാളിത്തം.

ഇന്ത്യൻ സംസ്കാരത്തിൽ ആത്മീയ ഫാഷിസത്തിന്റെ വേരുകൾ ആഴത്തിൽ പതിഞ്ഞുകിടക്കുന്നു എന്നു മാത്രമല്ല ഇതര ദേശങ്ങളിലെ ആത്മീയ ഫാഷിസ്റ്റുകളുടെ ആശയക്കലവറകളാണ് ഭാരതീയമായ ആത്മീയസംസ്കാരം. ഭഗവദ്ഗീതയായിരുന്നു ഫാഷിസ്റ്റുകളെയും ആത്മീയ ഫാഷിസ്റ്റുകളെയും വംശഹത്യാപ്രേമികളെയും രണോത്സുകരെയും ആകർഷിച്ച പ്രധാനപ്പെട്ട കൃതി. റോബർട്ട് ഓപ്പൻ ഹൈമർ ഹിരോഷിമയിലും നാഗസാക്കിയിലും അണുബോംബ് വർഷിച്ചശേഷം ഉരുവിട്ടത് *ഭഗവദ്ഗീതാ* ശ്ലോകങ്ങളാണ്. പ്രതിഫലേച്ഛകൂടാതെയും പാപഭയരഹിതമായും നിരാമയത്വത്തോടെ നിസ്സംഗതയോടെ കർമ്മം ചെയ്യാനുള്ള ഗീതോപദേശം മനസ്സാക്ഷിക്കുത്തില്ലാതെ മനുഷ്യക്കുരുതി ചെയ്യുന്ന ഫാഷിസ്റ്റുകൾക്ക് എക്കാലത്തും ആത്മീയമായി രക്ഷപ്പെടാനുള്ള രാജമാർഗ്ഗമാണ്. ഹിറ്റ്ലർ എന്ന നാസിഭീകരൻ അറുപത് ലക്ഷം ജൂതന്മാരെ കൊന്നൊടുക്കിയതിനു മനസ്സമാധാനം കണ്ടെത്തിയത് ഗീതാവചനങ്ങളിലായിരുന്നു. ആത്മീയ ഫാഷിസ്റ്റുകളുടെ സനാതന സത്താവാദത്തെ (perennial philosophy) ഭാരതീയദർശനങ്ങളുമായി വിളക്കിച്ചേർത്തത് ഇന്ത്യൻ ആത്മീയചിന്തകനായ ആനന്ദകുമാരസ്വാമിയാണ്. 18, 19 നൂറ്റാണ്ടുകളിൽ തർജ്ജമകളിലൂടെ യൂറോപ്പിലെത്തിയ ഭാരതീയദർശനങ്ങൾ ഫാഷിസ്റ്റുകളെ ക്രൈസ്തവമത സ്വാധീനത്തെ തിരസ്കരിച്ച് സനാതനസത്താവാദികളാകാൻ സഹായിച്ചിട്ടുണ്ട്. മുതലാളിത്ത നാഗരികതയുടെ വ്യാപനത്തോടെ പ്രചരിച്ച ഭൗതികവാദപരമായ സാർവദേശീയതാബോധം, തൊഴിലാളിവർഗ സാർവദേശീയതാവദം എന്നിവയ്ക്ക് ബദലായിട്ടാണ് ആത്മീയ ഫാഷിസ്റ്റുകൾ സർവമതസാര സാർവദേശീയതയെ ഫാഷിസ്റ്റ് രാഷ്ട്രീയത്തോടൊപ്പം ഉയർത്തിക്കൊണ്ടുവന്നത്.

ഈ ലോകം ദൈവസൃഷ്ടിയാണെന്ന ഉല്പത്തിവാദത്തിലാണ് ആത്മീയ ഫാഷിസ്റ്റുകളുടെ ദൈവരാഷ്ട്രവാദം നിലനില്ക്കുന്നത്. അതുകൊണ്ട് മനുഷ്യനിർമ്മിതികൾക്കോ ഭരണക്രമങ്ങൾക്കോ പ്രസക്തിയില്ല. ശാസ്ത്രവും ജനാധിപത്യവും മതനിരപേക്ഷതയുമെല്ലാം ദൈവവിരുദ്ധമാണ്. അവയെ ഇല്ലായ്മ ചെയ്ത് ദൈവമഹത്വം സ്ഥാപിക്കുകയെ

ന്നതാണ് വിശ്വാസികളുടെ ജന്മകൃത്യം. അതിനുവേണ്ടി അവർ ചാവേറുകളായി ഇറങ്ങിത്തിരിക്കുന്നു. ചൂഷണത്തിനും മർദ്ദനത്തിനും എതിരെ ഉയർന്നു വരുന്ന ജനകീയരോഷത്തിന്റെ കൂട്ടായ്മകളെ തകർക്കുകയെന്നതാണ് കോർപ്പറേറ്റ് മൂതലാളിത്തത്തിന്റെ ലക്ഷ്യം. കോർപ്പറേറ്റിസമാണ് ഫാഷിസമെന്ന മുസ്സോളിനിയുടെ നിർവചനത്തെ സാധൂകരിച്ചുകൊണ്ട് നവഫാഷിസ്റ്റുകളും കോർപ്പറേറ്റ് മൂലധനശക്തികളും ചങ്ങാതിക്കൂട്ടങ്ങളായി പ്രവർത്തിക്കുന്നു. അതോടൊപ്പം – ആന്തരിക വൈരുദ്ധ്യങ്ങളിൽപ്പെട്ട് അവർ ഏറ്റുമുട്ടുകയും ചെയ്യുന്നു. സാമ്രാജ്യത്വശക്തികൾ സോഷ്യലിസ്റ്റ് രാഷ്ട്രങ്ങളെയും അവരുടെ ഇച്ഛയ്ക്കൊത്ത വഴിയിലൂടെ ഗമിക്കാത്ത ദേശരാഷ്ട്രങ്ങളെയും തകർക്കാൻ തയ്യാറാക്കിയെടുത്ത മതമൗലിക ഗ്രൂപ്പുകൾ സ്വകൃത്യനിർവഹണത്തിന് ശേഷം ആധുനിക നാഗരികതയ്ക്ക് എതിരെ തിരിയുമ്പോൾ ഭീകരതയ്ക്ക് എതിരെ യുദ്ധപ്രഖ്യാപനം നടത്തി കോർപ്പറേറ്റ് മുതലാളിത്തം അവരെ വേട്ടയാടുന്നു. സാമ്രാജ്യത്വശക്തികളും മതമൗലികവാദികളും ഒരേ സമയം വേട്ടക്കാരാണ്. അവർ പരസ്പരം വേട്ടയാടുന്നത് ഇരകളായ ജനങ്ങളെ കൊന്നൊടുക്കിക്കൊണ്ടാണെന്നു മാത്രം.

പോസ്റ്റ്- ഫാഷിസം

സമകാലികലോകത്തെ പോസ്റ്റുകളുടെ ലോകമായി വിശേഷിപ്പിക്കുന്നു. പോസ്റ്റ് (post) എന്ന പദത്തിന്റെ അർഥം, അനന്തരം, ശേഷം, പിന്നീട് എന്നൊക്കെയാണ്. നിലനിന്ന പ്രസ്ഥാനത്തിനോ പ്രവണതയ്ക്കോ സാമൂഹികക്രമത്തിനോ ശേഷം വരുന്നവയാണ് പോസ്റ്റ് എന്ന പദം കൊണ്ട് സൂചിപ്പിക്കുന്നത്. എന്നാൽ പൂർവസ്ഥിതിയുടെയോ ക്രമത്തിന്റെയോ പൂർണമായ നിഷേധമായിരിക്കില്ല പോസ്റ്റ്. നേരെമറിച്ച്, നിഷേധവും അതോടൊപ്പം നിലനിർത്തലും വിപുലീകരണവും പരിവർത്തനവും അടങ്ങുന്നതാണ് പോസ്റ്റ് കാലഘട്ടം. നിയോ (neo) അഥവാ നവം എന്ന് പറഞ്ഞാൽ പഴയതിന്റെ പുനർജ്ജീവനമാണ്. ആയതിനാൽ പോസ്റ്റും നിയോവും പര്യായപദങ്ങളല്ല.

ഇന്നത്തെ പ്രവണതകളും രീതിശാസ്ത്രങ്ങളുമെല്ലാം പോസ്റ്റ് എന്ന വിശേഷണം ചേർന്നവയാണ്. പോസ്റ്റ്-ഇന്റസ്ട്രിയൽ സൊസൈറ്റി, പോസ്റ്റ് ഡെമോക്രസി, പോസ്റ്റ് മോഡേണിസം, പോസ്റ്റ് മാർക്സിസം, പോസ്റ്റ്-ലിബറലിസം, പോസ്റ്റ്-ട്രൂത്ത്, പോസ്റ്റ് - പോളിറ്റിക്സ്, പോസ്റ്റ്-ഫെമിനിസം എന്നിങ്ങനെ പോസ്റ്റ് കലരാത്തതായി ഒന്നുമില്ല എന്നതാണ് ഇന്നത്തെ അവസ്ഥ. ഈയൊരു സാഹചര്യത്തിലാണ് എൻഡോട്രാവേഴ്സോ എന്ന ഇറ്റാലിയൻ ഫാഷിസ്റ്റ് പഠിതാവ് ലോകത്ത് ആകമാനം പ്രത്യക്ഷപ്പെട്ടുകൊണ്ടിരിക്കുന്നത് പോസ്റ്റ്-ഫാഷിസമാണെന്ന് സിദ്ധാന്തിക്കുന്നത്. (*The new faces of fascism* എന്ന കൃതി) അമേരിക്കയിലെ ഡൊണാൾഡ് ട്രംപ്, ഫ്രാൻസിലെ മറിയ ലീപെൻ, ഹംഗറിയിലെ വിക്തർ ഓർബൻ, ബ്രസീലിലെ ജെയ് ബോൾ സോനാരോ,

ഇംഗ്ലണ്ടിലെ ബോറിസ് ജോൺസൻ, ഇന്ത്യയിലെ നരേന്ദ്രമോദി തുടങ്ങിയവരുടെ – അധികാരോഹണത്തോടെ ഫാഷിസം പുതുരൂപത്തിൽ പ്രത്യക്ഷപ്പെട്ടിരിക്കുന്നു എന്നതാണ് ട്രവേഴ്സോ പറയുന്നത്. സമകാലിക ഫാഷിസം പഴയ ക്ലാസിക്കൽ ഫാഷിസത്തിന്റെ ആവർത്തനമോ പുതിയ രൂപമോ അല്ല. നേരെമറിച്ച് തികച്ചും മാറ്റം ഉൾക്കൊള്ളുന്ന ഒന്നാണ്. അതുകൊണ്ടാണ് ഫാഷിസം വന്നോ എന്ന് ചിലർ സംശയിച്ചുകൊണ്ടിരിക്കുന്നത്.

പോസ്റ്റ് ഫാഷിസം

2015 ശേഷം ആസ്ട്രിയ, ബെൽജിയം, ഡെൻമാർക്ക്, ഫിൻലാന്റ്, ഇറ്റലി, പോളണ്ട്, ഹംഗറി, സ്ലോവാക്കിയ, ഇന്ത്യ തുടങ്ങിയ രാജ്യങ്ങൾ തീവ്രദേശീയ വംശീയവാദികളുടെയും പരദ്വേഷികളുടെയും (Xenophobia) നിയന്ത്രണത്തിലായി. മറ്റു രാജ്യങ്ങളിൽ പാരമ്പര്യ ലിബറൽ-ഇടതുപക്ഷ പ്രസ്ഥാനങ്ങൾ ദുർബലപ്പെടുന്നതിന്റെ ഫലമായി തീവ്ര വലതുപക്ഷങ്ങൾ ശക്തിപ്പെടുകയാണ്. 1980-ന് ശേഷം ലോകത്ത് ഇത്തരത്തിൽ തീവ്ര വലതുപക്ഷം മുഖ്യധാരാശക്തികളായി ജനസ്വീകാര്യത നേടി അധികാരത്തിലെത്തുന്ന ഒരവസ്ഥ ഉണ്ടായിട്ടില്ല. ക്ലാസ്സിക്കൽ ഫാഷിസത്തിന്റെ സ്വഭാവവിശേഷങ്ങൾമാത്രം പഠിച്ചുവച്ചിരിക്കുന്നവർക്ക് പോസ്റ്റ്-ഫാഷിസത്തെ തിരിച്ചറിയാൻ കഴിയുന്നില്ല എന്ന് ട്രാവേഴ്സോ പറയുന്നു. എന്നാൽ ഫാഷിസത്തിന്റെ പ്രവർത്തന രീതിശാസ്ത്രത്തിലെ ചില സവിശേഷതകളെ പുതിയ ഫാഷിസം നിലനിർത്തുന്നുണ്ടുതാനും. അതുകൊണ്ടാണ് അനുസ്യൂതിയും പരിണാമവും ചേർന്ന (Continuity and transformation) പുതിയ ഫാഷിസത്തെ പോസ്റ്റ് - ഫാഷിസം എന്ന് ട്രാവേഴ്സ് വിളിക്കുന്നത്.

ഫാഷിസ്റ്റ് ഗർഭഗൃഹം

1959-ൽ തിയോഡർ അഡോണെ ജനാധിപത്യത്തിനുള്ളിൽ ഫാഷിസം അതിജീവിച്ചുനില്ക്കുന്നതായി പറഞ്ഞിരുന്നു. ജനാധിപത്യത്തെ പ്രത്യക്ഷമായി പുറമേനിന്ന് എതിർക്കുന്ന ഫാഷിസത്തെക്കാൾ അപകടകാരിയാണ് ജനാധിപത്യത്തിനുള്ളിലെ ഫാഷിസം. നിയോലിബറൽ മുതലാളിത്ത കാലഘട്ടത്തിൽ അതു ജനാധിപത്യത്തിനുള്ളിൽ നിന്നും പുതിയ ഫാഷിസമായി പുറത്ത് വരുന്നു എന്നാണ് പൗലോ പസ്സോളിനി എന്ന എഴുത്തുകാരൻ പറയുന്നത്. മുസ്സോളിനിയുടെ ഫാഷിസത്തെ പ്രാക്തന ഫാഷിസം (peleo Facism) എന്നും വർത്തമാനകാല ഫാഷിസത്തെ ഒരു നവഫാഷിസം (A new Facism) എന്നും പസ്സോളിനി അടയാളപ്പെടുത്തുന്നു. ഇപ്പോഴത്തെ ഫാഷിസത്തിന്റെ പ്രത്യേകത ഭര

ണക്കൂടഭീകരതയ്ക്കു പകരം വിപണി ഉപാസന (Cult of market)യാണ്. പഴയകാലത്തെ കൊളോണിയൽ ശക്തികൾ സമുദ്രസഞ്ചാരത്തിലൂടെ ലോകത്ത് കോളനികൾ സ്ഥാപിച്ചുവെങ്കിൽ ഡിജിറ്റൽ കാലത്ത് കോർപ്പറേറ്റ് കൊളോണിയൽ ശക്തികൾ ഓൺലൈൻ സഞ്ചാരത്തിലൂടെ ലോകത്തെ ഒരൊറ്റ മാർക്കറ്റു കോളനിയാക്കിയിരിക്കുകയാണ്; ജനങ്ങളെ ഓൺലൈൻ മാർക്കറ്റു ശക്തിയിൽ കണ്ണി ചേർത്തിരിക്കുകയാണ്. മുതലാളിത്തം ദേശരാഷ്ട്രങ്ങളുടെ അതിർത്തികൾ മായ്ച്ച് ലോകവിപണി കൊണ്ടുവരുമെന്നും അത് ലോകത്തെ സ്വന്തം പ്രതിച്ഛായയിൽ നിർമ്മിച്ചെടുക്കുമെന്നും കാറൽ മാർക്സ്സും എംഗൽസും 1848-ൽ *കമ്യൂണിസ്റ്റ് മാനിഫെസ്റ്റോ*യിൽ എഴുതിവച്ചു. 175 വർഷങ്ങൾക്കുശേഷം അത് ചരിത്രയാഥാർത്ഥ്യമായിരിക്കുകയാണ്. തീവ്രവലതുപക്ഷ മുതലാളിത്തം അതിന്റെ പ്രതിച്ഛായയിൽ ലോകത്തെ നിർമ്മിച്ചെടുക്കുന്നതിന്റെ രാഷ്ട്രീയരൂപങ്ങളാണ് ലോകത്തിലാകമാനം അധികാരത്തിലേറിയിരിക്കുന്ന തീവ്രവലതുപക്ഷ വാഴ്ചകളും പോസ്റ്റ് ഫാഷിസവും. എല്ലാ ദേശരാഷ്ട്രങ്ങളിലെയും സാമൂഹിക സാമ്പത്തിക ക്രമങ്ങൾക്ക് മാറ്റങ്ങൾ സംഭവിച്ചുകൊണ്ടിരിക്കുകയാണ്. ഇതഃപര്യന്തമുള്ള ചരിത്രം മറ്റൊരു ചരിത്രഘട്ടത്തിലേക്കു വേഷപ്പകർച്ച നടത്തുകയാണ്. ഇത്രയും കാലം അന്തർധാരയായി ലോകത്ത് നിലനിന്ന് പോന്ന ഫാഷിസം ഇപ്പോൾ മുഖ്യധാരയിൽ എത്തിയിരിക്കുന്നു. ഇന്ത്യയിൽ 1925-ൽ രൂപംകൊണ്ട രാഷ്ട്രീയ സ്വയം സേവക് സംഘം ഇത്രയും കാലം ഇന്ത്യൻ രാഷ്ട്രീയമണ്ഡലത്തിൽ അടിത്തട്ടു പ്രവർത്തനം നടത്തി ഇപ്പോൾ മേൽത്തട്ടു അധീശശക്തിയായി കയറി വന്നിരിക്കുന്നു. ബ്രിട്ടീഷ് വിരുദ്ധ സമരകാലത്ത് ഉയർന്നുവന്ന ദേശീയത പരദേശി വിദ്വേഷം (Xenophobia) ഉൾക്കൊണ്ടിരുന്നില്ല. ക്വിറ്റ് ഇന്ത്യ എന്ന മുദ്രാവാക്യത്തിൽ വംശീയത/ മതവിദ്വേഷങ്ങൾ എന്നിവ കലർന്നിരുന്നില്ല. എന്നാൽ അതല്ല ഇന്നത്തെ ദേശീയതയുടെ സ്ഥിതി. പരമതവിദ്വേഷം കലർന്ന തീവ്രദേശീയതയാണ് പോസ്റ്റ്-ഫാഷിസത്തിന്റെ പ്രത്യയശാസ്ത്രം. 21-ാംനൂറ്റാണ്ടിലെ ഫാഷിസം രംഗത്ത് വരുന്നത് മുസ്സോളിനി, ഹിറ്റ്ലർ, ഫ്രാങ്കോ തുടങ്ങിയവരുടെ മുഖച്ഛായയിലല്ല. നേരെമറിച്ച് ജനാധിപത്യത്തെയും പൗരസമൂഹത്തെയും ഫാഷിസ്റ്റുവൽക്കരിച്ചു കൊണ്ടാണ്. ജനാധിപത്യത്തിന്റെ സന്ധിബന്ധങ്ങൾ പുറമേ നിലനിർത്തുന്നതിനാൽ പോസ്റ്റ് ഫാഷിസത്തെ കൃത്യമായി മനസ്സിലാക്കാൻ ബുദ്ധജീവികൾക്ക് പോലും കഴിയാതെ വരുന്നു. അവർ സ്വന്തം സെലിബ്രിറ്റി സംസ്കാരത്തിൽ അഭിരമിക്കുകയാണ് ചെയ്യുന്നത്. ബുദ്ധിജീവികളുടെ സ്വയമേവയുള്ള അന്യവൽക്കരണത്തെ പോസ്റ്റ്-ഫാഷിസം പ്രോത്സാഹിപ്പിക്കുന്നു.

ഓരോ രാജ്യത്തിനും അവരവർക്ക് അർഹതപ്പെട്ട ഫാഷിസം

ലഭിക്കുന്നു എന്നു പറഞ്ഞത് മുസ്സോളിനിയാണ്. യൂറോപ്പിൽ ഫ്രാൻസ് മുതൽ ഇറ്റലിവരെയും ഗ്രീസ് മുതൽ ആസ്ട്രിയവരെയും ഹംഗറി മുതൽ പോളണ്ട്-ഉക്രെയിൻ വരെയും ഏഷ്യയിൽ ഇന്ത്യവരെയും ഉയർന്നു വന്നു കൊണ്ടിരിക്കുന്ന ഫാഷിസ്റ്റു ഭരണരീതികൾ ഒന്നിനൊന്ന് വ്യത്യസ്തമാണ്. അവയ്ക്ക് പൊതുവായ ചില സാദൃശ്യങ്ങൾ കാണാമെങ്കിലും സാംസ്കാരിക- ദേശീയഭേദങ്ങൾ അവയുടെ രീതിശാസ്ത്രത്തിൽ സ്വാധീനം ചെലുത്തുന്നുണ്ട്. പോസ്റ്റ്-ഫാഷിസം ക്ലാസിക്കൽ ഫാഷിസത്തിൽ നിന്നാണ് ഉറവപൊട്ടിയതെങ്കിലും രൂപത്തിലും രീതിശാസ്ത്രത്തിലും പ്രത്യയശാസ്ത്രത്തിലും പരിവർത്തനങ്ങൾ സംഭവിച്ചിട്ടുണ്ട്. വ്യാവസായിക മൂലധനത്തിന്റെ സാമ്പത്തികാടിത്തറയിലും സാങ്കേതിക വിദ്യയിലുമാണ് ക്ലാസിക്കൽ ഫാഷിസം രൂപപ്പെട്ടതെങ്കിൽ പോസ്റ്റ് -ഫാഷിസത്തിന്റെ ഈടുവയ്പുകൾ കോർപ്പറേറ്റു മൂലധനവും ഡിജിറ്റൽ സാങ്കേതികവിദ്യയുമാണ്. അത് നിലനില്ക്കുന്ന പ്രത്യയശാസ്ത്രങ്ങളെ മുഴുവൻ (മാർക്സിസം ഒഴികെ) വിഴുങ്ങുകയോ അപ്രസക്തമാക്കുകയോ ചെയ്യുന്നു. അല്ലെങ്കിൽ ചങ്ങാതിക്കൂട്ടങ്ങളാക്കി മാറ്റുന്നു.

1917-ൽ റഷ്യയിൽ സംഭവിച്ച ബോൾഷെവിക് വിപ്ലവം യൂറോപ്പിൽ സംഭവിക്കാതിരിക്കാനുള്ള ചെറുത്തുനില്പിന്റേതായ പ്രതിവിപ്ലവമായിരുന്നു ഫാഷിസം. അതുകൊണ്ട് ഫാഷിസ്റ്റുകൾ ആദ്യം ഇല്ലായ്മ ചെയ്തത് തൊഴിലാളികളുടെ ട്രേഡ് യൂണിയനുകളെയും കമ്യൂണിസ്റ്റ് പാർട്ടിയെയുമാണ്. ജൂതന്മാരാണ് ബോൾഷെവിസം കൊണ്ടുവരുന്നത് എന്ന് ആരോപിച്ചുകൊണ്ട് (കാറൽ മാർക്സ് ജൂതവംശജനായിരുന്നുവല്ലോ) ജൂതന്മാരെ വേട്ടയാടി കൊന്നൊടുക്കി. എന്നാൽ ഇന്നത്തെ ഫാഷിസത്തിന് കമ്യൂണിസ്റ്റു വിപ്ലവഭീഷണിയോ ജൂതഭീഷണിയോ നേരിടേണ്ടി വരുന്നില്ല. ലോകമുതലാളിത്തത്തിന് സോഷ്യലിസ്റ്റു റഷ്യ എന്നൊരു ഭീഷണിയും നിലവിലില്ല. പകരം ഇസ്ലാമിക മതവിരോധവും ഭീതിയുമാണ് (Islamophobia) പോസ്റ്റ് ഫാഷിസത്തിന്റെ പ്രത്യയശാസ്ത്രം. ആഗോളവല്ക്കരണം സൃഷ്ടിക്കുന്ന ജീവിതക്കെടുതികൾക്ക് എതിരെ ജനങ്ങൾ ജനാധിപത്യപരമായി സംഘടിക്കാതിരിക്കാൻ ജനാധിപത്യത്തിനുള്ളിലെ ഫാഷിസത്തെ ഉയർത്തിക്കൊണ്ടുവന്ന് ഈ വർഗങ്ങളെ വിഘടിപ്പിക്കുകയാണ് ചെയ്യുന്നത്.

ഫാഷിസത്തിലെ സ്ത്രീശാക്തീകരണം

1930-കളിലെ യൂറോപ്യൻ സമൂഹമെന്നുള്ളത് സ്ത്രീശാക്തീകരണവും ലൈംഗിക സ്വാതന്ത്ര്യവാദങ്ങളും ആരംഭിച്ച കാലയളവാണ്. അതുകൊണ്ട് ഭരണരംഗങ്ങളിലും സാമൂഹിക സാഹിത്യരംഗങ്ങളിലും ശാസ്ത്രസാങ്കേതിക വിദ്യാരംഗങ്ങളിലും കുലീന-മധ്യവർഗവിഭാഗത്തിലെ സ്ത്രീകൾ

കടന്നുവരാൻ തുടങ്ങിയിരുന്നു. ആധുനികതാ വിരുദ്ധ നിലപാടുകൾ സ്വീകരിച്ച 'ക്ലാസ്സിക്കൽ ഫാഷിസം ലിബറലിസത്തോടൊപ്പം സ്ത്രീസ്വാതന്ത്ര്യത്തെയും നിഷേധിച്ചു. പൂർണ്ണമായും പുരുഷാധിപത്യപരമായിരുന്ന ഫാഷിസ്റ്റ നാസിഭരണങ്ങൾ. ഫാഷിസ്റ്റ് ഭരണകൂടത്തിലോ പാർട്ടികളിലോ സ്ത്രീകളെ പ്രവേശിപ്പിച്ചിരുന്നില്ല. ഹിറ്റ്ലർ സ്ത്രീകൾക്ക് നല്കിയിരുന്ന ഉപദേശം ശിശുസംരക്ഷണം (Children). അടുക്കളജീവിതം (Kitchen) ഭക്തി (Church) എന്നിവയിൽ ഒതുങ്ങിക്കൂടാനാണ്. ഓഫീസുജോലികളിലും കോൺസൻട്രേഷൻ ക്യാമ്പുകളിലും നാസികൾ സ്ത്രീകളെ നിയമിച്ചിരുന്നു. അവരെ പോൾ റൊളാന്റ് എന്ന എഴുത്തുകാരൻ തിന്മയുടെ ആകർഷണങ്ങൾ എന്നാണ് വിശേഷിപ്പിച്ചത്. (*Nazi women*- എന്ന കൃതി) ഫാഷിസത്തോടുള്ള സ്ത്രീകളുടെ ആഭിമുഖ്യം തിന്മയോടുള്ള ആകർഷണം മാത്രമല്ല, തെരുവുകലാപങ്ങളിൽ ഇരകളെ വേട്ടയാടാനുള്ള/ഹിംസയുടെ ആകർഷണവുമായിരുന്നു. അതുകൊണ്ട് പോസ്റ്റ്-ഫാഷിസം പ്രസ്ഥാനത്തിലും ഭരണത്തിലും സ്ഥാനമാനങ്ങൾ നല്കി സ്ത്രീശക്തീകരണത്തിലൂടെയും രാഷ്ട്രീയാധിപത്യം സ്ഥാപിക്കുന്നു. ഫ്രാൻസിലെ മറിയ ലീപെൻ, ഡെൻമാർക്കിലെ പീപ്പിൾസ് പാർട്ടി നേതാവായ പിയ കജേരി ഗാർഡ് നോർവെയിലെ പ്രോഗ്രസ് പാർട്ടി നേതാവായ ശിവ് ജെൻസെൻ ഇന്ത്യയിലെ ഭാരതീയ ജനതാപാർട്ടിയിലെ വനിതാനേതാക്കൾ, വനിതാ മന്ത്രിമാർ തുടങ്ങിയവർ പോസ്റ്റ്-ഫാഷിസത്തിലെ സ്ത്രീശക്തീകരണത്തിനുള്ള ഉദാഹരണങ്ങളാണ്. ഇത്രയുംകാലം ഇന്ത്യയിൽ കലീന മധ്യവർഗത്തിലെ സ്ത്രീകൾ ആക്രമണകാരികളായി തെരുവിൽ പ്രത്യക്ഷപ്പെട്ടിരുന്നില്ല. ഇപ്പോൾ അതിനു മാറ്റം വന്നിരിക്കുന്നു.

പോൾ മാസോന്റെ വിമർശനം

1930 കളിൽ ഫാഷിസത്തിന് എതിരെ അതിശക്തമായ ലിബറൽ–ജനാധിപത്യ–ഇടതുബദലുകൾ ലോകത്ത് നിലനിന്നിരുന്നു. ആൽബർട്ട് ഐൻസ്റ്റൈൻ, ബർണാഡ് ഷാ, അനാറ്റോലേ ഫ്രാൻസ്, ഹെൻട്രി ബർബൂർസ്സെ, ബർട്രൻസ് റസ്സൽ, അപ്ടോൺസിൻ ക്ലെയർ, സ്റ്റഫാൻ സ്വെയ്ഗ്, ലൂയിസ് ആരഗൻ, മാർക്സിംഗോർക്കി, റോമെയ്ൻ റൊളാന്റ്, രവീന്ദ്രനാഥ ടാഗോർ, ഇ എം ഫോസ്റ്റർ തുടങ്ങിയ ലോകപ്രതിഭകൾ ഫാഷിസത്തിന് എതിരെ രംഗത്ത് വന്നിരുന്നു. 1935 ജൂൺ 21 മുതൽ 26 വരെ പാരീസിൽ കോൺഗ്രസ് ഫോർ ദി ഡിഫൻസ് ഓഫ് കൾച്ചർ എന്ന സംഘടന വിളിച്ചുകൂട്ടിയ ഫാഷിസ്റ്റ വിരുദ്ധ സമ്മേളനത്തിൽ 36 രാജ്യങ്ങളിൽ നിന്നും ഇരുന്നൂറിലേറെ എഴുത്തുകാർ പങ്കെടുത്തിരുന്നു. ഇന്ത്യയെ പ്രതിനിധീകരിച്ച് മുൽക്ക് രാജ് ആനന്ദും സജ്ജാത് സഹീദും സന്നിഹിതരായിരുന്നു. ചാർലി ചാപ്ലിൻ, പോൾ റോബ്സൺ, ജോൺ

സ്റ്റെയ്ൻബക്ക്, ഏണസ്റ്റ് ഹെമിംഗ്‌വേ, യൂജിൻ ഒനീൽ, വെർജിനീയോ വുൾഫ്, എച്ച്. ജി. വെൽസ്, തോമസ് മാൻ തുടങ്ങിയവർ പിന്തുണ നല്കി. ഇന്ന് അത്തരത്തിലുള്ള അറിയപ്പെടുന്ന ഫാഷിസ്റ്റ് വിരുദ്ധ പ്രസ്ഥാനങ്ങളോ എഴുത്തുകാരോ ആഗോളതലത്തിൽ രംഗത്തില്ല.തീവ്രവലതുപക്ഷ വിരുദ്ധനിലപാടു സ്വീകരിക്കുന്ന രാജ്യങ്ങളുമില്ല. സോവിയറ്റ് യൂണിയന്റെ തകർച്ചയോടെ യൂറോപ്പിലെ ഇടതുപക്ഷപ്രസ്ഥാനങ്ങൾ സോഷ്യലിസം എന്ന കാഴ്ചപ്പാടും ഉപേക്ഷിച്ചു. മധ്യസ്ഥ രാഷ്ട്രീയനില സ്വീകരിച്ചതോടെ ഫാഷിസ്റ്റ് വിരുദ്ധരാഷ്ട്രീയം ദുർബലമായിത്തീർന്നു. അതുകൊണ്ട് പോസ്റ്റ്-ഫാഷിസത്തിന്റെ ഉയർന്നുവരവ് ഇടതുപക്ഷം സൃഷ്ടിച്ച ഒഴിഞ്ഞുപോകൽ ശൂന്യതയിലൂടെയാണ്. ഫ്രാൻസിലെ കമ്യൂണിസ്റ്റ് പാർട്ടി മാർക്സിസ്റ്റ് വ്യവഹാരം ഉപേക്ഷിച്ച് പുതിയ ഇടതുപക്ഷമായി പരിവർത്തനപ്പെട്ടു. സ്പെയിനിലെ പോഡേമോസ് (podemos) ഗ്രീസ്സിലെ സിരിസാ (Syrize) തുടങ്ങിയ പ്രസ്ഥാനങ്ങൾ ആഗോളവൽക്കരണത്തെ എതിർക്കുന്നുണ്ടെങ്കിലും അവ കമ്യൂണിസ്റ്റ് മിതവാദികളായ ഇടതുപക്ഷങ്ങളാണ്. ഇന്ന് യൂറോപ്പിലെ എല്ലാ രാഷ്ട്രീയപ്രസ്ഥാനങ്ങളും പ്രത്യയശാസ്ത്രപരമായി ചേർച്ചക്കേടിൽ എത്തിയിരിക്കുന്നതായി ട്രാവേഴ്സോ പറയുന്നു. തീവ്രവലതുപക്ഷ രാഷ്ട്രീയത്തെ നേരിടുന്നതിൽ അവർ ദുർബലരാണ്. ഫാഷിസത്തെ നേരിടാൻ ഉചിതമായ ഒരു പ്രതിരോധതന്ത്രവും ലോകവീക്ഷണവും ബദലുകളും രൂപപ്പെടുത്തിയെടുക്കാൻ ഇടതുപക്ഷത്തിന് ഇനിയും കഴിഞ്ഞിട്ടില്ല എന്ന് വിൽ ഓഫ് ലോഗ് പറയുന്നു. (My Enemys Enemy എന്ന കൃതി) പക്ഷേ, പ്രത്യയശാസ്ത്രപരമായും രാഷ്ട്രീയമായും മുതലാളിത്തത്തെയും ഫാഷിസത്തെയും നേരിടുന്നതിന് ഇടതുപക്ഷ പ്രസ്ഥാനത്തിനേ കഴിയൂ. പഴയകാല നിലപാടുകൾകൊണ്ടോ തന്ത്രങ്ങൾ കൊണ്ടോ പോസ്റ്റ് ഫാഷിസത്തെ ചെറുക്കാനാവില്ലെന്നും ഇടതുപക്ഷം കാലഹരണപ്പെട്ട ആശയ പിടിവാശികൾ ഉപേക്ഷിച്ച് വിശാലമായ ജനകീയമുന്നണിക്ക് നേതൃത്വം നല്കി മുന്നോട്ടുവരണമെന്നും പോൾ മാസോൻ എഴുതുന്നു. (How to stop fascism – എന്ന കൃതി).

ഇന്ത്യൻ ഫാഷിസം

ഇറ്റലിയിലും ജർമ്മനിയിലും സ്പെയിനിലും നിലനിന്നത് രാഷ്ട്രീയ ഫാഷിസങ്ങളായിരുന്നെങ്കിൽ ഇന്നത്തെ പോസ്റ്റ് ഫാഷിസ്റ്റുരൂപങ്ങൾ രാഷ്ട്രീയവൽകൃതമായ ആത്മീയ ഫാഷിസങ്ങളാണ്. ക്രിസ്റ്റോഫാഷിസം, ഇസ്ലാമോഫാഷിസം, ഹിന്ദോഫാഷിസം, ബൗദ്ധഫാഷിസം എന്നിങ്ങനെയാണ് ആത്മീയ ഫാഷിസത്തിന്റെ പുതിയ രൂപങ്ങൾ. രാഷ്ട്രീയ ഫാഷിസത്തിലെ തീവ്രദേശീയ വംശീയവാദങ്ങൾ മതശുദ്ധിവാദത്തിലും അപരമതവിദ്വേഷത്തിലും കലർത്തിക്കൊണ്ടാണ് ആത്മീയ പോസ്റ്റുഫാഷിസത്തിന്റെ പടപ്പുറപ്പാട് സംഭവിച്ചിരിക്കുന്നത്. അമേരിക്കയിലെ ഇവാഞ്ചലിസ്റ്റുകളുടെ ക്രിസ്തുരാജ്യവാദവും രാഷ്ട്രീയ ഇസ്ലാമിക ഗ്രൂപ്പുകളുടെ ഇസ്ലാമിക രാഷ്ട്രവാദവും ആർ എസ് എസിന്റെ ഹിന്ദു രാഷ്ട്രവാദവും 'തീവ്രബുദ്ധിസ്റ്റുകളുടെ ബൗദ്ധരാഷ്ട്രവാദവുമാണ് സമകാലികമായ ആത്മീയ ഫാഷിസങ്ങൾ. വംശീയ തീവ്രദേശീയവാദ ഫാഷിസത്തിൽ ഇതരമതസ്ഥർക്ക് ഇടം കിട്ടുമ്പോൾ മതരാഷ്ട്രവാദത്തിൽ അപരമതക്കാരാണ് ആഭ്യന്തരശത്രുക്കൾ. നാസികളുടെ ഫാഷിസത്തിൽ ജർമ്മൻ വംശക്കാരുടെ മതം പ്രശ്നമായിരുന്നില്ല. എന്നാൽ ക്രിസ്ത്യാനി ജൂതനായാലും വധിക്കപ്പെടുമായിരുന്നു. ഇറ്റലിയിലും ഫാഷിസത്തിൽ മതവിവേചനങ്ങൾ ഉണ്ടായിരുന്നില്ല. എന്നാൽ മുസ്സോളിനിയും ഹിറ്റ്ലറും മതങ്ങളെ രാഷ്ട്രീയത്തിൽനിന്നും ഒഴിവാക്കിനിറുത്തിയിരുന്നു. കത്തോലിക്കാ കുടുംബത്തിൽ ജനിച്ച ഹിറ്റ്ലർ ആകട്ടെ ക്രിസ്തു ജൂതവംശജാതനാകയാൽ ജർമ്മൻകാർക്ക് വേണ്ടി നോർട്ടിക് വംശപുരാവൃത്തങ്ങൾ ഉപയോഗിച്ച് പുതിയൊരു മതനിർമ്മാണത്തിന് ശ്രമിക്കുകയും ചെയ്തിരുന്നു. എങ്കിലും നാസിസം ആത്മീയഫാഷിസമായിരുന്നില്ല. ഹിന്ദുരാഷ്ട്ര നിർമ്മാണത്തി

ന് നീക്കുപോക്കുകൾ അനിവാര്യമാണെന്ന് ബി ജെ പി നേതൃത്വം തിരിച്ചറിയുന്നു. അതിന്റെ ഭാഗമായാണ് പുതിയ വിഭാഗങ്ങളിലേക്ക് കടന്നു ചെല്ലാനുള്ള രാഷ്ട്രീയനീക്കങ്ങൾക്ക് അവർ തയ്യാറെടുക്കുന്നത്. പാർട്ടി സാന്നിധ്യം ബ്രാഹ്മണിക്കൽ ഹിന്ദുക്കളിൽ മാത്രം പരിമിതപ്പെടുത്തിയാൽ സ്വന്തം അജണ്ടകൾ നടപ്പിലാക്കുക പ്രയാസമാണെന്ന് അവർ തിരിച്ചറിയുന്നു. അതോടൊപ്പം പ്രതിപക്ഷ കക്ഷികളെ പാർശ്വവൽകൃത സമൂഹത്തിൽനിന്ന് പരമാവധി അകറ്റുക എന്ന പ്രവർത്തനവും ഇതോടൊപ്പം നടക്കുന്നു. ഒറ്റ വെടിക്ക് രണ്ടു പക്ഷി എന്ന സാധ്യതയും അവർ കാണാതിരിക്കുന്നില്ല. ഇതവരുടെ പുതിയ നയമൊന്നുമല്ല. നല്ല രാഷ്ട്രീയ നിരീക്ഷകർ ഇത് നേരത്തേതന്നെ ദീർഘവീക്ഷണം ചെയ്തിട്ടുണ്ട്.

2021-ൽ പുറത്തുവന്ന ബദ്രി നാരായന്റെ *Republic of Hinduta - How the Sangh is Reshaping Indian Democracy* എന്ന പുസ്തകം ഈ വിഷയം വിശദമായി ചർച്ച ചെയ്യുന്നുണ്ട്. ദലിത് വിഭാഗത്തിലെ ജനതയെ ഹിന്ദുത്വ കൂട്ടായ്മയിലേക്കു ചേർത്തുനിർത്തി അവരുടെ വോട്ട് ബാങ്കിനെ വികസിപ്പിച്ചെടുക്കുക എന്ന ആർ.എസ്.എസ് തന്ത്രത്തിന്റെ ഭാഗമാണിത്. അതിനവർക്ക് ദളിത്/ഗോത്രവർഗ ഹീറോകളെ കണ്ടെത്തേണ്ടതുണ്ട്. അതിന്റെ ഭാഗമാണ് സുപ്രധാന സ്ഥാനങ്ങളിൽ അത്തരക്കാരെ പ്രതിഷ്ഠിക്കുന്നത്. അല്ലാതെ പാർശ്വവൽക്കരിക്കപ്പെട്ട ജനസമൂഹത്തോടുള്ള കൂറിന്റെ ഭാഗമായിട്ടൊന്നുമല്ല ഇതൊക്കെ നടപ്പിലാക്കുന്നത്.

ജാതി മുന്നണികളിലെ മുതിർന്ന നേതാക്കളെ ഉയർത്തിക്കാട്ടി ആ ജാതിയിൽപെട്ട ജനതയെ മൊത്തത്തിൽ വരുതിയിലാക്കുന്നതിനാണ് ഹിന്ദുഫാഷിസം കുറച്ചു കാലമായി ശ്രമിച്ചുകൊണ്ടിരിക്കുന്നത്. ഉത്തരേന്ത്യയിലെ പ്രധാന ദളിത് സമുദായമായ പാസി രാജ്ബർ വിഭാഗത്തിന്റെ നായകനായ സുഹൽദോയെ ഏറ്റെടുത്തത് ബദ്രി നാരായൻ അദ്ദേഹത്തിന്റെ പുസ്തകത്തിൽ ഇത്തരം നിലപാടുകളുടെ ഉദാഹരണമായി വിശദീകരിക്കുന്നുണ്ട്. ഘാസിപൂരിൽ നിന്ന് ഡൽഹിയിലേക്കുള്ള പുതിയ സൂപ്പർ ഫാസ്റ്റ് എക്സ്പ്രസിന് സുഹൽദോയുടെ പേര് നല്കി. യു പിയിലെ ദളിത്, ഒ ബി സി വോട്ടർമാർ ബി ജെ പി യിലെത്തിയതോടെ 2014 ലെ പാർലമെന്റ് തിരഞ്ഞെടുപ്പിൽ വലിയ മുന്നേറ്റം കാഴ്ചവെക്കാൻ സംഘപരിവാറിനു സാധിച്ചു എന്നാണ് ഗ്രന്ഥകാരൻ സൂചിപ്പിക്കുന്നത്.

ഈ രാഷ്ട്രീയതന്ത്രം കുറച്ചുകൂടി വിശാലാടിസ്ഥാനത്തിൽ പ്രയോഗിക്കുവാനാണ് ഹിന്ദു ഫാഷിസം തീരുമാനിച്ചിരിക്കുന്നത്. എല്ലാ സമുദായത്തിലെയും പാർശ്വവൽക്കരിക്കപ്പെട്ടവരെ ചേർത്തു നിർത്തുക വഴി സംഘപരിവാറിന്റെ രാഷ്ട്രീയബലം അനന്തമായി വർദ്ധിപ്പിക്കാനുള്ള ശ്രമം. ഇത് ഇന്ത്യൻ ജനാധിപത്യത്തെ മാറ്റി മറിക്കും. അതോടെ അവർ തുടർ

ന്നവരുന്ന ജനാധിപത്യവിരുദ്ധവും മനുഷ്യത്വവിരുദ്ധവുമായ എല്ലാ പ്രവർത്തനങ്ങൾക്കും ഇന്ത്യൻ രാഷ്ട്രീയത്തെ നിയന്ത്രിക്കാനും സാധിക്കും എന്ന വിശ്വാസത്തിലാണവർ. ഇതിനെ എങ്ങനെ പ്രതിരോധിച്ച് ഇന്ത്യയെ വീണ്ടെടുക്കാൻ സാധിക്കും?

ഇന്ത്യൻ ജനാധിപത്യത്തിനുമുന്നിലെ ചോദ്യമാണിത്. വരാൻ പോകുന്ന പൊതു തിരഞ്ഞെടുപ്പുകൾക്കുമുമ്പ് ഇതിനുത്തരം കണ്ടേ മതിയാവൂ. ഏതുവിധേനയും പ്രതിപക്ഷ ഐക്യം നടപ്പിലാക്കുക എന്നതു മാത്രമാണ് മുന്നിലെ ഏക വഴി. വിശാലമായ കാഴ്ചപ്പാടിലൂടെമാത്രമേ ഇന്ത്യയെന്ന രാജ്യത്തെ വീണ്ടെടുക്കുവാൻ സാധിക്കുകയുള്ളൂ. ജനാധിപത്യത്തെ അർത്ഥവത്താക്കാൻ സാധിക്കൂ. രാഷ്ട്രീയ സ്വാതന്ത്ര്യത്തിന്റെ മുക്കാൽ നൂറ്റാണ്ട് തികയുമ്പോൾ ഇങ്ങനെ ഇരുളിൽ നട്ടം തിരിയേണ്ട അവസ്ഥ സംജാതമായതിനെപ്പറ്റിയും ഗൗരവമായ പര്യാലോചനകൾ നടത്തേണ്ടതുണ്ട്. ഇനിയങ്ങോട്ട് രാഷ്ട്രീയത്തിലെ ഓരോ നിമിഷവും മുന്നോട്ടുപോകേണ്ടത് ഇത്തരം ബോധ്യങ്ങളിലൂടെയായിരിക്കണം. ജനാധിപത്യത്തിലെ പൗരസമൂഹം ഫാഷിസത്തിൽ ആൾക്കൂട്ടാധിപത്യമായും(mobocracy) ആത്മീയ ഫാഷിസത്തിലെ മതാവേശാധിപത്യമായും മാറുന്നു. ഓരോ കുടുംബവും ഓരോ മതയൂണിറ്റുകളായതിനാൽ ആത്മീയ ഫാഷിസം കുടുംബങ്ങളെ ഫാഷിസ്റ്റുവൽക്കരിക്കുന്നു. ഫ്യൂഡലിസ്റ്റു പാരമ്പര്യവും പുരുഷാധിപത്യ ശ്രേണീബന്ധങ്ങളും പുരോഹിതവാഴ്ചയും ആഴത്തട്ടായി (deep structure) നില്ക്കുന്ന ഏഷ്യൻ രാജ്യങ്ങളിലും ഇന്ത്യയിലും ആത്മീയഫാഷിസമാണ് ശക്തിപ്രാപിക്കുന്നത്.

ഫിദൈസത്തെ (fideism) ആസ്പദമാക്കി ഇറ്റലിയിൽ ഉണ്ടായതാണ് ആത്മീയ ഫാഷിസം അഥവാ നിഗൂഢാത്മകഫാഷിസം (Mistica Fascista). മതാത്മകസത്യവും വിശ്വാസവും യുക്തിക്ക് അതീതമെന്ന വാദമാണ് ഫിദൈസം. ദൈവത്തിന്റെ വെളിപാടുകളിലും അസ്തിത്വത്തിലും വിശ്വസിക്കുന്നതുപോലെ ഫാഷിസ്റ്റു നേതാവിലും കല്പനകളിലും അന്ധമായി വിശ്വസിക്കുകയും അനുസരിക്കുകയും ചെയ്യുക എന്നതാണ് ആത്മീയ ഫാഷിസത്തിന്റെ രീതിശാസ്ത്രം. നിക്കോളോ ഗിയാനിയെന്ന ഫാഷിസ്റ്റുബുദ്ധിജീവിയുടെ രചനകളാണ് ആത്മീയ ഫാഷിസത്തിന്റെ പ്രാമാണിക രചനകൾ. മുസ്സോളിനിയുടെ കരങ്ങൾക്ക് ശക്തികൂട്ടാൻ യുവതലമുറയെ വാർത്തെടുക്കാനായി 1930ൽ സ്കൂൾ ഓഫ് മിസ്റ്റിസിസം ഗിയാനി സ്ഥാപിച്ചു. 1943 വരെ അത് നിലനിന്നു. ഇന്നും നിഗൂഢാത്മീയത പ്രത്യയശാസ്ത്രമായി പ്രവർത്തിക്കുന്നു. മുസ്സോളിനിയെയും ഹിറ്റ്ലറെയും അമാനുഷശക്തികളായിട്ടാണ് അനുയായികൾ കണ്ടിരുന്നത്. ആൽബർട്ട് സോറൽ, ഹെൻട്രി ബർഗ്സോൺ തുടങ്ങിയവരുടെ ചിന്തകൾ ആത്മീയ ഫാഷിസത്തെ താത്വിക സ്വീകാര്യതയിൽ എത്തിച്ചു.

സാർവലൗകികമായ മാനവികബോധത്തിന് പകരം ഏകാത്മ വാദമെന്ന ആത്മീയസാർവലൗകികതയെ പ്രതിഷ്ഠിച്ചു. അങ്ങനെ ഫാഷിസ്റ്റ് സർവാധിപത്യവും ആത്മീയമായ സർവാധിപത്യവും(spiritual Totalitarianism) ഭീകരമായി ഒന്നു ചേരുന്നതാണ് ഫാഷിസ്റ്റു ഫാഷിസം.

രാഷ്ട്രീയമായി ഫാഷിസം അവസാനിച്ചാലും ആത്മീയഫാഷിസം സൃഷ്ടിക്കുന്ന മാനസികമായ അടിമത്തം തലമുറകളെ വേട്ടയാടിക്കൊണ്ടിരിക്കും. അതുകൊണ്ട് ആത്മീയ ഫാഷിസത്തിന് എതിരായ പോരാട്ടം രാഷ്ട്രീയമായും സാംസ്കാരികമായും നടത്തേണ്ടതാണ്. എന്നാൽ ഇടതുപ്രസ്ഥാനങ്ങൾപോലും അക്കാര്യത്തിൽ വേണ്ട ഗൗരവം കൊടുക്കുന്നില്ല. മതാത്മക പ്രചോദനമാണ് (Theocratic impulse) ആത്മീയഫാഷിസ്റ്റുകളുടെ വൈകാരിക മൂലധനം. ക്രിസ്റ്റോ ഫാഷിസവും ഇസ്ലാമോഫാഷിസവും ദൈവരാജ്യസ്ഥാപനത്തിനായി പള്ളികൾ വഴി ജനങ്ങളെ സംഘടിപ്പിക്കുമ്പോൾ ഹിന്ദോ-ബൗദ്ധ ഫാഷിസങ്ങൾ ക്ഷേത്രങ്ങളെയും വിഹാരങ്ങളെയും ഉപയോഗിക്കുന്നു. സ്വന്തം ദേശജനതയെ മതവിഭാഗങ്ങളായി വിഭജിച്ച് പരസ്പരം ശത്രുക്കളാക്കുന്നു. മതമൗലികവാദമാണ് അതിഭീകരരൂപം സ്വീകരിച്ചിരിക്കുന്ന ഇന്ത്യയിൽ ഇസ്ലാമികഭയം ഉല്പാദിപ്പിച്ചുകൊണ്ടാണ് ആത്മീയ ഫാഷിസ്റ്റുകൾ പ്രവർത്തിക്കുന്നത്. അതോടൊപ്പം ഹിന്ദുഭയം ജനിപ്പിച്ചുകൊണ്ട് ഇസ്ലാമിസ്റ്റുകൾ പ്രവർത്തിക്കുന്നു.

കൊലകളുടെ ദൈവശാസ്ത്രം

ഗോത്രസംസ്കൃതിയിലെ വിശുദ്ധബലികളുടെ ദൈവികന്യായ ശാസ്ത്രമാണ് ആത്മീയഫാഷിസ്റ്റുകളുടെ പ്രത്യയശാസ്ത്രം. യൂറോപ്പിൽ ക്രിസ്തുമതപ്രചാരണത്തിനു മുൻപ് ഗോത്രസംസ്കൃതിയിലെ ആചാരാനുഷ്ഠാനങ്ങളും ആഭിചാരമാന്ത്രിക വിശ്വാസങ്ങളും ദൈനംദിന ജനജീവിതത്തിൽ സ്വാധീനശക്തികളായി നിലനിന്നിരുന്നു. മധ്യകാലത്ത് ക്രിസ്തീയസഭ പിശാചുവേട്ടയിലൂടെ അവയെ ഉന്മൂലനം ചെയ്യാൻ ശ്രമിച്ചിരുന്നു. പില്ക്കാലത്ത് ആത്മീയഫാഷിസം ക്രിസ്തീയാത്മീയതയെയല്ല നേരെമറിച്ച് പ്രാകൃതമായ നിഗൂഢാത്മീയതയെയാണ് പ്രത്യയശാസ്ത്രമാക്കിയത്. നാസികളുടെ കാലത്ത് ജർമ്മനിയിൽ മാന്ത്രിക–ആഭിചാര–ജ്യോതിഷ വിശ്വാസങ്ങൾ ഉയിർത്തെഴുന്നേറ്റതായി അഡോർണൊ രേഖപ്പെടുത്തുന്നുണ്ട്. നോർടിക് ഫോക്‌ലോറുകളെയും വംശീയചിഹ്നങ്ങളെയുമാണ് ക്രിസ്തീയമതത്തിനും ചിഹ്നങ്ങൾക്കും എതിരായി നാസികൾ സ്വീകരിച്ചത് എങ്കിലും നാസികളുടെ ഫാഷിസം ആത്മീയ ഫാഷിസമായിരുന്നില്ല. മതത്തെയോ പുരോഹിതവർഗത്തെയോ ഹിറ്റ്ലർ അടുപ്പിച്ചിരുന്നില്ല.

ഇന്ത്യയിൽ ഋഗ്വേദസംസ്കൃതിയും മനുസ്മൃതി ഫ്യൂഡലിസവും

സാമൂഹിക വ്യവസ്ഥയുടെ ആഴത്തട്ടായി (deep structure) നിലനില്ക്കുന്നതിനാൽ ഇന്ത്യൻ ഫാഷിസം പൂർണമായ അർഥത്തിൽ ആത്മീയ ഫാഷിസമാണ്. ക്ഷേത്രനിർമ്മിതികൾ, യോഗ-കർമ്മാദികൾ, പുരോഹിതവാഴ്ച, സവർണാഭിമാനങ്ങൾ, അയിത്താചാരങ്ങൾ, വർഗീയ കലാപങ്ങൾ, ജാതിമതപീഡനങ്ങൾ, അഭിമാനവധങ്ങൾ എന്നിവ രാഷ്ട്രീയപ്രവർത്തനമായി മാറിക്കൊണ്ടിരിക്കുന്നു. ഇന്ത്യൻ സമൂഹം പാരമ്പര്യാധിഷ്ഠിത സമൂഹമായതിനാൽ കാലഹരണപ്പെട്ട ആചാരാനുഷ്ഠാനങ്ങളുടെ പുനരുദ്ധാരണം ക്ഷിപ്രസാധ്യമാണ്. 1658 ഭാഷകൾ, 6400-ൽ അധികം ജാതികൾ, ആറു മുഖ്യമതങ്ങൾ എന്നിവ നിലനില്ക്കുന്ന ഭാരതത്തെ ഏകമതശാസനയിലും ഏകഭാഷാകേന്ദ്രത്തിലും സവർണജാതിമേൽക്കോയ്മയിലും ഭരണകൂടസ്വാധീനം ഉപയോഗിച്ച് തളയ്ക്കാനുള്ള ശ്രമമാണ് നടക്കുന്നത്. ഏകാത്മവാദം ഇന്ത്യൻ ആത്മീയ ഫാഷിസത്തിന്റെ പ്രത്യയശാസ്ത്രമാണ്. ബ്രാഹ്മണർ മുതൽ വനവാസി വരെയുള്ളവരുടെ ആത്മാവുകൾ ഒന്നാണെന്ന വ്യാജമായ ആത്മീയ സമത്വവാദമാണ് ഉയർത്തുന്നത്. അതിന്റെ ബന്ധകണ്ണിയായി നില്ക്കുന്നതാകട്ടെ ഹിന്ദുത്വമെന്ന ഹിന്ദുമതഭക്തിയും. അതുകൊണ്ട് വിമർശകരെ ഹിന്ദുമത ദേശദ്രോഹികളായ ഭീകരവാദികൾ എന്ന മുദ്രകുത്തിയാണ് നേരിടുന്നത്. ഇന്ത്യൻ രാഷ്ട്രീയം ഫ്യൂഡൽ കൂറുകളുടെ രാഷ്ട്രീയമാണ്. അതുകൊണ്ട് കൂറുമാറ്റ രാഷ്ട്രീയത്തിലൂടെയാണ് ഫാഷിസം ഇന്ത്യയിൽ ജനാധിപത്യത്തെ തകർക്കുന്നത്.

ഹിന്ദോഫാഷിസത്തിന്റെ വരവ്

1915-ൽ ഹിന്ദുമഹാസഭ രൂപീകരിക്കപ്പെട്ടതിനെ തുടർന്ന് ഭഗവദ്ഗീതാപ്രചാരണത്തിലൂടെ ഇന്ത്യയെ ഏകീകരിക്കാനുള്ള ശ്രമങ്ങൾ ആരംഭിച്ചു. ഒരു കാര്യം ശ്രദ്ധിക്കേണ്ടതുണ്ട്. ജാതിവ്യവസ്ഥയെ എതിർത്ത നവോത്ഥാനനായകർ പൊതുവേ ഭഗവദ്ഗീതയെന്ന ബ്രാഹ്മണ പ്രത്യയശാസ്ത്രത്തെ അവഗണിച്ചു. ഗീതാ പ്രസ്സ് എന്നൊരു അച്ചുകൂടം ഹിന്ദുത്വദേശീയതയുടെ പ്രചാരണത്തിന് വേണ്ടിയുള്ള കൃതികൾ പ്രസിദ്ധീകരിക്കുന്നതിനായി 1923-ൽ യു പിയിലെ ഗോരഖ്പൂരിൽ ആരംഭിച്ചു. അലിഗർ പ്രസ്ഥാനമെന്ന മുസ്ലിം നവോത്ഥാന പ്രസ്ഥാനത്തിന്റെ ഭാഗമായി അലിഗർ യൂണിവേഴ്സിറ്റിയും ഉത്പതിഷ്ണുക്കളും വിപ്ലവകാരികളുമായ എഴുത്തുകാരും രംഗത്ത് വരുന്നത് ഈ കാലഘട്ടത്തിലാണ്. മതനിരപേക്ഷമായ ദേശീയതയും സ്വാതന്ത്ര്യസമരവും ഒരു ഭാഗത്ത് ശക്തിപ്രാപിക്കുന്നു. മറുഭാഗത്ത് മുസ്ലിം സാമുദായിക രാഷ്ട്രീയം പയറ്റുന്ന മുസ്ലിംലീഗും ഹിന്ദുത്വവാദികളായ ഹിന്ദുമഹാസഭയും നിലയുറപ്പിക്കുന്നു. 2014 വരെയുള്ള കാലയളവിൽ ഗീത് പ്രസ്സ് വഴി 72 ദശലക്ഷം ഭഗവ

ദ്ഗീതയുടെ കോപ്പികളും തുളസീദാസ് രാമായണത്തിന്റെ 70 ദശലക്ഷം കോപ്പികളും അതിനോടൊപ്പം മറ്റു പൗരാണിക ഗ്രന്ഥങ്ങളും പുറത്തുവന്നിട്ടുണ്ട്. (*Akshaya Mukul- Gitapress and Making of Hindu India*) ഇന്ന് കോർപ്പറേറ്റുകളായി മാറിയിരിക്കുന്ന ഗുജറാത്തിലെ ബനിയ – മാർവാടി – മൂലധനശക്തികളാണ് പിന്നിലെ സാമ്പത്തിക സ്രോതസ്സുകൾ. വർണാശ്രമത്തിന്റെ അടിത്തറയായ സനാതന ഹിന്ദുധർമ്മം പ്രചരിപ്പിച്ച് ഹിന്ദുരാഷ്ട്രനിർമ്മിതിയാണ് ലക്ഷ്യം. ഗീതാ പ്രസ്സിന്റെ വരവിന് ശേഷമാണ് അർദ്ധസൈനിക സംഘമായ രാഷ്ട്രീയ സ്വയം സേവക് സംഘ് 1925-ൽ രൂപീകൃതമായത്. ജർമ്മനിയിലെയും ഇറ്റലിയിലെയും രാഷ്ട്രീയ ഫാഷിസ്റ്റു രീതിശാസ്ത്രങ്ങളും മതാത്മകമായ ആത്മീയഫാഷിസവും കൂടിച്ചേർന്നതാണ് ഇന്ത്യൻ ഫാഷിസം. അതുകൊണ്ട് മറ്റു ഫാഷിസങ്ങളിൽ ദൃശ്യമാകാത്ത മതാത്മക സാംസ്കാരിക രാഷ്ട്രീയമാണ് ഇന്ത്യൻ ഫാഷിസത്തിന്റേത്. അതിനെ എതിർക്കുന്നവരെ രാജ്യദ്രോഹികളായും ഭീകരവാദികളായും മുദ്രകുത്തി നേരിടുകയാണ് ചെയ്യുന്നത്. 6400-ൽ ഏറെയുള്ള ജാതിസമൂഹങ്ങളെ ഹിന്ദുത്വ ആത്മീയതയിലും ഏകാത്മവാദത്തിലും കോർത്തെടുക്കാനാണ് ശ്രമം. അതിന്റെ ഭൗതികരൂപമാണ് ഏകരാഷ്ട്രം, ഏകഭാഷ, ഏകവോട്ടർ ലിസ്റ്റ്, ഏകദിനതിരഞ്ഞെടുപ്പ്, ഏകനികുതി ഘടന, ഏകവിദ്യാഭ്യാസ സമ്പ്രദായം ഏക സിവിൽകോഡ് എന്നീ കരുനീക്കങ്ങൾ. അത് ഒടുവിൽ ഏകപാർട്ടി, ഏകനേതൃത്വം എന്ന ഫാഷിസ്റ്റു തന്ത്രത്തിൽ എത്താൻ ഏറെ ദൂരമില്ല. ഇതുവരെ അകറ്റിനിറുത്തപ്പെട്ടിരുന്ന അയിത്തജാതികളെയും ഗോത്രസമൂഹങ്ങളെയും കണ്ണിചേർക്കാൻ അവയ്ക്കുള്ളിൽ നിന്നും ഹിന്ദുത്വവാദികളെ വളർത്തിയെടുത്ത് അധികാരപദവികൾ നല്കി സവർണ വ്യാമോഹത്തിലാഴ്ത്തുകയാണ്. അതേ സമയം മനുസ്മൃതിയെയും ചാതുർവർണ്യവ്യവസ്ഥയെയും പുണരുകയും ചെയ്യുന്നു. ഓരോ ക്രിസ്ത്യാനിയും യേശുക്രിസ്തുവിന്റെ വിശുദ്ധശരീരഭാഗമാണെന്ന ചിന്തയിൽ ഉടലെടുത്ത ക്രിസ്ത്യൻ സാഹോദര്യവാദവും (Christan Brother hood) ഏകപ്രവാചകൻ, ഏകവേദഗ്രന്ഥം, ഏകമതം എന്നീ വിശ്വാസങ്ങളിൽ അധിഷ്ഠിതമായ ഇസ്ലാമിക സാഹോദര്യവാദവും ഹിന്ദുത്വത്തിന് സ്വീകാര്യമല്ല. ഹിന്ദുസാഹോദര്യവാദം സ്വീകരിച്ചാൽ ബ്രാഹ്മണനും ശൂദ്രനും ചണ്ഡാളനും സഹോദരരായിത്തീർന്നാൽ മനുസ്മൃതി സംസ്കാരം തകരും. പകരം ഏകാത്മാവാദമാണ് കൊണ്ടുവരുന്നത്.

ആഭ്യന്തരശത്രുക്കൾ

ഫാഷിസത്തിന് വളരാൻ ആഭ്യന്തരശത്രുക്കൾ അനിവാര്യമാണ്. യൂറോപ്പിൽ കമ്യൂണിസ്റ്റുകാരും ജൂതന്മാരുമായിരുന്ന ആഭ്യന്തരശത്രു

ക്കൾ. മുസ്സോളിനി നാസികളെ അനുകരിച്ച് ജൂതവിരോധം പ്രകടിപ്പിച്ചുവെങ്കിലും കമ്യൂണിസ്റ്റുകാർ, ലിബറലിസ്റ്റുകൾ, ജനാധിപത്യവാദികൾ, സോഷ്യലിസ്റ്റുകൾ, പോപ്പുലർ പാർട്ടിക്കാർ തുടങ്ങിയവരായിരുന്നു ആഭ്യന്തരശത്രുക്കൾ. ജൂതന്മാരാണ് കമ്യൂണിസം പ്രചരിപ്പിക്കുന്നത് എന്ന് പറഞ്ഞുകൊണ്ട് ഹിറ്റ്ലർ നടത്തിയ ഉന്മൂലനനാശപദ്ധതിക്ക് (Final Solution) നേരെ യൂറോപ്പ് കണ്ണടച്ചുനിന്നു. 1917-ൽ നടന്ന റഷ്യൻ വിപ്ലവത്തെ നേരിടാൻ റഷ്യയിലുണ്ടായ വെളുത്തവംശസൈന്യം (White army) അവരുടെ പിടിയിൽപ്പെട്ട റഷ്യക്കാരെയും റഷ്യൻ ജൂതന്മാരെയും മുഴുവൻ കൊന്നൊടുക്കി. സ്റ്റാലിൻ ജൂതന്മാരെ കൊല്ലുന്നതായി ജൂത മൂലധനശക്തികളുടെ പിൻതുണ നേടാൻവേണ്ടി യൂറോപ്യൻ രാജ്യങ്ങൾ പ്രചാരണം നടത്തിയിരുന്നു. (Paul Mason- *How to stop fascism*) ഭാരതത്തിൽ ഫാഷിസത്തിന്റെ ആഭ്യന്തരശത്രുക്കൾ മുസ്ലിങ്ങളും – കമ്യൂണിസ്റ്റുകാരും ക്രിസ്ത്യാനികളുമാണ്. കമ്യൂണിസ്റ്റുപാർട്ടിയും തൊഴിലാളി സംഘടനകളും സ്ഥാപിക്കുന്നതിൽ മുസ്ലിങ്ങളായ കമ്യൂണിസ്റ്റുകാർ ഉത്തരേന്ത്യയിൽ വഹിച്ച പങ്കും മുസ്ലിംവിരോധത്തിന്റെ പിന്നിലുണ്ട്. *കമ്യൂണിസ്റ്റ മാനിഫെസ്റ്റോയുടെ* ആദ്യത്തെ ഭാരതീയ തർജ്ജമ ഉറുദുവിലാണ് വന്നത്. മൗലാനാ അബ്ദുൾ റസാക് മലിഹബാദിയുടെ തർജ്ജമ പ്രസിദ്ധീകരിച്ചതാകട്ടെ മൗലാനാ അബ്ദുൾ കലാം ആസാദിന്റെ പത്രാധിപത്യത്തിലുള്ള അൽ ഹിലാൽ എന്ന ആനുകാലികത്തിലും. (1912–15) ഇസ്ലാമികപണ്ഡിതന്മാർക്കിടയിൽ പ്രവാചകന്റെ സമത്വദർശനവും സോഷ്യലിസവും തമ്മിലുള്ള ബന്ധത്തെക്കുറിച്ച് സംവാദങ്ങൾ നടന്നിരുന്നു. അതിന്റെ ഫലമായി ഇസ്ലാമിക കമ്യൂണിസ്റ്റുകളുടെ വലിയൊരു നിര രംഗത്ത് വന്നു. അഫ്ഗാനിസ്ഥാനിലെ മുജാഹിറുകൾ അക്ബർ ജാന്റെ നേതൃത്വത്തിൽ 1920-ൽ സോവിയറ്റ്യൂണിയനിൽ എത്തുകയും അവിടെ രൂപംകൊണ്ട ഇന്ത്യൻ കമ്യൂണിസ്റ്റ് ഗ്രൂപ്പിൽ പങ്കെടുക്കുകയും ചെയ്തിരുന്നു. അവരിലൂടെ താഷ്കന്റിൽനിന്നും മാർക്സിസവും റഷ്യൻ സാഹിത്യവും ഇന്ത്യയിലും ഉർദുവിലും എത്തിച്ചേർന്നു. 1922-ൽ നോർത്ത് വെസ്റ്റേൻ റെയിൽവേ വർക്കേഴ്സ് യൂണിയൻ നേതാക്കളായിരുന്ന ഷംസ് അൽദിൻ ഹസൻ, എം.എം. ഖാൻ എന്നിവരുടെ പിന്തുണയോടെ ഇൻക്വിലാബ് എന്നൊരു പ്രസിദ്ധീകരണം ആരംഭിച്ചു. അതിനിടയിൽ 395 പണിമുടക്കുകൾ ഇന്ത്യയിലുടനീളം സംഭവിച്ചു കഴിഞ്ഞിരുന്നു. ഇന്ത്യയിലെ ബ്രിട്ടീഷ് മൂലധനത്തെയും അതിന്റെ കൂട്ടാളികളായ ഇന്ത്യൻ വണിക്കുകളെയും സമരങ്ങൾ ഞെട്ടിപ്പിച്ചു. 1923-ൽ പെഷവാറിൽവെച്ച് ഗൂഢാലോചനക്കുറ്റം ചുമത്തി അറസ്റ്റുചെയ്തവരിൽ എസ്.എ. ഡാങ്കേ, നളിനിഗുപ്ത എന്നിവരോടൊപ്പം ഷൗക്കത്ത് ഉസ്മാനി, മുസഫർ അഹമ്മദ് എന്നീ രണ്ടു മുസ്ലിം സഖാക്കളുമുണ്ടായിരുന്നു. 1925-ൽ യു പി

യിലെ കാൺപൂരിൽ വെച്ച് രൂപം കൊണ്ട് ഇന്ത്യൻ കമ്യൂണിസ്റ്റു പാർട്ടിയുടെ സംഘാടകസമിതി ചെയർമാൻ ഇൻക്വിലാബ് സിന്ദാബാദ് എന്ന മുദ്രാവാക്യമെഴുതിയ കവിയും സ്വയം താനൊരു ഇസ്ലാമിക കമ്യൂണിസ്റ്റാണ് എന്ന് പറഞ്ഞിരുന്ന ഉല്പതിഷ്ണുവുമായ മൗലവി ഹസ്രത്ത് മൊഹാനിയാണ്. അക്കാലത്ത് ഹിന്ദി സാഹിത്യം തനി യാഥാസ്ഥിതികമായി നിന്നപ്പോൾ ഉർദുസാഹിത്യം അടിമുടി ചുവക്കുകയായിരുന്നു. ഉർദുവിലെ 90% എഴുത്തുകാരും ഇടതുപക്ഷക്കാരോ കമ്യൂണിസ്റ്റുകളോ ആയിരുന്നുവെന്ന് ബ്രിട്ടീഷ് കമ്യൂണിസ്റ്റും ഉർദു ഭാഷാപണ്ഡിതനുമായ റാൽഫ് റസ്സൽസ് രേഖപ്പെടുത്തിയിട്ടുണ്ട്. (*Losses Gains* എന്നകൃതി). 1936-ൽ അഖിലേന്ത്യാ പുരോഗമനസാഹിത്യസംഘടനയുടെ സംഘാടകരായി പ്രവർത്തിച്ചത് സജ്ജാത് സഹീർ, അഹമ്മദ് അലി, മഹമ്മൂദ് ഉസ് സഫർ, റഷീദ് ജഹാൻ, ഹാജിറാബീഗം (ഇസഡ്.എ. അഹമ്മദിന്റെ പത്നി). ഇസമത് ചുഗ്തായ് തുടങ്ങിയ മുസ്ലിം എഴുത്തുകാരായിരുന്നു. ഹിന്ദി സാഹിത്യലോകത്ത് നിന്നും ഹിന്ദി-ഉർദു എഴുത്തുകാരനായ പ്രേം ചന്ദ് മാത്രമേ പങ്കെടുത്തിരുന്നുള്ളൂ. മറ്റുള്ളവർ സമ്മേളനത്തിലേക്കുള്ള ക്ഷണം നിരസിക്കുകയാണ് ചെയ്തത്. ഇന്ത്യൻ സാഹിത്യത്തിനും സംഗീതത്തിനും സിനിമയ്ക്കും വലിയ സംഭാവനകൾ നല്കിയ കലാകാരന്മാരിൽ വലിയൊരു വിഭാഗം ഇടതുപക്ഷക്കാരായ മുസ്ലിം സമുദായാംഗങ്ങളാണ്.

ഇന്ത്യ ചുവക്കുന്നു

കമ്യൂണിസ്റ്റ് പാർട്ടിയിലൂടെയും ഉർദുസാഹിത്യത്തിലൂടെയും ഉത്തർപ്രദേശിലൂടെ ഇന്ത്യയിൽ ചുവപ്പുനിറം വ്യാപിക്കുകയാണ് ചെയ്തത്. നാടകഗായകസംഘങ്ങൾ ഗ്രാമങ്ങൾതോറും സഞ്ചരിച്ച് മതനിരപേക്ഷ ദേശീയതയുടെ ആശയങ്ങൾ കലകളിലൂടെ അവതരിപ്പിച്ചു. സിദ്ദിഖാബീഗം സെവ്ഹാർവിയെപ്പോലുള്ള കമ്യൂണിസ്റ്റ് മുസ്ലിം വനിതകൾ ബീഡിത്തൊഴിലാളികളായ വനിതകളെയും മറ്റും സംഘടിപ്പിച്ചിരുന്നു. എണ്ണത്തിൽ കുറവായിരുന്ന മുസ്ലിം ഭൂവുടമകളും ബഹുഭൂരിപക്ഷം വരുന്ന സവർണഭൂവുടമകളും ഇന്ത്യൻ വൈശ്യവർഗ വ്യവസായികളുമായ ബനിയാ മാർവാടിവർഗവും കർഷകത്തൊഴിലാളികളുടെയും വ്യവസായമേഖലയിലെ തൊഴിൽവർഗത്തിന്റെയും സംഘടനകളെയും അപകടകരമായികണ്ടിരുന്നു. ബ്രിട്ടീഷ് ഭരണം പിൻതുടർന്നുപോന്ന ഹിന്ദു-മുസ്ലിം വെറുപ്പുല്പാദനരാഷ്ട്രീയം വർഗീയവാദികൾ ഏറ്റെടുത്തു. കർഷകത്തൊഴിലാളികൾ, ചെറുകിടകൃഷിക്കാർ, കരകൗശലത്തൊഴിലാളികൾ തുടങ്ങിയ മുസ്ലിംവിഭാഗങ്ങൾ ഉൾപ്പെട്ട അധഃസ്ഥിതവർഗം സംഘടിക്കുന്നതും മാർക്സിസ്റ്റാശയങ്ങൾ വ്യാപിക്കുന്നതും തടയേണ്ടത്

ബ്രിട്ടീഷ് ഭരണത്തിന്റെയും സവർണ്ണ നാട്ടുവാഴിത്ത ബനിയ-മാർവാടി മൂലധനശക്തികളുടെയും ആവശ്യമായിരുന്നു. അതിനുവേണ്ടി ഹിന്ദു-മുസ്ലിം വെറുപ്പ് ഉല്പാദിപ്പിക്കാനും മുസ്ലിം നിരപേക്ഷ ഹിന്ദുരാഷ്ട്രവാദം പടുത്തുയർത്താനും വേണ്ടി 1925-ൽ പൂനയിലെ ബ്രാഹ്മണർ രൂപംകൊടുത്ത സംഘടനയാണ് രാഷ്ട്രീയ സ്വയംസേവകസംഘം. കമ്യൂണിസ്റ്റുകളെയും മുസ്ലിങ്ങളെയും നേരിടുകയായിരുന്നു ലക്ഷ്യം. ജർമ്മനിയിൽ കമ്യൂണിസം പരത്തുന്നത് ജൂതന്മാരാണെന്നതായിരുന്നു ഹിറ്റ്ലറുടെ കുറ്റാരോപണം. ഇന്ത്യയിൽ തൽസ്ഥാനത്ത് നില്ക്കുന്നത് ഉർദ്ദു സാഹിത്യകാരന്മാരും മുസ്ലിങ്ങൾ ഉൾപ്പെടുന്ന കമ്യൂണിസ്റ്റുകാരുമെന്നായിരുന്നു ആക്ഷേപം. അതുകൊണ്ട് ഹിന്ദു-മുസ്ലിം വിഭജനത്തിന് 1860-ൽ ബ്രിട്ടീഷുകാർ കൊണ്ടു വന്ന ഹിന്ദി- ഉർദ്ദു വിവാദം ആദ്യത്തെ വെറുപ്പുല്പാദനസാമഗ്രിയായി ഹിന്ദുത്വം ഏറ്റെടുത്തു. അതിന്റെ ഫലമായിട്ടാണ് 1936-ലെ അഖിലേന്ത്യ പുരോഗമന സാഹിത്യ സമ്മേളനം ഹിന്ദി സാഹിത്യലോകം ബഹിഷ്കരിച്ചത്. ഇന്ത്യയിൽ കമ്യൂണിസ്റ്റുപാർട്ടിയെ നിരോധിച്ചു. 1947 ലെ വർഗീയലഹളയ്ക്ക് ഉത്തരേന്ത്യയിലെ മുസ്ലിം കമ്യൂണിസ്റ്റുകളെ സംഘടനാരംഗങ്ങളിൽനിന്നും തുടച്ചുനീക്കുക എന്ന ലക്ഷ്യം കൂടിയുണ്ടായിരുന്നു. പാകിസ്ഥാനിലേക്കുപോയ എഴുത്തുകാരായ കമ്യൂണിസ്റ്റുകളും അവിടെയും കൊടിയ പീഡനങ്ങൾ അനുഭവിക്കേണ്ടിവന്നു. പില്ക്കാലത്ത് ജ്ഞാനപീഠം അവാർഡ് നേടിയ ഖുർ റത്തുൽ ഐൻ ഹൈദറിനെപ്പോലുള്ള എഴുത്തുകാർ തിരികെ ഇന്ത്യയിലേക്ക് വരികയുണ്ടായി. ഭൂപ്രമാണി വർഗവും ബനിയ- മാർവാടി മൂലധനശക്തികളും തീവ്രഹിന്ദുത്വരാഷ്ട്രീയം ഇളക്കിവിട്ടു നടത്തുന്ന വർഗീയലഹളകളുടെ ഫലമായി ഉത്തരേന്ത്യയിൽ അടിസ്ഥാനവർഗങ്ങളുടെ മതനിരപേക്ഷ കൂട്ടായ്മകൾ അസാധ്യമായിത്തീരുകയാണ്. സർവകലാശാലകളിൽ വിദ്യാർത്ഥികൾക്കിടയിൽ ശക്തിപ്പെടുന്ന ഇടതുപക്ഷ രാഷ്ട്രീയത്തെയും ആത്മീയ ഫാഷിസത്തിന്റെ അർധസൈനിക സംഘത്തെ ഉപയോഗിച്ച് തകർക്കുകയാണ്. അവിടെ ഉന്നയിക്കുന്നത് ഇസ്ലാമിക തീവ്രവാദം എന്ന കുറ്റാരോപണമാണ്. വേഷവും ഭക്ഷണവുമെല്ലാം അപരാധമായി ത്തീരുന്നു. ഗുജറാത്ത് വംശഹത്യയും ബാബറിമസ്ജിദ് ധ്വംസനവും പകയുടെയും വിദ്വേഷത്തിന്റെയും പരകോടിയിലേക്ക് ഉത്തരേന്ത്യൻ മനസ്സുകളെ കൊണ്ട് എത്തിച്ചിരിക്കുന്നു. 1941-ൽ ഹൈദ്രാബാദിൽ സെയ്ദ് അബ്ദുൽ അൽല മൗദൂദി രൂപീകരിച്ച ജമാത്ത് ഇസ്ലാമിയെന്ന ആത്മീയഫാഷിസ്റ്റു സംഘടനയുടെ ശക്തിപ്പെടലും ഇന്ത്യയുടെ ഹിന്ദുത്വ ഫാഷിസ്റ്റുവൽക്കരണത്തെ ത്വരിതപ്പെടുത്തുന്നുണ്ട്.

ഡിജിറ്റൽ ഫാഷിസം

അനുദിനം വികസിച്ചുകൊണ്ടിരിക്കുന്ന സാമ്പത്തിക വ്യവസ്ഥയാണ് സമകാലിക ഡിജിറ്റൽ മുതലാളിത്തം. ആവിയന്ത്രത്തറിയിൽ നെയ്തിരുന്ന തൊഴിലാളികളുടെ അധ്വാനം വിലയ്ക്കുവാങ്ങി മിച്ചമൂല്യം വർദ്ധിപ്പിച്ചിരുന്ന മുതലാളിത്തത്തെയാണ് മാർക്സ് അപഗ്രഥിച്ചത്. എന്നാൽ മുതലാളിത്തം മനുഷ്യ അധ്വാനത്തിനു പകരം യന്ത്രോപകരണങ്ങളെ കൊണ്ടുവന്ന് ലാഭവും ഉല്പാദനവും വർധിപ്പിക്കുമെന്നും ഉല്പന്നവർധനവിൽ അത് ലോകവിപണി കൊണ്ടുവരുമെന്നും ദേശരാഷ്ട്രങ്ങളുടെ അതിർത്തികൾ ഭേദിച്ചുകൊണ്ട് സ്വന്തം പ്രതിച്ഛായയിൽ ലോകത്തെ നിർമ്മിക്കുമെന്നും മാർക്സ് ദീർഘദർശനം ചെയ്തിരുന്നു.

വ്യവസായവിപ്ലവം ഇംഗ്ലണ്ടിലെ ചില നഗരങ്ങളിൽ മാത്രം ഒതുങ്ങിനിന്ന കാലത്താണ് മാർക്സ് ലോക മുതലാളിത്തത്തെയും ലോകവിപണിയെയും കുറിച്ച് എഴുതിയത്. മാർക്സിന്റെ *മൂലധനം* ആഴത്തിൽ പഠിച്ചത് സോഷ്യലിസ്റ്റുകളെക്കാൾ മുതലാളിത്തമാണ് എന്ന അഭിപ്രായമാണ് ഇസ്രായേൽ ചരിത്രകാരനായ യുവാൻ നോവ ഹരാരിക്കുള്ളത്. മൂലധനം മുതലാളിത്തത്തിന്റെ ഉല്പത്തിവികാസങ്ങൾ, പ്രതിസന്ധികൾ എല്ലാം വിവരിക്കുന്നതുകൊണ്ട് പ്രതിസന്ധികൾ എങ്ങനെ ഉണ്ടാകുന്നു എന്ന് മനസ്സിലാക്കാനും അതിനെ മറികടക്കാനും മുതലാളിത്തം മാർക്സിന്റെ മൂലധനം വായിക്കുന്നു.

റഷ്യയിൽ സംഭവിച്ച ബോൾഷെവിക് വിപ്ലവമാണ് ലോകരാഷ്ട്രങ്ങളിൽ ഫാഷിസ്റ്റ് പ്രസ്ഥാനങ്ങളുടെ ഉയർന്നുവരവിന് കാരണമായത് എന്ന് ഫാഷിസ്റ്റ് പഠിതാവായ പോൾ മസോൺ പറയുന്നു. (How to stop fascism) *കമ്യൂണിസ്റ്റ് മാനിഫെസ്റ്റോ*യിൽ പറയുന്ന യൂറോപ്പിനെ പിടിച്ചുകുലുക്കിയ ഭൂതം റഷ്യയിൽ ആദ്യമായി കാലുറപ്പിച്ചത് യൂറോപ്പിനെ ആകമാനം ഞെട്ടിച്ചു. മുതലാളിത്ത ഫ്യൂഡൽശക്തികൾ ജനാധിപത്യം എന്ന പുറംകുപ്പായത്തിനുള്ളിൽ വളർത്തിക്കൊണ്ടുവന്ന കമ്യൂണിസ്റ്റ് വിരുദ്ധതയാണ് 1917-ന് ശേഷം യൂറോപ്പിലാകമാനം രൂപംകൊണ്ട പ്രസ്ഥാനങ്ങൾ. യൂറോപ്പിൽ കമ്യൂണിസം വ്യാപിക്കാതിരിക്കാൻ ക്രിസ്തുമതവും ജനാധിപത്യവും പരസ്പരം കൈകോർക്കണമെന്ന് ബ്രിട്ടീഷ് പ്രധാനമന്ത്രിയായ വിൻസ്റ്റൺ ചർച്ചിൽ പ്രഖ്യാപിച്ചിരുന്നു. യൂറോപ്പിന്റെ ക്രൈസ്തവസംസ്കാരത്തെയും മനോഭാവത്തെയും കമ്യൂണിസത്തിനും സോവിയറ്റ് യൂണിയനും എതിരായി ഉപയോഗിക്കുകയെന്നതായിരുന്നു ലക്ഷ്യം (Joan Wallach Scott – Sex and Secrularism, page 126). കമ്യൂണിസം ക്രിസ്ത്യാനികൾക്ക് എതിരാണെന്ന പ്രചാരണവും ക്രിസ്തീയസഭകൾ ഇന്നും തുടരുന്നതിന് കാരണവും മറ്റൊന്നല്ല. സോവിയറ്റു യൂണിയൻ ക്രിസ്ത്യാനികളെ കൊന്നൊടുക്കുകയോ പള്ളികൾ തകർക്കുകയോ ചെയ്തില്ല. ഭരണരംഗത്തുനിന്നും സഭകളെ മാറ്റിനിർത്തി. കമ്യൂണിസത്തിന് എതിരെ മതത്തെയും രാഷ്ട്രീയത്തെയും അങ്ങനെ കൂട്ടിക്കലർത്തി അവതരിപ്പിച്ചതു ശീതയുദ്ധ (Coldwar) പ്രത്യയശാസ്ത്രമാണ്. അതിന്റെ ഫലമായിരുന്നു അമേരിക്കയിലെ മക്കാർത്തിസം എന്ന കമ്യൂണിസ്റ്റു വിരുദ്ധ നിയമം.

മുതലാളിത്തം സാമ്പത്തിക പ്രതിസന്ധിയെ അതിജീവിക്കാൻ ടെക്നോളജിയെയും രാഷ്ട്രീയ പ്രതിസന്ധി മറികടക്കാൻ ഫാഷിസത്തെയും ഫലപ്രദമായി ഉപയോഗിക്കുന്നു. അതുകൊണ്ട് ശാസ്ത്രസാങ്കേതിക വിദ്യകളും കോർപ്പറേറ്റ് മുതലാളിത്തവും ഭരണകൂടങ്ങളും കൈകോർത്തിരിക്കുന്ന ഈ കാലഘട്ടത്തിലെ ഫാഷിസത്തെ ഡിജിറ്റൽ സ്വേച്ഛാധിപത്യമെന്നും (Digital dictatorship) ഡിജിറ്റൽ ഫാഷിസം എന്നും വിളിക്കുന്നു. ഫാഷിസം ടെക്നോളജിയിലാണ് ശ്രദ്ധകേന്ദ്രീകരിക്കുന്നത്. വ്യക്തിയെ സാങ്കേതിക-സാമൂഹിക യന്ത്രത്തിന്റെ കീഴിൽ (Technical Social apparatus) കൊണ്ടുവരികയാണ് ചെയ്യുന്നത്. അത് സമഗ്രാധിപത്യത്തെയും മൂലധന വ്യാപനത്തെയും വ്യക്തിക്ക് സ്വീകാര്യമാക്കിത്തീർക്കുന്നു. ഇന്നത്തെ മുതലാളിത്തിന്റെ ശക്തി എന്നത് ഡിജിറ്റൽ ടെക്നോളജിയാണ്. മുതലാളിത്തവും ഡിജിറ്റൽ തൊഴിൽ വർഗവുമാണ് പുതിയ വർഗബന്ധങ്ങൾ. അവയെ അപഗ്രഥിക്കുന്ന സൈബർ മാർക്സിസവും ഡിജിറ്റൽ മാർക്സിസവും ഉടലെടുത്തു കഴിഞ്ഞു. മുതലാളിത്തത്തെപോലെ ഫാഷിസത്തെയും ജനസ്വീകാര്യതയിലേക്ക് കൊണ്ടുവരികയാണ് ടെക്നോളജി ചെയ്യുന്നത്. ഉല്പാദനരംഗത്ത് നിന്നും മനുഷ്യാധ്വാനത്തെ പുറംതള്ളി യന്ത്രങ്ങളുടെ സൂക്ഷ്മതയും വേഗതയേറിയതുമായ അധ്വാനശക്തിയെ പകരം വച്ചിരിക്കുന്നു. അതുകൊണ്ട് ഇന്നത്തെ ലോകം ഭീകരമായ സാങ്കേതികവിദ്യയുടെ

പിടിയിലാണെന്ന് (Terroristic Technology) യുവാൽ നോവ ഹരാരി പറയുന്നു. ഫാഷിസ്റ്റ്–നാസിസ്റ്റ് വീഴ്ചകൾക്ക് ജന്മംനൽകിയ വ്യാവസായിക മൂലധനത്തിന്റെയും ടെക്നോളജിയുടെയും കാലത്തുനിന്നും മൂലധനവും ടെക്നോളജിയും ആഗോളവൽക്കരണ കാലത്തിലേക്ക് പ്രവേശിച്ചപ്പോൾ ഫാഷിസത്തിനും പുതിയ മുഖങ്ങൾ വന്നു ചേർന്നിരിക്കുന്നതായും പഴയ പദാവലികൾകൊണ്ട് അതിനെ പഠിക്കാൻ കഴിയില്ല എന്നും ട്രവേഴ്സോ നിരീക്ഷിക്കുന്നു. (*New Faces of fascism*)

ഡിജിറ്റൽ മുതലാളിത്തം കൊണ്ടുവന്നിരിക്കുന്നത് ഡിജിറ്റൽ ഫാഷിസത്തെയാണ്. അതിന്റെ വ്യാജമുഖമായി നിൽക്കുന്നത് ഡിജിറ്റൽ ഡെമോക്രസിയും. വെർച്വൽ ഡെമോക്രസി, ടെലിഡെമോക്രസി, ഇലക്ട്രോണിക് ഡെമോക്രസി, എന്നല്ലാം അതിനെ പഠിതാക്കൾ നാമകരണം ചെയ്യുന്നുണ്ട്. ഡിജിറ്റൽ സാങ്കേതികവിദ്യയുടെ നെട്ടംല്ലുണകളായ നിർമ്മിതബുദ്ധി അൽഗോരിതങ്ങൾ, ഡാറ്റാ ബാങ്കുകൾ എന്നിവ ജനാധിപത്യത്തെ ഏക കേന്ദ്രീകൃതഭരണമാക്കി പരിവർത്തിപ്പിക്കുന്നു. ഏക രാഷ്ട്രം, ഏക വോട്ടർ പട്ടിക, ഒറ്റ തിരഞ്ഞെടുപ്പ്, ഏക പാഠ്യപദ്ധതി, ഒറ്റ ആധാർ കാർഡ് എന്നിങ്ങനെ എല്ലാം ഏക കേന്ദ്രീകൃത വ്യവസ്ഥയാക്കിത്തീർക്കുന്നു. പാർലമെന്റിന്റെ ആവശ്യമില്ലാതെ ഭരണനിർവഹണം നടത്തുന്ന ഒരു അവസ്ഥയിൽ കാര്യങ്ങൾ എത്തിച്ചേർന്നിരിക്കുന്നു. ആധാർ ഐഡി കാർഡുകളിലൂടെ ഓരോ പൗരന്റെയും ജൈവസ്വത്വവിവരങ്ങൾ ശേഖരിച്ചിരിക്കുന്ന കോർപ്പറേറ്റുകൾക്കും ഭരണകൂടങ്ങൾക്കും പൗരന്റെ ഇഷ്ടാനിഷ്ടങ്ങളും അഭിപ്രായരൂപീകരണങ്ങളും നിർമ്മിതബുദ്ധി - അൽഗോരിത - ഡാറ്റാ ശേഖരണങ്ങളിലൂടെ തിട്ടപ്പെടുത്താൻ കഴിയും. അതുകൊണ്ട് മുതലാളിത്തവും ഭരണകൂടങ്ങളും പൗരജീവിതങ്ങൾക്കുമേൽ നിരീക്ഷണശക്തികളായിട്ടാണ് (surveilance powers) പ്രവർത്തിക്കുന്നത്. പൗരാവകാശങ്ങൾക്കുപകരം ഉപഭോക്തൃ അവകാശങ്ങളേ ജനങ്ങൾക്ക് നൽകുന്നുള്ളൂ.

പഴയ ജനാധിപത്യ പൊതുമണ്ഡലങ്ങൾ അപ്രസക്തമാവുകയാണ്. പകരം ഫേസ്ബുക്ക്, വാട്സ് ആപ്പ്, ട്വിറ്റർ (എക്സ്) തുടങ്ങിയ കോർപ്പറേറ്റ് ഡിജിറ്റൽ ലോകം നൽകുന്ന പൊതു ഇടങ്ങളാണ് പുതിയ വെർച്വൽ പൊതുമണ്ഡലം. ജനങ്ങളുടെമേൽ അഭിപ്രായരൂപീകരണം അടിച്ചേല്പിച്ച് തിരഞ്ഞെടുപ്പുകളിൽ ഇടപെടാനും ജനാധിപത്യത്തെ ഹൈജാക്ക് ചെയ്യാനും അവയ്ക്ക് കഴിയുന്നു. സാങ്കേതികവിദ്യ ഉപയോഗിച്ച് വാർത്തകൾ വ്യാജമായി നിർമ്മിച്ച് പ്രചരിപ്പിക്കുന്നു. വ്യാജവാർത്താ സമയങ്ങളെയും അന്തിചർച്ചകളെയും കോർപ്പറേറ്റ് വിപണിമേഖല സ്പോൺസർ ചെയ്യുന്നു. ഗീബൽസ് പോലും അടിയറവു പറയുന്ന കാലമാണിത്. ഒരു കള്ളം നൂറ് പ്രാവശ്യം ആവർത്തിക്കുന്നതിനുപകരം 100 ചാനലുകൾ ഒരേ വ്യാജവാർത്ത ഒരേ

സമയം സംപ്രേഷണം ചെയ്യുന്നതാണ് ഡിജിറ്റൽ ഗീബൽസിയൻ തന്ത്രം. ഫാഷിസത്തിന്റെ വർത്തുള വീക്ഷണരീതിയെ മാതൃകയാക്കി (panoptican view of fascism) ഡിജിറ്റൽ ടെക്നോളജി ഉപയോഗിച്ച് ഓരോ പൗരനെയും മൊബൈൽ ഫോണിലൂടെ നിരീക്ഷിക്കാൻ സഹായിക്കുന്ന ചാരസോഫ്റ്റ്‌വെയറുകൾ (ഉദാ.പെഗാസസ്) നിലവിൽ വന്നുകഴിഞ്ഞു. രാഷ്ട്രംതന്നെ ബിഗ് ബ്രദർ ആയി സദാ നിരീക്ഷിച്ചുകൊണ്ടിരിക്കുന്ന ഒരു തടങ്കൽ പാളയമാണ്. ഓരോ പൗരന്റെയും കയ്യിലിരിക്കുന്ന മൊബൈൽഫോൺ അവനെ കുടുക്കുന്ന ഗസ്റ്റപ്പോ ആണ്. സമൂഹത്തെ സി.സി.ടി.വി. ക്യാമറകൾ നിരീക്ഷിച്ചുകൊണ്ടിരിക്കുന്നു. ആധാർ കാർഡുകൾ മൊബൈൽ ഫോണുകളിൽ ലിങ്ക് ചെയ്യുന്നതിലൂടെ പൗരന്റെ സ്വകാര്യത നഷ്ടപ്പെടുന്നു എന്ന് മാത്രമല്ല, ഒളിവിൽ പോകാൻപോലും കഴിയാത്ത അവസ്ഥയാണ് സംജാതമായിരിക്കുന്നത്. താൻ ഒരു ഫാഷിസ്റ്റ് വ്യവസ്ഥയിൽ ചെന്ന് പെട്ടിരിക്കുന്നു എന്ന് പൗരൻ അറിയാത്തതിനാൽ പുതിയ ഫാഷിസത്തെ അദൃശ്യ ഫാഷിസം (Cripto Fascism) എന്നും വിശേഷിപ്പിക്കുന്നുണ്ട്.

പഴയ ഫാഷിസത്തിലെന്നപോലെ വംശീയതയും മതഭ്രാന്തും ഡിജിറ്റൽ ടെക്നോളജിയിൽ ശക്തവും വ്യാപകവുമായി ഉയർന്നുവരുന്നു. ജർമ്മൻ ഫാഷിസത്തിന്റെ സ്വഭാവത്തെക്കുറിച്ച് പഠിച്ച് ഏണസ്റ്റ് യുംഗർ പറയുന്നത് നാസികൾ മിത്തോളജിയെയും ടെക്നോളജിയെയും പരസ്പരം കണ്ണി ചേർത്തിരുന്നു എന്നാണ്. ഇന്ത്യയിൽ കോർപ്പറേറ്റ് മൂലധനത്തെയും പുണ്യപുരാണ മിത്തുകളെയും ഡിജിറ്റൽ ടെക്നോളജിയെയും പരസ്പരം കണ്ണി ചേർത്തിരിക്കുന്നു. ആധുനികത പടിയിറക്കിവിട്ട അനാചാരങ്ങളും അന്ധവിശ്വാസങ്ങളും മതവികാരതീവ്രതയും തിരികെ വരികയാണ്. ബുദ്ധ-ജൈന മതങ്ങളെയും അവരുടെ ആരാധനാലയങ്ങളെയും തകർത്തതുപോലെ മതധ്വംസനം രാഷ്ട്രീയപ്രവർത്തനമായി രൂപം കൈവരിച്ചിരിക്കുന്നു. ഡിജിറ്റൽ ടെക്നോളജിയിലൂടെ ഓരോ വ്യക്തിയുടെയും വംശം, മതം, നിറം, ദേശീയത, ജൈവസ്വഭാവം ഇവയൊക്കെ അടയാളപ്പെടുത്തി വേട്ടയാടാൻ കഴിയുന്നു. വംശീയ വെബ്സൈറ്റുകളാണ് ഡിജിറ്റൽ ഫാഷിസത്തിന്റെ ആക്രമണോപാധികൾ. നവമാധ്യമങ്ങളിലൂടെ സൈബർ വംശീയതയും സൈബർ മതഭ്രാന്തും പ്രചരിക്കുന്നുണ്ട്.

വ്യാവസായികയുഗത്തിലെ ഫാഷിസം വ്യാവസായികസമൂഹത്തിന്റെ നിർമ്മിതി ആണെങ്കിൽ കോർപ്പറേറ്റ് കാലഘട്ടത്തിലെ ഫാഷിസം കോർപ്പറേറ്റ് ഫാഷിസമാണ്. ഫാഷിസത്തിന്റെ കോർപ്പറേറ്റ് സ്വഭാവത്തെക്കുറിച്ച് മുസ്സോളിനി തന്നെ പറഞ്ഞിട്ടുണ്ട്. ശരീരം എന്നർഥമുള്ള കോർപ്പസ് എന്ന പദത്തിൽനിന്നാണ് കോർപ്പറേറ്റിസം എന്ന വാക്ക് വരുന്നത്. ശരീരഭാഗങ്ങൾ പോലെ അവയവ പൊരുത്തത്തോടെ പ്രവർത്തിക്കുന്ന സമഗ്രതയാണ് കോർപ്പറേറ്റിസം. ഫാഷിസത്തിന്റെ പ്രവർത്ത

നവും അത്തരത്തിലാണ്. ഉദാഹരണം സംഘപരിവാർ സംഘടനകൾ രാഷ്ട്രീയ സ്വയംസേവക സംഘമെന്ന ശരീരത്തിന്റെ അവയവങ്ങളാണ്. ഒരേ ലക്ഷ്യത്തോടെ വിവിധ രൂപങ്ങളിൽ സംഘങ്ങളിൽ പ്രവർത്തിക്കുന്ന ഫാഷിസം കോർപ്പറേറ്റ് കാലത്ത് അതിശക്തമായിത്തീരുന്നു. മതസംഘങ്ങളും കോർപ്പറേറ്റുകളും പ്രവർത്തിക്കുന്നതും ഒരേ രൂപത്തിലാണ്. സൂപ്പർ സ്പെഷ്യാലിറ്റി ഹോസ്പിറ്റലുകൾ, ടിവി ചാനലുകൾ, ടൂറിസ്റ്റ് കേന്ദ്രങ്ങൾ, സർവകലാശാലകൾ, പ്രൊഫഷണൽ വിദ്യാഭ്യാസസ്ഥാപനങ്ങൾ എന്നിങ്ങനെ വിവിധ മേഖലകളിൽ കോർപ്പറേറ്റുകൾ മൂലധന നിക്ഷേപം നടത്തുന്നു. ഇവയെല്ലാം ചേർന്നുണ്ടാക്കുന്ന സാമ്പത്തിക ചങ്ങാത്തമാണ് ഇന്ന് നിലനിൽക്കുന്നത്. ഭരണകൂടത്തെയും സാംസ്കാരിക കലാ-വാർത്താവിനിമയ രംഗത്തെയും എല്ലാം അവർ കൈപ്പിടിയിലൊതുക്കുന്നു. അധിനിവേശ സ്വഭാവവും (Colonialism) സ്വയംഭരണാസ്ഥിത്വവും (autonomous) പരമാധികാര മേൽക്കോയ്മയും (hegemony) ചേർന്നതാണ് കോർപ്പറേറ്റ് ഫാഷിസം. തീവ്രവലതുപക്ഷ ഭരണകൂടവും കോർപ്പറേറ്റ് ശക്തികളും മതകോർപ്പറേറ്റ് രാഷ്ട്രീയവും തമ്മിലുള്ള ലയനമാണ് പുതിയ കാലത്തെ ഫാഷിസ്റ്റുമുഖമായ ഫാഷിസ്റ്റ് കോർപ്പറേറ്റാധിപത്യം (fascist corporatocracy). വ്യക്തികളെ അങ്ങേയറ്റം വംശീയവാദിയും, അന്ധവിശ്വാസിയും, മാനവവിരുദ്ധനും, ആക്രമണോത്സുകനുമാക്കി മാറ്റുന്നു. പുരാണ പുരാവൃത്തങ്ങളെ ചരിത്രാഖ്യാനങ്ങളാക്കി അവതരിപ്പിക്കുന്നു. രാഷ്ട്രീയവും സൗന്ദര്യശാസ്ത്രവും സൗന്ദര്യരാഷ്ട്രീയമായി (aesthetic politics) മാറുകയാണ്. മതപരമായ ഭ്രാന്താവസ്ഥയിൽ (religious cultural neurosis) ജനതയെ കൊണ്ടെത്തിക്കുന്ന ഫാഷിസം അത്യന്തം അപകടകാരിയായ സാമൂഹിക വ്യവസ്ഥയെയാണ് കൊണ്ടുവരുന്നത്. മുതലാളിത്തത്തിന്റെ വികസനത്തിനുവേണ്ടി ജനങ്ങളുടെ നികുതിപ്പണവും പൊതുമേഖലകളും പരിസ്ഥിതി വിഭവങ്ങളും തീവ്രവലതുപക്ഷ ഭരണകൂടം കൈമാറുന്നതാണ് പുതിയ ഫാഷിസത്തിന്റെ പ്രത്യേകത. ഫ്രാങ്ങ് ബോർക്കെനൻ (Frang Borkenan) പുതിയ ഫാഷിസ്റ്റ് ഭരണത്തിന് വികസന സ്വേഛാധിപത്യം (Developmental Dictatorship) എന്ന് നാമകരണം ചെയ്യുന്നുണ്ട്.

പാരമ്പര്യ തൊഴിലാളിവർഗം പുറന്തള്ളപ്പെടുകയാണ്. രണ്ടുതരം തൊഴിൽ വർഗങ്ങൾ വന്നുകഴിഞ്ഞു. അധ്വാനം വില്ക്കുന്നവരും നൈപുണിയെ വിൽക്കുന്നവരും. ഡിജിറ്റൽ വിപണിക്കും ലോകത്തിനും വേണ്ടത് മൂലധനസേവകരായ നൈപുണി തൊഴിൽ വർഗത്തെയാണ് (Skilled labours). അതുകൊണ്ട് വിദ്യാഭ്യാസവും പാഠ്യപദ്ധതിയും നൈപുണി കേന്ദ്രീകൃതമായി മാറിയിരിക്കുന്നു. സാമ്പ്രദായിക സർവകലാശാലകൾക്ക് പകരം ഡിജിറ്റൽ സർവകലാശാലകൾ രംഗപ്രവേശനം ചെയ്തു കഴിഞ്ഞു. നിർമ്മിതബുദ്ധിയുടെയും അൽഗോരിതങ്ങളുടെയും നിഷ്ഠുരാധിപത്യത്തി

ലേയ്ക്കാണ് ലോകം സഞ്ചരിക്കുന്നതെന്ന് മിഗൽ ബെനസായഗ് പറയുന്നു. (The tyranny of algorithm എന്ന കൃതി) അവകൊണ്ടു വന്നിരിക്കുന്നത് നിർമ്മിത ബുദ്ധിയാൽ നിയന്ത്രിതമായ ഒരു സാമൂഹികക്രമമാണ്. എല്ലാം രേഖപ്പെടുത്തിവെയ്ക്കുന്ന ഒരു ബ്ലാക്ക് ബോക്സാക്കി ((The Black box society) (വിമാനത്തിന്റെ ഗതിവിഗതികളെ രേഖപ്പെടുത്തി നിയന്ത്രിക്കുന്ന ഉപകരണമാണ് ബ്ലാക്ക് ബോക്സ്) യിരിക്കുന്നു. മനുഷ്യസമൂഹത്തെ കോർപ്പറേറ്റ് മുതലാളിത്തം അതിനിഗൂഢമായ സാങ്കേതികവിദ്യയിൽ കുരുക്കിയിരിക്കുകയാണ്. സാങ്കേതികവിജ്ഞാനം ഉല്പാദനശക്തിയും ഉല്പാദനോപകരണങ്ങളുടെ ഉല്പാദനവുമായി മാറുന്ന ജനസമൂഹത്തിലൂടെയാണ്, സ്മാർട്ടുഫോണുകളുടെയും സ്റ്റാർട്ട് അപ്പുകളുടെയും പ്ലാറ്റ്ഫോം ക്യാപ്പിറ്റലിസത്തിന്റെയും ഡിജിറ്റൽ പരിസ്ഥിതിയിലൂടെയാണ് ജ്ഞാന സമൂഹ മനുഷ്യർ (knowledge Society beings) സഞ്ചരിച്ചുകൊണ്ടിരിക്കുന്നത്. തികച്ചും ചൂഷണപരമായിത്തീർന്നിരിക്കുന്ന ഡിജിറ്റൽ സാങ്കേതികവിദ്യയെ ജനാധിപത്യത്തെയും മനുഷ്യസമൂഹത്തെയും ശക്തിപ്പെടുത്തുന്ന രീതിശാസ്ത്രത്തിലേക്ക് പരിവർത്തിപ്പിക്കാൻ കഴിയുമോ എന്നതാണ് ജനപക്ഷ രാഷ്ട്രീയം നേരിടുന്ന വെല്ലുവിളി. അത് ഫാഷിസത്തിനെതിരെയുള്ള പോരാട്ടം കൂടിയാണ്.

അമേരിക്കയിലെ ക്രിസ്റ്റോഫാഷിസം

അമേരിക്കയിലെ ക്രിസ്റ്റോഫാഷിസ്റ്റുകളെക്കുറിച്ച് ആഴത്തിൽ അപഗ്രഥിച്ച ക്രിസ് ഹെഡ്ജ് പറയുന്നത് ക്രിസ്ത്യൻ വലതുപക്ഷത്തിന് സഹിഷ്ണുതയും പകയും വിദ്വേഷവും പരത്താൻ പറ്റിയ വാക്യങ്ങൾ ബൈബിളിലുണ്ടെന്നാണ് [*American Fascists*, Page. 6]. വെളിപാടുപുസ്തകത്തെയാണ് ക്രിസ്റ്റോ-ഫാഷിസ്റ്റുകൾ പ്രമാണരേഖയാക്കി വായിക്കുന്നത്. മതതീവ്രത ശക്തമായിരുന്ന സ്വകുടുംബപശ്ചാത്തലത്തെ ആസ്പദമാക്കിയാണ് ഫെഡറിക് എംഗൽസ് ക്രിസ്തുമതത്തെക്കുറിച്ചുള്ള തന്റെ നിരീക്ഷണങ്ങൾ എഴുതിയത് (*മാർക്സ്-എംഗൽസ്, മതത്തെപ്പറ്റി* എന്ന ഗ്രന്ഥം). എംഗൽസിന്റെ അഭിപ്രായത്തിൽ വെളിപാട് പുസ്തകത്തിന്റെ രചന എ.ഡി. 68–69 കാലഘട്ടമാണ്. അതിൽ ഏറ്റവും പ്രാകൃതമായ രീതിയിൽ ക്രിസ്തുമതത്തെ ചിത്രീകരിക്കുന്നു. ദൈവരാജ്യവും ദൈവവും നിഷ്ഠുരനീതിയുടെ അടയാളങ്ങളാണ്. 'അപ്പോൾ, ഇവിടെ ഇപ്പോഴും പ്രശ്നം സ്നേഹത്തിന്റെ മത'ത്തിന്റേതല്ല; നിന്റെ ശത്രുവിനെ നിന്നെപ്പോലെ സ്നേഹിക്കുകയും, നിന്നെ ശപിക്കുന്നവനെ നീ അനുഗ്രഹിക്കുകയും ചെയ്യുന്നതിന്റേയുമല്ല പ്രശ്നം. കലർപ്പില്ലാത്ത പ്രതികാരമാണ്, ക്രൈസ്തവരെ പീഡിപ്പിക്കുന്നവർക്കെതിരെ കറകളഞ്ഞ സത്യസന്ധമായ പ്രതികാരമാണ്, ഇവിടെ പ്രചരിപ്പിക്കപ്പെടുന്നത്. പുസ്തകത്തിലാകെ കാണുന്നതും ഇതുതന്നെയാണ്. പ്രതിസന്ധി അടുത്തടുത്തു വരുന്തോറും സ്വർഗത്തിൽനിന്ന് മഹാമാരികളും ശിക്ഷകളും കൂടിക്കൂടി വരുമ്പോൾ നമ്മുടെ യോഹന്നാൻ സംതൃപ്തിപൂർവം വിളിച്ചറിയിക്കുന്നത് വൻപിച്ച മനുഷ്യരാശി അവരുടെ പാപങ്ങൾക്ക് പ്രായശ്ചിത്തം ചെയ്യുകയില്ലെന്നും പുതിയ പുതിയ ദൈവശാപങ്ങൾ അവരിൽ വീഴുമെന്നും, ക്രിസ്തു

ഇരുമ്പുവടികൊണ്ട് അവരെ ഭരിക്കുമെന്നും സർവശക്തനായ ദൈവം തമ്പുരാന്റെ ക്രോധത്തിന്റെയും രൗദ്രതയുടെയും മുന്തിരിച്ചക്കിൽ അവരെ ഞെക്കിപ്പിഴിയുമെന്നും എന്നാലും അവിശ്വാസികൾക്ക് മാനസാന്തരം വരികയില്ലെന്നുമാണ്. ഈ സമരം നടന്നുകൊണ്ടിരിക്കുകയാണെന്നും യുദ്ധത്തിൽ യുദ്ധരീതികളാണ് കൈക്കൊള്ളേണ്ടതെന്നുമുള്ള ആത്മ വഞ്ചനയുടെ കണികപോലുമില്ലാത്ത സ്വാഭാവികവികാരമാണിത്." (*മാർക്സ്-എംഗൽസ്: മതത്തെപ്പറ്റി* പേജ്-347) ക്രിസ്തുമതവിശ്വാസികൾ റോമൻ ഭരണാധികാരികളാൽ ക്രൂരമായി വേട്ടയാടപ്പെട്ട എ.ഡി. ആദ്യ ശതകങ്ങളിൽ നിസ്സഹായരായിത്തീർന്ന വിശ്വാസികളെ ആശ്വസി ക്കാനും പ്രതിരോധിക്കാനും വേണ്ടി ക്രിസ്തു ആയുധമെടുത്ത് പോരാടുന്ന സംരക്ഷകനായി എത്തുമെന്ന് ആഹ്വാനം ചെയ്യുന്ന വെളിപാടുപുസ്തകം യോഹന്നാൻ നിർമ്മിച്ചതെന്ന് കരുതപ്പെടുന്നു. മറ്റ് സുവിശേഷങ്ങൾ അതിനുശേഷം നിർമ്മിക്കപ്പെട്ടവയാണ്. യോഹന്നാൻ വിശ്വാസികളെ ആശ്വസിപ്പിച്ചു. "മരണത്തിൽനിന്നും ഉയിർത്തെഴുന്നേറ്റ് രക്തസാക്ഷിക ളോടൊപ്പം യേശുക്രിസ്തുവായിരിക്കും ഇക്കാലത്ത് ഭരണം നടത്തുന്നത്". പിൽക്കാലത്ത് ക്രിസ്റ്റോ-ഫാഷിസ്റ്റുകളെ പ്രചോദിപ്പിക്കുന്ന വെളിപാട് പുസ്തകത്തിന്റെ അന്തഃസത്തയെക്കുറിച്ച് എംഗൽസ് വ്യക്തമാക്കുന്നു. "ത്രിത്വത്തിന്റെ സൂചനപോലും ഇതിലില്ല. നേരെമറിച്ച് പിൽക്കാല യഹോവാമതത്തിലെ ഒരേയൊരു അവിഭക്ത യഹോവയെയാണ് ഇവിടെ കാണുന്നത്. പിൽക്കാല യഹൂദമതം അവനെ യഹൂദരുടെ ദേ ശീയദൈവത്തിന്റെ നിലയിൽനിന്ന് ഭൂമിയിലെയും സ്വർഗത്തിലെയും ഒരേയൊരു പരമദൈവമാക്കി മാറ്റുകയുണ്ടായി. അവിടെനിന്ന് അവൻ സർവരാഷ്ട്രങ്ങളുടെയുംമേൽ ഭരണം നടത്തുന്നു. "പാവങ്ങളെ വെറുതെവി ട്ടിട്ട് അഹങ്കാരികളെ നിലംപറ്റിക്കുകയെന്ന" പ്രാചീനതത്വമനുസരിച്ച് അവൻ മതം മാറുന്നവരോട് ദയകാട്ടുകയും മർക്കടമുഷ്ടിക്കാരെ നിർദ്ദാ ക്ഷിണ്യം അടിച്ചുവീഴ്ത്തുകയും ചെയ്യും. അങ്ങനെ അന്ത്യവിധിയെഴുത്തുവേ ളയിൽ നീതി നടത്തുന്നത് ഈ ദൈവം നേരിട്ടായിരിക്കും." (എംഗൽസ് – പേജ് 355). പിൽക്കാല സുവിശേഷങ്ങളിൽ നിന്നും വ്യത്യസ്തമാണ് യോഹന്നാന്റെ വെളിപാട് പുസ്തകമെന്ന് എംഗൽസ് പറയുന്നു. ജൂത ന്മാരുടെ സയണിസത്തിനും ക്രിസ്റ്റോ-ഫാഷിസത്തിനും പ്രചോദനം നൽകുന്നത് അന്ത്യകാലത്തെ ശിക്ഷകനായ ദൈവസങ്കല്പമാണ്. ക്രി സ്റ്റോ-ഫാഷിസ്റ്റുകളുടെ ദൈവരാജ്യസങ്കല്പത്തിന്റെയും ക്രൈസ്തവ സാ ർവദേശീയലോകത്തിന്റെയും വേരുകൾ എവിടെയാണ് എന്ന് എം ഗൽസിന്റെ നിരീക്ഷണങ്ങളിൽ നിന്നും വായിച്ചെടുക്കാം. വെളിപാട് പുസ്തകത്തിൽ ആദിപാപത്തെപ്പറ്റിയും വിശ്വാസപ്രകാരമുള്ള നീതീകര ണത്തെപ്പറ്റിയും വലുതായൊന്നും പറഞ്ഞുകാണുന്നില്ല. ഈ ആദ്യകാല

ഉശിരൻ സഭകളുടെ വിശ്വാസം വിജയശ്രീലാളിതമായ പിൽക്കാല സഭയുടേതിൽനിന്ന് തികച്ചും വ്യത്യസ്തമാണ്. പാപപരിഹാരാർത്ഥമുള്ള കുഞ്ഞാടിന്റെ ആത്മത്യാഗത്തോടൊപ്പം യേശുക്രിസ്തുവിന്റെ ആസന്നമായ തിരിച്ചുവരവും താമസിയാതെ ഉദയം ചെയ്യാൻ പോകുന്ന സഹസ്രാബ്ദ രാജ്യവുമാണ് അതിന്റെ കാതലായ ഉള്ളടക്കം. വാശിയേറിയ പ്രചാരണവും അകത്തും പുറത്തുമുള്ള ശത്രുവിനെതിരായ സന്ധിയില്ലാത്ത സമരവും പാഷാണ്ഡന്യായാധിപന്മാരുടെ മുന്നിലുള്ള വിപ്ലവകരമായ നിലപാടും വിജയവിശ്വാസത്തോടെയുള്ള രക്തസാക്ഷിത്വവും മാത്രമാണ് ഈ വിശ്വാസത്തെ നിലനിർത്തുന്നത്." (എംഗൽസ് - പേജ്. 355) വെളിപാട് പുസ്തകത്തിൽ സ്വർഗത്തിന്റെ ശത്രുക്കളെ ഹിംസിക്കാൻ ക്രിസ്തുവരുന്നതാണ് ക്രിസ്റ്റോ-ഫാഷിസ്റ്റുകളുടെ പ്രവർത്തനമാതൃക. അവിശ്വാസികളുടെമേൽ അക്രമം കാണിക്കാൻ അത് പ്രേരണയും സാധൂകരണവും നൽകുന്നു. അമേരിക്കയിലെ ക്രിസ്റ്റോ-ഫാഷിസ്റ്റുകൾ യേശുക്രിസ്തുവിനെ റാംബോ മാതൃകയിൽ (Rambolike figure) ചിത്രീകരിക്കുന്നുണ്ട്. ആയുധധാരിയായ ക്രിസ്തുരൂപമാണ് അവരുടെ ആദർശദൈവം. മുതലാളിത്ത ചൂഷണത്തിൽ പൊറുതിമുട്ടിയ തൊഴിൽരഹിതരും അശരണരുമായ ലക്ഷക്കണക്കിന് ആളുകളിൽ ഇതര മതങ്ങളോടും വർണങ്ങളോടും പകയും ശത്രുതയും അസഹിഷ്ണുതയും നിറയ്ക്കാൻ ക്രിസ്തുവിലുള്ള മതവിശ്വാസത്തെ ഉപയോഗിക്കുകയാണ് ചെയ്യുന്നത്. കുടിയേറ്റത്തൊഴിലാളികളോടുള്ള വിരോധവും വംശീയവെറിയുമാണ് നവഫാഷിസ്റ്റുകളായ ക്രിസ്റ്റോ-ഫാഷിസ്റ്റുകളുടെ രാഷ്ട്രീയം. കലാപത്തിനും അക്രമത്തിനും ദൈവികമായ ന്യായീകരണവും സ്വീകാര്യതയും ലഭിക്കുന്നതോടെ ജനാധിപത്യനിയമങ്ങൾ അപ്രസക്തമായിത്തീരുന്നു. അമേരിക്കയിൽ പാറ്റ് റോബർട്ട്സനാണ് ക്രിസ്റ്റോ-ഫാഷിസത്തിന്റെ പ്രത്യയശാസ്ത്രകാരൻ. അമേരിക്കയിലെ മാധ്യമചക്രവർത്തിയും മതപ്രക്ഷേപണകാരനും റിപ്പബ്ലിക്കൻ പാർട്ടിക്കാരനുമായ റോബർട്ട്സൻ വിദ്വേഷപൂർണമായ പ്രചാരണത്തിലൂടെ അവിശ്വാസികളുടെമേൽ ആക്രമണത്തിന് ആഹ്വാനം ചെയ്യുന്നു. ക്രിസ്റ്റോ-ഫാഷിസ്റ്റുകൾ അവിശ്വാസികളെ തകർക്കാൻ ക്രിസ്തുവിന്റെ രണ്ടാം വരവിനായുള്ള പാതയൊരുക്കുകയാണ് ചെയ്യുന്നത് എന്ന് വിമർശിക്കപ്പെടുന്നു. ക്രിസ്റ്റോ-ഫാഷിസത്തെ എതിർക്കുന്ന ദൈവശാസ്ത്രജ്ഞരും രംഗത്തുണ്ട്. ദൈവശാസ്ത്രജ്ഞനായ റിച്ചാർഡ്ഫെൻ ദൈവത്തിന്റെ പേരിലുള്ള വെളിപാടുപുസ്തകത്തിലെ നിഷ്ഠുരതയും ഭീകരതയും തള്ളിക്കളയണമെന്നും അല്ലാത്തപക്ഷം മതപ്രചോദിതമായ അക്രമങ്ങൾക്കും വംശഹത്യക്കും കൂട്ടുനിൽക്കേണ്ടി വരുമെന്നും മുന്നറിയിപ്പ് നൽകുന്നു. എല്ലാ അവിശ്വാസികളും അന്ത്യവിധിനാളിൽ ദൈവകോപത്തിന് ഇരയാകുമെന്നും അവർ ഭൂമുഖത്തുനിന്നും തുടച്ചുനീക്കപ്പെടുമെന്നുമുള്ള കാര്യം അംഗീകരിച്ചാൽ അക്രൈസ്തവ ജനസമൂഹങ്ങൾക്കെ

തിരെയുള്ള ഫാഷിസ്റ്റുകൊലകളെയും യുദ്ധങ്ങളെയും അംഗീകരിക്കേണ്ടിവരുമെന്ന് ക്രിസ് ഹെഡ്ജ് എഴുതുന്നു. (*American Fascists* എന്ന കൃതി).

ജനാധിപത്യ നീതിവ്യവസ്ഥയെക്കാൾ ദൈവനീതിവ്യവസ്ഥയും അതിലുള്ള വിശ്വാസവുമാണ് വലുത് എന്ന് പറയുന്നത് അങ്ങേയറ്റം അപകടകരമാണ്. സീസർക്ക് ഉള്ളത് സീസർക്കും ദൈവത്തിനുള്ളത് ദൈവത്തിനും എന്ന തത്ത്വവും അട്ടിമറിക്കപ്പെട്ടുകയാണ്. മതപരമായ ഉന്മാദത്തിലേക്ക് (Dominant Movement) ജനതയെ നയിക്കുന്നത് പുരോഹിതന്മാരുടെ പിടിവാശിയും അഹന്തയും വിദ്വേഷവും ദൈവഹിതമായി വ്യാഖാനിക്കുന്നതുകൊണ്ടാണ്. അവർ പറയുന്നതാണ് നീതിയും നിയമവും ധർമ്മവുമെങ്കിൽ നമ്മൾ അടിമത്തത്തിലേക്കാണ് വീഴുന്നതെന്ന് സഭാപ്രവർത്തകൻ കൂടിയായിരുന്ന ക്രിസ് ഹെഡ്ജ് എഴുതുന്നു. മതപഠനത്തിലൂടെ ക്രിസ് ഹെഡ്ജിന് ബോധ്യപ്പെട്ടകാര്യം എല്ലാ ജനങ്ങൾക്കും മതത്തിന്റെ സഹായമില്ലാതെ സത്യസന്ധരായി സഹകരിച്ചു ജീവിച്ചുപോകാൻ കഴിയുമെന്നാണ്. ഒരു രാജ്യക്കാരനെയും ഒരു ജനവിഭാഗത്തെയും ഈശ്വരൻ മറ്റൊരു വിഭാഗത്തിനും ദേശത്തിനും എതിരെ ഉയർത്തിയിട്ടില്ല; താഴ്ത്തിയിട്ടുമില്ല. അതൊക്കെ മനുഷ്യകല്പനകളാണ്. മറ്റ് മതവിശ്വാസങ്ങളിലെന്നപോലെ കുറ്റവും കുറവുകളും ക്രിസ്തുമതത്തിലുമുണ്ടെന്ന് മതപഠനത്തിലൂടെ മനസ്സിലാക്കിയെന്ന് ക്രിസ് ഹെഡ്ജ് എഴുതുന്നു. ക്രിസ്തുമതത്തിന്റെ അടിത്തറയെന്നത് കരുണ, സഹിഷ്ണുത, നീതിയിലുള്ള വിശ്വാസം, സമന്വയബോധം എന്നിവയാണ്. അതിന്റെ നിഷേധമാണ് ക്രിസ്റ്റോ-ഫാഷിസം. ക്രൈസ്തവവിശ്വാസത്തിലെ ജനാധിപത്യമൂല്യബോധങ്ങൾ ചിതറിപ്പോയിരിക്കുന്നു. മേധാവിത്വവാദികളായ ക്രിസ്ത്യൻ പ്രസ്ഥാനങ്ങൾ (Dominant Movement) അമേരിക്കയിൽ ജനാധിപത്യത്തിന് ഭീഷണിയായി പ്രവർത്തിക്കുന്നു. ടെലിവിഷൻ ചാനലുകളും ലക്ഷക്കണക്കിന് ഭവനങ്ങളിൽ തീവ്രമതപ്രഭാഷണം എത്തിക്കുന്ന രണ്ടായിരത്തിലേറെ റേഡിയോ നിലയങ്ങളും അവർക്കുണ്ട്. ക്രിസ്തീയസമുദായം ഇരയാക്കപ്പെട്ടിരിക്കുന്നു എന്ന 'ഇര'വാദം ഉയർത്തിയാണ് അവർ പ്രവർത്തിക്കുന്നത്. സർവവ്യാപിയായ ഫാഷിസം റോബർട്ട് ഒ. പാക്സ്റ്റോണിന്റെ അഭിപ്രായത്തിൽ എല്ലാ ജനാധിപത്യ സമൂഹങ്ങൾക്കുള്ളിലും ഉൾച്ചേർന്നിരിക്കുന്നുവെന്നും അവ നിരന്തരം പ്രവർത്തനനിരതമാണെന്നുമാണ്. മനുഷ്യാവകാശങ്ങൾക്ക് പകരം ക്രൈസ്തവാവകാശം (Christian rights) ഉന്നയിക്കുന്നതിലൂടെ ആധിപത്യ ദൈവശാസ്ത്രം (Dominant ideology) കൊണ്ടുവരികയാണ് ക്രിസ്റ്റോ-ഫാഷിസ്റ്റുകൾ ചെയ്യുന്നത്. ക്രൈസ്തവയിടങ്ങളിലെ സ്വാതന്ത്ര്യവ്യവഹാരങ്ങളെ അവർ തടയുന്നു. ക്രിസ്ത്യൻ പുനർനിമ്മിതി വാദത്തിന്റെ

ദൈവശാസ്ത്രജ്ഞനായ ആർ.ജെ. റൂഷ് ദൂനി ദൈവനിയമങ്ങൾ ഭരിക്കുന്ന (Theology) ദൈവരാജ്യം (theocratic state) ലോകത്താകമാനം കൊണ്ടുവരികയാണ് ലക്ഷ്യം എന്ന് പ്രഖ്യാപിക്കുന്നു. സ്വർഗത്തിൽനിന്നുള്ള വീഴ്ചയ്ക്ക് ശേഷം (fall) എല്ലാം നിയന്ത്രിക്കുന്നത് സാത്താനാണ്. അതുകൊണ്ട് ദൈവരാജ്യം സ്ഥാപിച്ച് സാത്താനിക് ഭരണങ്ങളെ ഇല്ലായ്മ ചെയ്യലാണ് ക്രിസ്റ്റോ-ഫാഷിസത്തിന്റെ ലക്ഷ്യം. ജനാധിപത്യത്തിനുള്ളിലെ ഇടങ്ങൾ ഉപയോഗിച്ച് ഡൊമിനിയൻ തിയോളജി പ്രചരിപ്പിക്കുന്നു. അമേരിക്കയിൽ ക്രിസ്ത്യൻ വലതുപക്ഷം ശക്തിപ്പെട്ടുകഴിഞ്ഞു എന്ന് ക്രിസ് ഹെഡ്ജസ് പറയുന്നു. മതനിരപേക്ഷ സമൂഹം പാപികളുടെ സമൂഹ(sinful secular)മാണെന്നും അതിനെ തകർത്ത് അമേരിക്കയെ ഒരു സമ്പൂർണ ക്രൈസ്തവ രാജ്യമാക്കുകയാണ് ലക്ഷ്യമെന്നും അവർ പറയുന്നു. ഡൊണാൾഡ് ട്രംപിനെയാണ് അവർ പ്രസിഡന്റ് ഇലക്ഷനിൽ പിന്തുണച്ചത്. ക്രിസ്ത്യൻവലതുപക്ഷത്തിന്റെ ബൈബിൾ സൈന്യമാണ് (Militant Biblicism) തെരുവുകലാപങ്ങൾക്ക് നേതൃത്വം നൽകുന്നത്. 1973-ൽ ആർ.ജെ. റൂഷ് ദൂനി എഴുതിയ '*The Institute of Biblical Law*-യാണ് ഡൊമിനിസ്റ്റ് പ്രസ്ഥാനത്തിന്റെ മനുസ്മൃതി. ക്രൈസ്തവസമൂഹം കർക്കശവും മാപ്പുകൊടുക്കാത്തവരും അക്രമണോത്സുകരുമായിരിക്കണമെന്ന് ഉപദേശിക്കുന്നു. 1536-ൽ കാൾവിൻ എഴുതിയ *Institute of the Christian Religion* എന്ന കൃതിയിൽ പറഞ്ഞിരിക്കുന്ന കർശന നിയമങ്ങളെയാണ് റൂഷ് ദൂനി പുനരാഖ്യാനം ചെയ്യുന്നത്. ആദ്യം അമേരിക്കയെ ദൈവരാജ്യമാക്കുക, (Christian United States of America) അതിനുശേഷം പാപിലോകത്തെ ഉന്മൂലനാശം ചെയ്തു (Holo caust) ലോകത്തെത്തന്നെ ദൈവലോകമാക്കിത്തീർക്കുക – അതാണ് ലക്ഷ്യം. ക്രിസ്റ്റോ-ഫാഷിസ്റ്റുകൾ ഭാഷയെത്തന്നെ ഫാഷിസ്റ്റുഭാഷണമാക്കിയിരിക്കുന്നു എന്ന് ക്രിസ് ഹെഡ്ജ് പറയുന്നുണ്ട്. വാക് ഹത്യ (logo cide)യിലൂടെ നിർവചനങ്ങൾ മാറ്റുന്നു; പുതിയ സൂചകപദങ്ങൾ (signifies) കൊണ്ടുവരുന്നു. ജീവിതത്തിന് ക്രൈസ്തവനിർവചനം നൽകി മറ്റ് നിലപാടുകളെ നിരസിക്കുന്നു. മരണം എന്നത് ദൈവത്തിനുവേണ്ടി ജീവൻ ബലിദാനമായി നൽകുന്ന രക്തസാക്ഷിത്വമാക്കി വ്യാഖ്യാനിക്കുന്നു. സ്വാതന്ത്ര്യമെന്നത് ദൈവത്തിലേക്കുള്ള വിമോചനമാണ്. 'സ്നേഹ'മെന്നത് ദൈവത്തോടും ദൈവപ്രഭാഷകനോടുമുള്ള കൂറാണ്. മനുഷ്യർ തമ്മിലുള്ള സ്നേഹത്തെ എടുത്തുമാറ്റി പകരം ദൈവത്തോടുള്ള സ്നേഹമാക്കി 'ദൈവം സ്നേഹമാണ്', (God is love) എന്ന വാക്യത്തെ പുനർനിർവചിക്കുന്നു. മനുഷ്യരോടുള്ള സ്നേഹം ഇല്ലാതാകുന്നതോടെ ആരെയും ശത്രുപക്ഷത്ത് നിറുത്തി ഇല്ലായ്മ ചെയ്യാൻ കഴിയും. നാസി ഭരണകാലത്ത് ജർമ്മനിയിൽ കാരുണ്യവും സ്നേഹവും കുറ്റകൃത്യങ്ങളായി വ്യാഖ്യാനിച്ചിരുന്നു. റൂഷ് ദൂനി

ദൈവനിയമത്തിലാണ് സ്വാതന്ത്ര്യമെന്ന് ഉദ്ഘോഷിക്കുന്നു. (The goal must be God's law-order in which alone is the liberty)

ദൈവികനീതിയാണ് യഥാർത്ഥ നീതി. ദൈവികസത്യമാണ് യഥാർഥ സത്യം. അതുകൊണ്ടു ജനാധിപത്യത്തിലെ പാപികളുടെ കോടതിക്ക് പകരം പുരോഹിത കോടതികളാണ് വരേണ്ടത്. ഒരു രാജ്യത്തിന്റെ സ്വാതന്ത്ര്യമെന്നത് അതിന്റെ ദൈവികചൈതന്യമാണ്. (where the spirit of the Lord is, there is liberty).

അമേരിക്ക ക്രിസ്ത്യൻ രാഷ്ട്രമായിത്തീരുമ്പോൾ അത് സാത്താനിൽ നിന്നും മോചിതമാകും. ജനാധിപത്യത്തെ ദൈവാധിപത്യം ഇല്ലായ്മചെയ്യും. ഗർഭച്ഛിദ്ര-നിരോധനവാദികൾ, സ്വവർഗ ലൈംഗികസ്വാതന്ത്ര്യവാദികൾ, യുക്തിവാദികൾ, മതനിരപേക്ഷവാദികൾ, ഹ്യൂമനിസ്റ്റുകൾ, കമ്യൂണിസ്റ്റുകൾ തുടങ്ങിയ ദൈവരാജ്യദ്രോഹികളെ എല്ലാം ശത്രുക്കളായി പ്രഖ്യാപിച്ച് ഇല്ലായ്മ ചെയ്യും. 'വെയ്ക്കുക, വിളമ്പുക, പ്രസവിക്കുക അതായിരിക്കും സ്ത്രീധർമ്മം.' അമേരിക്കയിലെ ഏഴുകോടി ഇവാഞ്ചലിസ്റ്റുകളും ക്രിസ്റ്റോ–ഫാഷിസത്തിന്റെ വഴിയിലൂടെ സഞ്ചരിച്ചുകൊണ്ടിരിക്കുന്നതായി ക്രിസ് ഹെഡ്ജ് എഴുതുന്നു. സംസ്കാരത്തിന്റെ വിളനിലങ്ങൾ എന്നറിയപ്പെടുന്ന നാടുകളിലാണ് ക്രൂരമായ നരഹത്യകൾ നടക്കുന്നതും നടന്നിട്ടുള്ളതും. ആധുനികസമൂഹത്തിന്റെ മാംസകലകളിൽ (tissue) വംശീയതയും ക്രൂരതയും വിദ്വേഷവും പകയും കാൻസർ പോലെ ബാധിച്ചുകൊണ്ടിരിക്കുകയാണ്.

ക്രിസ്റ്റോഫാഷിസത്തിന്റെ വരവ്

രാഷ്ട്രീയവും സാമൂഹികവുമായ ആധുനികതയ്ക്ക് തുടക്കം കുറിച്ച ഫ്രഞ്ചുവിപ്ലവത്തിന്റെ സ്വാതന്ത്ര്യം, സാഹോദര്യം എന്നീ ആശയമേഖലകളെ നിരസിച്ചു കൊണ്ടുവന്ന ഫാഷിസവും ആധുനികവിരുദ്ധ പ്രസ്ഥാനമായിരുന്നു. 1789 is dead (ഫ്രഞ്ചു വിപ്ലവവർഷം) എന്നതായിരുന്നു ഇറ്റാലിയൻ ഫാഷിസ്റ്റുകളുടെ മുദ്രാവാക്യം. ഫാഷിസം ഇറ്റലിയിൽ ആവിർഭവിക്കുന്നതിനുമുൻപ് അമേരിക്കയിലെ ക്രിസ്ത്യൻ തീവ്രവാദികൾ പ്രൊട്ടസ്റ്റന്റ് അമേരിക്കൻ എന്ന ഫാഷിസ്റ്റ് രാഷ്ട്രവാദം ഉയർത്തിയിരുന്നു. ഗർഭച്ഛിദ്രവിരുദ്ധ-സ്വവർഗ ലൈംഗികവിരുദ്ധ-വിവാഹമോചന വിരുദ്ധ- ജൂതവിരുദ്ധ നിലപാടുകളിൽ നിന്നുകൊണ്ട് വെള്ളക്കാരുടെ ധവളവാദവും ഉയർത്തിയിരുന്നു. ജർമ്മനിയിലെ കുലീന-മൂലധനശക്തികൾ പിന്തുണച്ച ജൂതസയണിസ്റ്റ് വാദത്തെ ജർമ്മൻ ജനതയുടെ നേർക്കുള്ള ഭീഷണിയായി ചിത്രീകരിച്ചുകൊണ്ടാണ് ഹിറ്റ്ലർ ജൂതന്മാരെ ഒന്നടങ്കം വേട്ടയാടിയത്. എല്ലാ മതമൗലികവാദികളും ഭൂതകാലചരിത്രത്തിൽനിന്നും ഒരു സുവർണകാലവും വേട്ടയാടപ്പെട്ട ഇരവാദവും

ഉയർത്തിക്കൊണ്ടുവരുന്നു. ഇതരമതങ്ങളുടെയും വംശങ്ങളുടെയും കടന്നു കയറ്റത്തിൽ തകർക്കപ്പെട്ട സുവർണകാലത്തിന്റെ പുനഃസൃഷ്ടിവാദമാണ് മതരാഷ്ട്രസങ്കല്പത്തിലൂടെ അവതരിപ്പിക്കുന്നത്. ആധുനികതയുടെ അടിത്തറയായ ശാസ്ത്രബോധം, യുക്ത്യധിഷ്ഠിത ചരിത്രബോധം, മതനിരപേക്ഷത, മാനവികത, ജനാധിപത്യം തുടങ്ങിയ മൂല്യബോധങ്ങൾക്ക് നേരെ കുരിശുയുദ്ധങ്ങൾ പ്രഖ്യാപിച്ചുകൊണ്ടാണ് മതരാഷ്ട്രവാദികളുടെ വരവ്. ജനജീവിതത്തിന്റെ ബഹുസ്വരത തകർത്ത് ഏകസ്വരത നിർമ്മിച്ചെടുക്കാൻ എല്ലാ രംഗത്തും ഏകതാവാദങ്ങൾ കൊണ്ടുവരുന്നു. അതുകൊണ്ടു ഫാഷിസവും മതതീവ്രവാദവും പ്രത്യാധുനികതകളാണ് (anti-modernisms).

അമേരിക്കയിലെ എല്ലാ വിഭാഗം രാഷ്ട്രീയനേതാക്കളും ഇടതുപക്ഷ വിരുദ്ധരും വിപ്ലവമെന്ന് കേട്ടാൽ അസഹിഷ്ണുതകൊണ്ട് വിളറിപിടിക്കുന്നവരുമാണ്. മതമൗലികവാദികളെയും തനി യാഥാസ്ഥിതികരെയും ഭരണത്തിൽ അംഗീകരിക്കുന്ന അവർ ലിബറൽ ഭരണകൂടങ്ങളെപ്പോലും അട്ടിമറിക്കുന്നു. ജനാധിപത്യഭരണകൂടങ്ങളെക്കാൾ സ്വേച്ഛാധിപത്യങ്ങളെയാണ് അവർക്ക് പഥ്യം. അമേരിക്കയിൽപ്പോലും ഒരു ലിബറൽ ഭരണത്തെ സഹിക്കാൻ കഴിയാത്ത ഒരവസ്ഥയിലേക്ക് അവിടത്തെ രാഷ്ട്രീയം ചെന്ന് എത്തിയിരിക്കുന്നു. ഒരു ബിബ്ലിക്കൽ സ്റ്റേറ്റ് (Biblical State) കൊണ്ടുവരാനുള്ള ക്രിസ്ത്യൻ മതമൗലികവാദികളായ ക്രിസ്റ്റോഫാഷിസ്റ്റുകളുടെ രാഷ്ട്രവാദത്തിന് പിന്തുണയേറി വരികയാണ്. മതവികാരം ജനങ്ങളെ ഇളക്കിമറിക്കുന്ന ഒരു ആസുരശക്തിയാണെന്ന് തിരിച്ചറിയുന്ന മതഫാഷിസ്റ്റുകൾ അത് ഉപയോഗിച്ചുകൊണ്ട് ലിബറലിസ്റ്റു ഭരണകൂടത്തെയും ജനാധിപത്യമൂല്യങ്ങളെയും പരസ്യമായി വെല്ലുവിളിക്കുന്നു. മതവിശ്വാസം വ്യക്തിപരമായ വിശ്വാസമോ മൂല്യബോധമോ അല്ലെന്നും അതൊരു സാമൂഹികശക്തിയാണെന്നും കാറൽ മാർക്സ് നിരീക്ഷിച്ചിട്ടുണ്ട്. ജാതി-മതവിശ്വാസമെന്ന ആസുരശക്തിയെ ശാരീരികശക്തിയായി, ഭൗതികശക്തിയായി ഉപയോഗിക്കുകയാണ് മതഫാഷിസ്റ്റുകൾ ചെയ്യുന്നത്. മതവിശ്വാസികളെ ആട്ടിൻപറ്റത്തെപ്പോലെ (sheep) ഏത് ദിശയിലേക്ക് വേണമെങ്കിലും മതമേധാവികളായ ഇടയന്മാർക്ക് നയിക്കാൻ കഴിയും. വിശ്വാസാധിഷ്ഠിതമായ ബുദ്ധിശക്തി (faith based intelligence)യുള്ള ഫാഷിസ്റ്റുകൾ കുർമബുദ്ധികളും സൂത്രശാലികളുമാണ്. ലിബറൽ ബുദ്ധിജീവികൾ വിമർശനബുദ്ധിയിൽ അഭിരമിക്കുമ്പോൾ മതബുദ്ധിജീവികൾ അനുഷ്ഠാന-പ്രായോഗികതകളിൽ ഏർപ്പെടുന്നു. സ്പെയിനിലെ ഫാഷിസ്റ്റുബുദ്ധിജീവിയായ ഗോൺസാലോ ക്വിഡിലാനോബൊ പറഞ്ഞത് ബുദ്ധിജീവിക്ക് മരണം, മരണം നീണാൽ വാഴട്ടെ.: (death to the intellectual, long live death!) എന്നാണ്. ചിന്തിക്കാതെ

വിശ്വസിക്കുകയും വികാരം കൊള്ളുകയും പ്രവർത്തിക്കുകയും ചെയ്യുന്നവരെയാണ് ക്രിസ്റ്റോഫാഷിസ്റ്റുകൾ ഉൾപ്പെടെയുള്ള മതഫാഷിസ്റ്റുകൾക്ക് ആവശ്യം.

ദോറോ ദിയു സോല്ലേ (Doro Theu Solle) എന്ന ജർമ്മൻ ക്രിസ്റ്റീയ ദൈവശാസ്ത്രജ്ഞനാണ് ക്രിസ്റ്റോ-ഫാഷിസം എന്ന പദപ്രയോഗത്തിന്റെ ഉപജ്ഞാതാവ് (1929 -2003). ജർമ്മനിയിലെ കോളോണിൽ ജനിച്ച സൊല്ലേ പിന്നീട് അമേരിക്കയിലെ യൂണിയൻ തിയോളജിക്കൽ സെമിനാരിയിൽ ചെലവിട്ടപ്പോഴാണ് അതിതീവ്ര മതവാദത്തെ പരിചയിച്ചത്. എന്നാൽ മതമൗലികവാദങ്ങൾക്ക് അദ്ദേഹം എതിരായിരുന്നു. ഈ ലോകത്തെ ദൈവം സൃഷ്ടിച്ചുവെങ്കിലും ദൈവനിയമങ്ങൾ പ്രകാരമല്ല ലോകം ചലിച്ചുകൊണ്ടിരിക്കുന്നതെന്ന് സോല്ലേ പറഞ്ഞു. അതുകൊണ്ട് ദൈവനിയമങ്ങൾ നിലനിൽക്കുന്ന ലോകത്തെ നിരസിക്കുകയും അത്തരം വാദഗതിക്കാരെ ക്രിസ്റ്റോഫാഷിസ്റ്റുകൾ എന്ന് വിളിക്കുകയും ചെയ്തു.

സോല്ലേ, വിയത്നാം യുദ്ധത്തെ എതിർക്കുകയും മൂന്നാംലോകത്തെ നിലനിൽക്കുന്ന ഓഷ് വിറ്റ്സായി വിശേഷിപ്പിക്കുകയും ചെയ്തു (Permanent Auschwitz). പാരമ്പര്യവാദികളെ ചൊടിപ്പിച്ചുകൊണ്ട് അവരെ ദൈവനിഷേധി (heretic) എന്ന് ആക്ഷേപിക്കുകയും ചെയ്തിരുന്നു. അമിതാധികാര ദൈവശാസ്ത്രവാദമാണ് ക്രിസ്റ്റോഫാഷിസം. അങ്ങേയറ്റം അസഹിഷ്ണുതയും ദുർവാശിയും സമഗ്രാധിപത്യചിന്തയും സാമ്രാജ്യത്വനിലപാടും വച്ചുപുലർത്തുന്ന ക്രിസ്റ്റോഫാഷിസ്റ്റുകൾ ക്രിസ്തുമതത്തിന് തന്നെ ഭീഷണിയാണെന്ന് ജർമ്മൻ-അമേരിക്കൻ-ക്രിസ്ത്യൻ അസ്തിത്വവാദചിന്തകനും മതസമത്വവാദിയും ലൂതറൻ പ്രൊട്ടസ്റ്റന്റ് ദൈവശാസ്ത്രജ്ഞനുമായ പോൾ ജോഹന്നാസ് ഇല്ലിച്ച് പറയുന്നു (1886–1965). ക്രിസ്ത്യൻ സോഷ്യലിസത്തിന്റെ വക്താവായ ഇല്ലിച്ച് മാർക്സിസത്തെ വിമർശനാത്മകമായി ഉൾക്കൊണ്ടിരുന്നുവെങ്കിലും ജനാധിപത്യസോഷ്യലിസത്തിന്റെ വക്താവായിട്ടാണ് അറിയപ്പെട്ടത്. ജർമ്മനിയിലെ നാസിസത്തെ നേരിട്ടനുഭവിച്ച അദ്ദേഹം ക്രിസ്തുവിന്റെ പേരിൽ ഹിംസയും അഹിംസയും സമഗ്രാധിപത്യ പ്രവണതകളും പകയും വിദ്വേഷവും കയറിവരുന്നത് ക്രിസ്തുമതത്തെ അപകടപ്പെടുത്തുന്നുവെന്ന് നിരീക്ഷിച്ചു.

ക്രിസ്തുവിനെ മാത്രം അംഗീകരിക്കുക (Christomonism) എന്നതാണ് ക്രിസ്റ്റോ-ഫാഷിസത്തിന്റെ അടിത്തറ. അമേരിക്കാനിസത്തിന്റെ അടിസ്ഥാനം ക്രിസ്റ്റീയതയാണെന്ന വാദമുയർത്തിയാണ് അമേരിക്കയിലെ ക്രിസ്റ്റോ ഫാഷിസ്റ്റുകൾ ഉയർന്നുവരുന്നത്. 1938-ൽ ഫ്രാങ്ക്ളിൻ ഡി. റൂസ്‌വെൽറ്റ് അമേരിക്കൻ കോൺഗ്രസിന് ഫാഷിസത്തെക്കുറിച്ച്

മുന്നറിയിപ്പ് നൽകിയിരുന്നു. അമേരിക്ക കോർപ്പറേറ്റ് മൂലധനത്തിന് കീഴടങ്ങുമെങ്കിൽ അവിടെ ഫാഷിസം ഉടലെടുക്കുമെന്ന്. കോർപ്പറേറ്റിസം ജനാധിപത്യരാഷ്ട്രത്തെക്കാൾ ശക്തമായിത്തീരുമ്പോൾ അതിന്റെ അന്തഃ സത്തയായ ഫാഷിസം രംഗത്തുവരുമെന്നും. സർക്കാറിന്റെ ഉടമസ്ഥത ഒരു വ്യക്തിയിലോ ഗ്രൂപ്പിലോ സ്വകാര്യ മൂലധന സംഘങ്ങളിലോ എത്തുന്നത് ഫാഷിസമാണ് എന്ന് റൂസ്‌വെൽറ്റ് പറഞ്ഞിരുന്നു. കണ്ണടച്ച് സ്വകാര്യ മൂലധനത്തെ വളർത്തുന്ന അമേരിക്കയിൽ ഫാഷിസം വരാം എന്നതിന്റെ സൂചനയാണ് ക്രിസ്റ്റോ-ഫാഷിസത്തിന്റെ രംഗപ്രവേശം. കോർപ്പറേറ്റിസം പ്രോത്സാഹിപ്പിക്കുന്നതും രാഷ്ട്രീയ ഫാഷിസത്തെയല്ല, മതഫാഷിസത്തെയാണ് എന്ന് സമകാലികലോകം സാക്ഷ്യപ്പെടുത്തുന്നു.

മുതലാളിത്ത സേവകർ

അമേരിക്കയിൽ വർധിച്ചുവരുന്ന അസമത്വവും സമ്പത്തികപ്രതിസന്ധിയും ഹിംസയും ഡിജിറ്റൽ കോർപ്പറേറ്റ് ഭീമന്മാരുടെ ആധിപത്യവുമെല്ലാം ക്രിസ്റ്റോ-ഫാഷിസത്തിന്റെ വളർച്ചയ്ക്ക് വളമാവുകയാണ്. വിദ്യാഭ്യാസസ്ഥാപനങ്ങൾ, ആതുരാലയങ്ങൾ, മാധ്യമലോകം, മറ്റു പൊതുജന സേവനകേന്ദ്രങ്ങൾ എന്നിവയെ കൈപ്പിടിയിലൊതുക്കിക്കൊണ്ടാണ് ക്രിസ്റ്റോ ഫാഷിസ്റ്റുകൾ പ്രവർത്തിക്കുന്നത്. നാസികൾ അവരുടെ ചിഹ്നങ്ങളുമായി തിരികെ വരുന്നില്ലെങ്കിലും അവരുടെ പ്രത്യയശാസ്ത്രവും വംശീയവിദ്വേഷവും വിഭാഗീയ രാഷ്ട്രവാദവും ബൈബിളിലൂടെ വായിച്ച് എടുത്തുകൊണ്ടാണ് ക്രിസ്റ്റോ-ഫാഷിസ്റ്റുകൾ വരുന്നതെന്ന് ഡോ. ജെയിംസ് ആഡംസ് നിരീക്ഷിക്കുന്നു. 1935-36 കാലയളവിൽ ജർമ്മനിയിലുണ്ടായിരുന്ന കൺഫഷൻ ചർച്ചിന്റെ പ്രവർത്തകനായിരുന്നു ഡോ. ജയിംസ് ആഡംസ്. ജനാധിപത്യ ഭരണകൂടങ്ങളുടെ കീഴിൽ ജനങ്ങൾ നിരാശരാകുമ്പോൾ, ജനാധിപത്യപ്രസ്ഥാനങ്ങൾ ദുഷിച്ച് ദുർബലപ്പെടുമ്പോൾ ഫാഷിസം ജനങ്ങളുടെമേൽ സ്വാധീനം ചെലുത്തി സ്വീകാര്യത നേടിയെടുക്കുന്നു. ക്രിസ്ത്യൻ വലതുപക്ഷം ലക്ഷക്കണക്കിന് ആളുകളെ ലിബറൽ ജനാധിപത്യത്തിന്റെ ദൗർബല്യങ്ങൾ ചൂണ്ടിക്കാട്ടി വിശ്വാസത്തിന്റെപേരിൽ കുടുക്കിലാക്കി ഫാഷിസത്തിന്റെ പിന്തുണക്കാരാക്കുകയാണ് ചെയ്യുന്നത്. അങ്ങനെ ജനങ്ങളുടെ മതവിശ്വാസത്തെ തീവ്ര വലതുപക്ഷകരണത്തിലേക്ക് കൊണ്ടുപോകുന്നു. മനം മയക്കുന്ന മനോരഥങ്ങളിലേക്കും വ്യാമോഹങ്ങളിലേക്കും നയിച്ച് യേശുക്രിസ്തു എല്ലാ ദുഃഖങ്ങൾക്കും ദുരന്തങ്ങൾക്കും പ്രതിവിധിയാണെന്നും അതുകൊണ്ട് ക്രിസ്തുരാജ്യം വരണമെന്നും ഉദ്ഘോഷിപ്പിക്കുകയാണ് ചെയ്യുന്നത്. ജനാധിപത്യ ലോകവീക്ഷണത്തിന് പകരം പുരാവൃത്ത

ലോകവീക്ഷണത്തിൽ (mythological world view) കുടുക്കിയിടുന്നു. ശാസ്ത്രവും യുക്തിബോധവും പരിണാമവാദവും കമ്യൂണിസവുമെല്ലാം മത-ദൈവ വിരുദ്ധചിന്തകളായി അവതരിപ്പിച്ച് നിരസിക്കുന്നു. ശാസ്ത്രത്തിന് പകരം സാങ്കേതികവിദ്യയെ സ്വീകാര്യമാക്കുന്നു. അത് യുക്തിയെയല്ല, വ്യുത്പത്തി-അഭ്യാസത്തെയാണ് പ്രബലപ്പെടുത്തുന്നത്. അതുകൊണ്ട് സാങ്കേതികവിദ്യായുഗത്തിൽ മതം സംസ്കാരികസത്തയായും യുക്തിയായും ഉയിർത്തെഴുന്നേൽക്കുന്നു. മനുഷ്യാവകാശം, പൗരാവകാശം, ജനാധിപത്യാവകാശം തുടങ്ങിയ ജനാധിപത്യമൂല്യങ്ങളെ നിരസിച്ച് മതാവകാശത്തെ പ്രതിഷ്ഠിക്കുന്നു. രാഷ്ട്രീയശിക്ഷണത്തിലൂടെ പൊതുജീവിതവും മതശിക്ഷണത്തിലൂടെ വ്യക്തി-കുടുംബ ജീവിതവും നയിക്കുക എന്നതിന് പകരം എല്ലാം മതാടിസ്ഥാനത്തിലാക്കുക എന്നതാണ് മതഫാഷിസത്തിന്റെ പ്രവർത്തനലക്ഷ്യം.

ക്രിസ്തുമതം മുഖ്യധാരാമതമായി നിൽക്കുന്ന യൂറോപ്യൻ രാജ്യങ്ങളിൽ ക്രിസ്റ്റോ-ഫാഷിസത്തിന്റെ സ്വാധീനം വ്യാപിക്കുന്നതായി നിരീക്ഷിക്കപ്പെടുന്നുണ്ട്. അവിടങ്ങളിൽ ലിബറൽ ജനാധിപത്യകക്ഷികളും ഇടതുപക്ഷവും ദുർബലപ്പെടുകയും തീവ്രവലതുപക്ഷവും നിയോ-ഫാഷിസ്റ്റുകളും മുഖ്യധാരയിലെത്തിക്കൊണ്ടിരിക്കുകയും ചെയ്യുന്ന സാഹചര്യത്തിലാണ് ക്രിസ്റ്റോ-ഫാസിസ്റ്റുകൾ ഉയർന്നുവരുന്നത്. പള്ളികളെയും പ്രാർഥനായോഗങ്ങളെയുമാണ് അവർ ആശയപ്രചാരണോപാധികളാക്കി മാറ്റുന്നത്. ക്രിസ്ത്യാനികൾക്കിടയിൽ നിലനിൽക്കുന്ന ത്രിത്വ സങ്കല്പത്തെ (God is father, God is the son, God is the Holy spirit) മാറ്റി ക്രൈസ്തവൈകദൈവവാദം (christomonism) പ്രചരിപ്പിക്കുകയാണ് ചെയ്യുന്നത്. കീഴാളവർഗത്തിനിടയിൽ പള്ളികൾവഴി ചെന്നിറങ്ങുന്ന മതഫാഷിസ്റ്റുകൾ അവരെ ആക്രമാണോത്സുക ജനതയാക്കി (Violent populism) പരിവർത്തിപ്പിക്കുന്നു. മതവിശ്വാസാധിഷ്ഠിതരാഷ്ട്രീയം (religious faith based politics) കൊണ്ടുവരുന്നതിലൂടെ പ്രതിലോമകരമായ മതശാസ്ത്ര തീവ്രവാദം (reactionary theocratic fundamentalism) അവതരിപ്പിക്കുകയാണ് ചെയ്യുന്നത്. അത് മതസഹിഷ്ണുതയെയും ജനാധിപത്യത്തെയും ജനജീവിത ബഹുസ്വരതകളെയും നശിപ്പിക്കുന്നു. വെറുപ്പ് വെറുപ്പിനെ പോഷിപ്പിക്കുന്നു. (hate breed hate). കീഴാളന്റെ വർഗതാല്പര്യങ്ങളെ മതതീവ്രവാദവുമായി കണ്ണി ചേർക്കുന്നു. ഭൗതിക വിമോചനകാംക്ഷയെ വിശുദ്ധയുദ്ധമാക്കി (holy war) പരിവർത്തിപ്പിച്ച് യഥാർഥ ജീവിതപ്രശ്നങ്ങളുടെമേൽ തിരശ്ശീല വീഴ്ത്തുകയാണ് ചെയ്യുന്നത്. മതവിശ്വാസികളായ തൊഴിലാളിവർഗത്തിന്റെ ഭാവി രാഷ്ട്രസങ്കല്പത്തെ മതരാഷ്ട്രസങ്കല്പമായി പരിവർത്തിപ്പിക്കുന്നതിലൂടെ അവന്റെ സാമൂഹികയും ഭൗതികവുമായ അടിമത്തത്തെ ശാശ്വതീകരിക്കുന്നു. മതം മയക്കുമരുന്ന് എന്ന നിലപാ

ടിനെ സാധൂകരിക്കുന്നു. അവശതകൾ പരിഹരിക്കാനുള്ള ബാധ്യതയിൽ നിന്നും ഭരണകൂടത്തെ രക്ഷപ്പെടുത്തുന്നതോടെ വലതുപക്ഷ ഭരണകൂടവും കോർപ്പറേറ്റിസവും മതഫാഷിസവും ചങ്ങാതിക്കൂട്ടങ്ങളായിനിന്ന് ജനാധിപത്യത്തെ തകർക്കുകയാണ് ചെയ്യുന്നത്.

ജ്ഞാനോദയ-നവോത്ഥാന പാരമ്പര്യങ്ങളെ കടപുഴക്കിയെറിയുന്ന ക്രിസ്റ്റോ-ഫാഷിസ്റ്റുകൾക്ക് യൂറോപ്പിൽ പിന്തുണയേറിവരികയാണ്. ഏഷ്യൻ രാജ്യങ്ങളിലും പിടിമുറുക്കിക്കൊണ്ടിരിക്കുന്നതും മതഫാഷിസ്റ്റുകളാണ്. ദൈവവചനങ്ങളെ അനുസരിച്ചുകൊണ്ട് (obey the word of God) മതശാസനപ്രകാരം ജീവിക്കുന്ന ജനതയെയും രാഷ്ട്രത്തെയും നിർമ്മിച്ചെടുക്കാനാണ് ശ്രമിക്കുന്നത്. അതിന് ജനാധിപത്യവും ലിബറൽ ഭരണഘടനയും ജനങ്ങളുടെ ബഹുസ്വരത കലർന്ന ജീവിതരീതികളും വിശ്വാസപാരമ്പര്യങ്ങളും തടസ്സമാണ്. അവയെ നിഷ്ഠുരമായ രീതിയിൽ ഇല്ലായ്മ ചെയ്യാനുള്ള തീവ്രശ്രമങ്ങൾ നടക്കുന്നതിനാൽ നമ്മൾ നിഷ്ഠുരതയുടെ യുഗത്തിലൂടെ (Age of Terrorism) കടന്നുപോവുകയാണെന്ന് അമേരിക്കൻ മാധ്യമപ്രവർത്തകനായ എച്ച്.എൽ. മെൻകെൻ പറയുന്നു. ക്രിസ്ത്യൻ-ഇസ്ലാമിക-ഹിന്ദുത്വ റേഡിയോപ്രക്ഷേപണങ്ങൾ, ടി.വി. ചാനലുകൾ, വിദ്യാഭ്യാസകേന്ദ്രങ്ങൾ എല്ലാം നിറഞ്ഞുനിൽക്കുന്ന ലോകത്തിൽ ഓരോരുത്തരെയും ഓരോ നിഷ്ഠുരജീവികളാക്കിത്തീർക്കാനാണ് പരിശീലിപ്പിക്കുന്നത്. മനുഷ്യഭാവനയ്ക്ക് പകരം മതവിശ്വാസഭാവനകൾ കൊണ്ട് കലയും സാഹിത്യവും സംഗീതവും നിറയ്ക്കുന്നു. അവ മൃത്യുസംസ്കാരത്തിലേക്ക് (culture of death) നയിക്കുകയാണ് ചെയ്യുന്നത്. നാസിസം അത്തരത്തിലുള്ള പ്രതിലോമകരമായ പുരാവൃത്താത്മക കാല്പനികവിപ്ലവമായിരുന്നെന്ന് പോൾ ടെല്ലിച്ച് പറയുന്നുണ്ട്.

മതനിരപേക്ഷതയ്ക്ക് എതിരെ

ക്രിസ്ത്യൻ വലതുപക്ഷ മതശാസ്ത്രജ്ഞനായ ഫ്രാൻസിസ് ഷെഫർ എഴുതുന്നത് ക്രിസ്ത്യാനികളുടെ ഏറ്റവും വലിയ ശത്രു മതനിരപേക്ഷതയാണെന്നാണ്. (secular humanists are greatest threat to Christianity the world has ever known) ഭാരതത്തിലും മതതീവ്രവാദികൾ മതനിരപേക്ഷതയെ കപടമതനിരപേക്ഷതയെന്നാണ് വിശേഷിപ്പിക്കുന്നത്. നിന്റെ ശത്രുവിനെയും സ്നേഹിക്കുക എന്ന ക്രിസ്തുവിന്റെ മൗലികദർശനത്തെയാണ് ക്രിസ്റ്റോ-ഫാഷിസ്റ്റുകൾ അട്ടിമറിക്കുന്നത്. അമേരിക്കൻ സഭയുടെ കീഴിലുള്ള വിദ്യാഭ്യാസ സ്ഥാപനങ്ങളിൽ മതചരിത്രം പാഠ്യവിഷയമാക്കിക്കൊണ്ട് ജ്ഞാനോദയ-നവോത്ഥാന ചരിത്രങ്ങളെ നിരസിക്കുന്നു. ക്രിസ്ത്യൻ സാമ്പത്തിക ശാസ്ത്രത്തിൽ നികുതിയില്ലാത്തതിനാൽ നികുതി ചുമത്തലിനെ ക്രിസ്റ്റോ ഫാഷിസ്റ്റുകൾ എതിർക്കുന്നതി

നെ കോർപ്പറേറ്റ് ധനികവർഗങ്ങൾ പിന്തുണക്കുന്നു.

കമ്യൂണിസ്റ്റ് വിരോധത്തിൽ ക്രിസ്തീയസഭകൾ ഫാഷിസത്തിന്റെയും തീവ്രവലതുപക്ഷത്തിന്റെയും ചേരിയിലാണ് എന്നും നിലയുറപ്പിക്കുന്നത്. എച്ച്.ജി. വെൽസ് അദ്ദേഹത്തിന്റെ *ക്രക്സ് അൻസാത്ത (Crux Ansata)* എന്ന കൃതിയിൽ ക്രിസ്ത്യാനികൾ ഫാഷിസത്തെക്കുറിച്ച് സംസാരിക്കുന്നതായി എഴുതുന്നുണ്ട്. യുണൈറ്റഡ് ക്രിസ്ത്യൻ ഫ്രണ്ട് എന്ന സംഘടന ക്രിസ്ത്യാനികളെ ബോൾഷേവിസത്തിനെതിരെ അണിനിരത്താൻ ശ്രമിക്കുകയുണ്ടായി. അവരെ ഇംഗ്ലണ്ടിലെ കറുത്ത കുപ്പായക്കാർ എന്നാണ് വിളിച്ചിരുന്നത്. ഇംഗ്ലണ്ടിലെ ഫാഷിസ്റ്റ് നേതാവായിരുന്ന ഓസ് വാൾഡ് മോസ്ലെ (Oswald Mosley) ആയിരുന്നു സംഘത്തലവൻ. ലണ്ടനിലെ ലിബറൽ ഹ്യൂമനിസ്റ്റുകളും ഇടതുപക്ഷ എഴുത്തുകാരും കമ്യൂണിസ്റ്റുകളും സ്പെയിനിൽ പോയി ഫ്രാങ്കോക്ക് എതിരെ യുദ്ധം ചെയ്തിരുന്നപ്പോൾ ഓസ് വാൾഡ് ആകട്ടെ ഫ്രാങ്കോയ്ക്ക് പിന്തുണയുമായി രംഗത്തുവന്ന് പ്രവർത്തിച്ചിരുന്നു. ഫാഷിസത്തെ കമ്യൂണിസ്റ്റുകാർക്ക് എതിരായ പ്രസ്ഥാനമായിട്ടാണ് മതപുരോഹിതർ കണ്ടിരുന്നത്. ലുഡ്‌വിങ് കാസ് (Ludwing Kass) എന്ന പുരോഹിതന്റെ നേതൃത്വത്തിൽ ജനാധിപത്യവിരുദ്ധപ്രസ്ഥാനം (Anti democratic movement) പ്രവർത്തിച്ചിരുന്നു. ജർമ്മനിയിൽ 37 വോട്ടുകൾ പാർലമെന്റിൽ ഉണ്ടായിരുന്ന കമ്യൂണിസ്റ്റ് പാർട്ടിയെ മറികടക്കാൻ ക്രിസ്തീയസഭകൾ ഹിറ്റ്ലർക്ക് പിന്തുണ നൽകിയതിന്റെ അടിസ്ഥാനത്തിലാണ് നാസികൾ അധികാരത്തിലെത്തിയത്. അങ്ങനെ 1933-ൽ നാസികൾ 44 വോട്ടുകൾ നേടിയെടുത്തു. ജർമ്മനിയിലെ വെയ്മർ റിപ്പബ്ലിക്കിനെ പ്രൊട്ടസ്റ്റന്റ്സഭ ദൈവവിരുദ്ധവും അശുദ്ധവുമായ ഭരണമായിട്ടാണ് ചിത്രീകരിച്ചത്. ഹിറ്റ്ലർ 28 പ്രാദേശിക പ്രൊട്ടസ്റ്റന്റ് സഭകളെ സംയോജിപ്പിച്ച് റീഖ് ചർച്ചുണ്ടാക്കി (Reich's Church) അതിന് ഒരു മന്ത്രിയെ കൊടുത്തു. ജനങ്ങൾ അതിനെ S.A. of Jesus Christ എന്ന് വിളിച്ചിരുന്നു. തവിട്ടുകുപ്പായക്കാരായ നാസി ഗുണ്ടാപ്പോലീസ് ആയിരുന്ന എസ്.എ./സ്റ്റോം ട്രൂപ്പേഴ്സ് സംഘം ബോൾഷേവിസത്തിനും ജൂതന്മാർക്കും എതിരായ നാസികളുടെ വേട്ടയാടലിനെ വിശുദ്ധയുദ്ധമായിട്ടാണ് വിശേഷിപ്പിച്ചത്.

ഇറ്റലിയിലും ജർമ്മനിയിലും ഫാഷിസ്റ്റു നേതാക്കൾ ഉറച്ച ക്രിസ്തുമത വിശ്വാസികളായിരുന്നു എന്നതാണ് മറ്റൊരു സവിശേഷത. ജർമ്മനിയിലെ മൂന്നിൽ രണ്ട് ക്രിസ്ത്യാനികളും ജനാധിപത്യത്തെ ഇല്ലായ്മ ചെയ്യാൻ നാസി നേതാക്കൾക്ക് വോട്ട് ചെയ്തിരുന്നു. ഹിറ്റ്ലർ, ഹെൻറിച്ച് ഹിമ്മ് ലർ, റൈൻ ഹാർഡ് ഹെയ്ഡ്രിച്ച്, ജോസഫ് ഗീബൽസ്, ഹെർമൻ ഗോറിങ്, റുഡോൾഫ് ഹെസ്സ്, മാർട്ടിൻ ബോർമാൻ, ആൽബർട്ട് സീർ, അഡോൾഫ് എയ്ച്ചമാൻ തുടങ്ങിയവർ മാമോദീസ മുക്കി

ക്രിസ്ത്യാനികളായവരാണ്. 90% പ്രൊട്ടസ്റ്റന്റ് യൂണിവേഴ്സിറ്റി പ്രൊഫസർമാരും ദൈവശാസ്ത്രജ്ഞരും നാസികളെ പിന്തുണച്ചിരുന്നു. അതുകൊണ്ട് യൂറോപ്യർ ഫാഷിസമെന്നത് ക്രിസ്റ്റോ ഫാഷിസമായിരുന്നു എന്ന് വിലയിരുത്തപ്പെടുന്നുണ്ട്. മാർട്ടിൻ ലൂതർ *Jews and their lies* എന്ന കൃതിയിൽ ജൂതന്മാരെ ഇല്ലായ്മ ചെയ്യണം എന്ന് എഴുതിയിരുന്നു. അതുകൊണ്ട് ഹിറ്റ്ലറുടെ ജൂതവിരോധത്തിന് സഭകളുടെ പിന്തുണ ലഭിച്ചിരുന്നു.

ഹിറ്റ്ലറുടെയും മുസ്സോളിനിയുടെയും കമ്യൂണിസ്റ്റ് വേട്ടയെ സർവാത്മനാ പിന്തുണച്ചുകൊണ്ട് പോപ്പ് പതിനൊന്നാമൻ പറയുന്നു. The first the greatest and now the general peril is certainly communists in all its forms and degrees. ശത്രുവിനെപ്പോലും സ്നേഹിക്കുക എന്ന ക്രിസ്തുദർശനത്തെ ശത്രുവിനെ ഇല്ലാതാക്കുക എന്ന ഫാഷിസ്റ്റ് തന്ത്രമായി അപനിർമ്മിക്കുകയാണ് ക്രിസ്റ്റോ-ഫാഷിസം ചെയ്യുന്നത്. ഒരു കൈയിൽ ബൈബിളും മറുകൈയിൽ കൊലവാളുമായി അവർ ബത്‌ലഹേമിനെതിരെ കുനിക്കുനി വരികയാണ്. കൊലയാളികളായ നാസികൾ തികഞ്ഞ മതവിശ്വാസികളായിരുന്നതിനാൽ ഓഷ്‌വിറ്റ്സ് ക്യാമ്പിന്റെ ഡയറക്ടറായിരുന്ന സിക്ളോൻ (Zyklon) ഗ്യാസ് ചേമ്പറിലേക്ക് ജൂതരെ കൊല്ലാൻ കയറ്റിവിടുമ്പോൾ കുരിശുവരച്ചിരുന്നുവത്രെ. ദൈവസ്തുതികൾ കൊണ്ടും മന്ത്രങ്ങൾ ഉരുക്കഴിച്ചുകൊണ്ടും കൊലകൾ നടത്തുന്നവരാണ് ഫാഷിസ്റ്റുകളായ ദൈവികക്കൊലയാളികൾ.

നമുക്കുള്ളിലും പുറത്തും ഫാഷിസം

ഡിജിറ്റൽ ടെക്നോളജിയും കോർപ്പറേറ്റ് മുതലാളിത്തവും മതരാഷ്ട്രവാദവും കൈകോർത്തിരിക്കുന്ന സാമൂഹികമായ അസ്തിത്വത്തിനുള്ളിലാണ് നമ്മൾ ജീവിക്കുന്നത്. അത് നിർണയിക്കുന്ന അവബോധം ഫാഷിസത്തിന്റെ ഘടകങ്ങൾ കലർന്നതായതിനാൽ നമ്മുടെ ഉള്ളിലേക്ക് വന്നുകൊണ്ടിരിക്കുന്ന ഫാഷിസ്റ്റ് പ്രവണതകളെ ചെറുക്കുന്നതോടൊപ്പം പുറമേയുള്ള ഫാഷിസ്റ്റ് പരിസ്ഥിതിയെ പ്രതിരോധിക്കുകയും ചെയ്യേണ്ട ചരിത്രപരമായ സാഹചര്യത്തിലേക്കാണ് നാം എത്തിക്കൊണ്ടിരിക്കുന്നത്. ഫാഷിസത്തോട് മൃദുസമീപനം സ്വീകരിക്കുന്ന ഒരു അവസ്ഥയിൽ നമ്മളെ കൊണ്ടെത്തിക്കുകയാണ് ചെയ്യുന്നത്. നമ്മോടൊപ്പം നിൽക്കുന്ന പ്രതിലോമകാരികളായ ആൾക്കാരെ തിരിച്ചറിയാൻ കഴിയുന്നില്ല. തിരിച്ചറിഞ്ഞാൽത്തന്നെ അവരെ കൂടെനിർത്തി കൊണ്ടുപോകാനാണ് ശ്രമിക്കുന്നത്. ചാനലുകളെയും മാധ്യമങ്ങളെയും കുത്തകവൽക്കരിച്ചുകൊണ്ട് കടന്നുവരുന്ന കോർപ്പറേറ്റ് മുതലാളിത്തം എഴുത്തുകാരെയും ചിന്തകരെയും വല വീശി പിടിക്കുകയാണ് ചെയ്യുന്നത്. അധികാരേച്ഛയെന്നത് പദവികൾക്കും അംഗീകാരത്തിനുംവേണ്ടിയുള്ള നെട്ടോട്ടമായി മാറുമ്പോൾ നമ്മൾ ഫാഷിഷത്തോട് കണ്ണി ചേർക്കപ്പെടുന്ന ഒരവസ്ഥയിൽ എത്തുകയാണ്.

നിങ്ങൾ ജനാധിപത്യബോധം കൈവിടുകയാണെങ്കിൽ പിന്നെ എത്തിച്ചേരുന്നത് സ്വേച്ഛാധിപതികൾക്കൊപ്പമാണ്. എനിക്കു മാത്രം സ്വാതന്ത്ര്യം, ഞാൻ പറയുന്നത് അനുസരിക്കുക, മറ്റുള്ളവർ എന്റെ കീഴിലുള്ളവർ എന്ന ചിന്താഗതി ഫാഷിസത്തിലേക്കുള്ള കവാടമാണ്.

അഭിപ്രായസ്വാതന്ത്ര്യമെന്നത് മറ്റുള്ളവരുടെമേൽ വ്യാജാരോപണങ്ങൾ കെട്ടിച്ചമച്ച് അപവദിക്കാനുള്ളതല്ല. നേരെമറിച്ച് അറിയാനും അറിയിക്കാനും വിയോജിക്കാനുള്ള സ്വാതന്ത്ര്യമാണ്. അത് നിലനിർത്തുക എന്നതാണ് ഫാഷിസത്തെ ചെറുക്കാനുള്ള നേരായ മാർഗം.

ഫാഷിസംജനാധിപത്യത്തിനുള്ളിൽജനാധിപത്യഅവകാശങ്ങൾ ഉപയോഗിച്ചുകൊണ്ട് അതിനെ തകർക്കാൻ ശ്രമിക്കുമ്പോൾ അതേ ജനാധിപത്യ അവകാശങ്ങൾ സംരക്ഷിച്ച നിലനിർത്തിക്കൊണ്ട് അതിനെതിരെ പോരാടുക എന്നതാണ് ഫാഷിസത്തെ പ്രതിരോധിക്കാനുള്ള മാർഗം. നിങ്ങൾക്ക് ഫാഷിസ്റ്റ് രാഷ്ട്രീയം ഒഴികെ ഏത് രാഷ്ട്രീയനിലപാട് വേണമെങ്കിലും സ്വീകരിക്കാം. പക്ഷേ, അരാഷ്ട്രീയവാദിയായിരിക്കുക എന്നതാണ് ഏറ്റവും വലിയ അപകടം. ലിബറൽ ഡെമോക്രസിയിൽ അരാഷ്ട്രീയവാദി ആയിരിക്കുക എന്നത് വ്യക്തികൾക്ക് സുഖകരമായ ഒരു കാഴ്ചപ്പാടാണ്. എന്നാൽ ഫാഷിസത്തിനുള്ളിൽ അത് ഫാഷിസത്തെ പിന്തുണയ്ക്കലായി മാറുന്നു. ജനാധിപത്യത്തിനുള്ളിൽ ഫാഷിസം അതിന്റെ വിധ്വംസകപ്രവർത്തനത്തിന് ആദ്യം കൂട്ടുപിടിക്കുന്നത് അരാജകവാദികളെയാണ്. ഇടതുപക്ഷ നാട്യക്കാരായ ബുദ്ധിജീവികളെയും ഇടതുപക്ഷ വിരുദ്ധരെയും അത് അണിനിരത്തുന്നു. ഫാഷിസം ജനാധിപത്യ രാഷ്ട്രീയത്തെ എടുത്തുമാറ്റി പകരം തീവ്രദേശീയതയും വംശീയതയും മതാത്മകതയും കൊണ്ടുവരുന്നു.

അരാഷ്ട്രീയവാദികൾ പൊതുവേ ആത്മീയതയിൽ അഭിരമിക്കുന്നവരാണ്. അതുകൊണ്ട് ഫാഷിസത്തിലെ നിഗൂഢാത്മീയത (mysticism) അവർക്ക് പെട്ടെന്ന് സ്വീകാര്യമായിത്തീരുന്നു. ആത്മീയതയെ ഉള്ളിൽ സൂക്ഷിക്കുന്ന അരാജകവാദികളെ കൂട്ടുപിടിക്കുന്നത് സൂക്ഷിച്ചുവേണം. അവർ എപ്പോൾ വേണമെങ്കിലും തിരിഞ്ഞുകൊത്തുന്നവരാണ്. ഈയൊരു അപകടത്തെ ആത്മവിമർശനത്തിലൂടെ സ്വയം കണ്ടെത്തി തിരുത്തുക എന്നതാണ് ഒരു ഫാഷിസ്റ്റായിത്തീരാതിരിക്കാനുള്ള മാർഗം. രാഷ്ട്രീയബോധത്തിന് പകരം മതവംശീയബോധങ്ങളിൽ വീഴുന്ന ജനക്കൂട്ടം ആഭ്യന്തര കലാപത്തിലേക്കാണ് എത്തിച്ചേരുന്നത്. മണിപ്പൂർ ഇതിന് സാക്ഷ്യം വഹിക്കുകയാണ്.

ഫാഷിസത്തിന്റെ മറ്റൊരു ആയുധമാണ് പരിസ്ഥിതിവാദം. (Eco fascism). നിങ്ങൾ പരിസ്ഥിതിവാദി ആയിരിക്കുമ്പോഴും അതിനുള്ളിലെ ഫാഷിസ്റ്റ് നിലപാടുകളെ തിരിച്ചറിയണം. ഹിറ്റ്ലർ ബ്ലഡ് ആൻഡ് സോയിൽ എന്ന പരിസ്ഥിതി വംശീയവാദം ഉയർത്തിക്കൊണ്ടാണ് ജൂതന്മാരെ കൂട്ടക്കൊല ചെയ്തത്. മുതലാളിത്തം പരിസ്ഥിതിയെ നശിപ്പിക്കുന്നത് കാണാതെ 'മനുഷ്യൻ' പരിസ്ഥിതിയെ നശിപ്പിക്കുന്നു എന്ന് സാമാന്യവൽക്കരിച്ച പരിസ്ഥിതിനാശം മനുഷ്യവംശത്തിന്റെ തലയിൽ വച്ച് കെട്ടുകയും ആണ് ചെയ്തുകൊണ്ടിരിക്കുന്നത്. അതുകൊണ്ട് ബൂർഷ്വാ

പരിസ്ഥിതി വാദത്തിനുള്ളിലെ കേന്ദ്രമായ ആശയം മാനവവിരുദ്ധത യാണ് (anti humanism). കാർഷികസമൂഹത്തിൽ പരിസ്ഥിതിപ്രശ്നം ഉണ്ടായിരുന്നില്ല. കാർഷികസമൂഹം ഒരിക്കലും പരിസ്ഥിതിയെ നശി പ്പിച്ചിരുന്നില്ല. പരിസ്ഥിതികളുള്ളിൽ കാർഷിക പരിസ്ഥിതി നിർമ്മി ക്കുകയാണ് അവർ ചെയ്തിരുന്നത്. എന്നാൽ വ്യവസായയുഗമാണ് പരി സ്ഥിതിക്ക് ഭീഷണിയായി വന്നത്. എന്നിട്ട് അവരുടെ ബുദ്ധിജീവികൾ മനുഷ്യൻ പരിസ്ഥിതിയെ നശിപ്പിക്കുന്നു എന്ന് പ്രചരിപ്പിക്കാൻ തുടങ്ങി. മുതലാളിത്തത്തിന്റെ ലാഭേച്ഛയെയും പരിസ്ഥിതിക്കുമേലുള്ള കടന്നുകയ റ്റത്തെയും മറച്ചുപിടിക്കുക എന്നതായിരുന്നു അതിന്റെ ലക്ഷ്യം. ഇന്ന് മുതലാളിത്തത്തിന്റെ വളർച്ചയാണ് അന്തരീക്ഷമലിനീകരണത്തിനും പരിസ്ഥിതിമലിനീകരണത്തിനും കാരണമായിരിക്കുന്നത്. അതുകൊ ണ്ട് ഫാഷിസ്റ്റ് മുതലാളിത്തത്തിനെതിരെയുള്ള പോരാട്ടം പരിസ്ഥിതി സംരക്ഷണത്തിനുവേണ്ടിയുള്ള പോരാട്ടം കൂടിയാണ്. അതേസമയം അത് മനുഷ്യസമൂഹത്തിന്റെ പുരോഗതിക്ക് എതിരായ പോരാട്ടമായി പരിണമിക്കാനും പാടില്ല.

കെട്ടുകഥകളെ ഭൂതകാലചരിത്രമായി വ്യാഖ്യാനിച്ചുകൊണ്ടാണ് ഫാഷിസം ജനങ്ങളെ സ്വാധീനിക്കുന്നത്. അത് ശാസ്ത്രബോധത്തെയും ചരിത്രബോധത്തെയും നിരസിക്കുന്നു. ഭാവികാല സ്വപ്നത്തിന് പകരം സുവർണ്ണ ഭൂതകാലത്തിന്റെ സാക്ഷാത്കാരമാണ് വേണ്ടത് എന്ന ആശ യമാണ് പ്രചരിപ്പിക്കുന്നത്. അതുകൊണ്ട് ഫോക്‌ലോർ പഠനങ്ങളിൽ ത്യജ്യഗ്രാഹ്യ വിവേചനശക്തിയും ചരിത്രവൽക്കരണവും പ്രകടിപ്പിച്ചി ല്ലെങ്കിൽ അപഥസഞ്ചാരത്തിന് ഇടയാകും. ഹിറ്റ്ലർ ജർമ്മൻ ജനതയു ടെ വംശീയ മിത്തുകളെയാണ് നവമതമായി അവതരിപ്പിച്ചത്. നാസിഭ രണത്തിൽ ഫോക്‌ലോറിന് പ്രത്യേക വകുപ്പ് തന്നെ രൂപീകരിച്ചിരുന്നു. മനഃശാസ്ത്രജ്ഞനായ യുങ് തന്റെ പഠനങ്ങളിലൂടെ നാസികളെ സഹാ യിച്ചിരുന്നു. അതുകൊണ്ട് നാടോടി മിത്തുകളുടെ പുനരുദ്ധാരണത്തിന് നടക്കുന്നവർ അതിനുള്ളിലെ പ്രതിലോമസ്വഭാവം കൂടി തിരിച്ചറിയേ ണ്ടതുണ്ട്. കാവുകളിലും ക്ഷേത്രങ്ങളിലും കയറിപ്പറ്റിയുള്ള പ്രവർത്ത നം മതപരമായ ശാക്തീകരണത്തിന് വഴിതെളിക്കുന്നതാകരുത്. ഹി റ്റ്ലറും മുസ്സോളിനിയും മതത്തെ ഭരണകൂടത്തിൽനിന്നും ഭരണരാഷ്ട്രീയ ത്തിൽനിന്നും മാറ്റിനിർത്തുകയാണ് ചെയ്തത്. എന്നാൽ മതഫാഷിസം മതത്തെ ഭരണരാഷ്ട്രീയമാക്കുമ്പോൾ അതിനെ പ്രതിരോധിക്കേണ്ടത് മതോത്സവങ്ങൾ കൊണ്ടല്ല. മതനിരപേക്ഷമായ സാംസ്കാരിക-കലോ ത്സവങ്ങൾ കൊണ്ടാണ്.

ഇന്നും ചാതുർവർണ്ണ്യ ഫ്യൂഡലിസം നിലനിൽക്കുന്ന ഭാരതത്തിൽ മഹോത്സവങ്ങളും ആരാധനകളുമാണ് മുഖ്യരാഷ്ട്രീയധാരകൾ. അതിന് ബദലുകൾ കണ്ടെത്തുക എന്നതാണ് ഇടതുപക്ഷത്തിന്റെ സാംസ്കാരിക

ധർമ്മം. ഫാഷിസത്തെ ചെറുക്കാൻ ഫാഷിസ്റ്റ് തന്ത്രങ്ങൾ സ്വീകരിക്കുകയല്ല ബദൽ മാർഗങ്ങളുടെ രീതിശാസ്ത്രമാണ് സ്വീകരിക്കേണ്ടത്. ഒരു ജനത എപ്പോൾ വേണമെങ്കിലും കേവലമായ ഇടതുപക്ഷ രാഷ്ട്രീയത്തിൽനിന്നും വ്യതിചലിച്ചുപോകാം. എന്നാൽ ഇടതുപക്ഷ രാഷ്ട്രീയ സാംസ്കാരിക ബോധത്തിൽ നിന്നും അത്ര പെട്ടെന്ന് മാറിപ്പോവുകയില്ല. അതൊരു മനഃസ്ഥിതിയായി (mind set) നിലനിൽക്കുന്നു. ഹന്നാആരന്റ് പറയുന്നത് കുലീനവർഗവും ജനക്കൂട്ടവും തമ്മിലുള്ള ഉടമ്പടിയിലൂടെയാണ് ഫാഷിസം കടന്നുവരുന്നത് എന്നാണ്. ഇന്ത്യയിലെ ചാതുർവർണ്യ കുലീനവർഗം ക്ഷേത്രോത്സവങ്ങളിലൂടെയും ആരാധനകളിലൂടെയും ആചാരാനുഷ്ഠാനങ്ങളിലൂടെയും സാധാരണ ജനങ്ങളുമായി ചേർന്നുകൊണ്ടാണ് മതരാഷ്ട്രീയ സാഹചര്യം നിർമ്മിച്ചുകൊണ്ടിരിക്കുന്നത്.

ഭൂരിപക്ഷ മതവിഭാഗങ്ങളെ ഉപയോഗിച്ച് ന്യൂനപക്ഷ മതവിഭാഗങ്ങളെ വേട്ടയാടുക എന്നതാണ് ഇതിന്റെ രീതിശാസ്ത്രം. ജനങ്ങൾ തമ്മിലുള്ള സ്വരൈക്യത്തെ തകർക്കുകയാണ് ചെയ്യുന്നത്. പൗരസമൂഹത്തിന്റെയും ജനാധിപത്യത്തിന്റെയും അടിത്തറയാണ് ജനങ്ങൾ തമ്മിലുള്ള ഒരുമയും സഹകരണവും. ബഹുസ്വരത എന്ന നാനാത്വത്തിലുള്ള ഏകത്വമാണ് ഈയൊരു സ്വരൈക്യം. അത് നഷ്ടപ്പെടുന്നതോടെ ജനാധിപത്യരാഷ്ട്രം ഇല്ലാതാവുന്നു.

വ്യക്തിജീവിതത്തിലും കുടുംബജീവിതത്തിലും രാഷ്ട്രജീവിതത്തിലും സഹകരണവും സഹവർത്തിത്വവും അനിവാര്യമായ ഘടകമാണ്. അത് നിലനിർത്തുക എന്നതാണ് ഫാഷിസ്റ്റ് ആകാതിരിക്കാനും ഫാഷിസത്തെ ചെറുക്കാനുമുള്ള പ്രതിരോധമാർഗം. ഫാഷിസ്റ്റുകാല ഘട്ടത്തിൽ വ്യക്തിജീവിതവും സാമൂഹ്യജീവിതവും അങ്ങേയറ്റം മലീമസമായി തീരുകയാണ് ചെയ്യുന്നത്. കുടുംബജീവിതത്തകർച്ചകൾ, പ്രണയങ്ങൾ, വ്യക്തിബന്ധങ്ങൾ എല്ലാം കൊലകളിലും പീഡനങ്ങളിലും ചെന്നെത്തുകയാണ്. സ്നേഹമെന്നത് ആർദ്രതാമനോഭാവമാണ്. അതിന്റെ അഭാവത്തിൽ കാമവും വിദ്വേഷവും യുവ മനസ്സിനെ കീഴടക്കുന്നതോടെ നിരന്തരം പ്രണയക്കൊലകൾ അരങ്ങേറുന്ന വാർത്തകൾ വരുന്നു. മതലഹരിയും മദ്യലഹരിയുമാണ് ഇന്നത്തെ സാമൂഹികമായ മയക്കമരുന്നുകൾ. സഹകരണ മനോഭാവം, അനുകമ്പ, കാരുണ്യം, ദയാവായ്പ്, മറ്റുള്ളവരെ ആദരിക്കൽ തുടങ്ങിയ മൂല്യബോധങ്ങൾ നഷ്ടപ്പെട്ടുകൊണ്ടിരിക്കുകയാണ്. തീവ്രവലതുപക്ഷ സംഘങ്ങളും ചാനലുകളും ഇടതുപക്ഷ നാട്യബുദ്ധിജീവികളും മനുഷ്യാവകാശത്തെക്കുറിച്ച് സംസാരിച്ചുകൊണ്ടാണ് വ്യാജവാർത്താകേന്ദ്രങ്ങൾക്ക് വേണ്ടി വ്യാജവാദങ്ങൾ കൊണ്ടുവരുന്നത്. വ്യാജമായ ഓഡിയോ വീഡിയോ നിർമ്മിതികൾ കൊണ്ട് സ്മാർട്ട് ഫോണുകൾ നിറയുന്ന ഒരു കാലഘട്ടത്തിലൂടെയാണ് നാം കടന്നുപോകുന്നത്. ഇതൊരു

പ്രതിശ്രുത ഫാഷിസ്റ്റ് (would be fascist) കാലഘട്ടമാണ്. അതായത് ഭാവിയെന്നത് ഫാഷിസ്റ്റ് കാലമായിരിക്കാവുന്ന ഒരവസ്ഥ. അതുകൊണ്ട് വ്യക്തി മനസ്സും ജീവിതവും വലതുപക്ഷവൽക്കരണത്തിന് വിധേയമാകാതെ സൂക്ഷിച്ചില്ലെങ്കിൽ അയാൾ എത്തിച്ചേരുക ഒരു ഫാഷിസ്റ്റ് ജനക്കൂട്ടത്തിലായിരിക്കും.

പരസ്പരം സ്വരച്ചേർച്ചയില്ലാത്ത ജനവിഭാഗങ്ങളായിട്ടാണ് പൊതുജനത്തെ ഫാഷിസം മാറ്റിത്തീർക്കുന്നത്. ബഹുസ്വരതകളെ ഭൂരിപക്ഷത്തിന്റെ ഏകസ്വരതകൊണ്ടു മറയ്ക്കുന്നു. എല്ലാം ഏകമുഖമാക്കിമാറ്റുന്നതിന്റെ ഭാഗമാണ് ഏകീകൃത സിവിൽ കോഡിന്റെയും മറ്റും വരവ്. ബഹുസ്വരത ഫാഷിസത്തെ ചെറുക്കുന്നു. സ്വാതന്ത്ര്യവും ജനാധിപത്യവും നിലനിൽക്കുന്നത് ബഹുസ്വരതയിലാണ്, ഏകസ്വരതയിലല്ല. എല്ലാം മുകൾതട്ട് തീരുമാനമാണ് എന്ന രീതിയിൽ കീഴ്സ്വരങ്ങളെ അമർച്ച ചെയ്യുന്നതാണ് ഫാഷിസത്തിന്റെ രീതി. അതുകൊണ്ട് എല്ലാ സ്വരങ്ങളും ചേർന്ന ഒരു സിംഫണിയാണ് ജനാധിപത്യം. മറ്റു സ്വരങ്ങൾ കേൾക്കാനും നിങ്ങളുടെ സ്വരങ്ങൾ കേൾപ്പിക്കാനുമുള്ള സ്വാതന്ത്ര്യം അടിത്തട്ട് വരെ ജനങ്ങൾ കാത്തുസൂക്ഷിക്കുന്നു. ജനങ്ങൾ ഒന്നിച്ചുകൂടുന്ന ഇടങ്ങൾ ശ്രദ്ധിച്ചാൽ അത് മനസ്സിലാവും. സ്വതന്ത്രമായ അഭിപ്രായ ആവിഷ്കാരങ്ങളാണ് അവിടെ നടക്കുന്നത്. ആരും ആരെയും ഭരിക്കുന്നില്ല. പറയുകയും കേൾക്കുകയും ചിരിക്കുകയും സ്വീകരിക്കുകയും ഒക്കെ ചെയ്യുന്ന ഒരുതരം കമ്യൂൺജീവിതരീതി. അത് വീണ്ടെടുക്കുകയാണ് സ്വേച്ഛാധിപത്യങ്ങളെ ചെറുക്കാനുള്ള മാർഗം. സ്വകാര്യമൂലധനം ഇല്ലാതാവുക എന്നതാണ് അതിന്റെ സാമ്പത്തികശാസ്ത്രം.

നേതൃത്വപൂജയും താരാരാധനയും ഫാഷിസത്തിന്റെ സ്വഭാവമാണ്. ഓരോരുത്തരും താൻ ഒരു സൂപ്പർമാൻ ആണെന്ന് കരുതുന്നതാണ് ഫാഷിസ്റ്റുതാരസ്വഭാവം. ഈയൊരു മനോഭാവം അക്രമത്തിനും കലാപത്തിനും വഴിതെളിക്കുക മാത്രമല്ല പദവികൾ നേടിയെടുക്കാൻ വേണ്ടി ഏതു കുമാർഗവും സ്വീകരിക്കാനും പ്രേരണ നല്കുന്നു. എങ്ങനെയും അധികാരത്തിലെത്തി പദവികളിലിരിക്കുക എന്നതാണ് ഫാഷിസ്റ്റുകളുടെ പൊതു രീതി. അതിനുവേണ്ടി ആരെയും അവർ ഇരകളാക്കുന്നു. കൂടെ നിൽക്കുന്നവരെ ആശ്രിതന്മാരായോ കീഴാളന്മാരായോ പരിഗണിക്കുകയാണ് ചെയ്യുന്നത്. അതുകൊണ്ട് യജമാന മനോഭാവം ഫാഷിസ്റ്റ് മനഃസ്ഥിതിയാണ്. സ്ത്രീകളോടുള്ള മനോഭാവത്തിലാണ് ഫാഷിസം കൂടുതൽ അക്രമാസക്തമാകുന്നത്. ഫാഷിസ്റ്റുകളുടെ ആശയഗുരുവായ ഫ്രെഡറിക് നീഷേ പറയുന്നത് സ്ത്രീയെ ആക്രമണോത്സുകമായ വിഹാരത്തിന് ഉപയോഗിക്കണമെന്നാണ്. മാത്രമല്ല സൂപ്പർമാൻമാരെ ജനിപ്പിക്കലാണ് അവരുടെ ജന്മകൃത്യം. അതുകൊണ്ട് ഫാഷിസം ഒരു ഭാഗത്ത് സ്ത്രീകളെ പ്രോത്സാഹിപ്പിക്കുന്നു എന്ന രീതിയിൽ ഉയർത്തിക്കൊണ്ടുവരികയും

മറുഭാഗത്ത് ഭീകരമായി പീഡിപ്പിക്കുകയും ചെയ്യും. ആധുനികകാലത്ത് യൂറോപ്യൻ രാജ്യങ്ങളിൽ ഫാഷിസ്റ്റ് വനിതകൾ ഫാഷിസ്റ്റ് പ്രസ്ഥാനങ്ങളുടെ നേതൃത്വത്തിൽ ഉയർന്നുവന്നതോടെ ഫെമിനിസ്റ്റ് ഫാഷിസവും നിലവിൽ വന്നിട്ടുണ്ട്.

ഇന്ത്യ ഇന്നും ഒരു ചാതുർവർണ്യ ഫ്യൂഡൽ മൂല്യങ്ങളിൽ ജീവിക്കുന്ന ജാതിസമൂഹമാണ്. അതുകൊണ്ടുതന്നെ സാമുദായികബോധം രാഷ്ട്രീയം ഉൾപ്പെടെയുള്ള എല്ലാ രംഗങ്ങളിലും സ്വാധീനം ചെലുത്തുന്നു. വിപ്ലവകാരിയായിരിക്കുമ്പോഴും ജാതിബോധം വിട്ടുമാറുന്നില്ല. അതിവിപ്ലവകാരികളായ മാവോയിസ്റ്റുകൾക്കിടയിൽ പോലും ജാതിബോധം ശക്തമാണെന്ന പത്രവാർത്തകളുണ്ടായിരുന്നു. ഓരോരുത്തരുടെയും ഉള്ളിലെ ജാതിമത ബോധങ്ങളെ ശക്തീകരിക്കുന്നതുകൊണ്ടാണ് മതരാഷ്ട്രവാദം ഉയർന്നുവരുന്നത്. ആർക്ക് എപ്പോൾ വേണമെങ്കിലും അതിലേക്ക് കാൽവഴുതി വീഴാം. അതിനെതിരെയുള്ള സ്വയംപ്രതിരോധത്തിലൂടെ മാത്രമേ ഒരാൾക്ക് ഫാഷിസ്റ്റ് വിരുദ്ധനായിരിക്കാൻ കഴിയുകയുള്ളൂ. അതുകൊണ്ട് ഫാഷിസ്റ്റ് വിരുദ്ധ പോരാട്ടം പോലെ തന്നെ ശ്രമകരമാണ് ഫാഷിസ്റ്റ് ആകാതിരിക്കാനുള്ള പോരാട്ടവും.

നാം കേൾക്കുന്നതും വായിക്കുന്നതും കാണുന്നതുമെല്ലാം വിദ്വേഷം നിറഞ്ഞ പ്രഭാഷണങ്ങളും വീഡിയോദൃശ്യങ്ങളുമാണ്. അവയെല്ലാം ജനാധിപത്യത്തിന്റെ പുറംകുപ്പായവും ധരിച്ചാണ് വരുന്നത്. അവരുടെ സംഘഗാനത്തിൽ ഉൾച്ചേരുന്നത് ഏറെ അപകടകരമാണ്.

നിങ്ങൾ ഫാഷിസത്തെ നിർവചിക്കുകയും നിരീക്ഷിക്കുകയും ചെയ്തുകൊണ്ടിരിക്കുമ്പോൾത്തന്നെ ഫാഷിസം നിങ്ങളെ നിർവചിക്കുകയും പട്ടികപ്പെടുത്തുകയും നിരീക്ഷിക്കുകയും ചെയ്തുകൊണ്ടിരിക്കുകയാണ്. അവസരങ്ങൾ ഉയർന്നുവരാൻ കാത്തിരിക്കുക എന്നതാണ് ഫാഷിസത്തിന്റെ രീതി. അതുകൊണ്ട് എപ്പോൾ വേണമെങ്കിലും നിങ്ങളുടെ വാതില്ക്കൽ അതിന്റെ വരവുണ്ടാവും. ഭ്രാന്ത് പിടിച്ച ജനക്കൂട്ടമാണ് ഇന്നത്തെ ഫാഷിസത്തിന്റെ പടയാളിസംഘം. ജനകീയതയും ജനാധിപത്യത്തെയും ജനങ്ങളെ കൊണ്ടു തന്നെ ഇല്ലായ്മ ചെയ്യിക്കുന്നു. ഫാഷിസ്റ്റ് ഭരണകൂടവും അവരുടെ സംഘടനകളും നിഴൽസൈന്യമായി പിന്നിൽ നിൽക്കുന്നു.

രണ്ടാം ലോകയുദ്ധത്തിൽ ജർമ്മനിയുടെയും ഇറ്റലിയുടെയും ജപ്പാന്റെയും തോൽവിയാണ് ഫാഷിസത്തെ പരാജയപ്പെടുത്തിയതെങ്കിൽ ഇന്ന് അത്തരമൊരു അവസ്ഥയില്ല. ഫാഷിസത്തെ അധികാരത്തിൽ എത്തിക്കുന്ന ജനങ്ങൾക്ക് മാത്രമേ അവരെ പിടിച്ചിറക്കാനും കഴിയുകയുള്ളൂ. അതുകൊണ്ട് ജനാധിപത്യശക്തികളുടെ ഏകീകരണത്തിലൂടെയും ശക്തീകരണത്തിലൂടെയും ജനങ്ങളെ മുന്നിൽ നിർത്തുക എന്നതാണ് ഫാഷിസത്തെ നേരിടാനുള്ള രാഷ്ട്രീയമാർഗം. സെമിനാറുകളും

പ്രഭാഷണങ്ങളും ചർച്ചകളും ചാറ്റൽമഴ പോലെ പോകുന്നതല്ലാതെ ജനങ്ങളിൽ എത്തുന്നില്ല.

1935–45 കാലഘട്ടത്തിലെ ഇടതുപക്ഷ ബുദ്ധിജീവികളും ചിന്തകരും അപഗ്രഥിച്ച ഫാഷിസമല്ല ഇന്നത്തേത്. ഡിജിറ്റൽ ടെക്നോളജിയിലൂടെ ഓരോ വ്യക്തിയുടെയും അന്തരാത്മാവിലേക്ക് സ്വാധീനശക്തിയായി ഇറങ്ങിച്ചെല്ലുന്ന ജാതിമത വംശീയരാഷ്ട്രീയ കോർപ്പറേറ്റ് ബോധമാണ് ഇന്നത്തെ ഫാഷിസം. കോർപ്പറേറ്റിസം, ഡിജിറ്റൽ സാങ്കേതികവിദ്യ, നവമാധ്യമ ലോകങ്ങൾ, സാമൂഹ്യ മാധ്യമലോകങ്ങൾ ഇവയെ ഉപകരണമാക്കിയാണ് ഫാഷിസം പ്രവർത്തിക്കുന്നത്. അതോടൊപ്പം ഉയിർത്തെഴുന്നേൽക്കുന്ന ഫ്യൂഡൽ മൂല്യബോധങ്ങളും കണ്ണി ചേർക്കപ്പെടുന്നു. അതുകൊണ്ട് ഇന്ന് ഫാഷിസത്തിന് എതിരായ പോരാട്ടം ബഹുമുഖപ്പോരാട്ടമാണ്.

ഒരാൾ ഫാഷിസ്റ്റാകുന്ന വിധം

അധികാരേച്ഛ ഓരോ വ്യക്തിയെയും ഭരിക്കുന്നതിനാൽ അധികാരം സ്ഥാപിക്കാനുള്ള വ്യഗ്രതയും സ്വയം വീരത്വം നടിക്കാനുള്ള പ്രവണതയും മനുഷ്യസഹജമാണ്. ഈ അധികാരേച്ഛയും (Will to power) – അവനവനിസവും ഫാഷിസത്തിന്റെ മുഖമുദ്രകളായതുകൊണ്ട് അതിവ്യക്തിവാദികൾ ഫാഷിസ്റ്റ് അനുകൂലികളായി മാറുകയാണ് ചെയ്യുന്നത്. ഒരു വ്യക്തി സ്വയം വീരനായകനായി സങ്കല്പിച്ച് അർദ്ധ സൈനിക സംഘത്തിൽ ചേരുകയും തെരുവ് കലാപങ്ങളിലേക്ക് ചാടിവീഴുകയും താനൊരു യുദ്ധപോരാളിയാണെന്ന് (Fighting hero) സ്വയം പരിവേഷപ്പെടുത്തുകയും ചെയ്യുന്നു. ഫാഷിസ്റ്റ് ചാവേറുകളും മനുഷ്യബോംബുകളും ഉണ്ടാകുന്നത് അത്തരം മനോഭാവങ്ങൾ ശക്തി പ്രാപിക്കുമ്പോഴാണ്. സ്വയം വീരാരാധന ഫാഷിസത്തിന് വേണ്ടിയുള്ള സ്വയം ബലിദാനമായി മാറുന്നതോടെ കൊല്ലൽ ആത്മസംതൃപ്തിയും സൗന്ദര്യാനുഭൂതിയുമായിത്തീരുകയാണ് ചെയ്യുന്നത്.

അധികാരേച്ഛ ഫാഷിസ്റ്റ് മനോഭാവമായതിനാൽ അധികാര സ്ഥാനങ്ങളിലേക്കും പദവികളിലേക്കുമുള്ള വ്യാമോഹങ്ങൾ വ്യക്തികളെ പരസ്പരം മത്സരിക്കുന്നവരും അസഹിഷ്ണുത പുലർത്തുന്നവരുമാക്കി മാറ്റുന്നു. നാസികൾക്കിടയിൽ അത്തരം തൊഴുത്തിൽക്കുത്തുകൾ നിലനിന്നിരുന്നത് ഫാഷിസ്റ്റുതലവനായിരുന്ന ആൽബർട്ട് സ്പീർ എഴുതിയ Inside the Third Reich എന്ന കൃതിയിൽ വിവരിക്കുന്നുണ്ട്. അതുകൊണ്ട് എങ്ങനെയും അധികാരപദവികൾ പിടിച്ചെടുക്കുക എന്ന മത്സരബുദ്ധി ഫാഷിസത്തിലേക്കുള്ള സഞ്ചാരമാർഗമാണ്. അത്തരക്കാർ അധികാരലബ്ധി

ക്കുവേണ്ടി ഫാഷിസ്റ്റ് സംഘങ്ങളിലും പാർട്ടികളിലും എത്തിച്ചേരുന്നു. കിടമത്സരങ്ങളും വിഭാഗീയതകളും ജനാധിപത്യത്തെ അട്ടിമറിച്ച് ഫാഷിസ്റ്റുകളെ അധികാരത്തിൽ കൊണ്ടുവരികയാണ് ചെയ്യുന്നത്. ജർമ്മനിയിൽ ജനാധിപത്യകക്ഷികൾക്കിടയിൽ നിലനിന്നിരുന്ന അധികാര കിടമത്സരങ്ങളെ ഫലപ്രദമായി ഉപയോഗിച്ചുകൊണ്ടാണ് നാസികൾ അധികാരം പിടിച്ചത്. ഇന്ത്യയിൽ കോൺഗ്രസുകാരുൾപ്പെടെയുള്ളവർക്കിടയിലെ അധികാരമത്സരമാണ് പല സംസ്ഥാനങ്ങളിലും ബി ജെ പിയെ അധികാരത്തിൽ എത്തിച്ചത്. അതുകൊണ്ട് ഓരോ വ്യക്തിയിലെയും അധികാരേച്ഛ അയാളെ ഫാഷിസ്റ്റ് ക്യാമ്പുകളിലേക്ക് നയിക്കുന്നു. ആത്മപരിശോധനയിലൂടെ അവിഹിതമായ അധികാരേച്ഛയെ നിയന്ത്രിക്കുകയാണ് ഫാഷിസ്റ്റുവൽക്കരണത്തെ തടയാനുള്ള സ്വയം പ്രതിരോധമാർഗം. എല്ലാ അധികാരരൂപങ്ങളും കൊഴിഞ്ഞുപോകുന്ന, ഭരണകൂടമില്ലാത്ത സമൂഹമേ ആത്യന്തികമായി ഫാഷിസ്റ്റുമുക്ത സമൂഹമായിരിക്കുകയുള്ളൂ. ഭരണകൂടവികാരമായ അധികാരേച്ഛയെ സ്വയം നിയന്ത്രിച്ചില്ലെങ്കിൽ ക്രമേണ ഫാഷിസ്റ്റ് സമൂഹത്തിൽ അലിഞ്ഞുചേരുക എന്നതായിരിക്കും ഒരാളുടെ വിധി.

മുസ്സോളിനിയുടെ ഫാഷിസത്തിനുള്ളിൽ ജനിച്ചു വളർന്ന ഉംബർട്ടോ എക്കോ 1997 എഴുതിയ കൃതിയാണ് *എങ്ങനെ ഒരു ഫാഷിസ്റ്റിനെ തിരിച്ചറിയാം (How to spot a fascist)* എന്ന രചന. ഫാഷിസത്തിന്റെ ലക്ഷണങ്ങളും പ്രത്യേകതകളും വളരെ സൂക്ഷ്മതയോടെ എക്കോ ഈ കൃതിയിൽ വിശദീകരിച്ചിട്ടുണ്ട്. ഇന്നത്തെ ഇറ്റലിയിൽ ജനിച്ചുവളർന്ന വലതുപക്ഷ ഫെമിനിസ്റ്റും നാടകകൃത്തും മതപ്രചാരകയുമായ മിഷേല മൂർഗിയ (Michela Murgia) 2016-ൽ എഴുതിയ കൃതിയാണ് *How to become a fascist*. ആണധികാരത്തെ ഫാഷിസ്റ്റു സ്വഭാവമായി ചിത്രീകരിക്കുന്നത് പോലെ പെണ്ണധികാരവും ഫാഷിസ്റ്റ് സ്വഭാവം കലർന്നതാണ് എന്ന് ആധുനിക വലതുപക്ഷ ഫെമിനിസ്റ്റുകൾ തെളിയിക്കുന്നു എന്നതിന് ഉദാഹരണമാണ് മൂർഗിയയയുടെ കൃതി. ആണധികാരം പോലെ പെണ്ണ് അധികാരവും അസഹിഷ്ണുതയും വിദ്വേഷവും പകയും കലരുമ്പോൾ അത് ഫാഷിസ്റ്റ് സ്വഭാവമായി മാറുന്നു. നാസി ജർമ്മനിയിൽ സ്ത്രീകൾ എങ്ങനെയാണ് ഫാഷിസ്റ്റുവൽക്കരിക്കപ്പെട്ടത് എന്ന് പഠനങ്ങൾ തെളിയിച്ചിട്ടുണ്ട് (Paul Roland – Nazi women). ഇറ്റലി ഭരിക്കുന്നത് ബ്രദേഴ്സ് ഓഫ് ഇറ്റലി എന്ന ഫാഷിസ്റ്റ് സംഘടനയുടെ നേതാവായ ജോർജിയ മെലോനി എന്ന വനിതയാണ്. അതുപോലെ ഭാവിയിൽ ഫ്രാൻസിന്റെ പ്രസിഡന്റ് ആകാൻ സാധ്യതയുള്ള ഫാഷിസ്റ്റ് പാർട്ടി നേതാവാണ് മറീന ലീപെൻ. പല യൂറോപ്യൻ രാജ്യങ്ങളിലും നിയോ ഫാഷിസ്റ്റ് പ്രസ്ഥാനങ്ങളെ നയിക്കുന്നത് വനിതകളാണ്. അതുകൊണ്ട്

ജൻഡർ ഫാഷിസം എന്നത് ആണധികാരത്തിന് എന്നപോലെ പെണ്ണധികാരത്തിനും ബാധകമാണ്. ഫെമിനിസത്തിന്റെ പ്രധാനപ്പെട്ട ഒരു ധാരയായി ഫെമിനിസ്റ്റ് ഫാഷിസം യൂറോപ്പിൽ നിലനിൽക്കുന്നു. ഇന്ത്യയിൽ ഇന്ദിരാഗാന്ധി, ജയലളിത, മായാവതി, മമതാ ബാനർജി തുടങ്ങിയ വനിതാനേതാക്കൾ സ്വേച്ഛാധിപത്യസ്വഭാവം കലർന്ന ഭരണകർതൃത്വത്തിന് ഉദാഹരണങ്ങളാണ്.

ഫാഷിസം അധികാരത്തിലേക്കുള്ള രാസപ്രക്രിയ ആണെന്ന് മൂർഗിയ പറയുന്നു. ഒരു ഫാഷിസ്റ്റ് ജനതയുടെ സാംസ്കാരികമായ ആന്തരികഘടനയെയാണ് അത് ഉപയോഗിക്കുന്നത്. സൂക്ഷ്മമായി അറിയുക എന്നതാണ് ഒരു ഫാഷിസ്റ്റ് ആദ്യം പഠിക്കേണ്ട പാഠം. അതുകൊണ്ട് ഫാഷിസത്തിന്റെ വിളനിലവും കൊയ്ത്തും എല്ലാം സാംസ്കാരിക രാഷ്ട്രീയത്തിലൂടെയാണ് നടക്കുന്നത്. മൂർഗിയ ചൂണ്ടിക്കാണിക്കുന്ന ഈ പ്രത്യേകത ഭാരതത്തിൽ ഇന്ന് പ്രാവർത്തികമായിക്കൊണ്ടിരിക്കുകയാണ്. ഭാരതത്തിന്റെ സാംസ്കാരികമായ ഉൾഘടന ഫ്യൂഡൽ സംസ്കൃതിയും ചാതുർവർണ്യ-ജാതി ജീവിതവ്യവസ്ഥയും ആയതിനാൽ ഫാഷിസത്തിന് യോജിച്ചതാണ്. ഫാഷിസ്റ്റുകൾ പിടിമുറുക്കേണ്ടത് അത്തരം സാംസ്കാരികഘടനകളെയാണെന്നും അതിനെ തകർക്കാൻ ആർക്കും കഴിയില്ല എന്നും മൂർഗിയ പറയുന്നു. വംശീയ-ജാതി-മത ശക്തീകരണത്തിലൂടെ ഫാഷിസം ജനസ്വീകാര്യതയിൽ എത്തിയാൽ അതിനെ ചെറുത്തു തോല്പിക്കാൻ അത്ര പെട്ടെന്ന് കഴിയുകയില്ല. അതുകൊണ്ട് ജനങ്ങളെ കീഴടക്കേണ്ടത് രാഷ്ട്രീയം കൊണ്ടല്ല മതാത്മകമായ സാംസ്കാരിക പ്രവർത്തനം കൊണ്ടാണെന്ന് മതപ്രബോധക കൂടിയായ ഗ്രന്ഥകാരി സൂചിപ്പിക്കുന്നു.

ഫാഷിസം മറ്റു കക്ഷികളെ പോലെ എടുത്തുചാട്ടം കാണിക്കുന്നില്ല. അത് അവസരങ്ങൾ കാത്തിരിക്കുന്നു, അതിനുവേണ്ടി പ്രവർത്തിക്കുന്നു (Fascism fortunately know to wait). ജർമ്മനിയിലും ഇറ്റലിയിലും നാസിസവും ഫാഷിസവും വരുന്നതിനുമുമ്പുതന്നെ അതിന്റെ ആശയങ്ങൾ സമൂഹത്തിൽ ആഴത്തിൽ വേരോട്ടുന്ന പ്രവർത്തനങ്ങൾ നടന്നിരുന്നു. ഫാഷിസ്റ്റുകൾ അവരുടെ ആശയത്തെ ഉറപ്പിച്ചെടുക്കുന്നത് നീണ്ട ഒരു പ്രക്രിയയിലൂടെയാണ്. ചിലപ്പോൾ വർഷങ്ങൾ വേണ്ടിവരും എന്ന് മൂർഗിയ പറയുന്നുണ്ട്. വളരെ നാളത്തെ സാവകാശപ്രവർത്തനത്തിലൂടെയാണ് ഫാഷിസം ജനങ്ങളുടെ മനസ്സിനെ കീഴടക്കുന്നത്. എന്നാൽ ലിബറലിസ്റ്റുകൾ പെട്ടെന്ന് ഫലം കിട്ടത്തക്ക രീതിയിലാണ് പ്രവർത്തിക്കുന്നതും പെരുമാറുന്നതും. ജനാധിപത്യത്തിനുള്ളിൽ അതിന്റെ രീതിശാസ്ത്രങ്ങൾ വിദഗ്ധമായി ഉപയോഗിച്ചുകൊണ്ടാണ് ഫാഷിസ്റ്റുകൾ പ്രവർത്തിക്കേണ്ടതെന്ന് മൂർഗിയ ഉപദേശിക്കുന്നു. ഫാഷിസ്റ്റുകൾ

അശക്തരാണ് എന്ന് തോന്നിപ്പിക്കുന്ന രീതിയിൽ പ്രവർത്തിച്ചുകൊണ്ട് പെട്ടെന്ന് ആർക്കും തടുക്കാൻ കഴിയാത്ത രീതിയിൽ ഒരു ചുഴലിക്കാറ്റു പോലെ ഉയർന്നു വരണം. അവസരങ്ങളെ സമർത്ഥമായി പിടിച്ചെടുത്ത് ഉപയോഗിക്കണം. ജനാധിപത്യത്തിന്റെ ആയുധങ്ങൾ ഉപയോഗിച്ചു കൊണ്ടുതന്നെ അതിനെ ജനസമ്മതിയോടെ തകർക്കുക എന്നതാണ് ഫാഷിസം ചെയ്യേണ്ടത്. പഴയകാലത്തെ ഫാഷിസത്തിന് ലഭിക്കാത്ത ആയുധങ്ങൾ പുതിയ കാലത്തെ ഫാഷിസത്തിന് കരഗതമായിട്ടുണ്ട്. ജനാധിപത്യത്തെ ദുരുപയോഗം ചെയ്തുകൊണ്ട് മാത്രമേ രാഷ്ട്രത്തെ ഫാഷിസ്റ്റുവൽക്കരിക്കാൻ കഴിയുകയുള്ളൂ.

ഫാഷിസ്റ്റുകൾ ഒരിക്കലും ഫാഷിസം എന്ന വാക്ക് ഉച്ചരിക്കരുത്. കാരണം ആദ്യകാല ഫാഷിസത്തിന്റെ കെടുതികൾ ജനങ്ങളുടെ മനസ്സിൽ ഉണ്ടായേക്കാം. ഫാഷിസം ആണെന്ന് ജനങ്ങൾക്ക് പ്രത്യക്ഷത്തിൽ തോന്നാത്ത രീതിയിൽ വേണം ഒരു ഫാഷിസ്റ്റ് പ്രവർത്തിക്കേണ്ടത്. ഫാഷിസത്തിന്റെ ഭാഷ എല്ലാവർക്കും സ്വീകാര്യമായിരിക്കണം. പ്രത്യക്ഷത്തിൽ ജനാധിപത്യവിരുദ്ധമെന്നോ ജനകീയവിരുദ്ധമെന്നോ തോന്നാൻ പാടില്ല. ഫാഷിസ്റ്റുകൾ പ്രവർത്തിക്കുകയല്ലാതെ അവരുടെ ആശയങ്ങൾ പുറമേ പ്രകാശിപ്പിക്കുകയോ പ്രചരിപ്പിക്കുകയും ചെയ്യുകയില്ല.

ജനാധിപത്യവാദികളെ പോലെ സെമിനാറുകൾ നടത്താനും പ്രഭാഷണങ്ങൾ നടത്താനും ഫാഷിസം ശ്രമിക്കുന്നില്ല. പറയുകയല്ല പ്രവർത്തിക്കുകയാണ് ഫാഷിസത്തിന്റെ രീതിശാസ്ത്രം. ഫാഷിസ്റ്റുകൾ ശത്രുക്കളുടെ പട്ടിക തയ്യാറാക്കി അവരെ സൂക്ഷ്മനിരീക്ഷണ വലയത്തിൽ നിർത്തിക്കൊണ്ടാണ് പ്രവർത്തിക്കേണ്ടത്. ജനാധിപത്യത്തിൽ വിമർശനവും സ്വയം വിമർശനവും ചർച്ചയും സംവാദങ്ങളും അനുവദനീയമാണ്. എന്നാൽ ഫാഷിസത്തിന്റെ ഘടന ശ്രേണീബദ്ധമായ സംഘടനയാണ്. നേതൃത്വത്തോടുള്ള കൂറും വിശ്വാസ്യതയും അന്ധമായ അനുസരണയുമാണ് അനുയായികൾക്ക് വേണ്ടത്. ജനാധിപത്യത്തിൽ താഴെത്തട്ടിൽ നിന്നുള്ള നിർദ്ദേശങ്ങളും തീരുമാനങ്ങളും മുകൾത്തട്ടിൽ ഉള്ളവർ പരിഗണിക്കുന്നു. എന്നാൽ ഫാഷിസത്തിൽ നേതാവിന്റെയോ സംഘത്തിന്റെയോ തീരുമാനം കൽപ്പനയായി താഴേക്ക് പ്രവൃത്തിരൂപമായി വരുന്നു. തിരുവായ്ക്ക് എതിർവായ് ഇല്ല എന്നതാണ് ഫാഷിസത്തിനുള്ളിലെ രീതിശാസ്ത്രം. നേതാവ് പറയുന്ന സംഘാംഗങ്ങളും അനുയായികളും അന്ധമായി അനുസരിക്കുന്നു എന്നതാണ് ഫാഷിസത്തിന്റെ സംഘടനാരീതി. അതുകൊണ്ട് ഫാസിസ്റ്റ് ആയിരിക്കാൻ ഉരുക്കുപോലുള്ള അച്ചടക്കരീതി ആവശ്യമാണെന്ന് മൂർഗിയ പറയുന്നുണ്ട്.

ജനാധിപത്യം എന്നത് ന്യൂനപക്ഷത്തിന്റെയും ഭൂരിപക്ഷത്തിന്റെയും സ്വതന്ത്രമായ നിലനില്പ് കൂടിയാണ്. അവയ്ക്ക് ദയാവധം നൽകലാണ്

ഫാസിസത്തിന്റെ നിലനില്പിന് ആവശ്യം. പ്രതിപക്ഷത്തിന്റെ ജന സ്വീകാര്യത തകർക്കാൻ വേണ്ടിയുള്ള എല്ലാ മാർഗങ്ങളും ഫാഷിസ്റ്റു സ്വീകരിക്കണം. മാധ്യമങ്ങളെയും ബുദ്ധിജീവികളെയും വശപ്പെടുത്തി ഉപയോഗിക്കണം. ജനാധിപത്യത്തിന്റെ ദൗർബല്യങ്ങളിൽനിന്നാണ് ഫാഷിസം ശക്തി സംഭരിക്കേണ്ടത്. ഭീഷണിപ്പെടുത്തി വശപ്പെടുത്തു ന്നതിനോടൊപ്പം വിലയ്ക്കെടുത്തും നേതൃത്വങ്ങളെ ഫാഷിസത്തിന്റെ വഴി യിലേക്ക് കൊണ്ടുവരാൻ കഴിയണം. എല്ലാ വോട്ടർമാരും ഒരേസമയം വോട്ട് ചെയ്യുന്ന രീതിയിൽ ഇലക്ഷൻ സമ്പ്രദായം കേന്ദ്രീകരിക്കണം. ഭരണത്തിൽ ജനങ്ങളുടെ ഇടപെടൽ കുറയ്ക്കുക എന്നതാണ് ഫാഷിസ ത്തിന്റെ നിലനില്പിന് സഹായകരം.

വ്യാജ ശാസ്ത്രവും പൗരാണികവിശ്വാസങ്ങളും ഉയർത്തിക്കൊണ്ടു വരുന്ന ഫാഷിസം യഥാർത്ഥമായ ശാസ്ത്രത്തെക്കാൾ സാങ്കേതികവി ദ്യക്കാണ് പരമപ്രാധാന്യം നൽകുന്നത്. ജനാധിപത്യത്തിന്റെ അടി ത്തറയായി നിൽക്കുന്ന മതനിരപേക്ഷതയെയും യുക്തിബോധത്തെയും ഫാഷിസം നിരസിക്കുന്നു. മൂർഗിയ പറയുന്നത് ജനാധിപത്യവും തിര ഞ്ഞെടുപ്പും ഭീമമായ ഒരു പാഴ്ചെലവാണെന്നാണ്. അതുകൊണ്ട് ഭരണ ത്തിന് പാർലമെന്റ് ആവശ്യമില്ല. അതൊരു ഭൂഷണം മാത്രമാണ്. ഭര ണത്തലവൻ പാർലമെന്റിന്റെയോ ഉപദേശകവൃന്ദത്തിന്റെയോ നിർദ്ദേ ശമനുസരിച്ചല്ലരാജ്യം ഭരിക്കേണ്ടത്. സ്വന്തം ഇച്ഛ അനുസരിച്ചാണ് രാ ജ്യത്തെ മുന്നോട്ടു കൊണ്ടുപോകേണ്ടത്. അതുകൊണ്ട് ഒരു നേതാവിന്റെ നിഷ്ഠുരഭരണമാണ് (tyranny) അഭികാമ്യം. (We are favouring tyranny) പാർലമെൻറ് എന്നത് പരസ്പരം കുറ്റപ്പെടുത്താനും വെല്ലുവിളിക്കാനും സമയം മെനക്കെടുത്താനുമുള്ള ഒരു വേദി മാത്രമാണ്. ഭരണത്തലവൻ അവിടെ പോയിരുന്ന് അയാളുടെ വിലയേറിയ സമയം ചെലവഴിക്കേ ണ്ടതില്ല. ജനാധിപത്യത്തിൽ ഭരണത്തിന് പകരം സംവാദത്തിന് കക്ഷികൾ സമയം ചെലവഴിക്കുന്നതിനാൽ ജനാധിപത്യം എന്നത് അച്ചടക്കമില്ലാത്ത സമ്പ്രദായവും പാഴ്ചെലവുമാണ്. ഇത് ജനങ്ങളെ ബോധ്യപ്പെടുത്തിയാൽ അവർ ജനാധിപത്യത്തെ നിരസിച്ച് ഫാഷിസ ത്തെ സ്വീകരിക്കുമെന്നാണ് ഗ്രന്ഥകാരിയുടെ നിലപാട്. ഫാഷിസ്റ്റു നി ലപാടുകളും മനോഭാവങ്ങളും ആശയങ്ങളും ജനങ്ങൾക്കിടയിൽ വ്യാപി പ്പിക്കുകയാണ് വേണ്ടത്. ജനാധിപത്യകക്ഷികൾ തടസ്സപ്പെടുത്തിയാൽ ജനാധിപത്യാവകാശങ്ങളായ അഭിപ്രായസ്വാതന്ത്ര്യം, സംഘടനാസ്വാ തന്ത്ര്യം ഇവയ്ക്കുവേണ്ടി വാദിക്കണം. മാധ്യമങ്ങളെ കൂടെ നിർത്തണം. സ്നേഹവും കാരുണ്യവുമല്ല, അസഹിഷ്ണുതയും പകയും വിദ്വേഷവുമാണ് മനസ്സിൽ നിറയ്ക്കേണ്ട വികാരങ്ങൾ. ജനാധിപത്യം കൊഴിഞ്ഞു പോകു ന്നതാണ് ഫാഷിസം. ജനാധിപത്യത്തിലെ അധികാര വികേന്ദ്രീകരണ

മോ ബഹുസ്വരതയോ ഫാഷിസത്തിലില്ല. ഏക നേതൃത്വവും ഏകാധിപത്യ പ്രവണതകളുമാണ് ഫാഷിസ്റ്റ് ഭരണത്തിന് വേണ്ടത്. അധികാരേച്ഛ ഓരോ പൗരനിലും അടങ്ങിയിരിക്കുന്നതിനാൽ സമൂഹത്തെ ഫാഷിസ്റ്റുവൽക്കരിക്കാൻ വളരെ എളുപ്പമാണ്. ജനാധിപത്യത്തിന് ജനാധിപത്യ സമൂഹം എന്നതുപോലെ ഫാഷിസത്തിന് വേണ്ടത് ഫാഷിസ്റ്റുസമൂഹമാണ്.

സമൂഹത്തെ ആകമാനം ഫാഷിസത്തിന്റെ ഭാഗമാക്കാതെ ഫാഷിസത്തിന് നിലനിൽക്കാനാവില്ല. അതുകൊണ്ട് യുക്തി-ശാസ്ത്ര നിരാസങ്ങളും മാനവികതാവിരോധവും ആത്മീയതയും മതനിരപേക്ഷതാവിദ്വേഷവും ജനാധിപത്യത്തിൽ അവിശ്വാസവും ഫാഷിസ്റ്റായിരിക്കാൻ അനിവാര്യമാണെന്ന് മൂർഗിയ പറയുന്നു.

ആഗോളവൽക്കരണത്തിനുശേഷം ഇറ്റലിയിലും യൂറോപ്പിലും തീവ്രവലതുപക്ഷം പ്രതിശ്രുത ഫാഷിസമായി (would be fascist) ശക്തി പ്രാപിച്ചു തുടങ്ങിയ കാലത്താണ് ഉംബർട്ടോ തന്റെ കൃതി 1997-ൽ പ്രസിദ്ധീകരിച്ചത്. ഫാഷിസ്റ്റുകൾ സ്വന്തം സ്വത്വം മറച്ചുപിടിച്ച് ഒളിവിൽ കഴിയുന്ന കാലഘട്ടം കടന്നുപോവുകയും അവർ സമൂഹത്തിൽ നവരൂപത്തിൽ പ്രത്യക്ഷപ്പെടുകയും ചെയ്തിരിക്കുന്നു. അവരെ എങ്ങനെ തിരിച്ചറിയാം (How to spot is fascist) എന്ന് വ്യക്തമാക്കുകയാണ് എക്കോ ചെയ്യുന്നത്. ഫാഷിസം തകർന്ന് (1946) 51 വർഷങ്ങൾക്ക് ശേഷമാണ് ഫാഷിസത്തിനുള്ളിൽ ജനിച്ചുവളർന്ന എക്കോ തന്റെ കൃതി എഴുതുന്നത്. എന്നാൽ ഇറ്റലിക്കാരിയായ മിഷേല മൂർഗിയ *എങ്ങനെ ഒരു ഫാഷിസ്റ്റാകാം* എന്ന കൃതി 2016-ൽ എഴുതുമ്പോൾ ഫാഷിസം യൂറോപ്യൻ രാജ്യങ്ങളിൽ വീണ്ടും ഉയിർത്തെഴുന്നേറ്റിരിക്കുന്നു എന്ന സൂചനയാണ് നൽകുന്നത്. അതുകൊണ്ട് *എങ്ങനെ ഒരു ഫാഷിസ്റ്റ് ആകാം* എന്ന കൃതിയുടെ വായന എങ്ങനെ ഒരു ഫാഷിസ്റ്റാകാതിരിക്കാം എന്ന വായനകൂടിയാണ്. അതോടൊപ്പം ഒരു ഫാഷിസ്റ്റിനെ എങ്ങനെ തിരിച്ചറിയണം എന്നതും.

എങ്ങനെ ഒരു ഫാഷിസ്റ്റ് ആകാതിരിക്കാം

ഫാഷിസത്തെ എതിർക്കുമ്പോഴും മറ്റുള്ളവരെ ഫാഷിസ്റ്റ് എന്ന് വിളിക്കുമ്പോഴും ശ്രദ്ധിക്കേണ്ട ഒരു കാര്യം നമ്മൾ എങ്ങനെ ഫാഷിസ്റ്റ് ആകാതെ സൂക്ഷിക്കാൻ കഴിയും എന്നതാണ്. കാരണം പിതൃ–ആണധികാര പ്രവണതകൾ നിറഞ്ഞ പുരുഷന്മാർ എത്ര പുരോഗമനവാദികൾ ആയാലും ഫാഷിസ്റ്റ് വികാരങ്ങളുടെ കാളസർപ്പങ്ങളെ മനസ്സിൽ സൂക്ഷിക്കുന്നവരാണ്. അധികാരേച്ഛയും (will to power) വേട്ടയാടൽ മനോഭാവവും (പ്രാചീന ഗോത്രജീവിത പാരമ്പര്യം) ഭയശീലവും (ഇരയാക്കപ്പെടുന്നതിന്റെ ഭാവം) ജന്മസിദ്ധമാകയാൽ ഫാഷിസ്റ്റുകാലത്തിൽ ഫാഷിസ്റ്റായിത്തീരുക എന്നത് എളുപ്പമാണ്.

തിമോത്തി സ്നൈഡറുടെ *On tyranny*, ഉംബർട്ടോ എക്കോയുടെ *how to spot a fascist* എന്നീ കൃതികളും പോൾമാൻ സോണിന്റെ *how to stop fascism* ഉം സമകാലിക ലോകത്തിന്റെ ഫാഷിസ്റ്റ് വൽക്കരണത്തെക്കുറിച്ചുള്ള പഠനങ്ങളാണ്. അവയിലൂടെ വായന കടന്നുപോകുമ്പോൾ ഫാഷിസം എങ്ങനെ നമ്മെ ബാധിച്ചുകൊണ്ടിരിക്കുന്നു എന്ന് മാത്രമല്ല നമ്മൾ എങ്ങനെ സ്വയം ഫാഷിസ്റ്റാകാതിരിക്കാനും 'നിങ്ങൾ എന്നെ ഫാഷിസ്റ്റാക്കി' എന്ന അവസ്ഥയിൽ എത്താതിരിക്കാനുമുള്ള മുന്നറിയിപ്പുകൾകൂടി നൽകുന്നുണ്ട്.

മേൽപ്പറഞ്ഞ ഗ്രന്ഥകാരന്മാരിൽ ഫാഷിസത്തിന് ഉള്ളിൽ ജീവിച്ച എഴുത്തുകാരനാണ് ഇറ്റലിക്കാരനായ ഉംബർട്ടോ എക്കോ (1932–2016). താൻ മുസ്സോളിനിയുടെ പ്രസംഗം കേട്ടാണ് വളർന്നത് എന്ന് എക്കോ എഴുതുന്നു. മുസ്സോളിനി തിരഞ്ഞെടുപ്പിലൂടെയാണ് അധികാരത്തിൽ

വന്നതെങ്കിലും നിയമസഭയെ നിലനിർത്തുന്നു എന്ന് നടിച്ചത് വെറും തട്ടിപ്പായിരുന്നു. പത്രങ്ങളെ അടിച്ചമർത്തി. തൊഴിലാളി സംഘടനകളെ പിരിച്ചുവിട്ടു. രാഷ്ട്രീയപ്രതിയോഗികളെ തുറുങ്കിലടച്ചു. ഇറ്റലിയിലെ ഫാഷിസത്തെ 'ഉർ ഫാഷിസം' (Urfascism) എന്നാണ് എക്കോവിളിച്ചത്. ഫാഷിസത്തിന്റെ വരവ് മുതലാളിത്ത പ്രതിസന്ധിയിൽ നിന്നാണെന്ന കമ്യൂണിസ്റ്റുകാരുടെ വിലയിരുത്തലിനോട് എക്കോ പൂർണ്ണമായും യോജിച്ചില്ല. അതിന്റെ വേരുകൾ ആദിമസംസ്കൃതിയിലും പ്രാക്തന മനോഭാവങ്ങളിലും നിഗൂഢാത്മീയതയിലും ആഴ്ന്നിറങ്ങിയിരിക്കുന്നതായി എക്കോ നിരീക്ഷിച്ചു. ചൂഷണമനോഭാവമാണ് ഫാഷിസത്തിന്റെ ഈറ്റില്ലം.

വർഗസമൂഹത്തിൽ അത് വിവിധ രൂപങ്ങളിലാണ് ഉറഞ്ഞുകിടക്കുന്നത്. വിദ്വേഷമാണ് മറ്റൊരു വിളനിലം. സ്നേഹമില്ലാത്തവർ ജനിച്ച് ലോകത്ത് നിറഞ്ഞാൽ ഫാഷിസത്തിലേക്കല്ലാതെ വേറെ ഒരു സഞ്ചാരമാർഗമില്ല. അതുകൊണ്ട് പരസ്പരസ്നേഹവും വിശ്വാസവും സഹകരണവും നഷ്ടപ്പെടാതിരിക്കലാണ് ഫാഷിസ്റ്റായി തീരാതിരിക്കാനുള്ള പ്രതിവിധി. നമ്മിൽ അസഹിഷ്ണുതയും വെറുപ്പും പകയും വിദ്വേഷവും അപരഭയവും വംശീയവികാരവും നിറയുമ്പോൾ ഫാഷിസത്തിലേക്ക് വഴി മാറുകയോ ഫാഷിസം സ്വീകാര്യമായിത്തീരുകയോ ചെയ്യുന്നു. എല്ലാത്തരം തനതുവാദങ്ങളും (Ur) ഫാഷിസത്തിലേക്കുള്ള രാജപാതകളാണ്. പാരമ്പര്യ യാഥാസ്ഥിതിക മനോഭാവങ്ങളിൽ നിന്നാണ് , അവയെ നിലനിർത്തുന്ന ജീവിതസാഹചര്യങ്ങളിൽ നിന്നാണ് തനത് വാദങ്ങൾ ഉയിർക്കൊള്ളുന്നത്. ജർമ്മനിയിലെ വംശശുദ്ധിവാദവും ജനസംസ്കാര തനിമാവാദവും (Volkish)ഉർ ഫാഷിസത്തിന്റെ സ്വഭാവത്തെയാണ് വ്യക്തമാക്കുന്നത്. ഭാരതത്തിലെ ആദിമ സനാതനധർമ്മവാദവും വൈദിക-പുരാണ പാരമ്പര്യ മഹത്വവാദവും ഇന്ത്യൻ ഉർഫാഷിസത്തിന്റെ വേരുകളാണ്. സിന്ധുനദീതട സംസ്കാരത്തിലെ ശിവനെയും ലിംഗരൂപങ്ങളെയും ഡിജിറ്റൽ യുഗത്തിലും പൂജിച്ചും സാംസ്കാരികരൂപമാക്കിയും നിലനിർത്തിപ്പോരുന്നു.

അതുകൊണ്ട് നമ്മിൽ അടങ്ങിയിരിക്കുന്ന പാരമ്പര്യബോധം ഫാഷിസത്തിന് വാതിലുകൾ തുറന്നുകൊടുക്കുന്നുണ്ടോ എന്ന് പരിശോധിക്കേണ്ടതാണ്. കാരണം ഉർഫാഷിസത്തിന്റെ ആദ്യത്തെ സവിശേഷത പാരമ്പര്യോപാസന (cult of tradition) ആണെന്ന് എക്കോ പറയുന്നു. ഓരോ ഗോത്രസംസ്കാരത്തിന്റെയും വംശീയതയുടെയും വേരുകൾ വ്യക്തിജീവിതത്തിലും കുടുംബ-സാമൂഹിക ജീവിതത്തിലും നിലനിന്നുപോരുകയാണ് ചെയ്യുന്നത്. അതിൽ നിന്നും മുളപൊട്ടിവരികയാണ് ഉർ-ഫാഷിസം. നാസികൾ മഹത്വവൽക്കരിച്ച 'Volk' അതിവിദൂര ഭൂതകാലത്തിൽ നിന്നും തലമുറകളിലൂടെ പകർന്നുപോരുന്ന വംശീയ-ദേശീയ

സാംസ്കാരിക നൈരന്തര്യമാണ്. അതിൽ മറ്റ് വംശീയതകൾ കലർന്ന് അശുദ്ധമാകാൻ പാടില്ല. അതുകൊണ്ട് വ്യക്തിശുദ്ധിയും വംശശുദ്ധിയും സാംസ്കാരികശുദ്ധിയുമാണ് ഉർ-ഫാഷിസത്തിന്റെ ഈടുവയ്പുകൾ. നമ്മൾ പാരമ്പര്യങ്ങളെ മഹത്വപ്പെടുത്തുമ്പോൾ അതിൽ ഫാഷിസത്തിന്റെ വിത്തുകൾ വീണു കിടപ്പുണ്ടോ എന്ന് കൂടി പരിശോധിക്കേണ്ടതാണ്. ജൈവസംസ്കൃതിവാദവും ജൈവസമൂഹവാദവും (organic society) ജൈവ രാഷ്ട്രത്തിലേക്ക് ഒരേ വംശശുദ്ധിയുള്ളവരുടെ രാഷ്ട്രത്തിലേക്ക് കൊണ്ടെത്തിക്കുന്നു. ശ്രീലങ്കയിൽ ഉയർന്നുവരുന്ന സിംഹള രാഷ്ട്രവാദം ജൈവരാഷ്ട്രീയവാദത്തിന് ഉദാഹരണമാണ്. ഹിന്ദുരാഷ്ട്രവാദം സാംസ്കാരികമായ ഒരുതരം ജൈവ രാഷ്ട്രവാദമാണ് എന്നും പറയാം. മറ്റു സംസ്കാരങ്ങളെയും മതങ്ങളെയും അത് അന്യവൽക്കരിക്കുന്നു. അതുകൊണ്ട് ജൈവരാഷ്ട്രവാദിയും തനത് സംസ്കാര സ്വത്വവാദിയും ഫാഷിസത്തിന്റെ സഹയാത്രികരായിത്തീരാറുണ്ട്. ഏത് രീതിയിലുള്ള സ്വത്വവാദത്തെ പിന്തുണയ്ക്കുമ്പോഴും നമ്മുടെ നിലപാടുകളിൽ ഫാഷിസത്തിന്റെ നിഴൽ വീഴാതെ ശ്രദ്ധിക്കേണ്ടതാണ്. ഫാഷിസത്തെ എതിർക്കുന്നവർ നിരന്തരം അപഫാഷിസ്റ്റുവൽക്കരണത്തിലൂടെ കടന്നു പോകേണ്ടതുണ്ട്.

ശാസ്ത്രബോധം കൈവിടാതിരിക്കുക

ശാസ്ത്രലോകത്തെ പ്രത്യേകിച്ചും ഡാർവിന്റെ പരിണാമസിദ്ധാന്തത്തെ പാഠപുസ്തകങ്ങളിൽ നിന്നും കുടിയിറക്കി വിടുന്നവരാണ് ഫാഷിസ്റ്റുകൾ. വംശശുദ്ധിവാദത്തെയും രക്തശുദ്ധിവാദത്തെയും തജ്ജന്യമായ സാംസ്കാരിക ശുദ്ധിവാദത്തെയും ഡാർവനിസം തകർക്കുന്നു എന്നതാണ് കാരണം. ശാസ്ത്രസത്യത്തെയും യുക്തിയെയും നിരസിക്കുന്ന ഫാഷിസം ആത്യന്തിക സത്യമെന്നത് വേദഗ്രന്ഥങ്ങളിൽ പറഞ്ഞിരിക്കുന്നതിന് അപ്പുറമൊന്നുമില്ല എന്ന് വാദിക്കുന്നു. ആദി സംസ്കൃതിയിലെ ആചാരാനുഷ്ഠാനങ്ങൾക്ക് ശാസ്ത്രത്തിന്റെ വ്യാജമുഖങ്ങളും വ്യാഖ്യാനങ്ങളും നൽകി ശാസ്ത്രത്തിന് പകരം വയ്ക്കുന്നു. ആഭിചാരക്രിയകളും സംസ്കാരവും (occultism) മതത്തിന്റെയും ഫാഷിസത്തിന്റെയും സഹവർത്തികളാണ്. അതുകൊണ്ട് ഇടതുപക്ഷചിന്തകരും പഠിതാക്കളും ഫോക്‌ലോർ സംസ്കൃതിയുടെ പുറകെ മുൻപിൻ ചിന്തയില്ലാതെ സഞ്ചരിച്ച് ഉർ-ഫാഷിസത്തിന്റെ മൃദുവക്താക്കളായി മാറുന്നു. ഇറ്റലിയിലെ ഫാഷിസത്തെ രാഷ്ട്രീയ ഫാഷിസം എന്ന് ഫാഷിസ്റ്റ് പഠിതാക്കളിൽ പലരും രേഖപ്പെടുത്തുമ്പോൾ തന്നെ ഇറ്റലിയിലെ ഫാഷിസത്തിൽ ആഭിചാരാധിനിവേശം നിലനിന്നതായി എക്കോ എഴുതുന്നു. മാത്രമല്ല, ഇന്ന് ഫാഷിസത്തിലെത്തി നിൽക്കുന്ന ഇറ്റലി ഭരിക്കുന്നത് നിയോ-ഫാഷിസ്റ്റ് കക്ഷി നേതാവായ ജോർജിയാ മെലോനി എന്ന വനിതയാണ്. തനി യാഥാ

സ്ഥിതികവും പ്രതിലോമകരവുമായ ആശയലോകത്തെ പ്രതിനിധാനം ചെയ്യുന്ന ബ്രദേഴ്സ് ഓഫ് ഇറ്റലി എന്ന നിയോ-ഫാഷിസ്റ്റ് സംഘടനയുടെ നേതാവായ മെലോനി മുസ്സോളിനിക്കുശേഷം ഇറ്റലിയിൽ ശക്തി പ്രാപിച്ചുകൊണ്ടിരുന്ന ഫാഷിസ്റ്റ് യുവജനപ്രസ്ഥാനത്തിലൂടെയാണ് രാഷ്ട്രീയരംഗത്ത് വന്നത്.

ടെക്നോളജിയെ വാരിപ്പുണരുക, ശാസ്ത്രബോധത്തെയും മാനവികതയെയും നിരസിക്കുക, സാമ്പത്തികചൂഷണത്തോടൊപ്പം വിശ്വാസചൂഷണത്തെയും രാഷ്ട്രീയായുധമാക്കുക എന്നിവയാണ് ഏതുകാലത്തെ ഫാഷിസത്തിന്റെയും സ്വഭാവം. ജനാധിപത്യത്തിലെ ബഹുസ്വരതയുടെ പേരിൽ ഭൂരിപക്ഷത്തിന്റെ മതവിശ്വാസങ്ങളെ ശക്തിപ്പെടുത്തി ന്യൂനപക്ഷത്തിന് എതിരെ പ്രകോപിപ്പിച്ച് കൊണ്ടുവരികയാണ് ചെയ്യുന്നത്. ന്യൂനപക്ഷവും അതേ നാണയത്തിൽ മറുപടി പറയാൻ ശ്രമിക്കുന്നു. ജർമ്മനിയിൽ ജൂതമതമൗലികവാദികൾ ഉയർത്തിയ സയണിസ്റ്റ് രാഷ്ട്രീയമാണ് ഹിറ്റ്ലർ ജൂതഭീഷണിയായി ചൂണ്ടിക്കാട്ടി ജർമ്മൻ വംശീയവാദത്തെ ശക്തിപ്പെടുത്തിയത്. അതുകൊണ്ട് ന്യൂനപക്ഷ ഇരവാദവും ഭൂരിപക്ഷ ഇരവാദവും ഫാഷിസ്റ്റ നാണയത്തിന്റെ ഇരുപുറങ്ങളാണ്. ബഹുസ്വരതയുടെ പേരിൽ ന്യായീകരണവാദങ്ങൾ ഉയർത്തുമ്പോൾ പ്രത്യയശാസ്ത്രനിലപാടുകൾ നിരീക്ഷിച്ച് തിരിച്ചറിഞ്ഞില്ലെങ്കിൽ ഫാഷിസത്തിന്റെ ഒഴുക്കിൽ കാൽ വഴുതിവീഴും. പാരമ്പര്യവാദികൾ ആത്മീയ മൂല്യവാദത്തെ ജനകീയ മൂല്യവാദങ്ങൾക്ക് പകരം വയ്ക്കുമ്പോൾ അതിനെ മതാതീത ആത്മീയതയുടെ ലേബലിൽ ന്യായീകരിച്ച് പരിവേഷപ്പെടുത്തുന്നത് സൂക്ഷിച്ചുവേണം. ആത്മീയ ആധിപത്യവും സാംസ്കാരിക രാഷ്ട്രീയ ആധിപത്യവും മൂലധനശക്തികളുമായി കൈകോർക്കുന്നതാണ് മത രാഷ്ട്രീയഫാഷിസം. 2024-ലെ തിരഞ്ഞെടുപ്പിൽ കിഴക്കൻ ജർമ്മനിയിലെ തുറുംഗിയാ, സാക്സോണി എന്നീ സ്ഥാനങ്ങളിൽ നിയോ-നാസികൾ (Alternative for Germany എന്ന് കക്ഷി) ഭൂരിപക്ഷം നേടിയിരിക്കുന്നു.

മതസ്ഥാപനങ്ങളെയും ആത്മീയ മതങ്ങളെയും സ്വാധീനിച്ച് ജനാധിപത്യവും മാനവികതയും നിലനിർത്താമെന്ന നിലപാട് ഫാഷിസത്തിലേക്ക് ജനങ്ങളെ റിക്രൂട്ട് ചെയ്തു കൊടുക്കലാണ്. അതുകൊണ്ട് മതസ്ഥാപനങ്ങളെ ഉപയോഗിച്ചുള്ള രാഷ്ട്രീയമായ ജനസ്വീകാര്യത നിർമ്മിക്കൽ ഫാഷിസ്റ്റ് വിരുദ്ധ പ്രവർത്തനമല്ല, മത ഫാഷിസ്റ്റുമായുള്ള സഹകരണമാണ് അവിടെ സംഭവിക്കുന്നത്. നിങ്ങളുടെ പ്രവൃത്തിയുടെ ഫലത്തെക്കുറിച്ച് ബോധമില്ലെങ്കിൽ അതും ഫാഷിസത്തിലേക്കുള്ള ചുവടുവയ്പാകാം.

പ്രവൃത്തി പ്രവൃത്തിക്കുവേണ്ടി (action for action's sake) എന്നതാണ് ഫാഷിസ്റ്റ് രീതിശാസ്ത്രം. നിങ്ങൾ ചെയ്യുന്ന പ്രവൃത്തിയുടെ യുക്തിയെക്കു

റിച്ച് ചിന്തിക്കരുത് കർമ്മം ചെയ്യുക എന്നതാണ് ഫാഷിസ്റ്റ് ജന്മകൃത്യ സന്ദേശം. ലാഭേച്ഛ കൂടാതെയുള്ള കർമ്മാനുഷ്ഠാനവും ശിക്ഷാഭയം കൂടാതെയുള്ള കൃത്യനിർവഹണവും എന്നതാണ് പ്രവൃത്തിക്കു വേണ്ടിയുള്ള പ്രവൃത്തി. യുക്തി ബോധവും പുനർചിന്തയും കർമ്മവീര്യത്തിന്റെ വരിയുടയ്ക്കലായി (emasculation) ഫാഷിസം കാണുന്നു. സംസ്കാര ഹീനമായ പ്രവൃത്തിയെന്ന വിചാരം ഫാഷിസ്റ്റുകൾക്കില്ല. മനുഷ്യത്വത്തിന് വിലയില്ലാതാകുമ്പോൾ മൃഗീയതയും മാനവികതയും തമ്മിലുള്ള അതിർവരമ്പുകൾ മാഞ്ഞുപോകുന്നു.

വിമർശനസ്വാതന്ത്ര്യം നിലനിർത്തുക

സ്വയം വിമർശനത്തിന്റെയും പര വിമർശനത്തിന്റെയും സഹിഷ്ണുതാപരമായ ബഹുസ്വരതകൾ കലർന്നതാണ് ജനാധിപത്യം. ഫാഷിസം ഒരു തരത്തിലുള്ള വിമർശനത്തെയും അനുവദിക്കുന്നില്ല. ഭയവും അസഹിഷ്ണുതയുമാണ് അതിന്റെ മൗലികസ്വഭാവം. അതുകൊണ്ട് ഫാഷിസ്റ്റാകാതിരിക്കാനുള്ള മാർഗങ്ങളിൽ പ്രധാനപ്പെട്ടത് സ്വയം വിമർശനവും പര വിമർശന സ്വാതന്ത്ര്യവും നിലനിർത്തുക എന്നതാണ്. വിയോജിക്കൽ ബഹുസ്വരതയുടെയും ജനാധിപത്യ പ്രക്രിയയുടെയും അടയാളമായി ഉംബർട്ടോ എക്കോ കാണുന്നു. ഭരണകൂടത്തെയും വ്യവസ്ഥിതിയെയും വിമർശിക്കാതെ സ്വയം രക്ഷപ്പെടലാണ് അരാഷ്ട്രീയത. ജനാധിപത്യം നിലനിൽക്കാൻ സ്വയം വിമർശനം കലർന്ന ബഹുസ്വരതകൾ ആവശ്യമാണ്. വിമർശനം ഇല്ലാത്ത നിലപാടുകൾ അസഹിഷ്ണുതയിലേക്കും വിദ്വേഷത്തിലേക്കും നയിക്കുന്നു.

വിമർശനങ്ങളെ സ്വാഗതം ചെയ്യുക എന്നതാണ് ശരിയായ പോംവഴി. ഫാഷിസ്റ്റുകൾ വിമർശനങ്ങളെ അടിച്ചമർത്തുന്നതിനാൽ തങ്ങളാണ് രാഷ്ട്രീയ ശരി എന്ന് നടിക്കുന്നതുകൊണ്ട് ഫാഷിസ്റ്റ് ആകാതിരിക്കാനുള്ള മാർഗം യോജിക്കാനും വിയോജിക്കാനുമുള്ള സ്വാതന്ത്ര്യം നിലനിർത്തുക എന്നതാണ്.

ശൂന്യമായ രാഷ്ട്രീയവിമർശനം എന്നത് അരാജകത്വമാണ്. ഭരണകൂടങ്ങളെയും വ്യവസ്ഥയെയും പരിശോധിക്കാതെ സ്വയം രക്ഷപ്പെടലാണ്. അതുകൊണ്ട് കലയിലായാലും സാഹിത്യത്തിലായാലും രാഷ്ട്രീയാവലോകനങ്ങൾ, സാമൂഹിക നിലപാടുകൾ കടന്നുവരുന്നതിനെ കേവലാശയവാദികളായ വിമർശകരും ഭരണകൂട സാരഥികളും ഭയപ്പെടുന്നു. സാമൂഹിക പ്രത്യയശാസ്ത്രത്തെ നിരസിക്കുന്നവർ ആത്മീയ പ്രത്യയശാസ്ത്രങ്ങളെയും മതാത്മക ഭാവുകത്വങ്ങളെയും ആഘോഷിക്കുന്നു. അവർ എവിടെയും നിലപാടുകളിൽ 'നല്ലപിള്ള' ചമയുന്നതിനാൽ ഇടതു-വലതുപക്ഷങ്ങൾക്കും ഫാഷിസത്തിനും ഒരുപോലെ സ്വീകാ

ര്യരായിത്തീരുകയാണ്. അത്തരം വ്യാജ ബുദ്ധിജീവിയായ ഫാഷിസ്റ്റ് ആകാതിരിക്കാനുള്ള മാർഗമാണ് സ്വീകരിക്കേണ്ടത്. കലയിലൂടെയും സാഹിത്യത്തിലൂടെയും സൗന്ദര്യശാസ്ത്രത്തിലൂടെയും ഒളിച്ചുകടത്തിക്കൊണ്ടുവരുന്ന ഫാഷിസ്റ്റാശയങ്ങളെ തിരിച്ചറിയാനുള്ള കഴിവ് അത്തരക്കാർക്ക് ഇല്ലാതെ പോകുന്നു. അവർ സാഹിത്യപൂരങ്ങളും ആഘോഷങ്ങളും സാംസ്കാരികമായ കെട്ടുകാഴ്ചകളും നടത്തി സ്വയം താരവൽക്കരിച്ച് സംതൃപ്തരായിത്തീരുന്നു. ജനാവലി ആഘോഷങ്ങളും 'റോഡ്' ഷോകളും ഹിറ്റ്ലറിന് ഏറെ പ്രിയമായിരുന്നു.

നിഷ്പക്ഷമതികൾ ഫാഷിസ്റ്റ് ഭരണങ്ങൾക്കുള്ളിൽ സുരക്ഷിതരായിരിക്കുന്നു. ഫാഷിസം എതിർപക്ഷാശയങ്ങളെ ഭയപ്പെടുന്നതിനാൽ പ്രത്യയശാസ്ത്ര നിരാസവാദികളെ അക്കാദമിക് രംഗത്തും സാഹിത്യശാസ്ത്രരംഗത്തും പിന്തുണച്ച് എല്ലാവിധത്തിലുമുള്ള വരേണ്യവാദങ്ങളുടെയും വക്താക്കളാക്കിത്തീർക്കുന്നു. ആത്മപരിശോധനയിലൂടെ സ്വന്തം വരേണ്യ മനോഭാവങ്ങളെ തിരിച്ചറിയുക എന്നതാണ് ഫാഷിസ്റ്റ് ആകാതിരിക്കാനുള്ള മറ്റൊരു പോംവഴി. വരേണ്യ വാദം രാഷ്ട്രീയ കുലീന വാദത്തിലേക്കും കുടുംബരാഷ്ട്രീയത്തിലേക്കും വംശീയ-മത-ജാതി മേന്മാവാദങ്ങളിലേക്കും സാംസ്കാരികാധിനിവേശനിലകളിലേക്കും നയിക്കുന്നു. ഉർ-ഫാഷിസത്തിന് തീവ്രമായ വരേണ്യവാദം പറയാതെ നിലനിൽക്കാനാവില്ലെന്ന് ഉംബർട്ടോ എക്കോ പറയുന്നുണ്ട്.

സ്വവർഗത്തെ വരേണ്യവർഗമായും മറുഭാഗത്തെ അധമവർഗമായും കാണുന്നതിനാൽ വരേണ്യവാദം ഹിംസാത്മകമാണ്. അത് ആൾക്കൂട്ടത്തിലേക്ക് പകരുമ്പോൾ (masselitism) ഉർ-ഫാഷിസം ആൾക്കൂട്ട ഫാഷിസമായി വംശീയ കൂട്ടക്കൊലകളായി മാറുന്നു. ഇന്ത്യയിലെ ചാതുർവർണ്യ ജാതി വ്യവസ്ഥയിലെ സവർണ്ണവാദമാണ് ഇന്ത്യൻ ഉർ-ഫാഷിസത്തിന്റെ ജന്മഗൃഹം. ഇന്ത്യൻ ഫാഷിസം ഉയിർക്കൊള്ളുന്നതും വർണ്ണ-ജാതീയബോധങ്ങളുടെ തായവേരുകളിൽ നിന്നാണ്.

ഫാഷിസം അപരന്മാരുടെ ഇല്ലാത്ത വളർച്ചയെയും അധികാരത്തെയും ചൂണ്ടിക്കാണിച്ച് ഭൂരിപക്ഷത്തെ ഭയപ്പെടുത്തുന്നു. ഇറ്റലിയിൽ ഫാഷിസ്റ്റുകൾ കുട്ടികളെ പഠിപ്പിച്ചിരുന്നത് ഇംഗ്ലീഷുകാർ അഞ്ചുനേരം ഭക്ഷണം കഴിക്കുന്നതിനാൽ ശക്തരാണെന്നും അവർ ഇറ്റലിക്കാർക്ക് ഭക്ഷണം നിരസിക്കുന്നു എന്നുമാണ്. ജർമ്മനിയിൽ ജർമ്മൻ ജനതയുടെ ദുരിതങ്ങൾക്ക് കാരണം ജൂതന്മാർക്ക് ജർമ്മനിയിലുള്ള മേൽക്കൈയും വളർച്ചയുമാണ് എന്നായിരുന്നു നാസികളുടെ പ്രചാരണം. ഇത്തരം കപട പ്രചാരണങ്ങളെ തിരിച്ചറിയുക എന്നതാണ് ഫാഷിസത്തിലേക്ക് ചാഞ്ഞുവീഴാതിരിക്കാനുള്ള മറ്റൊരു മാർഗം.

വർഗീയ ഭൂതാവേശങ്ങൾ

ഇന്ന് ലോകമതങ്ങളെയും മാനവരാശിയെയും ഭീഷണിപ്പെടുത്തുന്നത് യുക്തിവാദികളോ ശാസ്ത്രജ്ഞരോ കമ്യൂണിസ്റ്റുകളോ അല്ല. മതങ്ങൾക്കുള്ളിലെ മൗലികവാദ രാഷ്ട്രീയക്കാരാണ്. മതങ്ങൾ മതങ്ങളോട് നടത്തിയിട്ടുള്ള യുദ്ധങ്ങളും ക്രൂരതകളും കൊലകളും വംശഹത്യകളും മതനിരപേക്ഷകരോ യുക്തിവാദികളോ കമ്യൂണിസ്റ്റുകളോ നടത്തിയിട്ടില്ല. മതയുദ്ധങ്ങൾ തുടങ്ങിയാൽ അതൊരു തുടർ സംഘർഷമാണ്. കുരിശുയുദ്ധങ്ങളും യൂറോപ്പിൽ അരങ്ങേറിയ മുപ്പതുവർഷങ്ങളോളം നീണ്ട പ്രൊട്ടസ്റ്റന്റ് – കത്തോലിക്കാ സായുധസംഘർഷവും അതിന്റെ ചരിത്രസ്മാരകങ്ങളാണ്. മതവിശ്വാസിയിലെ മനുഷ്യനുവേണ്ടി ശബ്ദിക്കുന്നവർ മതവിശ്വാസികളല്ല, മനുഷ്യസ്നേഹികളാണ്. അവർ ജനാധിപത്യവാദികളോ മതനിരപേക്ഷകരോ മനുഷ്യസ്നേഹികളായ മതവിശ്വാസികളോ കമ്യൂണിസ്റ്റുകളോ ഒക്കെയാകാം. പക്ഷേ, അവരെ ശത്രുനിരയിലാണ് മതത്തിനുള്ളിലെ അക്രമികളായ മൗലികവാദികൾ അടയാളപ്പെടുത്തുന്നത്. അതുകൊണ്ട് വർഗീയ ഭൂതാവിഷ്ടരായ മൗലികവാദികൾ മാനവികവാദികളെയും മനുഷ്യസ്നേഹികളായ മതവിശ്വാസികളെയും ഒരേപോലെ ഭീഷണിപ്പെടുത്തുന്നു; ആക്രമിക്കുന്നു. മതമൗലികവാദംകൊണ്ട് മതനിരപേക്ഷ ജനാധിപത്യത്തെയും പൗരസമൂഹത്തെയും മതാത്മക ഭരണകൂടമായി പരിവർത്തിപ്പിക്കാനുള്ള പ്രതിവിപ്ലവമാണ് അവർ നടത്തുന്നത്. അക്രമവും കൊലകളുമാണ് അവരുടെ പ്രവർത്തനരീതിശാസ്ത്രം.

ഫ്യൂഡൽ കാലഘട്ടത്തിലെ മതം ഫ്യൂഡൽവൽക്കരിക്കപ്പെട്ട മതമായിരുന്നു. രാജാക്കന്മാരും ചക്രവർത്തിമാരും മതങ്ങൾക്ക് ഭരണകൂട

സംരക്ഷണം നൽകിയിരുന്നതിനാൽ രാജഭരണങ്ങൾക്ക് ദൈവികപരിവേഷം നൽകി മതാനുയായികൾക്ക് സ്വീകാര്യമാക്കുകയാണ് പുരോഹിതവർഗം ചെയ്തിരുന്നത്. അവർ സയാമീസ് ഇരട്ടകളെപ്പോലെയാണ് പ്രവർത്തിച്ചതും പുലർന്നതും. വ്യാവസായികവിപ്ലവവും ശാസ്ത്രവിപ്ലവവും കൊണ്ടുവന്ന ആധുനികതയിൽ ഭരണകൂടം മതനിരപേക്ഷമാവുകയും ഭരണ-സാംസ്കാരിക-വിദ്യാഭ്യാസ മേഖലകളെ മതവിമുക്തമാക്കുകയും ചെയ്തു. എന്നാൽ സാധാരണക്കാരുടെ സ്വകാര്യ കുടുംബ സാംസ്കാരിക ഘടനകളിലും സാമൂഹിക ജീവിതത്തിലും സ്വാധീനം ചെലുത്തിക്കൊണ്ട് മതം ആധുനികവിപ്ലവത്തെ അതിജീവിച്ചു. മുതലാളിത്ത കാലഘട്ടത്തിൽ മതം മുതലാളിത്തവൽക്കരിക്കപ്പെടുകയാണ് ചെയ്തത്. ആദ്യകാലത്ത് ശാസ്ത്രത്തെ എതിർത്തെങ്കിലും ക്രമേണ മൂലധനശക്തിയെയും ശാസ്ത്രസാങ്കേതികവിദ്യയെയും അതിന്റെ നിലനില്പിന് വേണ്ടി ഉപയോഗിച്ചു. മധ്യകാലത്ത് ആരംഭിച്ച സർവകലാശാലകൾ മതാധികാരത്തിന്റെയും രാജഭരണത്തിന്റെയും കീഴിലായിരുന്നുവെങ്കിൽ അവ ആധുനികകാലത്ത് ജനാധിപത്യപരമായി സ്വതന്ത്രമാക്കപ്പെട്ടിരുന്നു. എങ്കിലും ഫ്യൂഡൽ അക്കാദമിക് സംസ്കാരം അതിനുള്ളിൽ മുതലാളിത്ത വലതുപക്ഷമായി പരിവർത്തനപ്പെടുകയാണ് ചെയ്തത്. മൂലധനത്തിന്റെ ആക്രമണാത്മകമായ ചൂഷണത്തെ അത് ലിബറൽ ഹ്യൂമനിസത്തിന്റെ തിരശ്ശീലകൊണ്ട് മറച്ചുപിടിക്കുകയായിരുന്നു.

കോർപ്പറേറ്റ് കാലത്ത് മതം കോർപ്പറേറ്റ് ഭരണരൂപം കൈവരിച്ചിരിക്കുന്നു. മതസ്ഥാപനങ്ങൾ വൻകിട മൂലധന ഉടമകളും നിക്ഷേപകരും ഡിജിറ്റൽ ലോകനിയന്താക്കളുമായി മാറിയിരിക്കുന്നു. ഫ്യൂഡൽ കാലത്തെ രാജഭരണ-പ്രഭുവർഗ-മതപുരോഹിത കൂട്ടുകെട്ടുപോലെ കോർപ്പറേറ്റുകാലത്ത് മൂലധന-മതമൗലികവാദ കൂട്ടായ്മ പുതിയ അധിനിവേശമായി രൂപപ്പെട്ടിരിക്കുന്നു. അതുപോലെ യാനിസ് വറോഫാകിസിനെപ്പോലെയുള്ളവർ ലോകം നവ-ഫ്യൂഡലിസത്തിലേക്ക് മാറിക്കൊണ്ടിരിക്കുന്നതായി നിരീക്ഷിക്കുന്നുണ്ട്. ജനാധിപത്യ ഭരണകൂടത്തെ മതഭരണകൂടമായും ക്ഷേമരാഷ്ട്രസങ്കല്പത്തെ ദൈവരാഷ്ട്രസങ്കല്പമായും പരിവർത്തിപ്പിക്കാനുള്ള ശ്രമത്തിലാണ് വർഗീയഭ്രാന്താവിഷ്ട രാഷ്ട്രീയക്കാർ. മനുഷ്യസ്നേഹികളും നവോത്ഥാന നായകരുമായ ആത്മീയ മാനവികവാദികൾ ഉയർത്തിയ ആത്മീയസാഹോദര്യവും (Spiritual brotherhood) ആത്മീയസ്വാതന്ത്ര്യവും (Spiritual freedom), ആത്മീയ സമത്വവും (Spiritual equality) എല്ലാം തിരസ്കരിച്ചുകൊണ്ട് ഏകമത സഹോദര്യവും (Muslim Brotherhood, Hindu Brotherhood, Christian Brotherhood) സമാന മതവിശ്വാസ സമത്വവാദവും കൊണ്ടുവരികയാണ് ചെയ്യുന്നത്. സാംസ്കാരികമായ വിഘടനവാദമാണ് ആമുഖമായി

അതിന് ഉപയോഗിക്കുന്നത്. വേഷം, ഭാഷ, ആഹാരം, വിവാഹം, വിവാഹപ്രായം, വോട്ടവകാശം തുടങ്ങിയ മേഖലകളിൽ മതവൽക്കരണവും മതധ്രുവീകരണവും കൊണ്ടുവരുന്നു. ഫ്യൂഡൽ കാലഘട്ടത്തിൽ സാമന്തന്മാർക്കും ഇടപ്രഭുക്കൾക്കും ഭൂമിയും വനവിഭവങ്ങളും തീറെഴുതി കൊടുത്തിരുന്നതുപോലെ ജനാധിപത്യ വ്യവസ്ഥയിൽ പൊതുമേഖലകളും വനവിഭവങ്ങളും കാർഷികമേഖലയും മറ്റെല്ലാ സാമ്പത്തിക സ്രോതസ്സുകളും കോർപ്പറേറ്റ് സാമന്തഭരണത്തിന് വിട്ടുകൊടുക്കുകയാണ്. കോർപ്പറേറ്റ് ചൂഷണ വ്യവസ്ഥയുടെ കെടുതികളും ദുർഭരണ ദുരിതങ്ങളും മറച്ചുവെയ്ക്കാൻ വേണ്ടി നാടുനീളെ കലാപങ്ങളും കൊലപാതകങ്ങളും നടത്തി മർദനഭരണകൂടത്തെ സംരക്ഷക ബിംബമാക്കി സ്വീകാര്യതയിലെത്തിക്കുകയാണ് വർഗീയ ഭൂതാവിഷ്ടരായ രാഷ്ട്രീയ സംഘങ്ങൾ ചെയ്യുന്നത്. ജനാധിപത്യപരമായി ജനസ്വാധീനം നേടുകയെന്നതിന് പകരം മതവികാരപരമായി സ്വാധീനം ഉറപ്പിക്കുക എന്നതാണ് അവരുടെ ലക്ഷ്യം. അതുകൊണ്ട് ഭരണവിമർശനവും മതരാഷ്ട്രീയ വിമർശനവും മതനിന്ദയായും ദൈവനിന്ദയായും ചിത്രീകരിക്കപ്പെടുന്നു. ജനാധിപത്യത്തിലെ കക്ഷിരാഷ്ട്രീയവും പോരാട്ടവും സമാധാനപരമാണെങ്കിൽ മതരാഷ്ട്രീയപ്പോരാട്ടം സായുധപരമാണ്. എതിരാളികളെ നിരുപാധികം കൊന്നുതള്ളുകയാണ് പ്രവർത്തനരീതി.

ഇന്ന് മതം മാത്രമല്ല, കമ്പോളവും മാധ്യമലോകവും മനുഷ്യനെ മയക്കുന്ന മയക്കുമരുന്നുകളാണ്. കൊക്കയിനെപ്പോലെ അത് ഉത്തേജിപ്പിക്കുകയും കറുപ്പിനെപ്പോലെ മയക്കിക്കിടത്തുകയും ചെയ്യുന്നു. സ്ത്രീപീഡനങ്ങൾ, രാഷ്ട്രീയക്കൊലകൾ, മയക്കുമരുന്ന് വ്യാപാരം, വാടകക്കൊലയാളികൾ തുടങ്ങിയവയാണ് വർഗീയ ഭൂതാവിഷ്ടരുടെ ലോകം സൃഷ്ടിക്കുന്നത്. ജനങ്ങൾ സാമൂഹികമാറ്റത്തിന്റെ യഥാർഥ സ്ഥിതി അറിയുന്നില്ല. പരസ്യങ്ങൾ, ദൃശ്യമാധ്യമങ്ങളിലെ കണ്ണഞ്ചിപ്പിക്കുന്നതും വർണപ്പൊലിമയാർന്നതും പ്രലോഭനീയവുമായ തുടർപരിപാടികൾ, വിപണനമേളകൾ, ആഘോഷങ്ങൾ, താരപ്പകിട്ടുകൾ തുടങ്ങിയവയുടെ ഒരു മായികലോകമാണ് പുതിയ മയക്കുമരുന്നായി കോർപ്പറേറ്റ്-മാധ്യമ മൂലധനലോകം നിർമ്മിക്കുന്നത്. അതോടൊപ്പം മനുഷ്യാവകാശങ്ങളെയും ജനാധിപത്യത്തെയും സ്ഥാപിക്കാൻ മുതലാളിത്ത കോർപ്പറേറ്റ് മാധ്യമങ്ങൾ വ്യാജജനാധിപത്യ വാസ്തുാരികളും ചർച്ചകളുംകൊണ്ടു ജനകീയ ബോധമണ്ഡലത്തെ തകിടം മറിക്കുകയും മലിനീകരിക്കുകയും ചെയ്യുന്നു. വാർത്തകൾ വളച്ചൊടിച്ചു കുറ്റവാളികളെ രക്ഷപ്പെടുത്തിയെടുക്കുന്നു. മായക്കാഴ്ചകളിലൂടെ എല്ലാം മായ എന്നൊരു പ്രതീതിയാഥാർഥ്യം നിർമ്മിച്ചെടുക്കുകയാണ് പുതിയ മായാവാദം ചെയ്യുന്നത്.

കാർഷികമേഖലയിലെ തകർച്ച കൃഷിക്കാരെ ആത്മഹത്യയിലേക്ക് നയിക്കുമ്പോൾ തൊഴിലിടങ്ങളിലെ തകർച്ച തൊഴിലാളികളെ മദ്യപാ

നത്തിലേക്കും കുടുംബകലഹങ്ങളിലേക്കും തള്ളിയിടുന്നു. സമൂഹത്തിന്റെ കെടുതികൾ മാറ്റുന്ന പരിവർത്തനത്തിന് പകരം നിലനിൽക്കുന്ന ചൂഷണവ്യവസ്ഥയുടെ സ്വകാര്യവൽക്കരണവികസനമാണ് കോർപ്പറേറ്റ് കാലത്തെ ഭരണകൂടങ്ങൾ കൊണ്ടുവരുന്നത്. ഭരണകൂട വിമർശനത്തെ രാജ്യദ്രോഹമായും ചിത്രീകരിക്കുന്നു. സാമൂഹികതയെക്കാൾ സാമുദായികത ശക്തി പ്രാപിച്ചിരിക്കുന്നു. സമൂഹം ഉപയോഗിച്ചുപോന്ന പൊതു ചിഹ്നങ്ങളെയും പ്രയോഗങ്ങളെയും സാമുദായികവൽക്കരിച്ച്, മതവൽക്കരിച്ച്, വിഭാഗീയപ്രവർത്തനത്തിനായി ഉപയോഗിക്കുന്നു. സർവത്ര സ്വത്വബോധവും ശുദ്ധിബോധവും പടർന്നുപിടിക്കുന്നു. മതശുദ്ധി, ജാതിശുദ്ധി, ഗോത്രശുദ്ധി, ദേശശുദ്ധി തുടങ്ങിയ ശുദ്ധിവാദങ്ങൾ ശക്തി പ്രാപിക്കുന്നതോടെ പൗരബോധം കടലെടുത്ത് പോവുകയാണ് ചെയ്യുന്നത്. മതമൗലികവാദത്തിന് വളമിട്ടുകൊടുക്കുന്ന സാമൂഹികവും രാഷ്ട്രീയവും സാമ്പത്തികവുമായ സാഹചര്യങ്ങളാണ് സംജാതമായിരിക്കുന്നത്. ജനതയെ മതപരമായ അന്ധവിശ്വാസങ്ങളിലേക്ക് തിരികെ കൊണ്ടുപോകുന്ന സീരിയലുകൾ, സിനിമകൾ, മതാഘോഷങ്ങൾ തുടങ്ങിയവയെ വ്യാവസായിക-വിപണിലോകം സ്പോൺസർ ചെയ്യുന്നു. ആധുനികതയുടെ വ്യക്തിബോധത്തെയും മാനവിക ബോധത്തെയും മതവിശ്വാസബോധമായി അഴിച്ചുപണിയുന്നതിനാൽ ഏത് വിമർശനവും മതവിമർശനമായി വ്യാഖ്യാനിക്കപ്പെടുകയാണ് ചെയ്യുന്നത്.

കോർപ്പറേറ്റ് കാലത്ത് ലോകരാഷ്ട്രീയം തന്നെ പ്രതിലോമശക്തികളുടെ കൂട്ടുകെട്ടിലേക്കും വലതുപക്ഷവൽക്കരണത്തിലേക്കും വഴുതിപ്പോവുകയാണ് എന്ന് നിരീക്ഷിക്കപ്പെടുന്നുണ്ട് (ലാറ്റിനമേരിക്കൻ രാഷ്ട്രങ്ങളിൽ ഇടതുപക്ഷ രാഷ്ട്രീയം ഉയിർത്തെഴുന്നേൽക്കുന്നുണ്ടെങ്കിലും). ശാസ്ത്രം മതവിരുദ്ധമായിരുന്നുവെങ്കിൽ സാങ്കേതികവിദ്യ മതവിരുദ്ധമല്ല. ഇന്ന് ലോകത്തെ എങ്ങനെ മാറ്റാം എന്ന് ചിന്തിക്കുന്നത് ശാസ്ത്രജ്ഞന്മാരല്ല; നേരെമറിച്ച് സാങ്കേതികവിദഗ്ധരാണ്. അതാകട്ടെ തലകീഴായിട്ടുള്ള മാറ്റമായതിനാൽ ദൈവരാഷ്ട്രവാദവും മതരാഷ്ട്രവാദവും ഉയിർത്തെഴുന്നേൽക്കുന്നു. ദൈവത്തെയും മതത്തെയും വിപണിയിലും സാങ്കേതികവിദ്യയിലും രാഷ്ട്രീയത്തിലും ഉപയോഗിച്ചുകൊണ്ടാണ് ഡിജിറ്റൽ സാങ്കേതികവിദ്യ നിലകൊള്ളുന്നത്. മൊബൈൽ ഫോണുകളിലെ റിങ്ടോണുകൾ ദൈവസ്തുതികളാണ്. സ്ക്രീൻ ചിത്രങ്ങൾ ദേവതാചിത്രങ്ങളും.

ലോകരാഷ്ട്രങ്ങളിൽ നിയോ-ഫാഷിസ്റ്റ് മതശക്തികളും വലതുപക്ഷ യാഥാസ്ഥിതിക രാഷ്ട്രീയ പ്രസ്ഥാനങ്ങളും മേൽക്കൈ നേടുകയാണ്. പഴയ ലിബറൽ-ഇടതുപക്ഷ പ്രസ്ഥാനങ്ങൾ ദുർബലമായിവരുന്നു. ജനാധിപത്യത്തെയും പൊതുമേഖലയെയും ശക്തിപ്പെടുത്തി ക്ഷേമരാഷ്ട്രത്തിന് വേണ്ടി നിലകൊണ്ട ലിബറൽ ഇടതുപക്ഷ പ്രസ്ഥാനങ്ങളെ തകർത്തുകൊണ്ട് പൊതുമുതലും രാഷ്ട്രസമ്പത്തും ജനങ്ങളുടെ ബാങ്ക് നിക്ഷേ

പങ്ങളും വൻകിട കോർപ്പറേറ്റുകൾക്ക് തീറെഴുതിക്കൊടുത്തുകൊണ്ടാണ് മതരാഷ്ട്രവാദ ഭരണങ്ങൾ രംഗം കീഴടക്കിയിരിക്കുന്നത്. ജനകീയതയും ജനസമ്പത്തും മതരാഷ്ട്രസ്ഥാപനത്തിന് വിഘാതമാണ്. അതുകൊണ്ട് ജനകീയതയെ ആൾക്കൂട്ടത്തിമിർപ്പാക്കി(Populism)മാറ്റുകയാണ്തീവ്രവലതുപക്ഷം ചെയ്യുന്നത്. അതോടെ ജനങ്ങൾ തെരുവുകളിലിറങ്ങി പ്രതിയോഗികളെ കായികമായി നേരിടുന്നു. മതദ്രോഹം ചുമത്തി നിരപരാധികളെ തല്ലിക്കൊല്ലുന്നു (lynching). ഭയത്തെ നാടിനെ ഭരിക്കാനുള്ള ഭരണകൂടായുധമാക്കിത്തീർക്കുകയാണ് ചെയ്യുന്നത്. സ്വാതന്ത്ര്യം മാനികൾക്ക് മരണത്തെക്കാൾ ഭയാനകം എന്നൊരവസ്ഥയിൽ മനുഷ്യസ്വാതന്ത്ര്യത്തെ കൊണ്ടെത്തിക്കുന്നു.

ജാതിമതശക്തികളുടെയും കോർപ്പറേറ്റുകളുടെയും അജണ്ട നടപ്പിലാക്കുന്ന സർവീസിങ് ഏജൻറുകളായി ഭരണകൂടവും മാധ്യമലോകവും മാറിയിരിക്കുന്നു. ബൗദ്ധികരംഗത്തും സാംസ്കാരികരംഗത്തും സ്വത്വവാദ പ്രത്യയശാസ്ത്രങ്ങളിലൂടെ ജാതി-മതശക്തികൾ സ്വാധീനമുറപ്പിച്ചിരിക്കുകയാണ്.കീഴാളവർഗ-ഗോത്രവർഗാവശതകളും പരിസ്ഥിതിപ്രശ്നങ്ങളും ഭൂപ്രശ്നവുമൊക്കെ ഉയർത്തിപ്പിടിച്ചുകൊണ്ടാണ് അവർ ജനശ്രദ്ധയാകർഷിക്കുന്നത്. തെരുവിൽ ജനത്തിമിർപ്പ് (Populism) ഉണ്ടാക്കിയെടുക്കുകയാണ് അവരുടെ പ്രവർത്തനരീതി. അതുകൊണ്ട് അവർ ജനാധിപത്യകക്ഷിരാഷ്ട്രീയ വിമർശകരായതിനാൽ സുസ്ഥാപിത ജനാധിപത്യവിരുദ്ധരുമാണ്.

മധ്യയുഗത്തിലെന്നപോലെ ആരാധനാലയങ്ങളും സന്യാസി-പുരോഹിതവർഗവും ആൾദൈവങ്ങളും ആത്മീയ മൂലധനസ്ഥാപനങ്ങളും മതസാംസ്കാരിക രംഗത്തും ഭരണരംഗത്തും ചുവടുറപ്പിക്കുന്നു. മധ്യകാല ബ്രാഹ്മണ പുരോഹിത മന്ത്രിമാരെപ്പോലെ സമകാലിക ഭാരതത്തിൽ പുരോഹിതന്മാർ മന്ത്രിസ്ഥാനത്തും നിയമസഭകളിലും അധികാരവർഗമായി എത്തിക്കഴിഞ്ഞു. അവർ കൊണ്ടുവരുന്ന നിയമങ്ങൾ മതാചാരസംഹിതകളുടെ മാനം കലർന്നവയാണ്. മധ്യകാലത്ത് ഭരണകർത്താക്കളുടെ പേരും പെരുമയും നിലനിർത്താൻ കൂറ്റൻ ക്ഷേത്രങ്ങൾ പണിഞ്ഞിരുന്നതുപോലെ സമകാലികഭാരതത്തിൽ ഭരണകൂടത്തിന്റെ മുഖ്യഅജണ്ടയെന്നത് ക്ഷേത്രസ്ഥാപനങ്ങളാണ്. ബുദ്ധ-ജൈന വിഹാരങ്ങൾ പിടിച്ചെടുത്ത് ഹിന്ദുക്ഷേത്രങ്ങളാക്കിയതുപോലെ ഇതര മതസ്ഥരുടെ ആരാധനാലയങ്ങൾ തകർത്ത് തൽസ്ഥാനത്ത് ക്ഷേത്രങ്ങൾ പണിയുന്നത് ഭരണനേട്ടമായി ആഘോഷിക്കുന്നു. ജനങ്ങളെ മതബോധത്തിലൂടെ അരാഷ്ട്രീയവൽക്കരിച്ച് ഷണ്ഡീകരിക്കുകയാണ് ചെയ്യുന്നത്. ജനം ക്രമേണ രാഷ്ട്രീയക്കൊലകളോട് നിസ്സംഗഭാവം പുലർത്തുന്ന ഒരവസ്ഥയിൽ എത്തിച്ചേരും. ആരെ വേണമെങ്കിലും ദേശദ്രോഹികളും

മതദ്രോഹികളും ഭീകരവാദിയുമാക്കി ജനങ്ങൾക്ക് തെരുവിലിട്ട് അടിച്ചു കൊല്ലാനുള്ള ഫാഷിസ്റ്റ് സ്വാതന്ത്ര്യം ഭരണകൂടം അനുവദിച്ചു കൊടുക്കുന്നു.

ഇന്ന് മതത്തിനുള്ളിൽ പരിഷ്കരണവാദിയോ പരിവർത്തനവാദികളോ ഇല്ല. പഴയ നവോത്ഥാന പ്രസ്ഥാനത്തിന്റെ പിൻഗാമികൾ എന്നവകാശപ്പെടുന്നവർ മത യാഥാസ്ഥിതിക വാദത്തിലേക്ക് മടങ്ങിപ്പോയിരിക്കുന്നു. ഗാന്ധിയന്മാരും നെഹ്രുവിന്റെ പാരമ്പര്യം അവകാശപ്പെടുന്നതും സനാതന ഹിന്ദുവാദികളായി വേഷപ്പകർച്ചയിൽ എത്തിയിരിക്കുകയാണ്. 1970-കളിൽ ശക്തിപ്രാപിച്ച ഇസ്ലാമിക തീവ്രവാദം ഇന്ന് അതിശക്തമാണ്. മൗലികവാദങ്ങൾ പരസ്പരം പാലൂട്ടിയാണ് വളരുന്നത്. ഇന്ത്യയിലെ കോളനി വിരുദ്ധ സ്വാതന്ത്ര്യസമരം മതവിരുദ്ധമാകാതിരുന്നതുപോലെ അറബ് നാടുകളിലെ കോളനിവിരുദ്ധ സമരങ്ങൾ ഇസ്ലാം വിരുദ്ധമായിരുന്നില്ല. ഇന്ത്യൻ ദേശീയപ്രസ്ഥാനത്തിന്റെ അരികുപറ്റി ഹിന്ദുസഭയും രാഷ്ട്രീയ സ്വയംസേവകസംഘവും ഉടലെടുത്തതുപോലെ കോളനി വിരുദ്ധ അറബ് ദേശീയതയുടെ കാലത്ത് ഇസ്ലാമിക മതമൗലിക സംഘങ്ങളും ഈജിപ്റ്റിലും മറ്റും രൂപം കൊണ്ടിരുന്നു. അതുകൊണ്ട് കൊളോണിയൽ വിരുദ്ധസമരത്തിന് ഒരു ഇസ്ലാമിക മുഖം നൽകാൻ രാഷ്ട്രീയ ഇസ്ലാമിന് കഴിഞ്ഞിരുന്നു. എന്നാൽ അവ സ്വകാര്യസ്വത്തിനോ അറബ് നാടുകളിൽ നിലനിൽക്കുന്ന സുൽത്താനേറ്റുകൾക്കോ കോർപ്പറേറ്റ് മൂലധനനിക്ഷേപങ്ങൾക്കോ എതിരായിരുന്നില്ല. മതമൗലികവാദത്തിന്റെയും യാഥാസ്ഥിതിക പ്രതിലോമ സ്വഭാവത്തിന്റെയും വിളനിലങ്ങളായിട്ടാണ് അവർ പ്രവർത്തിച്ചത്. ഇന്ത്യയിൽ ഹിന്ദുത്വ വിരുദ്ധത ഇസ്ലാമിസ്റ്റുകളും മുസ്ലിം വിരുദ്ധത ഹിന്ദുത്വവാദികളും പ്രത്യയശാസ്ത്രമാക്കി പ്രവർത്തിക്കുന്നു. ഇന്ത്യയിലും ഇസ്ലാമിക രാഷ്ട്രങ്ങളിലും നിലനിൽക്കുന്ന ഫ്യൂഡൽ നാടുവാഴിത്തത്തിന്റെ സാംസ്കാരിക പരിസ്ഥിതികളാണ് അവയെ പോറ്റിവളർത്തുന്നത്. മധ്യകാല ജീവിത മാതൃകകളും ശൈലികളുമാണ് ഇരുകൂട്ടരും ഉയർത്തിക്കൊണ്ടു വരുന്നത്. പുരോഗമന-ജനാധിപത്യ ശക്തികളുടെ ജീർണതയും രാഷ്ട്രീയമായ പതനങ്ങളും വർഗീയ ഭ്രതാവിഷ്ടർക്ക് വളക്കൂറുള്ള മണ്ണായിത്തീരുകയാണ്. ജർമ്മനിയിലും ഇറ്റലിയിലും ലിബറലിസത്തിന്റെ തകർച്ചയിൽ നിന്നാണ് ഫാഷിസം രൂപപ്പെട്ടത്. ബംഗാൾ, ത്രിപുര, ഗുജറാത്ത്, മധ്യപ്രദേശ്, ഉത്തരപ്രദേശ് തുടങ്ങിയ സംസ്ഥാനങ്ങളിൽ ജനാധിപത്യ-സോഷ്യലിസ്റ്റ് ഇടതുപക്ഷ ചേരികൾ ദുർബലമായതാണ് ഹിന്ദുത്വ ശക്തികൾ മേൽക്കൈ നേടാൻ കാരണമായത്.

കോർപ്പറേറ്റ് സാമ്രാജ്യത്വവും നാടുവാഴിത്ത മൂലധനപ്രഭുക്കളും മതവാദികളും ചങ്ങാതിക്കൂട്ടമായി അധീശത്വം നേടിയതോടെ റാഡിക്കൽ മധ്യവർഗം ദുർബലമായിത്തീർന്നു. 1979ൽ ഇറാനിലെ ഇസ്ലാമിക

വിപ്ലവത്തിന് ശേഷം പടിഞ്ഞാറൻ ആധിപത്യത്തിന് എതിരെയുള്ള പോരാട്ടം ഇസ്ലാമികശക്തികളും ബുദ്ധിജീവികളും ഏറ്റെടുത്തതുപോലെ അഫ്ഗാനിസ്ഥാനിലെ താലിബാൻ വിജയം ജനാധിപത്യത്തെ നിഷ്കാസനം ചെയ്ത് മതാധിപത്യം സ്ഥാപിക്കാൻ നില കൊള്ളുന്നവർക്കും പ്രചോദനമാവുകയാണ്. അതിന്റെ ലക്ഷണങ്ങളാണ് നിഷ്ഠുരമായ കൊലകളുടെ അരങ്ങേറ്റങ്ങൾ. മധ്യകാല പ്രോക്തമായ ഒരു മതരാഷ്ട്ര ഭാവിയെ സാക്ഷാൽക്കരിക്കലാണ് വർഗീയ ഭ്രതാവിഷ്ടരുടെ ലക്ഷ്യം. ഹൈന്ദവ-ക്രൈസ്തവ തീവ്രവാദികൾക്ക് പുരാവൃത്തവൽകൃത സാങ്കല്പിക സമൂഹം (mythicised society) ഡിജിറ്റൽയുഗത്തിൽ നിർമിച്ചെടുക്കാനാണ് താല്പര്യം. വ്യാവസായികയുഗത്തിൽ അകറ്റി നിറുത്തപ്പെട്ടിരുന്ന മതശക്തികൾ കോർപ്പറേറ്റ്മൂലധനത്തെ പിൻതുണയാക്കിക്കൊണ്ട് രാഷ്ട്രീയമായി മുഖ്യധാരയിലെത്തിയിരിക്കുന്നു എന്നതാണ് ജനാധിപത്യം നേരിടുന്ന വെല്ലുവിളി.

പൊതുമതമെന്ന മതനിരപേക്ഷതയിലേക്ക്

മതം നിലനില്ക്കുന്നത് അറിവിന്മേലല്ല, വിശ്വാസത്തിന്മേലാണ്. നിന്റെ വിശ്വാസം നിന്നെ രക്ഷിക്കുമെന്നതാണ് സംഘടിത മതങ്ങളുടെ സിദ്ധാന്തം. അതുകൊണ്ട് 'മതമാണ് രക്ഷ' എന്ന് അവർ വിശ്വാസികളുടെ മനസ്സിൽ ചുവരെഴുത്ത് നടത്തുന്നു. പരമമായ ജ്ഞാനം എല്ലാ ജന്മബന്ധങ്ങളെയും അറുത്ത് ജീവൻമുക്തി നല്കുന്നു എന്നതാണ് ഭാരതീയമായ ആത്മീയദർശനം. അതുകൊണ്ട് നാസ്തികവും ആസ്തികവുമായ ജ്ഞാനപദ്ധതികൾ ജ്ഞാനസംവാദങ്ങളിലൂടെ ഭാരതീയസംസ്കാരത്തെ പരിപോഷിപ്പിച്ചിരുന്നു. ആദിവാസികളുടെ മന്ത്രവാദമതങ്ങൾ ഉൾപ്പെടെ ബുദ്ധ-ജൈന-സിഖുമതങ്ങളും ബ്രാഹ്മണാധിപത്യത്തിലുള്ള ഹിന്ദുമതവും ഭാരതത്തിൽ ഉയർന്നുവന്നു. അതോടൊപ്പം ഇസ്ലാംമതവിശ്വാസവും ക്രിസ്തുമതവിശ്വാസവും ഭാരതീയർക്കിടയിൽ പ്രചരിച്ചു. അങ്ങനെ ബഹുമതവിശ്വാസികളാണ് ഭാരതമാതാവിന്റെ ഉദരത്തിൽ (സഹോദരർ) ജനിച്ച ഇന്ത്യക്കാർ. ഭാരതീയ മതങ്ങളെല്ലാം പരമമായ വിശ്വാസത്തെയല്ല, ജ്ഞാനത്തെയാണ് അന്വേഷിച്ചത്. അതുകൊണ്ട് വിവിധ ദർശനങ്ങൾ ഭാരതത്തിൽ ഉണ്ടായി. ഉപനിഷത്തുകൾ, ലോകായതം (ഭൗതികവാദം) അദ്വൈതദർശനം, ബൗദ്ധദർശനം, ജൈനദർശനം, സാംഖ്യദർശനം, വൈശേഷിക ദർശനം, ന്യായദർശനം, യോഗദർശനം, മീമാംസ, പ്രാചീനവേദാന്തം, വിശിഷ്ടാദ്വൈതം, ദ്വൈതാദ്വൈതം തുടങ്ങിയ ബഹുവിധ ജ്ഞാനപദ്ധതികളുടെ ജന്മഭൂമിയായ ഭാരതീയ സംസ്കാരത്തെ ഏതെങ്കിലുമൊരു മതബോധത്തിന്റെ വിശ്വാസസംഹിതയിൽ തളച്ചിടുന്നത് ഭാരതിയ സംസ്കാര നിഷേധമാണ്. അവിടെ വിശ്വാസത്തിന്റെ പേരിൽ സൈനികവൽകൃത സ്വേച്ഛാധികാരപ്രയോഗമാണ് പ്രകടമാകുന്നത്. താ

ർക്കികയുക്തിയും തർക്കശാസ്ത്രവും ഭാരതീയദർശനങ്ങൾക്ക് നല്കിയ ഉദാരമായ സമീപനമാണ് നവോത്ഥാനകാലഘട്ടത്തിലെ ഉദാരമായ മതസമീപനത്തിനും പ്രേരണയായിത്തീർന്നത്. അതുകൊണ്ട് മതനിരപേക്ഷതയെന്നത് ഇറക്കുമതിച്ചരക്കല്ല, ഭാരതീയ സംസ്കാരത്തിന്റെ അടിത്തറയാണ്. ആത്മീയജ്ഞാന പദ്ധതികളായ ഉപനിഷത്തുകളിൽ മതപരമായ അസഹിഷ്ണതയോ അപരവിശ്വാസവിദ്വേഷമോ പ്രതിഫലിക്കുന്നില്ല. എന്നാൽ തീവ്രമായ ജാതിബോധത്താൽ നിയന്ത്രിതമായിരുന്നു ഇന്ത്യൻ സമൂഹം. സ്വാതന്ത്ര്യാനന്തരഭാരതം ജാതി-മതവിമുക്തമാകാത്തതിനാൽ ജാതിനിരപേക്ഷമായ ഒരു പൗരസമൂഹം ഇവിടെ രൂപപ്പെട്ടില്ല. അതുകൊണ്ടാണ് ജാതിമതാതിർത്തികൾ ലംഘിച്ച് വിവാഹിതരാകുന്ന യുവതീയുവാക്കൾക്ക് വധശിക്ഷ നല്കുന്ന സമുദായങ്ങൾ നിലനിൽക്കുന്നത്. അവരെ സംരക്ഷിക്കാൻ ഒരു പൊതുസമൂഹമില്ല. മിശ്രവിവാഹിതരെ തെരുവിലിട്ട് വെട്ടിക്കൊല്ലുമ്പോൾ പൊതുജനം കാഴ്ച്ക്കാരായി നോക്കിനില്ക്കുന്നു. ജാതിമതസംഘടനകളിലും ആരാധനാലയങ്ങളിലും ഭൂമി-മണൽ-പാറഖനന- ഫ്ലാറ്റ് നിർമ്മാണ മാഫിയകളും മൂലധനശക്തികളുമാണ് നാട്ടുവാഴിത്ത മൂല്യബോധങ്ങൾക്കൊപ്പം സാമ്പത്തികമായും കായികമായും ആധിപത്യം നേടിയിരിക്കുന്നത്. ഭരണകൂടങ്ങൾക്കുമേൽ മതശക്തികൾക്കുണ്ടായിരുന്ന നിയന്ത്രണം എടുത്തുമാറ്റിയ യൂറോപ്യൻ രാജ്യങ്ങളിൽ (മതനിരപേക്ഷ ഭരണകൂടങ്ങളിൽ) ജനങ്ങൾ ആരാധനാലയങ്ങൾ ഉപേക്ഷിച്ച് വ്യക്തിനിഷ്ഠമായ പൗരമതത്തിലേക്ക് തിരിയുമ്പോൾ വ്യക്തിനിഷ്ഠമായ ആത്മാന്വേഷണം മഹത്തായ പാരമ്പര്യമായി (ഋഷിപാരമ്പര്യം) നിലനിന്ന ഭാരതത്തിൽ ആധുനികകാലത്ത് അത്തരമൊരു പ്രവണത കാണാനാവുന്നില്ല. ജീവിതത്തെ മതപ്രവർത്തനമായിക്കാണുന്ന (life-as-religion) മതമൗലികവാദത്തിലേക്കും മതരാഷ്ട്രീയത്തിലേക്കും തിരിയുകയാണ് ഭാരതീയർ. ദേശീയതയെ മതവിശ്വാസത്തിന്റെ പേരിൽ നിർവചിക്കുന്നു. അതിശക്തമായൊരു മതപോലീസ്സ്റ്റേറ്റ് രൂപീകരിക്കുകയെന്നതാണ് മതവാദികളുടെ ലക്ഷ്യം. മതവിശ്വാസികളായ ഭരണവർഗവും മൂലധനശക്തികളും പുരോഹിതവർഗവും ഭരിക്കുന്ന 'മതക്ഷേമരാഷ്ട്ര'സ്ഥാപനമാണ് ലക്ഷ്യം. മതവികാരത്തെപ്പോലെ അക്രമാസക്തമാണ് ക്രിമിനൽ മൂലധനവും. അവരുടെ ചങ്ങാത്തവാഴ്ചയായി ഇന്ത്യൻ ജനാധിപത്യം മാറുകയാണ്. രാഷ്ട്രീയസംസ്കാരവും മതവും അക്രമപ്രവർത്തനമായി പരിവർത്തനപ്പെടുന്നതോടെ ഭരണകൂടം ഫാഷിസ്റ്റ് ഭരണകൂടമായി രൂപാന്തരപ്പെടുന്നു. ഫാഷിസ്റ്റ് ഭരണകൂടം ക്രമിനൽ ഭരണകൂടമാണ്. കൊള്ളരുതായ്മകൾക്ക് അംഗീകാരവും കുറ്റവാളികൾക്ക് സംരക്ഷണവും കൊലയാളികൾക്ക് ഭരണപരമായ പദവികളും നേതൃത്വവും ലഭിക്കുന്നതാണ് ഫാഷിസ്റ്റ് ഭരണകൂടം. പ്രതിരോധിക്കുന്നവരെയും പ്രതിഷേധിക്കുന്നവരെയും ദേശദ്രോ

ഹികളായും രാജ്യദ്രോഹികളായും മുദ്രകുത്തി വേട്ടയാടുന്നു. ഫാഷിസ്റ്റ് കാലഘട്ടത്തെ വിശേഷിപ്പിക്കാൻ പ്രസിദ്ധ ചിന്തകനായ അഡോർണോ പറഞ്ഞ വാക്യം– ബർലിനെ ഭരിക്കുന്നത് ഭയമാണ് എന്നാണ്. അത് ഭാരതത്തെ സംബന്ധിച്ച് സമകാലിക സത്യമായി നിലനില്ക്കുന്നു. ഇന്ത്യൻ മനസ്സിനെ ഭരിക്കുന്നത് ഭയമാണ്. വിദേശികളും സ്വദേശികളുമായ അധീശശക്തികളെ ബലപ്പെടുത്തുന്ന ശക്തിസ്രോതസ്സ്. ജന്മപാപഭയം, ഭാവി ഭയം, തീണ്ടൽഭയം, അയിത്തഭയം, ബ്രാഹ്മണശാപഭയം ഈശ്വരകോപഭയം, ഗോഹത്യാഭയം, ന്യൂനപക്ഷഭയം തുടങ്ങിയ നൂറായിരം ഭയങ്ങൾ ഇന്ത്യക്കാരന്റെ മാനസികവും ശാരീരികവും രാഷ്ട്രീയവുമായ അടിമത്തങ്ങളെ ശക്തിപ്പെടുത്തുന്നു. അതുകൊണ്ട് ഇന്ത്യയിൽ സ്വാതന്ത്ര്യമെന്നത് മനസ്സിന്റെ നിർഭയത്വമാണെന്ന് ടാഗോർ പറഞ്ഞുവച്ചു. അത് എല്ലാ വിധത്തിലുമുള്ള അധിനിവേശത്തെയും ഫാഷിസ്റ്റ് വാഴ്ചകളെയും ചെറുക്കുന്നു. ജനങ്ങളുടെ മനസ്സും ഹൃദയവും നിർഭയത്വത്തിലേക്ക് തിരിച്ചുപിടിക്കുക എന്നതാണ് ഫാഷിസത്തിന് എതിരെയുള്ള പ്രധാന മാർഗം.

മുതലാളിത്തം സൃഷ്ടിക്കുന്ന ആശങ്കകൾ, ഭീതികൾ, ഭാവിയെ സംബന്ധിക്കുന്ന അനിശ്ചിതത്ത്വം, ആത്മീയവ്യഥകൾ, ജീവിതദുരന്തങ്ങൾ തുടങ്ങിയവയ്ക്ക് ആശ്വാസം തേടി ആൾദൈവങ്ങൾക്കരികിലും ദേവാലയങ്ങൾക്ക് മുമ്പിലും സാധാരണക്കാർ ഒഴുകിയെത്തുന്നു. അതുകൊണ്ടു തന്നെ ആഗോളീകരണത്തിന്റെ ഭാഗമായിത്തീർന്ന മതസ്ഥാപനങ്ങൾ ഭക്തിപരമായ ഉല്പന്നങ്ങളുടെയും വിനിമയങ്ങളുടെയും വിപണികേന്ദ്രങ്ങളായി മാറിയിരിക്കുന്നു. ലോകരാഷ്ട്രങ്ങളിൽ കോർപ്പറേറ്റുകൾ അവരുടെ ശാഖകൾ ആരംഭിക്കുന്നതുപോലെ മതസ്ഥാപനങ്ങളുടെ ശാഖകളും മാധ്യമശൃംഖലകളും ആൾദൈവ ഭക്തികേന്ദ്രശാഖകളും ലോകമാകെ വ്യാപിപ്പിച്ചുകൊണ്ടിരിക്കുന്നു. ഭരണകൂടവും സാമ്പത്തികശക്തികളും മതസംഘങ്ങളും പരസ്പരം പ്രയോജകരായി, ചങ്ങാത്തസംഘങ്ങളായി പ്രവർത്തിക്കുന്നതാണ് ഇന്നത്തെ ലോകാനുഭവം. വിശ്വാസിയുടെ സമ്മതിദാനാവകാശത്തെ സ്വാധീനിക്കാൻ ജാതിമതസംഘങ്ങളിലൂടെയും ഭക്തിസംഘങ്ങളിലൂടെയും പ്രതിലോമ രാഷ്ട്രീയ സംഘടനകൾ ശ്രമിക്കുകയും ഭരണത്തിലെത്തിയാൽ പ്രതിരോധങ്ങളെ അടിച്ചമർത്തുകയും ചെയ്യുന്നതാണ് പോസ്റ്റ്-മോഡേൺ ഫാഷിസ്റ്റ് രീതി.

മതവിമോചന ദൈവശാസ്ത്രങ്ങൾ

മതരാഷ്ട്രത്തിൽ സംസ്കാരം എന്നത് ആചാരാനുഷ്ഠാനപരമായ മതജീവിതമാണ്. ദേശീയതയും മതം തന്നെ. ഏകമതം പൗരമതമായിത്തീരുന്നതോടെ ദേശരാഷ്ട്രം മതരാഷ്ട്രമായും മതരൂപമായും മാറുന്നു. മതബോധത്തെ ദേശീയതയായി വ്യാഖ്യാനിക്കപ്പെടുന്നതോടെ മതത്തിന്റെ

അടിസ്ഥാനത്തിൽ രാഷ്ട്രാതിർത്തികൾ പുനർനിർണ്ണയം ചെയ്യേണ്ടതാണെന്ന വാദഗതികൾ ഉയർന്നുവരുന്നു. എന്നാൽ ദൈവമക്കൾ വാദം മതരാഷ്ട്രവാദത്തിൽ നിന്നും വ്യതിരിക്തത പുലർത്തുന്നുണ്ട്. ദൈവത്തിന്റെ മക്കൾ എന്ന സങ്കല്പം ആത്മീയമായ സാഹോദര്യത്തെയും സമത്വത്തെയും സ്വാതന്ത്ര്യത്തെയും ഉൾക്കൊള്ളുന്നതിനാൽ അതിൽ ആത്മീയമായ മാനവികതയുടെ അന്തർധാരകൾ അടങ്ങിയിരിക്കുന്നു. (ഒന്നല്ലിനാമയി, സഹോദരരല്ലിപൂവേ, ഒന്നല്ലി കൈയിഹ രചിച്ചതു നമ്മെയെല്ലാം – കുമാരനാശാൻ). അതുകൊണ്ട് ദൈവമക്കൾ വാദത്തിൽ ആത്മീയമായ മതനിരപേക്ഷതയ്ക്ക് പ്രസക്തിയുള്ളതിനാൽ ഭ്രാന്തമായ മതരാഷ്ട്രവാദമാണ് മതമൗലികവാദികൾ മുന്നോട്ടുവയ്ക്കുന്നത്. അവർക്ക് ഈശ്വരചിന്തയല്ല, മതപരമായ പ്രാമാണികഗ്രന്ഥങ്ങളും നിയമാവലികളുമാണ് പ്രധാനം. ദൈവനീതിയിൽ ദുരിതാനുഭവങ്ങളോ പുനർജന്മങ്ങളോ മാത്രമാണ് ശിക്ഷാവിധികൾ. എന്നാൽ മതനീതിയിൽ ക്രൂരമായ ശിക്ഷാവിധികളാണ് നേരിട്ട് നടപ്പിലാകുന്നത്. അതുകൊണ്ട് ഫാഷിസം എന്നത് ദൈവരാജ്യമോ ദൈവനിതീയോ അല്ല. ജർമ്മനിയിൽ മാർട്ടിൻ നീമോളറെപ്പോലുള്ള പുരോഹിതന്മാർ ഫാഷിസം ഏത് രൂപത്തിലായാലും ദൈവനീതിക്കു വിരുദ്ധമാണെന്ന് പ്രഖ്യാപിച്ച് എതിർപ്പ് പ്രകടിപ്പിച്ചവരാണ്.

ഹിന്ദുമതം ഒരു പ്രവാചകമതമല്ല. ഏതെങ്കിലുമൊരു ഗ്രന്ഥത്തെയോ വംശത്തെയോ അത് പ്രതിനിധാനം ചെയ്യുന്നില്ല. പരസ്പരവിരുദ്ധവും വിഭിന്നവുമായ ആചാരാനുഷ്ഠാനങ്ങളും വിശ്വാസസംഹിതകളുമുൾക്കൊള്ളുന്ന ഭാരതീയരുടെ ജീവിതരീതികളെ 'ഹിന്ദുമത'മെന്ന പേരിൽ സംജ്ഞപ്പെടുത്തിയത് വിദേശികളാണ്. മതത്തിന് ജനകീയമായ അടിവേരുകൾ ഉള്ളതിനാൽ ജനാധിപത്യത്തിന്റെ രീതിശാസ്ത്രത്തെ സമർത്ഥമായി ഉപയോഗിച്ചുകൊണ്ട് മതഫാഷിസം ജനകീയരാഷ്ട്രീയരൂപം നിർമ്മിച്ചെടുക്കുകയാണ് ചെയ്യുന്നത്. മതനിരപേക്ഷത മതനിഷേധമോ മതനിരാസമോ അല്ല; മതപരമായ സഹിഷ്ണതയാണ് ഭാരതത്തിൽ. ഇന്ത്യയിലെ മതനിരപേക്ഷ രാഷ്ട്രീയപ്രസ്ഥാനങ്ങൾ പോലും ജാതിമതവർഗീയാധിഷ്ഠിതമായ വോട്ടുബാങ്കുകളെ ആശ്രയിച്ചാണ് അധികാരശ്രേണിയിൽ എത്തിയിരുന്നത്. അതുകൊണ്ട് മതജാതി സംഘടനകളും നേതാക്കളും സ്വാതന്ത്ര്യാനന്തരഭാരതത്തിൽ അടിക്കടി രാഷ്ട്രീയ സ്വാധീനവും ശക്തിയും പ്രകടിപ്പിച്ചുപോരുകയാണ് ചെയ്തത്. നഗരകേന്ദ്രിതമായി വ്യാവസായികമുതലാളിത്തം ഇന്ത്യയിൽ വേരൂന്നിയപ്പോഴും ഗ്രാമങ്ങളിലെ ജാത്യാധിഷ്ഠിത നാട്ടുവാഴിത്തഘടനകളെ ഇല്ലായ്മ ചെയ്തില്ല. മാത്രമല്ല, ഇന്ത്യയിലെ മധ്യവർഗം ഉയർന്നുവന്നത് ജാതിമത ബെൽറ്റുകളിൽ നിന്നാണ്. അതുകൊണ്ട് ഭരണാധികാരിവർഗവും ബ്യൂറോക്രാറ്റുകളും പൊതുവേ ഹിന്ദുത്വാനുകൂലികളായിരുന്നു എക്കാലത്തും. ഇന്ന് നഗരത്തിലെ മധ്യവർഗം, ചെറുപ്പക്കാർ, വ്യാപാരികൾ, സ്ത്രീ

ജനങ്ങൾ, അസംഘടിത തൊഴിൽവർഗങ്ങൾ തുടങ്ങിയവർ അവരുടെ മതബോധത്തിലൂടെ ഹിന്ദുത്വത്തിലേക്ക് ആകർഷിക്കപ്പെടുന്നുണ്ട്. ക്രിസ്തീയ–ഇസ്ലാമിക മതമൗലികവാദവും വേരൂന്നുന്നത് ഈ ഒരു പ്രക്രിയയിലൂടെയാണ്. ഇന്ത്യ സ്വതന്ത്രമായപ്പോൾ പാകിസ്ഥാന് ബദലായി ഇന്ത്യയെ ഒരു ഹിന്ദുരാഷ്ട്രമാക്കാനുള്ള വാദത്തെ കോൺഗ്രസിലെ ചില നേതാക്കൾ പിന്തുണച്ചെങ്കിലും നെഹ്റുവും അനുയായികളും അതിനെതിരെ ശക്തമായ നിലപാടുകൾ സ്വീകരിച്ചതുകൊണ്ടാണ് ഹിന്ദുരാഷ്ട്രവാദം യാഥാർത്ഥ്യമാകാതെ പോയത്. എന്നാൽ മതനിരപേക്ഷതയിൽ അധിഷ്ഠിതമായ ഭരണഘടനയെ ഉപയോഗിച്ച് ഇന്ത്യയെ ജാതിമതസാമുദായിക സ്വാധീനങ്ങളിൽ നിന്നും വിമുക്തമാക്കാനോ നാട്ടുവാഴിത്തഘടന തകർക്കാനോ ദീർഘകാലത്തെ കോൺഗ്രസ് ഭരണത്തിന് കഴിഞ്ഞില്ല. ഓരോ തിരഞ്ഞെടുപ്പ് കഴിയുന്തോറും ജാതിമത വോട്ടുബാങ്കുകളുടെ ശക്തി വർദ്ധിക്കുകയും കോൺഗ്രസ് അവയുടെ മുന്നിൽ ബലഹീനമായിവരികയും ചെയ്തു. ഇന്ന് മതനിരപേക്ഷത ഇന്ത്യയിൽ വളരെ ദുർബലമാണ്. ആളുകളെ കൊലയാളികളാക്കി തെരുവിലിറക്കാൻ കഴിയത്തക്കവിധം ജാതിമതസാമുദായിക രാഷ്ട്രീയക്കാർ ശക്തരാണ്. ഒരു പശുവോ ഒരു പന്നിയോ ഒരു നുണയോ മതി തെരുവുകൾ കത്തിച്ചാമ്പലാകാൻ. സഹിഷ്ണുത സാമൂഹ്യമനസ്സിൽ തിരികെ കൊണ്ടുവരാൻ കഴിയാത്തവിധമുള്ള ഒരു സാമൂഹികാന്തരീക്ഷമാണ് നിലനിൽക്കുന്നത്. വെറുപ്പും വിദ്വേഷവും ജനിപ്പിക്കുന്ന പ്രസംഗങ്ങൾക്കും പ്രവൃത്തികൾക്കും ഭരണകൂട സ്വീകാര്യതയും പൊതുജനപ്രീതിയും ഏറിവരുന്നു. അഭിജാത കുടുംബബന്ധങ്ങളും അഭിമാനങ്ങളും ഇന്ത്യൻ രാഷ്ട്രീയത്തിന്റെ ജനപ്രാതിനിധ്യസ്വഭാവത്തെ നിർണ്ണയിക്കുന്നു. ഇന്ത്യൻ പാർലമെന്റിൽ 30% എം.പിമാർ കുടുംബാന്തരീക്ഷ പാരമ്പര്യപഥത്തിലൂടെ കടന്നുവന്നവരാണ് (dynastic politics). നിയമസഭകളിലെ സ്ഥിതിയും വ്യത്യസ്തമല്ല. ഉത്തരേന്ത്യയിലും കേരളമൊഴികെയുള്ള ദക്ഷിണേന്ത്യൻ ഗ്രാമങ്ങളിലും നാട്ടുവാഴിത്തപാരമ്പര്യമുള്ള കുടുംബങ്ങൾക്കോ ജാതികൾക്കോ ആണ് പ്രാദേശിക മേൽക്കോയ്മകൾ. ക്ഷേത്രങ്ങളും ഉത്സവങ്ങളും ദൈവങ്ങളുമൊക്കെ അവരുടെ നിയന്ത്രണത്തിലാണ്. മതപരവും സാംസ്കാരികവുമായ യാഥാസ്ഥിതികത്വം നിലനിർത്തുക, സാമ്പത്തിക കാര്യങ്ങളിൽ ആഗോളീകരണ നയങ്ങൾ നടപ്പിലാക്കുക, പഴയ സാംസ്കാരിക ചിഹ്നവ്യവസ്ഥകളെയും മൂല്യബോധങ്ങളെയും ആചാരനുഷ്ഠാനങ്ങളെയും ആധുനികരൂപത്തിൽ നിലനിർത്തുക എന്നതാണ് ഇപ്പോഴത്തെ രീതി. അതുകൊണ്ട് ഭരണകൂടം പഴമയുടെ സാംസ്കാരിക ചിഹ്നവ്യവസ്ഥയെയും മതാധിനിവേശങ്ങളെയും സ്പർശിക്കാതെ ഭരിക്കുകയാണ് ചെയ്തുപോരുന്നത്. അവർ ജനങ്ങളുടെ ജനാധിപത്യ ജനകീയതയെക്കാൾ മതപരമായ ജനകീയതയെ ഭയപ്പെടുന്നു. മുതലാളിത്തത്തിന്റെയും മതാധിനി

വേശത്തിന്റെയും സാമുദായികശക്തികളുടെയും കാര്യസ്ഥന്മാരായിട്ടാണ് ഭരണകർത്താക്കൾ പ്രവർത്തിക്കുന്നത്. അതിന് അനുരോധമായി മായ ക്കാഴ്ചകൾ ഉല്പാദിപ്പിച്ച് അവയ്ക്ക് സ്വീകാര്യത നിർമ്മിച്ചെടുക്കുകയാണ് ദൃശ്യമാധ്യമങ്ങൾ ചെയ്യുന്നത്.

പൗരാണികസ്മൃതിയുടെ കലാരൂപങ്ങൾ എന്ന നിലയിൽ സംരക്ഷിച്ച നിലനിർത്തിപ്പോരുന്ന ടൂറിസ്റ്റുകേന്ദ്രങ്ങൾകൂടിയായ ക്ഷേത്രങ്ങൾ സമകാലികാവസ്ഥയിൽ മതരാഷ്ട്രീയത്തിന്റെയും നവഭക്തിയുടെയും ഉല്പാദന കേന്ദ്രങ്ങളായി മാറുകയാണ്. പാരമ്പര്യത്തെ ആഗോളവിപണിയുമായി ബന്ധപ്പെടുത്തുന്നു. പഴയ കോട്ടകൊത്തളങ്ങളും കൊട്ടാരങ്ങളും ആകാശചുംബിമൂലധനത്തിന്റെ (Sky Scraper Capitalisam) ടൂറിസ്റ്റ് റിസോർട്ടുകളും മദ്യശാലകളുമായി പരിണമിച്ചുകൊണ്ടിരിക്കുന്നു. ഭക്തിലഹരിയും മദ്യലഹരിയും മദനലഹരിയും ജനങ്ങളെ മയക്കുന്ന കറുപ്പായിത്തീർന്നിരിക്കുന്നു. പ്രകൃതിമനോഹരമായ പാറക്കുന്നുകൾ ക്വാറിമാഫിയകളുടെയും ഖനനമാഫിയകളുടെയും മൂലധനനിക്ഷേപ കേന്ദ്രങ്ങളായിരിക്കുന്നു. മതാഘോഷങ്ങളുടെയും മതരാഷ്ട്രീയത്തിന്റെയും പ്രോത്സാഹകരാണ് ആകാശചുംബിമൂലധനശക്തികൾ. അവരുടെ മറ്റൊരു രംഗമാണ് ആകാശചുംബികളായ ഫ്ലാറ്റുനിർമ്മിതികൾ. ആചാരാനുഷ്ഠാനബദ്ധവും ഭ്രാന്തവും പുരോഹിതവർഗനിയന്ത്രിതവുമായ നവമതഭക്തിയെ നേരിടാൻ മതത്തിനുള്ളിലെ മനുഷ്യോന്മുഖമായ വിമോചനഘടകത്തെ ശക്തിപ്പെടുത്തി പുതിയൊരു ആത്മീയാധുനികത (Spiritual Modernity) കൊണ്ടുവരികയാണ് മറ്റൊരു മാർഗ്ഗം. മതം പ്രതിലോമ പ്രവണതകളുടെ ശക്തിപ്രയോഗങ്ങളിൽ വീർപ്പുമുട്ടുമ്പോൾ ഇത്തരം ആത്മീയവിമോചനത്തിന്റെ സുരക്ഷാവാൽവുകളായി (Safety Valve) മഹാവ്യക്തിത്വങ്ങൾ ഉയർന്നുവരുന്നു. ശ്രീനാരായണഗുരു, ശ്രീ. വൈകുണ്ഠസ്വാമികൾ, ശ്രീ. ചട്ടമ്പിസ്വാമികൾ, പൊയ്കയിൽ അപ്പച്ചൻ, ശ്രീ. സ്വാമി വിവേകാനന്ദൻ തുടങ്ങിയവർ ആത്മീയാധുനികതയുടെ സേഫ്റ്റിവാൽവുകളായിരുന്നു. ഭാരതീയ നവോത്ഥാനചരിത്രത്തിലെ ചാലകശക്തികളായിട്ടാണ് അവർ പ്രത്യക്ഷപ്പെട്ടത്. മതത്തിനുള്ളിലെ ആത്മീയാധുനികതയെന്നത് കൊളോണിയലിസത്തിനും നാടുവാഴിത്ത ചൂഷണ വ്യവസ്ഥയ്ക്കും എതിരായിരുന്നു. ഇന്ത്യൻ സ്വാതന്ത്ര്യസമരത്തിൽ ഹൈന്ദവാധുനികതയുടെ പ്രതീകംകൂടിയായിരുന്നു ഗാന്ധിജി. മതമൈത്രിയിലും സാഹോദര്യത്തിലും അധിഷ്ഠിതമാണ് ഗാന്ധിജിയുടെ മതവിശ്വാസം. അത് സ്വാതന്ത്ര്യത്തെ ഉദ്ഘോഷിക്കുന്നു. ലാറ്റിനമേരിക്കയിലെ സ്വാതന്ത്ര്യപ്പോരാട്ടങ്ങളിൽ ആത്മീയാധുനികതയും മതാധുനികതയും ചേർന്ന് വിമോചന ദൈവശാസ്ത്രത്തിന് വഴിയൊരുക്കി.മതഭരണകൂടത്തിനോമതഭീകരവാദികൾക്കോ ജനങ്ങൾക്ക് ഭൗതികവും ആത്മീയവുമായ ആശ്വാസം നല്കാനുള്ളമാർഗ്ഗങ്ങൾ അറിയില്ല. അവരെ ക്രൂരമായി കീഴടക്കി മതഭീകരതയ്ക്ക് സ്വീകാ

ര്യത നിർമ്മിച്ചെടുക്കുകയാണ് ചെയ്യുന്നത്. ഭാരതത്തിൽ നാട്ടുവാഴിത്ത ജാതിവ്യവസ്ഥയുള്ളിൽ നിന്ന് സാധാരണ ജനങ്ങളെ മോചിപ്പിക്കാനും ആശ്വസിപ്പിക്കാനും ഹൈന്ദവാധുനികതയെയും ആത്മീയമായ ആധുനികതയെയും ഉപയോഗിച്ചവരാണ് നവോത്ഥാനകാലത്തെ ആത്മീയാചാര്യന്മാർ. അവർ ഭാരതത്തിന്റെ വിഘടിതമായിരുന്ന ആത്മീയബോധങ്ങളെ അദ്വൈതദർശനത്തിലൂടെ ഉദ്ഗ്രഥിച്ച് പൊതുബോധനിർമ്മിതിക്കായി ശ്രമിച്ചവരാണ്. എന്നാൽ മതമൗലികവാദികൾ വീണ്ടും ജനജീവിതത്തെ മതസംഘർഷങ്ങൾകൊണ്ട് വിഭാഗീകരിച്ച് ശിഥിലമാക്കുകയാണ് ചെയ്യുന്നത്.

ജർമ്മനിയിലെ ഓരോ നാസിയുവാവും ഭാവനയിലൂടെ ഹിറ്റ്ലറുമായി താദാമ്യം പ്രാപിച്ച് (ഹിറ്റ്ലർ യൂത്ത്) താനൊരു ശക്തിമാനാണെന്ന് ഭാവിച്ചിരുന്നു. ഇന്ത്യയിൽ മതതീവ്രാവേശമുള്ള യുവത്വത്തിന്റെ അവസ്ഥയും ഭിന്നമല്ല. വ്യക്തിയുടെ മതവിശ്വാസവും പ്രതിബദ്ധതയും അവനെ അഹംബോധാധിഷ്ഠിതമായി ശക്തിപ്പെടുത്തുന്നു (Faith oriented power). ഇത്തരത്തിലുള്ള വ്യക്തികളുടെ സംഘപ്രവർത്തനമായിരുന്നു ജർമ്മനിയിലെയും ഇറ്റലിയിലെയും ഫാഷിസ്റ്റ് തെരുവുകലാപങ്ങൾ. ഇന്ത്യയിലും മതാവേശഭരിതരായ സംഘങ്ങളാണ് തെരുവിലിറങ്ങുന്നത്. ഇന്ത്യയിലെ കുലീനവർഗം ഒന്നടങ്കം പ്രതിലോമകരമായ മതാത്മക ആത്മീയവാദികളാണ്. അവരുടെ മേൽക്കോയ്മയാണ് കുലീനവർഗമായി നടിക്കുന്ന മധ്യവർഗത്തെയും മുകൾത്തട്ടിനെ അനുകരിക്കാൻ ശ്രമിക്കുന്ന കീഴ്ത്തട്ടിനെയും സ്വാധീനിക്കുന്നത്. മാത്രമല്ല, അവർ വർഗീയകലാപങ്ങളിൽ കുലീനവർഗ നേതൃത്വങ്ങളുടെ ചാവേർപ്പടകളായി പ്രവർത്തിക്കുകയും ചെയ്യുന്നു. നവോത്ഥാനകാലത്ത് കുലീനവർഗജാതരായ അഭ്യസ്തവിദ്യർ ഭൗതികവാദത്തിലേക്കും മതനിരപേക്ഷതാപക്ഷത്തേക്കും മാറിയതിനാൽ അവർ സ്ഥാപിച്ച മാധ്യമലോകവും കലാസാഹിത്യരംഗങ്ങളും മതനിരപേക്ഷതയുടെ സന്ദേശങ്ങളാണ് പ്രചരിപ്പിച്ചത്. എന്നാൽ ഇന്നത്തെ കുലീനവർഗം മതവാദികളായതിനാൽ അവരുടെ സ്ഥാപനങ്ങളും മാധ്യമലോകവും സാഹിത്യാദികലാരംഗങ്ങളും മതവാദങ്ങളെ സ്വീകാര്യമാക്കിത്തീർക്കുന്ന നിലയിലാണ് പ്രവർത്തിക്കുന്നത്. രാഷ്ട്രീയ നേതൃത്വങ്ങൾ അധികാരത്തിലെത്താൻ ജാതി-മത-സാമുദായിക ശക്തികളെ ആശ്രയിക്കുന്നതിനാൽ പ്രത്യയശാസ്ത്രതലത്തിൽ അവരും വ്യത്യസ്തരല്ല. ഔദ്യോഗിക വിദ്യാഭ്യാസമേഖലകളിലെ ഉയർന്ന പദവികൾ ജാതി-മതപരിഗണനയിലൂടെയാണ് നല്കപ്പെടുന്നത്. ഭരണകൂടം മതത്തെയും മൂലധനശക്തികളെയും ആധിപത്യത്തിനായി ഉപയോഗിക്കുമ്പോൾ മതവും മൂലധനശക്തികളും അവരുടെ നിലനില്പിനായി ഭരണകൂടത്തെ ഉപയോഗിക്കുന്നു. അങ്ങനെ അവർ ഒരു കോർപ്പറേറ്റ് സംഘമായിട്ടാണ് പ്രവർത്തിക്കുന്നത്.

സോഷ്യലിസവും മാർക്സിസവും അരങ്ങൊഴിഞ്ഞ പഴയ സോഷ്യലിസ്റ്റ് നാട്ടുകളിൽ പുതിയ ദേശരാഷ്ട്രനിർമ്മാണത്തിന് ജനാധിപത്യപ്രക്രിയയെയല്ല, വംശീയവും മതപരവുമായ സ്വത്വബോധങ്ങളെയാണ് ഉപയോഗിച്ചത്. അത്തരം ദേശങ്ങളിൽ മുതലാളിത്തവും മത-വംശീയരാഷ്ട്രീവും ചങ്ങാതികളായിത്തീരുകയാണുണ്ടായത്. ആഭ്യന്തരകലാപങ്ങളും കൂട്ടക്കൊലകളുമായിരുന്നു അവയുടെ ഫലശ്രുതികൾ. മുതലാളിത്തത്തിലെ വൈരുദ്ധ്യാത്മകത അവിടെയും പ്രകടമാണ്. നിയോ-ലിബറലിസം ആധുനികതയുടെ ലിബറലിസ്റ്റ് സെക്യുലറിസത്തെ തകർക്കുന്നുണ്ടെങ്കിലും വിപണികേന്ദ്രിതമായ പുതിയൊരു നിയോ-ലിബറലിസം ഉയർന്നുവരുന്നു. വിപണിയിൽ ഉപഭോക്താവെന്ന നിലയിൽ പൗരൻ മതനിരപേക്ഷത പാലിക്കുന്നു. എല്ലാവരെയും കൂട്ടിയിണക്കുന്നത് ഉല്പാദനപ്രക്രിയയും അതിന്റെ ഉല്പന്നങ്ങളുമാണെന്ന് സാരം. ഒരേ മൊബൈൽ കമ്പനിയുടെ ഉല്പന്നം ഹിന്ദുവും മുസ്ലിമും ക്രിസ്ത്യാനിയും പാഴ്സിയും സിഖുകാരനുമൊക്കെ ഉപയോഗിക്കുന്നു. അവിടെ വിഭാഗീയതയോ വംശീയതയോ പ്രകടമാകുന്നില്ല. അങ്ങനെ സൈബർ വിപണിയും ഡിജിറ്റൽ നാഗരികതയും പുതിയതരം ഡിജിറ്റൽ ജനാധിപത്യത്തെയും പൗരത്വത്തെയും നിർമ്മിച്ചെടുക്കുന്നുണ്ട്. ഡിജിറ്റൽ ജനാധിപത്യലോകത്തിലൂടെ ഇഷ്ടാനിഷ്ടങ്ങൾ പ്രകടിപ്പിക്കാം, തിരഞ്ഞെടുപ്പുകൾ നടത്താം. ആഗോളമൂലധന നിക്ഷേപത്തെയും അവയുടെ ചൂഷണാധിഷ്ഠിതമായ ഉല്പാദനപ്രക്രിയയെയും രാഷ്ട്രവികാസമായിക്കൊണ്ടാടുന്നവർ സാധാരണക്കാരന്റെ ജീവിതസുരക്ഷയെ തകർത്തുകളയുന്നു. ആശങ്കയിലും ഭീതിയിലും അകപ്പെടുന്ന അവന്റെ മുന്നിൽ സുരക്ഷാവാഗ്ദാനവുമായി (മതമാണ് രക്ഷ) മതശക്തികൾ കടന്നുവരുന്നു. ഔഷധങ്ങളുടെ ദൗർലഭ്യതയിലും പിടികിട്ടാത്ത വിലക്കയറ്റത്തിലും ഗോമൂത്രവും ചാണകവും സർവരോഗസംഹാരികളാണെന്ന് ഉദ്ഘോഷിക്കപ്പെടുന്നു; സർവരോഗവും പ്രാർത്ഥിച്ച് സുഖപ്പെടുത്താമെന്ന് സുവിശേഷിക്കപ്പെടുന്നു. പ്രാർത്ഥനാപൂജാവിധികളുടെയും ആരാധനാരീതികളുടെയും ജനകീയവൽക്കരണം (Folklorisation) മതരാഷ്ട്രീയപ്രവർത്തനത്തിന്റെ മുഖ്യധാരയായി മാറുന്നു. അതോടൊപ്പം ദേശരാഷ്ട്രത്തെയും ദേശീയതയെയും മതാടിസ്ഥാനത്തിൽ നിർവചിച്ചുകൊണ്ട് മതയുദ്ധപ്പോരാളികൾ രംഗപ്രവേശം ചെയ്യുന്നു. മുതലാളിത്തവികസനത്തിന്റെ ഫലമായി ജനങ്ങളിൽ നിന്നും ഒറ്റപ്പെടുന്ന ഭരണവർഗത്തെയും മൂലധനശക്തികളെയും സംരക്ഷിക്കുകമാത്രമല്ല, അവർക്ക് സ്വീകാര്യത നിർമ്മിച്ചുകൊടുത്ത് നിലനിർത്തുകയാണ് മതരാഷ്ട്രീയവാദികൾ ചെയ്യുന്നത്. എതിർശബ്ദങ്ങളെ മുഴുവൻ മതദ്രോഹത്തിന്റെയും ദൈവനിന്ദയുടെയും വംശീയവിരുദ്ധതയുടെയും പേരിൽ ക്രൂരമായി അടിച്ചമർത്തുന്നു.

പൗരമതത്തിന്റെ വേരുകൾ

മുതലാളിത്ത കാലഘട്ടത്തിൽ മതവിശ്വാസവും ദൈവവിശ്വാസവും ആചാരാനുഷ്ഠാനങ്ങളും തികച്ചും വ്യക്തിപരമാണ്. ഒരാൾക്ക് ഏത് ദേവനെ വേണമെങ്കിലും ആരാധിക്കാം, ആരാധനാലയത്തിൽ പോവുകയോ, പോകാതിരിക്കുകയോ ചെയ്യാം. പുരോഹിതനെക്കൂടാതെ ജീവിതകർമ്മങ്ങൾ അനുഷ്ഠിച്ച് മരണംവരെ മതവിശ്വാസിയായി ജീവിക്കാം. ഈശ്വരവിശ്വാസത്തെ ജീവകാരുണ്യപ്രവർത്തനമാക്കി മാറ്റാം. ആൾദൈവമായി സ്വയം പ്രഖ്യാപിച്ച് സ്വമതം സ്ഥാപിക്കാം; ആശ്രമങ്ങളോ മഠങ്ങളോ നിർമ്മിക്കാം. ഈയൊരു പ്രത്യേകത ഹിന്ദുമതത്തിൽ മാത്രമേ കാണാൻ സാധിക്കൂ. സംഘടിതമതങ്ങളിൽ, പ്രത്യേകിച്ചും സെമിറ്റിക് മതങ്ങളിൽ ആൾദൈവങ്ങൾ മതവിരുദ്ധവും ദൈവവിരുദ്ധവുമാണ്. ക്രിസ്തുമതത്തിൽ പുണ്യപുരുഷന്മാരെയും പുണ്യാളത്തികളെയും ആരാധിക്കുന്നുണ്ടെങ്കിലും കേന്ദ്രസ്ഥാനത്ത് നില്ക്കുന്നത് കർത്താവായ യേശുക്രിസ്തുവാണ്. മനുഷ്യൻ ഈശ്വരനുവേണ്ടിയാണെന്ന വാദം നരബലിയിലും, ഈശ്വരൻ മനുഷ്യനുവേണ്ടിയാണെന്ന ചിന്ത ദൈവസേവ മനുഷ്യസേവയിലും ചെന്നെത്തുന്നു. മതമൗലികവാദികൾ ഈശ്വരനുവേണ്ടിയാണ് മനുഷ്യജന്മമെന്ന് വിശ്വസിക്കുന്നതിനാൽ അവർ സ്വയം ബലിദാനത്തിലും അന്യമതസ്ഥരുടെ ബലിയിലും ഏർപ്പെടുന്നു. മരിച്ചാലും പുണ്യം കൊന്നാലും പുണ്യം എന്ന് അർഥം. ഇത് മതസംഘടനകളെ ഭീകരസംഘടനകളായും ഈശ്വരനെ നിഗ്രഹാനുഗ്രഹശക്തിയുള്ള ഭീകരരൂപിയായും പരിവർത്തിപ്പിക്കുന്നു. 'ഭയപ്പെടുത്തി ശക്തിനേടുക (Strength through fear), ഭയപ്പെടുത്തി ദുർബലനാക്കുക (Weakness through fear)' എന്ന ഫാഷിസ്റ്റ് തന്ത്രവും ഭയപ്പെടുത്തി ആധിപത്യം നേടുകയെന്ന മതതന്ത്രവും പരസ്പരപൂരകമായ മേൽക്കോയ്മാതന്ത്രങ്ങളാണ്. ഹിന്ദുമതത്തിലെ അദ്വൈതദർശനമെന്നത് നേരെമറിച്ച് മനസ്സിനെ നിർഭയമാക്കുന്ന ആത്മീയ നിലപാടായിരുന്നു. ബാഹ്യമായ ഒരു ശക്തിയെയും ഭയപ്പെടാതെ ഏകാഗ്രധ്യാനത്തിലെത്തുന്ന മാനസികാവസ്ഥ ചിത്തവൃത്തികളെ നിരോധിക്കുന്ന യോഗസാധനയാണ്. അത് ഭ്രാന്തൻ കൊലവിളികളിലൂടെ ചിത്തവൃത്തികളെ ഇളക്കിവിടുന്ന മതപുരോഹിതവേഷങ്ങൾക്ക് വിരുദ്ധമാണ്. ഹിന്ദുമതത്തിലെ പൗരമതത്തിന്റെ വേരുകൾ കിടക്കുന്നത് തികച്ചും വൈയക്തികമായ അന്വേഷണപഥങ്ങളിലാണ്. വൈവിദ്ധ്യത്തിലൂടെ ഏകത്വത്തിലെത്തുന്നതും അനുക്ഷണം വികസ്വരമായിരിക്കുന്നതുമാണ് ഒരു 'സത്യശിവസുന്ദരസങ്കല്പം, പ്രാചീന ഭാരതത്തിലെ ജാതി-മത വൈരുധ്യങ്ങളെ സമന്വയിപ്പിക്കാനുള്ള താത്ത്വികമായ അന്വേഷണമായിരുന്നു. അത് ആധുനികമായ വൈരുധ്യങ്ങളിൽ നിന്നും മോചനം നേടാനുള്ള ഇച്ഛ

യായി, പൗരമതമായി പുനർജനിക്കുകയാണ് നവോത്ഥാനകാലത്ത് സംഭവിച്ചത്. ഇപ്പോൾ അമേരിക്കയിലും മറ്റ് യൂറോപ്യൻ രാജ്യങ്ങളിലും വിശ്വാസികൾ പള്ളിവിമുക്തരായി മാറിയിട്ട് പൗരമതത്തിൽ എത്തിച്ചേരുന്നുണ്ട്. ദൈവവിശ്വാസത്തെയും മതവിശ്വാസത്തെയും മനുഷ്യസ്വാതന്ത്ര്യവിശ്വാസമായും പൗരാവകാശമായും കാണുന്നതുകൊണ്ട് ഒരു പൗരന്റെ വിശ്വാസത്തിന്റെമേൽ മറ്റൊരു പൗരന് അധീശത്വം സ്ഥാപിക്കാൻ അവകാശമില്ല. അതുകൊണ്ട് പൗരമതത്തിൽ വിഭാഗീയതകളോ തന്മൂലമുള്ള സംഘർഷങ്ങളോ ഉണ്ടാകുന്നില്ല എന്നാണ് വാദം. ഹിന്ദുമതത്തിൽ ഓരോ വർണത്തിനും ഓരോ ജാതിക്കും പ്രത്യേകം പ്രത്യേകം ദേവതകളും ആരാധനാരീതികളുമാണുണ്ടായിരുന്നത്. ഒരു വിഭാഗം മറ്റൊരു വിഭാഗത്തിന്റെ ആരാധനാരീതികളിൽ ഇടപെട്ടിരുന്നില്ല. അയിത്താചാരങ്ങളായിരുന്നു അതിന്റെ പിന്നിലെ സാമൂഹ്യഘടകം. എന്നാൽ ആധുനികഭാരതത്തിൽ പൊതുസമൂഹവും പൊതുരാഷ്ട്ര സങ്കല്പവും ഭരണകൂടവും നിലവിൽ വന്നതോടെ എല്ലാ ആരാധനാലയങ്ങളും എല്ലാവർക്കും അവകാശപ്പെട്ടതെന്ന പൗരബോധം ശക്തമായതോടെ, ക്ഷേത്രപ്രവേശനത്തിനുവേണ്ടിയുള്ളഅവകാശസമരങ്ങളുംനിയമപോരാട്ടങ്ങളും ഉടലെടുത്തു. പൗരമതത്തിന്റെ ആശയധാരകളാണ് അതിന്റെയും അടിസ്ഥാനമെന്ന് പറയാം. സഹജീവികള വിധിക്കുന്നത് മതത്തിന്റെയോ ജാതിയുടെയോ പേരിലാകരുതെന്നതാണ് പൗരമതത്തിന്റെ നിലപാട്. മാനവികതയായിരിക്കണം അടിസ്ഥാന പ്രമാണം. ശ്രീനാരായണഗുരു, ശ്രീവൈകുണ്ഠ സ്വാമികൾ, ശ്രീ ചട്ടമ്പിസ്വാമികൾ, സ്വാമി വിവേകാനന്ദൻ തുടങ്ങിയ ആത്മീയാചാര്യന്മാർ ഹിന്ദുമതത്തിലെ പൗരമതസാധ്യതകളെ മുൻനിർത്തി ആത്മീയതയെയും മതത്തെയും വ്യാഖ്യാനിക്കാൻ ശ്രമിച്ചവരാണ്. 'ഒരു ജാതി, ഒരു മതം, ഒരു ദൈവം മനുഷ്യന്' എന്നത് പൗരമത സിദ്ധാന്തമാണ്. "മതമേതായാലും മനുഷ്യൻ നന്നായാൽ മതി" എന്ന സൂത്രവാക്യം അതിനെ സംഘടിതമതത്തിന്റെ അതിരുകൾക്കുള്ളിൽ നിന്നും വിമുക്തമാക്കുന്നു. സർവമത സാരവുമേകം എന്ന് ശ്രീനാരായണ ഗുരു പറഞ്ഞത് പൊതുമതത്തിലൂടെയുള്ള മതനിരപേക്ഷയെ ലക്ഷ്യമാക്കിയാണ്. മതങ്ങളുടെ നാടായ ഭാരതം സഞ്ചരിച്ച് എത്തേണ്ടത് അവിടേക്കാണ്. മതവിമുക്തമായ ഒരു ലോകം സാധ്യമാകാത്ത കാലത്തോളം.

www.ingramcontent.com/pod-product-compliance
Lightning Source LLC
LaVergne TN
LVHW090325051026
849518LV00005B/1876